ವಿಶ್ವಕಥಾಕೋಶ
ಸಂಪುಟ – ೨೨

ಪ್ರಧಾನ ಸಂಪಾದಕ
ನಿರಂಜನ

ಬೆಳಗಾಗುವ ಮುನ್ನ

ಕ್ಯೂಬಾ – ಜಮೇಯಿಕ ಕಥೆಗಳು

ಅನುವಾದ
ಶ್ರೀಕಾಂತ

ನವಕರ್ನಾಟಕ ಪ್ರಕಾಶನ

BELAGAAGUVA MUNNA (Kannada)
An anthology of short stories from Cuba and Jamaica, being the twentysecond volume of Vishwa Kathaa Kosha, a treasury of world's great short stories in 25 volumes in Kannada. Translated by Srikantha. Editor-in-Chief : Niranjana. Editors : S. R. Bhat, C. R. Krishna Rao, C. Sitaram. Secretary : R. S. Rajaram.

Fifth Print : 2022 Pages : 138 Price : ₹ 150
Paper : 75 gsm Maplitho 20 kg ($^1/_8$ Demy Size)

ಮೊದಲನೇ ಮುದ್ರಣ : 1982
ಮರುಮುದ್ರಣಗಳು : 2011, 2012, 2012
ಐದನೇ ಮುದ್ರಣ : 2022

ಪ್ರಧಾನ ಸಂಪಾದಕ : ನಿರಂಜನ
ಸಂಪಾದಕರು : ಎಸ್. ಆರ್. ಭಟ್, ಸಿ. ಆರ್. ಕೃಷ್ಣರಾವ್, ಸಿ. ಸೀತಾರಾಮ್
ಕಾರ್ಯದರ್ಶಿ : ಆರ್. ಎಸ್. ರಾಜಾರಾಮ್
ಕಲಾ ಸಲಹೆಗಾರರು : ಎಸ್. ರಮೇಶ್, ಕಮಲೇಶ್, ಅಮಿತ್

ಕೃತಿಸ್ವಾಮ್ಯ : ಆಯಾ ಕಥೆಗಳ ಲೇಖಕರದ್ದು / ಲೇಖಕರ ವಾರಸುದಾರರದ್ದು

ಬೆಲೆ : ₹ 150

ಮುಖಚಿತ್ರ : ಅಮಿತ್

ಪ್ರಕಾಶಕರು
ನವಕರ್ನಾಟಕ ಪಬ್ಲಿಕೇಷನ್ಸ್ ಪ್ರೈವೆಟ್ ಲಿಮಿಟೆಡ್
ಎಂಬೆಸಿ ಸೆಂಟರ್, ಕ್ರೆಸೆಂಟ್ ರಸ್ತೆ, ಬೆಂಗಳೂರು – 560 001
ದೂರವಾಣಿ : 080–22161900 / 22161901 / 22161902

ಶಾಖೆಗಳು/ ಮಳಿಗೆಗಳು
ನವಕರ್ನಾಟಕ, ಕ್ರೆಸೆಂಟ್ ರಸ್ತೆ, ಬೆಂಗಳೂರು – 1, ✆ 080–22161913/14, Email : nkpsales@gmail.com
ನವಕರ್ನಾಟಕ, ಕೆಂಪೇಗೌಡ ರಸ್ತೆ, ಬೆಂಗಳೂರು – 9, ✆ 080–22203106, Email : nkpkgr@gmail.com
ನವಕರ್ನಾಟಕ, ಶರವು ದೇವಸ್ಥಾನ ರಸ್ತೆ, ಮಂಗಳೂರು – 1, ✆ 0824–2441016, Email : nkpmng@gmail.com
ನವಕರ್ನಾಟಕ, ಬಲ್ಮಠ, ಮಂಗಳೂರು – 1, ✆ 0824–2425161, Email : nkpbalmatta@gmail.com
ನವಕರ್ನಾಟಕ, ರಾಮಸ್ವಾಮಿ ವೃತ್ತ, ಮೈಸೂರು–24, ✆ 0821–2424094, Email : nkpmysuru@gmail.com
ನವಕರ್ನಾಟಕ, ಸ್ಟೇಷನ್ ರಸ್ತೆ, ಕಲಬುರಗಿ – 2, ✆ 08472–224302, Email : nkpglb@gmail.com

ಮುದ್ರಕರು : ರಿಪ್ರೋ ಇಂಡಿಯಾ ಲಿಮಿಟೆಡ್, ಮುಂಬಯಿ

0511226309 **ISBN 978-81-8467-221-3**

Published by Navakarnataka Publications Private Limited, Embassy Centre Crescent Road, Bengaluru - 560 001 (India). Email : navakarnataka@gmail.com

ಅರ್ಪಣೆ

ನಿರಂಜನ
(1924–1991)

ಇವರ ನೆನಪಿಗೆ

ಪರಿವಿಡಿ

ಪ್ರಕಾಶಕರ ನುಡಿ

ಕನ್ನಡ ನಾಡು ನುಡಿಗಳಿಗೆ ನಮ್ಮ ಹೆಮ್ಮೆಯ ಕೊಡುಗೆ ವಿಶ್ವಕಥಾಕೋಶ. ಶ್ರೀ ನಿರಂಜನರ ಪ್ರಧಾನ ಸಂಪಾದಕತ್ವದಲ್ಲಿ ಹೊರ ಬರುತ್ತಿರುವ ಈ ಬೃಹತ್ ಸಂಕಲನ ಜಗತ್ತಿನ ಸಾರಸ್ವತ ಭಂಡಾರದ ಒಂದು ಭಾಗವನ್ನು ಕನ್ನಡ ಓದುಗರ ಮುಂದೆ ತಂದಿಡುತ್ತದೆ. ಇದು ಕನ್ನಡದ ಇತ್ತೀಚಿನ ಮಹತ್ವದ ಪ್ರಕಟನೆಗಳಲ್ಲೊಂದೆಂದು ಸಹೃದಯರಾದ ಕನ್ನಡ ಓದುಗರೂ ವಿಮರ್ಶಕರೂ ಈಗಾಗಲೇ ಹೇಳಿರುವುದು ನಮಗೊಂದು ಸಂತಸದ ವಿಷಯ.

ವಿಶ್ವಕಥಾಕೋಶದ 25 ಸಂಪುಟಗಳನ್ನು 1980ರ ಯುಗಾದಿಯಿಂದ ಮೊದಲ್ಗೊಂಡು ಒಟ್ಟು ಆರು ಕಂತುಗಳಲ್ಲಿ ಪ್ರಕಟಿಸಲಾಗುವುದೆಂದು ನಾವು ಹಿಂದೆ ಹೇಳಿದ್ದೆವು. ಅದರಂತೆ ಈಗಾಗಲೇ 20 ಸಂಪುಟಗಳನ್ನು ನಾವು ಬಿಡುಗಡೆ ಮಾಡಿದ್ದೇವೆ.

ಈಗ ಕಥಾಕೋಶದ ಕೊನೆಯ ಐದು ಸಂಪುಟಗಳನ್ನು ಓದುಗರ ಕೈಗಿಡಲು ನಮಗೆ ಹರ್ಷವೆನಿಸುತ್ತದೆ. ಇವು ಈ ವರ್ಷದ–1982ರ–ದೀಪಾವಳಿಯ ಕಾಣಿಕೆ.

ಈ ಐದರಲ್ಲೊಂದು 'ಬೆಳಗಾಗುವ ಮುನ್ನ'. ಇದರಲ್ಲಿ ಕ್ಯೂಬಾ ಜಮೇಯಿಕಗಳ ಕಥಾ ಸಾಹಿತ್ಯದಿಂದ ಆಯ್ದ ಹೃದಯಂಗಮವಾದ ಹತ್ತು ಕಥೆಗಳಿವೆ. ಇದು ಕಥಾಕೋಶದ ಇಪ್ಪತ್ತೆರಡನೆಯ ಸಂಪುಟ. ಈ ಸಂಪುಟವನ್ನು ಕನ್ನಡಕ್ಕೆ ಅನುವಾದಿಸಿದವರು ಶ್ರೀ ಶ್ರೀಕಾಂತ.

ಈ ಸಂಪುಟಕ್ಕೆ ಸೊಗಸಾದ ಮುಖಚಿತ್ರವನ್ನು ಬರೆದುಕೊಟ್ಟವರು ಕಲಾವಿದ ಶ್ರೀ ಅಮಿತ್. ಹಿಮ್ಮೈವಿನ್ಯಾಸ ಶ್ರೀ ಕಮಲೇಶ್ ಅವರದು. ಇದನ್ನು ಉತ್ತಮವಾಗಿ ಮುದ್ರಿಸಿದ ಶ್ರೇಯಸ್ಸು ಜನಶಕ್ತಿ ಮುದ್ರಣಾಲಯದ ನಮ್ಮ ಬಂಧುಗಳಿಗೆ ಸಲ್ಲಬೇಕು. ಇದರ ರಕ್ಷಾಕವಚದ ಮುದ್ರಣ ಕಾರ್ಯವನ್ನು ನಿರ್ವಹಿಸಿದವರು ಶಿವಕಾಶಿಯ ಜೇಯೆಮ್ ಆಫ್‌ಸೆಟ್ ಪ್ರಿಂಟರ್ಸ್ ಅವರು. ಇವರಿಗೆಲ್ಲ ಈ ಸಂದರ್ಭದಲ್ಲಿ ನಮ್ಮ ಹೃತ್ಪೂರ್ವಕ ಕೃತಜ್ಞತೆಗಳು ಸಲ್ಲುತ್ತವೆ.

ಇವರಲ್ಲದೆ ಈ ಸಂಪುಟವನ್ನು ಹೊರತರಲು ಇನ್ನೂ ಅನೇಕ ಮಂದಿ ಮಿತ್ರರು ನಮಗೆ ನೆರವಾಗಿದ್ದಾರೆ. ಸಂಪುಟದ ಕೊನೆಯಲ್ಲಿ ಅವರಿಗೆ ನಮ್ಮ ವಿಶೇಷ ಕೃತಜ್ಞತೆಗಳನ್ನು ಸಮರ್ಪಿಸಲಾಗಿದೆ.

ಈ ಸಂಪುಟದಲ್ಲಿ ಬಳಸಲಾದ, ಕೃತಿಸ್ವಾಮ್ಯವನ್ನು ಹೊಂದಿರುವ ಎಲ್ಲ ಕಥೆಗಳ ಕರ್ತೃಗಳಿಂದ ಅಥವಾ ಅವರ ವಾರಸುದಾರರಿಂದ ಅವುಗಳ ಪ್ರಕಟನೆಗೆ ಅನುಮತಿ ಪಡೆಯಲು ನಾವು ಆದಷ್ಟು ಪ್ರಯತ್ನಿಸಿದ್ದೇವೆ. ಅವರೆಲ್ಲರಿಗೂ ನಾವು ಋಣಿಗಳು. ಆದರೆ ಒಂದು ವೇಳೆ ಯಾರದಾದರೂ ಅನುಮತಿ ಬಿಟ್ಟುಹೋಗಿದ್ದರೆ, ಈ ಯೋಜನೆಯ ಮಹತ್ವವನ್ನು ಮನಗಂಡು ಅವರು ನಮ್ಮನ್ನು ಕ್ಷಮಿಸುವರೆಂದು ನಂಬಿದ್ದೇವೆ.

ಈ ಸಲದ ಬಿಡುಗಡೆಯೊಂದಿಗೆ ವಿಶ್ವಕಥಾಕೋಶದ ಎಲ್ಲ ಸಂಪುಟಗಳನ್ನೂ ನಾವು ಹೊರತಂದಂತಾಯಿತು. ಕೋಶದ ಹಿಂದಿನ ಸಂಪುಟಗಳಿಗೆ ಓದುಗರು ನೀಡಿದ ಆದರದ ಸ್ವಾಗತ ಈ ಸಂಪುಟಗಳಿಗೂ ದೊರೆಯುವುದೆಂದು ನಾವು ನಂಬಿದ್ದೇವೆ.

ಬೆಲೆ ಏರಿಕೆಯ ಇಂದಿನ ದಿನಗಳಲ್ಲಿ ವಿಶ್ವಕಥಾಕೋಶದಂಥ ಬೃಹತ್ ಯೋಜನೆಯ ಪ್ರಕಟನೆ ಬಹಳ ಕಷ್ಟ ಸಾಧ್ಯವಾದ ಕಾರ್ಯ. ಆದರೂ ಓದುಗರ ಹಿತದೃಷ್ಟಿಯಿಂದ ಕಥಾಕೋಶದ ಬೆಲೆಯನ್ನು ನಾವು ಹೆಚ್ಚಿಸಿಲ್ಲ. ಬಿಡಿ ಸಂಪುಟಗಳ ಬೆಲೆ ಹಿಂದಿನಂತೆಯೇ ರೂ. 10–00. 25 ಸಂಪುಟಗಳಿಗೆ ರೂ. 250.00. ಅದೇ ರೀತಿಯಲ್ಲಿ ಇಡೀ ಕೋಶವನ್ನು ಕೊಳ್ಳಬಯಸುವವರಿಗೆ ಡಿಸೆಂಬರ್ 31, 1982ರವರೆಗೆ ರೂ. 50/- ರಿಯಾಯಿತಿಯೂ ಇದೆ. ಆದುದರಿಂದ 'ನವಕರ್ನಾಟಕ ಪಬ್ಲಿಕೇಷನ್ಸ್ (ಪ್ರೈ.) ಲಿಮಿಟೆಡ್' – ಈ ಹೆಸರಿಗೆ 200/-ರೂ.ಗಳನ್ನು ಡ್ರಾಫ್ಟ್ ಮೂಲಕ ಇಂದೇ ಕಳುಹಿಸಿಕೊಡಿ. ಎಲ್ಲ ಸಂಪುಟಗಳನ್ನೂ ನಮ್ಮ ವೆಚ್ಚದಲ್ಲಿ ನಿಮ್ಮ ಮನೆ ಬಾಗಿಲಿಗೆ ತಕ್ಷಣ ತಲಪಿಸಲಾಗುವುದು. ನೆನಪಿಡಿ, ಈ ರಿಯಾಯಿತಿ ಈ ವರ್ಷದ ಅಂತ್ಯದ ಬಳಿಕ ಇರುವುದಿಲ್ಲ.

ಕೊನೆಯದಾಗಿ, ಕಥಾಕೋಶದ ಪ್ರಕಟಣೆ ಆರಂಭವಾದಂದಿನಿಂದ ಇಂದಿನ ತನಕ ಈ ಯೋಜನೆಗೆ ಪ್ರೋತ್ಸಾಹ ನೀಡಿದ ಎಲ್ಲ ಓದುಗರಿಗೆ, ವಿಮರ್ಶಕರಿಗೆ, ಪತ್ರಕರ್ತರಿಗೆ ಹಾಗೂ ಇದನ್ನು ಯಶಸ್ವಿಯಾಗಿ ಸಂಪೂರ್ಣಗೊಳಿಸಲು ನಾಲ್ಕು ವರ್ಷ ಕಾಲ ಎಡೆಬಿಡದೆ ಶ್ರಮಿಸಿದ ಪ್ರಧಾನ ಸಂಪಾದಕರಿಗೆ, ಅವರೊಡನೆ ಸಹಕರಿಸಿದ ಸಂಪಾದಕ ಮಂಡಲಿಗೆ, ಅನುವಾದಕರಿಗೆ, ಕಲಾವಿದರಿಗೆ ಮತ್ತು ಈ ಕಾರ್ಯದಲ್ಲಿ ನಮಗೆ ನೆರವಾದ ಇತರ ಎಲ್ಲ ಮಿತ್ರರಿಗೆ ಈ ಸಂದರ್ಭದಲ್ಲಿ ಮತ್ತೊಮ್ಮೆ ನಮ್ಮ ಹಾರ್ದಿಕ ಕೃತಜ್ಞತೆಗಳನ್ನು ಸಲ್ಲಿಸುತ್ತೇವೆ.

ಆರ್. ಎಸ್. ರಾಜಾರಾಮ್

ದೀಪಾವಳಿ, 1982   ವ್ಯವಸ್ಥಾಪಕ ನಿರ್ದೇಶಕ
ಬೆಂಗಳೂರು   ನವಕರ್ನಾಟಕ ಪಬ್ಲಿಕೇಷನ್ಸ್ (ಪ್ರೈ.) ಲಿಮಿಟೆಡ್

ಪ್ರಕಾಶಕರ ನುಡಿ

(ಎರಡನೇ ಮುದ್ರಣ)

ನವಕರ್ನಾಟಕ ಪ್ರಕಾಶನದ 50ರ ಸಂಭ್ರಮದಲ್ಲಿ, 'ವಿಶ್ವಕಥಾಕೋಶ'ದ ಇಪ್ಪತ್ತೈದು ಸಂಪುಟಗಳನ್ನು ಪುನರ್ಮುದ್ರಿಸಿ ಓದುಗರ ಕೈಗಿಡುತ್ತಿದ್ದೇವೆ. ಮೂವತ್ತು ವರ್ಷಗಳ ಕಾಲ ಅಲಭ್ಯವಾಗಿದ್ದ ಜಗತ್ತಿನ ಸಾಹಿತ್ಯ ಕಥಾ ಕಣಜ ಬೆಳಕು ಕಾಣುವ ಈ ಸಮಯದಲ್ಲಿ ಈ ಯೋಜನೆಯ ಹೊಣೆ ಹೊತ್ತ ಶ್ರೇಷ್ಠ ಕಥೆಗಾರ, ಸಾಹಿತಿ ನಿರಂಜನರು ನಮ್ಮೊಂದಿಗೆ ಇದ್ದಿದ್ದರೆ, ನವಕರ್ನಾಟಕದ ಚಿನ್ನದ ಹಬ್ಬ ಹೆಚ್ಚು ಅರ್ಥಪೂರ್ಣವಾಗುತ್ತಿತ್ತು. ಈ ಸಂಪುಟಗಳನ್ನು ಅವರಿಗೆ ಅರ್ಪಿಸಿ, ಅವರನ್ನು ನೆನೆಯುತ್ತೇವೆ.

ಸಂಪುಟಗಳನ್ನು ಅನುವಾದಿಸಿ ನೆರವಾದ ಅನೇಕ ಲೇಖಕ ಮಿತ್ರರು ಈ ಮೂರು ದಶಕಗಳಲ್ಲಿ ನಮ್ಮನ್ನು ಅಗಲಿದ್ದಾರೆ. 'ವಿಶ್ವಕಥಾಕೋಶ'ದ ಎಲ್ಲಾ ಅನುವಾದಗಳನ್ನು ಓದಿ, ಪರಿಷ್ಕರಿಸಿ, ಮುದ್ರಣಕ್ಕೆ ಸಿದ್ಧಗೊಳಿಸಿದ ಸಂಪಾದಕರಲ್ಲಿ ಒಬ್ಬರಾದ ಶ್ರೀ ಎಸ್. ಆರ್. ಭಟ್ಟರ ಅಗಲಿಕೆಯ ನೆನಪು ಈ ಸಂದರ್ಭದಲ್ಲಿ ನಮ್ಮನ್ನು ಕಾಡುತ್ತಿದೆ.

ಮೂವತ್ತು ವರ್ಷಗಳ ಹಿಂದೆ 25 ಸಂಪುಟಗಳನ್ನು ರೂ. 250ಕ್ಕೆ ನೀಡಿದ್ದೆವು. ಬೆಲೆಯೇರಿಕೆಯ ಇಂದಿನ ದಿನಗಳಲ್ಲಿ ಮರುಮುದ್ರಿಸಿದಲ್ಲಿ, ಅದರ ಬೆಲೆಯನ್ನು ಎಂಟು-ಹತ್ತು ಪಟ್ಟು ಏರಿಸಬೇಕಾಗಬಹುದು ಎನ್ನುವ ಭೀತಿಯೂ ವಿಳಂಬಕ್ಕೆ ಕಾರಣವಾಯಿತು. ಈ ಸಂದರ್ಭದಲ್ಲಿ ಈ ಸಂಪುಟಗಳನ್ನು ಸುಲಭ ಬೆಲೆಗೆ ನೀಡಲು ನೆರವಾದವರು ಇನ್ಫೋಸಿಸ್ ಫೌಂಡೇಷನ್‌ನ ಅಧ್ಯಕ್ಷೆ ಶ್ರೀಮತಿ ಸುಧಾ ಮೂರ್ತಿಯವರು. ಅವರಿಗೆ ನಾವು ಕೃತಜ್ಞರಾಗಿದ್ದೇವೆ.

ಈ ಯೋಜನೆಯ ಲೇಖಕರು ಈ ಅವಧಿಯಲ್ಲಿ ಸಾಕಷ್ಟು ಹೊಸ ಬರೆಹಗಳನ್ನು ಮಾಡಿದ್ದಾರೆ, ಗೌರವ ಪುರಸ್ಕಾರಗಳಿಗೆ ಪಾತ್ರರಾಗಿದ್ದಾರೆ. ಕೆಲವರು ನಮ್ಮೊಂದಿಗಿಲ್ಲ. ಈ ಎಲ್ಲ ಲೇಖಕರ ಪರಿಚಯಗಳಿಗೆ ಹೊಸ ಸೇರ್ಪಡೆಗಳನ್ನು ಮಾಡಿಕೊಟ್ಟ ಡಾ॥ ಆರ್. ಪೂರ್ಣಿಮಾ ಮತ್ತು ಶ್ರೀಮತಿ ರೋಸಿ ಡಿ'ಸೋಜಾ ಅವರ ನೆರವನ್ನು ಸ್ಮರಿಸುತ್ತೇವೆ.

ಮರುಮುದ್ರಣದ ಈ ಕಾರ್ಯದಲ್ಲಿ ನೆರವಾದ ಎಲ್ಲರನ್ನೂ ನೆನೆಯುತ್ತೇವೆ.

ಯುಗಾದಿ, 2011 — **ಆರ್. ಎಸ್. ರಾಜಾರಾಮ್**
ಬೆಂಗಳೂರು — ವ್ಯವಸ್ಥಾಪಕ ನಿರ್ದೇಶಕ, ನವಕರ್ನಾಟಕ ಪ್ರಕಾಶನ

ಪ್ರಸ್ತಾವನೆ

1

ದುರುಳರು ಆಳುವಾಗ ಜನತೆ ನರಳುತ್ತದೆ. ಅದರ ಕೊರಳನ್ನು ಉರುಳು ಬಿಗಿಯುತ್ತದೆ. ಬಿಗಿತ ಸಡಿಲಾಗದಿದ್ದರೆ ಕತ್ತಲು ಕವಿಯುತ್ತದೆ. ಅಂಥ ದುರ್ಗತಿ ಒದಗಬಾರದು ಎಂದಿದ್ದರೆ, ಉರುಳನ್ನು ಕತ್ತರಿಸ ಬೇಕು. ಉಸಿರಾಟ ಸರಾಗವಾಗಬೇಕಾದರೆ ಜನ ದಂಗೆಯೇಳಬೇಕು. ಒಂದು ಸಲವಲ್ಲ; ಅನೇಕ ಬಾರಿ. ಕಡೆಗೊಮ್ಮೆ ದುಷ್ಟರು ಪರಾರಿ ಆಗುತ್ತಾರೆ, ಇಲ್ಲವೆ ನಿರ್ನಾಮವಾಗುತ್ತಾರೆ.

ಕ್ಯೂಬಾದಲ್ಲಿ ಆದದ್ದು ಹಾಗೆ.

ಕಳೆದ ಶತಮಾನದಲ್ಲೇ ಅಲ್ಲಿನ ಒಬ್ಬ ಮಹಾನುಭಾವ ಸ್ಪಾನಿಶ್ ಸಾಮ್ರಾಜ್ಯಶಾಹಿಯ ವಿರುದ್ಧ ದಂಗೆ ಏಳುವಂತೆ ತನ್ನ ಜನರನ್ನು ಪ್ರಚೋದಿಸಿದ, ತನ್ನ ಕವಿತೆಗಳ ಮೂಲಕ, ಲೇಖನಗಳ ಮೂಲಕ. ದೇಶ ಪ್ರೇಮಿಗಳನ್ನು ಅವನು ಸಂಘಟಿಸಿದ. ಅವನೆಂದ: "ಸ್ವಾತಂತ್ರ್ಯ ಕೊಡಿ. ರೊಟ್ಟಿ ಕೊಡಿ!" ಯುವಕರು ಅವನ ಸುತ್ತು ನೆರೆದರು. ಆಳುತ್ತಿದ್ದ ರಾಜ ಪ್ರತಿನಿಧಿ, ಮಾರ್ತಿಯನ್ನು ಸ್ಪೇನಿಗೆ ಗಡಿಪಾರು ಮಾಡಿದ – ಒಮ್ಮೆಯಲ್ಲ, ಎರಡು ಸಲ. ಆದರೆ ಮಾರ್ತಿ ಉತ್ತರ ಅಮೆರಿಕಕ್ಕೆ ಮರಳಿ, ನ್ಯೂಯಾರ್ಕನ್ನು ನೆಲೆಯಾಗಿಮಾಡಿ, ಕ್ಯೂಬಾದಿಂದ ಸ್ಪೇನಿನವರನ್ನು ಓಡಿಸಲು ಸಿದ್ಧತೆ ನಡೆಸಿದ, ಸಂಗಾತಿ ಗೊಮೆಜ್‌ನ ಜತೆಗೂಡಿ ದಂಡು ಕಟ್ಟಿ ಕ್ಯೂಬಾವನ್ನು ನುಗ್ಗಿದ. ಯುದ್ಧಭೂಮಿಯಲ್ಲಿ ಹೋರಾಡುತ್ತ ದೇಹವಿಟ್ಟ. ಅವನ ಸಮರ ಕಹಳೆ ಕೇಳಿ ಇಡಿಯ ದೇಶ ಎಚ್ಚತ್ತಿತು. ಮುಂದೆ ಏಳೇ ವರ್ಷಗಳಲ್ಲಿ ಕ್ಯೂಬಾ ಸ್ವತಂತ್ರವಾಯಿತು.

ಸ್ವಾತಂತ್ರ್ಯ ಬಂದರೂ ಸುಲಿಗೆ ಮಾತ್ರ ನಿಲ್ಲಲಿಲ್ಲ, ಹಳೆಯ ಉರುಳಿನ ಬದಲು ಹೊಸ ಕುಣಿಕೆ... ಮಿಲಿಟರಿ ನೆರವಿನಿಂದ ಮೂರು ಕ್ಷಿಪ್ರ ಕ್ರಾಂತಿ ನಡೆಸಿ ಸರ್ವಾಧಿಕಾರೀ ಅಧ್ಯಕ್ಷನಾದವನು ಬಾತಿಷ್ತ. ಕ್ಯೂಬಾದ 20,000 ಜನ ಅವನ ಕೈಯಲ್ಲಿ ಹತರಾದರು. ಹಳೆಯ ವಿದೇಶೀ ಪ್ರಭುತ್ವ ಮೇಲೊ ? ಈಗಿನ ದೇಶೀಯ ಪ್ರಭುತ್ವ ಮೇಲೊ ? 'ಅರಸ' ಬದಲಾದರೂ 'ರಾಗಿ ಬೀಸುವುದು ತಪ್ಪಿರಲಿಲ್ಲ'. ಈ ದುರವಸ್ಥೆಯನ್ನು ಕೊನೆಗಾಣಿಸಲು ಬೇರೆಯೇ ಪೀಳಿಗೆಯ ಯುವಕ ತಂಡ ಸಿದ್ಧವಾಯಿತು. 1953ರಲ್ಲಿ ಹುತಾತ್ಮ ಜೋಸ್ ಮಾರ್ತಿಯ ಮೂರನೆಯ ಹುಟ್ಟುಹಬ್ಬ. ಆ ಆಚರಣೆಯ ವೇಳೆಯಲ್ಲಿ ಬೂದಿ

ಮುಚ್ಚಿದ್ದ ಕೆಂಡಗಳು ಮಿನುಗಿದುವು. ದಂಗೆಯ ವಿಚಾರದ ಕಾವಿನಿಂದ ವಾತಾವರಣ ಬೆಚ್ಚಗಾಯಿತು. ಜನನಾಯಕರಾದವರು ಕ್ರಾಂತಿಕಾರಿಗಳು. ಅವರಲ್ಲಿ ಮುಖ್ಯನಾಗಿದ್ದ, 26ನೇ ವಯಸ್ಸಿನ ನ್ಯಾಯಶಾಸ್ತ್ರ ಪದವೀಧರ ಫೀದೆಲ್ ಕಾಸ್ಟ್ರೊ. ಸಾಂತಿಯಾಗೊ ನಗರದಿಂದ ಬಂಡಾಯ ಆರಂಭಿಸಬೇಕು; ಮಂಚಾದ ಮಿಲಿಟರಿ ನೆಲೆಯನ್ನು ಹಿಡಿಯಬೇಕು ; ಅಲ್ಲಿಂದ ರಾಜಧಾನಿ ಹವಾನಕ್ಕೆ ಮುಂದುವರಿಯಬೇಕು. ಇದು ಯೋಜನೆ, ಇವರು ಒಟ್ಟು ಕೂಡಿದ್ದು ಕಡಲತೀರದ ಕೋಳಿ ಸಾಕಣೆ ಕೇಂದ್ರದಲ್ಲಿ. ಸಾಕಷ್ಟು ಶಸ್ತ್ರಾಸ್ತ್ರಗಳಿರಲಿಲ್ಲ ವಾದ್ದರಿಂದ ಇಪ್ಪತ್ತು ಪಟ್ಟು ಜನ ಹವಾನಾದಲ್ಲೇ ಉಳಿದಿದ್ದರು. 1953 ಜುಲೈ 26ರಂದು ಕ್ರಾಂತಿಕಾರರು ಮುನ್ನುಗ್ಗಿದರು.* ಆದರೆ ಹೋರಾಟದಲ್ಲಿ ಬಾತಿಷ್ಟನ ದಂಡು ಜಯಶಾಲಿಯಾಯಿತು. ಕಾಸ್ಟ್ರೊ ಮತ್ತು ಸಂಗಡಿಗರು ಸಣ್ಣ ಸಣ್ಣ ಗುಂಪುಗಳಾಗಿ ಗುಡ್ಡ ಅಡವಿಗಳಿಗೆ ಓಡಿದರು. ಹಸಿವು ನೀರಡಿಕೆಗಳಿಂದ ಬಳಲಿದರು. ಅವರನ್ನು ಸೆರೆಹಿಡಿಯಲಾಯಿತು. ಶಿಕ್ಷೆ: ಕಾಸ್ಟ್ರೊಗೆ 15 ವರ್ಷ, ತಮ್ಮ ರಾವುಲ್‌ಗೆ 13 ವರ್ಷ. ಎರಡು ವರ್ಷಗಳಾದ ಮೇಲೆ ಸಾರ್ವತ್ರಿಕ ಬಿಡುಗಡೆಯ ಸಂದರ್ಭದಲ್ಲಿ ಕಾಸ್ಟ್ರೊ – ರಾವುಲ್ ಹೊರಬಂದು, ಮೆಕ್ಸಿಕೊಗೆ ತಲೆ ತಪ್ಪಿಸಿಕೊಂಡು ಹೋದರು. ಕ್ಯೂಬಾಗೆ ಮರಳಿದ್ದು, 1956ರಲ್ಲಿ, ಗೋಪ್ಯದಲ್ಲಿ. ಜತೆಗಿದ್ದ, ಲ್ಯಾಟಿನ್ ಅಮೆರಿಕದ ಯುವಕ ಕ್ರಾಂತಿಕಾರಿ ಚೆ ಗ್ವೆವೆರ, ಅಲೆಗಳ ಮೇಲಿಂದ ಇವರು ಬಂದುದು 'ಅಜ್ಜಿ' ಎಂಬ ದೋಣಿಯಲ್ಲಿ. (ಸ್ಪೇನಿನ ಲೂಟಿಗಾರ ಸೇನಾನಿ ಮೆಕ್ಸಿಕೋದ ಮಾಯಾ ಸಾಮ್ರಾಜ್ಯವನ್ನು ವಶಪಡಿಸಿಕೊಳ್ಳಲು 16ನೇ ಶತಮಾನದಲ್ಲಿ ನೌಕೆ ಏರಿದ್ದು ಕ್ಯೂಬಾದಲ್ಲಿ !) ಮುಂದೆ ಸಂಘಟಿತರಾಗಲು ಮೂರು ವರ್ಷ ತಗಲಿತು. 1958ರಲ್ಲೇ ಆರಂಭವಾದ ಕಾರ್ಯಾಚರಣೆ 1959ರ ಜನವರಿ 1ರಂದು ಬಾತಿಷ್ಟನ ಪದಚ್ಯುತಿಯಲ್ಲಿ, ಕ್ರಾಂತಿಕಾರಿಪಡೆಯ ವಿಜಯದಲ್ಲಿ, ಪರ್ಯವಸಾನವಾಯಿತು. ಜಗತ್ತಿನ ಅತ್ಯಂತ ಬಲಿಷ್ಠ ಬಂಡವಾಳಶಾಹಿ ರಾಷ್ಟ್ರವಾದ ಅಮೆರಿಕದ ಮಗ್ಗುಲಲ್ಲೇ ಸಮಾಜವಾದದ ಬಾವುಟವನ್ನು ಕ್ಯೂಬಾ ನೆಟ್ಟಿತು. ಅಸಾಧಾರಣ ಸಾಧನೆ. ಕಾಸ್ಟ್ರೊನೊಂದಿಗಿದ್ದ ಕ್ರಾಂತಿಕಾರೀ ಯೋಧರ ಸಂಖ್ಯೆ ಒಂದು ಸಾವಿರಕ್ಕೂ ಕಡಿಮೆ ಇತ್ತೆಂಬುದನ್ನು ಗಮನಿಸಿದಾಗ, ಈ ಸಾಧನೆಯ ಎತ್ತರ ಬಿತ್ತರ ಅಚ್ಚರಿಯುಂಟುಮಾಡುತ್ತದೆ.

ಕೇಂದ್ರ ಅಮೆರಿಕದ ಪೂರ್ವದಿಕ್ಕಿನಲ್ಲಿ, ಮೆಕ್ಸಿಕೊ ಕೊಲ್ಲಿಯ ದ್ವಾರದಲ್ಲಿ ಕರಿಬ್ಬಿಯನ್ ಸಮುದ್ರದಲ್ಲಿ ಪೂರ್ವ – ಪಶ್ಚಿಮವಾಗಿ,

---

* ಪೊರಕೆ ಇವರ ಲಾಂಛನವಾಗಿತ್ತು – ಕಸ ಕೊಳೆಯನ್ನೆಲ್ಲ ಗುಡಿಸಿಹಾಕುವ ಕಸಬರಿಕೆ.

ಮೈಚಾಚಿದೆ, ಕ್ಯೂಬಾ. ಭೂಮಿ ದುಂಡಗಿದೆ ಎಂಬ ಸಿದ್ಧಾಂತಕ್ಕೆ ತಲೆದೂಗಿ, ಪಶ್ಚಿಮಾಭಿಮುಖವಾಗಿ ತೇಲಿದರೂ ಇಂಡಿಯಾ–ಇಂಡೀಸ್– ಸಿಗಲೇಬೇಕು ಎಂದು 15ನೆಯ ಶತಮಾನದಲ್ಲಿ ನಾವಿಕ ಕೊಲಂಬಸ್ ಆ ದಾರಿ ಹಿಡಿದ. 1492ರಲ್ಲಿ ಅವನು ಮೊದಲು ಮುಟ್ಟಿದ್ದು ಕ್ಯೂಬಾ ದ್ವೀಪವನ್ನು. ಕೊಲಂಬಸ್ "ಇದು ಇಂಡೀಸ್" ಎಂದ. ಇದೂ ಇದರಾಚೆಗಿನದೂ ಆವರೆಗೆ ಯಾರೂ ಕಂಡಿರದ ಭೂಖಂಡ – ನವಜಗತ್ತು – ಎಂದು ಮುಂದಿನವರಿಗೆ ಬೇಗನೆ ಮನವರಿಕೆಯಾಯಿತು. ಈಸ್ಟ್ ಇಂಡೀಸ್ ಬೇರೆ, ಕೊಲಂಬಸ್ ಹೆಸರಿಸಿದ ಇಂಡೀಸ್ ಬೇರೆ. ಸ್ಪಷ್ಟವಾಗಲೆಂದು ಕ್ಯೂಬಾ ಮತ್ತಿತರ ದ್ವೀಪಗಳನ್ನು ವೆಸ್ಟ್ ಇಂಡೀಸ್ ಎಂದು ಕರೆದರು. ಆ ಶ್ರೇಣಿಯಲ್ಲಿ ಸ್ವತಂತ್ರ ಅಸ್ತಿತ್ವವುಳ್ಳ 777 ಮೈಲು ಉದ್ದ, 119 ಮೈಲು ಅಗಲದ (ಕೆಲವೆಡೆ 19 ಮೈಲು ಮಾತ್ರ) ದ್ವೀಪ ಕ್ಯೂಬಾ. 'ವೆಸ್ಟ್ ಇಂಡೀಸಿನ ಹವಳ' ಎಂಬ ಕೀರ್ತಿ ಕ್ಯೂಬಾಕ್ಕೆ. ಅಷ್ಟು ಮಾತ್ರ ಅಲ್ಲ, ಕ್ಯೂಬಾ ದೇಶದ ಆಳ್ವಿಕೆಗೆ ಹತ್ತಿರದ ಪಿನೋ ದ್ವೀಪವೂ 3,715 ಪುಡಿ ದ್ವೀಪಗಳೂ ಒಳಪಟ್ಟಿವೆ. (ಕ್ಯೂಬಾದ ಒಟ್ಟು ವಿಸ್ತೀರ್ಣ 42,827 ಚದರ ಮೈಲು) ಬಲು ಸಮೀಪದ ನೆರೆಹೊರೆ ದೇಶ ಹಾಯಿಟಿ 48 ಮೈಲು ದೂರದಲ್ಲಿದೆ. ಜಮೇಯಿಕ 87 ಮೈಲು ದಕ್ಷಿಣದಲ್ಲಿದೆ. (ಮೋಡಗಳಿಲ್ಲದ ದಿನ ಇವೆರಡೂ ಕ್ಯೂಬಾದಿಂದ ಕಾಣಿಸುತ್ತವೆ.) ಉತ್ತರಕ್ಕೆ 90 ಮೈಲು ದೂರದಲ್ಲಿದೆ, ಅಮೆರಿಕದ ಸಂಯುಕ್ತ ಸಂಸ್ಥಾನ. ಕ್ಯೂಬಾ – ಮಗ್ಗುಲಿಗೆ ಚುಚ್ಚಿದ ಮುಳ್ಳಲ್ಲದೆ ಇನ್ನೇನು ?

ಈ ಮುಳ್ಳನ್ನು ಕಿತ್ತು ಬಿಸುಡಬೇಕೆಂದು 1961ರಲ್ಲಿ ಅಧ್ಯಕ್ಷ ಕೆನಡಿ ನಿರ್ದೇಶನದಲ್ಲಿ ಒಂದು ಪ್ರಯತ್ನ ನಡೆಯಿತು. ಕ್ಯೂಬಾ ಬಿಟ್ಟು ಬಂದಿದ್ದವರನ್ನು ಮುಂದಿಟ್ಟುಕೊಂಡು ಅಮೆರಿಕದ ಯೋಧರು 'ಹಂದಿಗಳ ಆಖಾತ'ದ ದಾರಿಯಾಗಿ ಕ್ಯೂಬಾಕ್ಕೆ ನುಗ್ಗಿದರು. ಹೊಡೆತ ತಿಂದು ಚೀರುತ್ತ ವಾಪಸಾದರು ! ಅಂದಿಗೆ ಮುಗಿಯಿತು ಕ್ಯೂಬಾ – ಅಮೆರಿಕ ಸಂಯುಕ್ತ ಸಂಸ್ಥಾನಗಳ ರಾಜನೈತಿಕ ಸಂಬಂಧ. ಕ್ಯೂಬಾವನ್ನು ದಿಗ್ಬಂಧನಕ್ಕೆ ಒಳಪಡಿಸುವ ಪ್ರಯತ್ನ ನಡೆಯಿತು, ಫಲಕಾರಿಯಾಗಲಿಲ್ಲ. ಕ್ರಾಂತಿಶಿಶು ಕ್ಯೂಬಾಕ್ಕೆ ಸೋವಿಯೆತ್ ಒಕ್ಕೂಟ ದಾದಿಯಾಯಿತು.

ಏನಿದೆ ಕ್ಯೂಬಾದಲ್ಲಿ ? ಸೊಗಸಾದ ವೃಕ್ಷಸಂಪತ್ತು ; ಒಳ್ಳೆಯ ಸಕ್ಕರೆ ; 500 ಬಗೆಯ ರುಚಿಕರ ಮೀನು ; ಹೊಗೆಸೊಪ್ಪು ; ಖನಿಜೋತ್ಪನ್ನಗಳು. ಇಂಥ ಕಚ್ಚಾ ಸಾಮಗ್ರಿ ಒದಗಿಸಬಲ್ಲ ದೇಶವನ್ನು ಸುಲಿಯಲು ಯಾವ ಬಲಿಷ್ಠ ದೇಶ ತಾನೆ ಬಯಸದು ? (ಕ್ರಾಂತಿಯ ಅನಂತರದ ಎರಡೇ ದಶಕಗಳಲ್ಲಿ ವಿಜ್ಞಾನ ತಂತ್ರಜ್ಞಾನಗಳ ದಾರಿಯಲ್ಲಿ

ಕ್ಯೂಬಾ ದೊಡ್ಡ ಹೆಜ್ಜೆ ಇಟ್ಟಿದೆ. ಆ ಮಾತು ಬೇರೆ. ಅಷ್ಟೇ ಅಲ್ಲ. ಅದರ ತೋಳುಗಳ ಬಲ ಹೆಚ್ಚಿದೆ. ಅಂಗೋಲದಿಂದ ಯೆಮೆನ್ ತನಕ ಹಲವು ದೇಶಗಳ ಜನತೆಯ ಬಂಧ ವಿಮೋಚನಾ ಹೋರಾಟದಲ್ಲಿ ಅದು ನೆರವಾಗಿದೆ. ಸಾಲದೆಂದು ಅಲಿಪ್ತ ರಾಷ್ಟ್ರಗಳ ಚಳವಳಿಯಲ್ಲಿ ಪ್ರಮುಖ ಸ್ಥಾನವನ್ನೂ ಗಳಿಸಿದೆ.)

ಹಾಗಾದರೆ ಅಮೆರಿಕದ ಪಾಲಿಗೆ ಕ್ಯೂಬಾ ಹುಳಿದ್ರಾಕ್ಷೆ ಎನ್ನೋಣವೆ ? ಈಗ ಹಾಗಿದೆ. ಆದರೆ ಹಿಂದಿನದು ಬೇರೆ ಕಥೆ. 1919–33ರ ಅವಧಿಯಲ್ಲಿ ಅಮೆರಿಕ ಸಂಯುಕ್ತ ಸಂಸ್ಥಾನದಲ್ಲಿ ಪಾನ ನಿಷೇಧವಿತ್ತು. (ಭಾರತದ ಗಾಂಧಿ ಕುಡಿತಕ್ಕೂ ಅದಕ್ಕೂ ಸಂಬಂಧವಿಲ್ಲ !) ಅದು ವಿಫಲವಾದದ್ದೇನೋ ಸರಿ. ಆದರೆ ಜಾರಿಯಲ್ಲಿದ್ದಾಗ ಅಮೆರಿಕದ ಪಾನಪ್ರಿಯರು ನೇರವಾಗಿ ಕ್ಯೂಬಾಕ್ಕೆ ಬರುತ್ತಿದ್ದರು. ಮಜ ಮೋಜು ಎಲ್ಲವೂ ! ಪಾನ ನಿಷೇಧ ರದ್ದಾದ ಮೇಲೂ ಕಾಲು ಶತಮಾನ (ಕ್ರಾಂತಿಯ ತನಕ) ಅಮೆರಿಕನರಿಗೆ ಕ್ಯೂಬಾ ವಿಹಾರಸ್ಥಳವಾಗಿಯೇ ಇತ್ತು.

ಕ್ಯೂಬಾದ ಗತಕಾಲದ ಪರಿಚಯ ಮಾಡಿಕೊಳ್ಳದೆ ಆ ದೇಶವನ್ನು ಕುರಿತ ಪರಿಜ್ಞಾನ ಪೂರ್ಣವಾಗುವುದಿಲ್ಲ. ಸುಮಾರು 40,000 ವರ್ಷ ಹಿಂದೆ ಮಧ್ಯ ಏಷ್ಯದಿಂದ ಹೊರಟು ಅಲಾಸ್ಕ ಮೂಲಕ ಅಮೆರಿಕ ತಲಪಿದ ಪ್ರಾಚೀನರು, ಮುಂದೆ ಹತ್ತಾರು ಸಾವಿರ ವರ್ಷ ವೇಳೆಗೆ ದಕ್ಷಿಣ ಅಮೆರಿಕದ ದಕ್ಷಿಣ ಅಂಚನ್ನು ಮುಟ್ಟಿರಬಹುದು. ಇವರು ಬೇಟೆಗಾರರು. ಆಹಾರವನ್ನು ಅರಸುತ್ತ ಸಾಗಿದವರು. ಮೀನಿನ ರುಚಿ ನೋಡಿದ ಮೇಲೆ ನೀರಿಗಿಳಿದವರು. ಕೊರೆದ ಮರದ ದಿಮ್ಮಿಗಳಲ್ಲಿ ಅತ್ತಿತ್ತ ತೇಲಿದ್ದು ಚುಕ್ಕಾಣಿ ತಿರುವಿದ್ದು, ಒಂದು ಹಂತ, ಮರದ ದಿಮ್ಮಿಗಳನ್ನು ಜೋಡಿಸಿ, ತೆಪ್ಪ ಕಟ್ಟಿ, ಕಡಲಿನ ಅಲೆಗಳ ಮೇಲೆ ಅಲೆದದ್ದು ಎರಡನೆಯ ಹಂತ. ಇದು ಯಾವಾಗ ಆಯಿತು ? ಹತ್ತಿಪ್ಪತ್ತು ಸಾವಿರ ವರ್ಷ ಹಿಂದೆ ? ಸಾಧ್ಯ. ಕಲ್ಲಿನ ಉಪಕರಣ ಗಳಿಂದಲೇ ಮರದ ಬುಡರೆಂಬೆ ಕಡಿದಿರಬಹುದು. ಮುಖ್ಯ ಭೂಮಿಯಿಂದ ಹೊರಟು ದ್ವೀಪಗಳತ್ತ ಹೋಗಿರಬಹುದು. ಆ ವೇಳೆಗೆ ಮನುಷ್ಯ ಮೊದಲಬಾರಿ ಕ್ಯೂಬಾಕ್ಕೆ ಆಗಮಿಸಿದ. ಈ ಊಹೆ ಸಾಕಷ್ಟು ತರ್ಕಬದ್ಧ. ಕ್ರಿ. ಪೂ. 5000ದ ಹೊತ್ತಿಗೆ ಕೃಷಿ ಹೊಸ ಕ್ಷಿತಿಜದತ್ತ ಮನುಷ್ಯನನ್ನು ತಳ್ಳಿತು. ಅನಂತರ ಅಜ್‌ಟೆಕ್ ಮಾಯಾ ನಾಗರಿಕತೆಗಳ ಕಾಲದಲ್ಲಿ ಮೆಕ್ಸಿಕೊ – ಕ್ಯೂಬಾ ಸಂಪರ್ಕ ಇದ್ದಿರಬೇಕು. ಮಾಯಾ ಸಾಮ್ರಾಜ್ಯದ ಹಿಡಿತದಿಂದ ಪಾರಾಗಿ ಹಲವು ಬುಡಕಟ್ಟುಗಳು ಕ್ಯೂಬಾಕ್ಕೆ ಹೋಗಿರಬಹುದು. ಐದುನೂರು ವರ್ಷ ಹಿಂದೆ ಯೂರೋಪಿನ ಬಿಳಿ ಮನುಷ್ಯ ಕ್ಯೂಬಾ ತಲಪಿದಾಗ ಆ ದ್ವೀಪದಲ್ಲಿ 50,000 ಜನ (ಅಂದಾಜು) ಇದ್ದರಂತೆ. ಒಲಿಸಿಕೊಳ್ಳುವ

ನಾಟಕ ಮುಗಿದ ಮೇಲೆ ಜಗಳ. ತಮ್ಮ ನೆಲಕ್ಕಾಗಿ ಅಲ್ಲಿನವರು ಹೋರಾಡಿದರು. ಬಾಣ, ಕವಣೆ? ಗದೆ, ಮಚ್ಚುಗತ್ತಿ? ಇವರಲ್ಲಿತ್ತು ಕೋವಿಗುಂಡು. ನೆಲೆಸಲು ಬಂದ ಸ್ಪೇನಿನವರದು ಮೇಲುಗೈಯಾಯಿತು. "ಶರಣು ನಮ್ಮಪ್ಪ" ಎಂದ ಬುಡಕಟ್ಟುಗಳೂ ಇದ್ದಿರಬೇಕು. ಬಿಳಿಯನಿಗೆ ಕರಿಯರು ತೊತ್ತುಗಳಾಗಬೇಕು, ದುಡಿಮೆಗೆ. ಅದಕ್ಕಾಗಿ ಆಫ್ರಿಕದಿಂದ 8 ಲಕ್ಷ ನೀಗ್ರೋಗಳನ್ನೇ ಹಿಡಿದು ತಂದರು. ಇದರಲ್ಲಿ ಮುಖ್ಯರು ಯೊರುಬರು, ಬಂಟುಗಳು. ಈ ಗುಲಾಮರಲ್ಲದೆ ಹಾಯ್‌ಟಿ ಜಮೇಯಿಕ ದ್ವೀಪಗಳಿಂದ ಕೂಲಿ ಚಾಕರಿಗಾಗಿ ಆಳುಗಳು ಬಂದರು. ನಾಲ್ಕು ಶತಮಾನ ಕಾಲ ಮಾನವಕುಲದ ವಿವಿಧ ಶಾಖೆಗಳು ಇಲ್ಲಿ ಬಾಳಿದುವು. (ಆಳುವವರ ಬಾಳ್ವೆ ಸುಲಿಗೆ ಆಧರಿತ ಎನ್ನುತ್ತೀರಾ? ಅದು ಗೊತ್ತಿದ್ದದ್ದೇ!)

ಈಗ ಇರುವ ಸುಮಾರು ಒಂದು ಕೋಟಿ ಜನಸಂಖ್ಯೆಯಲ್ಲಿ ಯಾರು ಮೇಲು? ಯಾರು ಕೀಳು? ಸಮಾಜವಾದೀ ರಾಜ್ಯಾಂಗದ ಪ್ರಕಾರ ಎಲ್ಲರೂ ಸಮಾನರು. ಬೆಳ್ಳಗಿರುವವರು ಸ್ಪಾನಿಶ್ ಸಂಜಾತರೆನ್ನಿ. ಅಪ್ಪಟ ಕಪ್ಪು, ನೀಗ್ರೋ ಮೂಲದ್ದು. ಉಳಿದದ್ದು ಮಿಶ್ರತಳಿ. ವರ್ಣಾಲಂಕಾರಕ್ಕೆ ಇನ್ನೂ ಇದ್ದಾರೆ. ಕಬ್ಬಿನ ತೋಟಗಳಲ್ಲಿ ದುಡಿಯಲೆಂದು ಏಷ್ಯದ ಬೇರೆ ಬೇರೆ ದೇಶಗಳಿಂದ ಬಂದವರ ಸಂತಾನ. ವಾಸ್ತವ ಸಂಗತಿ ಇದು; ಸಮಾನತೆ ಪಡೆದ ಭಿನ್ನ ಭಿನ್ನ ಜನತೆಯ ಮಿಶ್ರಣದಿಂದ ರೂಪುಗೊಂಡ ಸಮಾಜ ಚೈತನ್ಯದಿಂದ ಪುಟಿಯುತ್ತದೆ.

ಕ್ರಾಂತಿಯ ಮೊದಲ ಗುಂಡು ಹಾರಿದ ಸಾಂತಿಯಾಗೊ ನಗರವನ್ನು 'ಕ್ಯೂಬಾ ಕ್ರಾಂತಿಯ ತೊಟ್ಟಿಲು' ಎಂದು ಕರೆಯುತ್ತಾರೆ. (ಇದು ಪುಟ್ಟ ಪಟ್ಟಣವಾಗಿ ಜನ್ಮ ತಳೆದದ್ದು 1514ರಲ್ಲಿ.) 1959ರಲ್ಲಿ ಕ್ರಾಂತಿಯಾದಾಗ ಮೂರು ರಾಜಕೀಯ ಗುಂಪುಗಳಿದ್ದುವು. ಮೂರು ಎಡ ಪಂಥೀಯ. ಎಲ್ಲರೂ ಮಾರ್ಕ್ಸ್‌ವಾದ – ಲೆನಿನ್‌ವಾದದ ಮಹತ್ವ ಅರಿತವರು. ಅಧಿಕಾರಕ್ಕಾಗಿ ಪರಸ್ಪರ ಜಗಳ ನಡೆಯಲಿಲ್ಲ. ಮೂರು ಬಣಗಳನ್ನು ಕ್ರೋಡೀಕರಿಸುವ ಹೊಣೆಯನ್ನು ಚೆ ಗ್ವೆವೆರಗೆ ಒಪ್ಪಿಸಲಾಯಿತು. ('ಚೆ' ಕ್ಯೂಬಾದಲ್ಲಿ ಗ್ವೆವೆರಗೆ ದೊರೆತ ಅಡ್ಡ ಹೆಸರು. ಅವನು 'ಚೆ' ಎಂದು ಬಹಳ ಸಲ ಉಚ್ಚರಿಸುತ್ತಿದ್ದನಂತೆ.) ಆತ ಅದನ್ನು ಸಾಧಿಸಿದ. ಎಲ್ಲರನ್ನೂ ಒಗ್ಗೂಡಿಸಿದ ಕ್ಯೂಬಾ ಕಮ್ಯೂನಿಸ್ಟ್ ಪಕ್ಷ ಅಸ್ತಿತ್ವಕ್ಕೆ ಬಂತು.

ಕಾಸ್ಟ್ರೋ ಅಂದ: "ಕ್ರಾಂತಿಯ ಇತಿಹಾಸದ ಬರೆವಣಿಗೆ ಇನ್ನೂ ಆಗಿಲ್ಲ ಯಾಕೆಂದರೆ. ಕ್ರಾಂತಿ ಇದೇ ಈಗ ಆರಂಭವಾಗಿದೆ; ನಾವು ಸಾಗಬೇಕಾದ ದಾರಿಯೋ ದೀರ್ಘವಾಗಿದೆ."

ಅರ್ಜಂಟೀನ ಮೂಲದ ಚೆ ಗ್ವೆವೆರ ಗೆರಿಲಾ ಕಾರ್ಯಾಚರಣೆಯಿಂದಲೇ ಕ್ರಾಂತಿ ಕಹಳೆ ಮೊಳಗಿಸಬೇಕು ಎನ್ನುತ್ತಿದ್ದ. ಹಿಂದುಳಿದಿರುವ

ಲ್ಯಾಟಿನ್ ಅಮೆರಿಕದ ದೇಶಗಳಲ್ಲಿ ಇದೊಂದೇ ದಾರಿ – ಎಂದು ವಾದಿಸುತ್ತಿದ್ದ. 'ಇಲ್ಲಿ ನನಗಿನ್ನೇನೂ ಕೆಲಸವಿಲ್ಲ' ಎಂದು ಹೇಳಿ, 1964ರಲ್ಲಿ, ಸಂಗಾತಿಗಳಿಗೆ ವಿದಾಯ ನುಡಿದು ಗೆರಿಲಾ ಯುದ್ಧದ ದೀವಟಿಗೆಯೊಡನೆ ಬೇರೆಡೆಗೆ ಹೊರಟ. ಬೊಲಿವಿಯದ ಕಾಡುಗಳಲ್ಲಿ ವಂಚಕರು ಹಂತಕರು ಗ್ವೆವೆರನ ದಾರಿನೋಡುತ್ತ ಅವಿತು ಕುಳಿತಿದ್ದರು. ಅವರ ಕೈಯಲ್ಲಿ ಚೆ ಹತನಾದ.

ಹೊಸ ವ್ಯವಸ್ಥೆಯಲ್ಲಿ ದೇಶದ ನಾವೆಯ ಚುಕ್ಕಾಣಿ ಹಿಡಿದ ಕಾಸ್ತ್ರೋ ನುಡಿದ :

"ಜನತೆಯೆಂದರೆ ಕಡಲಿನ ಹಾಗೆ, ನಾಯಕರಾದ ನಾವು, ನೀರಿನ ಕೇವಲ ಹನಿಗಳು, ಅಂತಿಮವಾಗಿ ನಮಗೆ ಅನಿಸುತ್ತಿರುವುದು ಹೀಗೆ."

1970ರಲ್ಲಿ ಕ್ರಾಂತಿ ದಿನಾಚರಣೆಯ ಸಂದರ್ಭದಲ್ಲಿ ಕಾಸ್ತ್ರೋ ಹೇಳಿದ :

"....ನಾವು ಹಿಡಿದಿರುವ ಮಾರ್ಗ ಬಂಡವಾಳಗಾರರಿಗಲ್ಲ. ಸಾಮ್ರಾಜ್ಯವಾದಿಗಳಿಗಲ್ಲ. ಈ ಮಾರ್ಗ ಜನತೆಗೆ, ಕಾರ್ಮಿಕರಿಗೆ, ರೈತರಿಗೆ. ಇದು ನ್ಯಾಯ ಮುನ್ನಡೆಯುವ ಮಾರ್ಗ."

ಎಲ್ಲಿ ಏನೇ ಆಗಲಿ, ಕ್ಯೂಬಾದ ರಾಜಧಾನಿ ಹವಾನ* ಏನು ಹೇಳುತ್ತದೆ ಎಂದು ತಿಳಿಯಲು, ಈ ಎಲ್ಲರ ದೃಷ್ಟಿಯೂ ಅತ್ತ ಹೊರಳುತ್ತದೆ.

'ಕ್ಸಾಯ್‌ಮಕ' ಎಂದು ಬಳಕೆಯಲ್ಲಿದ್ದ ಪ್ರಾಚೀನ ಹೆಸರು 'ಜಮೇಯಿಕ' ಆಯಿತು. ಸ್ಪೇನಿನವರ ಕೈಯಲ್ಲಿ (ಬಾಯಿಯಲ್ಲಿ). ಕ್ಸಾಯ್‌ಮಕ ಅಂದರೆ 'ಅಡವಿ ಮತ್ತು ನೀರಿನ ಭೂಮಿ'. ಆತ್ಮ ರಕ್ಷಣೆಗಾಗಿ, ಆಹಾರಕ್ಕಾಗಿ, ಮನುಷ್ಯ ಮಾಡದ ಕೆಲಸವಿಲ್ಲ, ಪಡದ ಸಾಹಸವಿಲ್ಲ. ಏಷ್ಯದಿಂದ ಅಮೆರಿಕಕ್ಕೆ ಜನ ಅಲಾಸ್ಕ ದಾರಿಯಾಗಿ ಬಂದದ್ದು ಅಲೆಯಲೆಯಾಗಿ. ಈ ಅಲೆಗಳು ದೂರದೂರಕ್ಕೆ ಅವರನ್ನು ಒಯ್ದುವು. ಕಾಲದ ಅಂತರವಿದ್ದಿತೆಂದೇ ಬುಡಕಟ್ಟುಗಳು ಅಸಂಖ್ಯವಾದುವು. ಭಾಷೆ ರೀತಿರಿವಾಜುಗಳಲ್ಲೂ ವೈವಿಧ್ಯ ತೋರಿತು. ಹೊಸದಾಗಿ ಬಂದವರು ಹಳಬರನ್ನು ಅವರ ವಸತಿ ಪ್ರದೇಶಗಳಿಂದ ಓಡಿಸಿದ್ದುಂಟು. ಬೇಟೆಯಾಡಲು ಪ್ರಾಣಿಗಳಿಗಾಗಿ, ಆಯ್ದುಕೊಳ್ಳುವ ಹಣ್ಣು ಹಂಪಲಿಗಾಗಿ ಕಲಹ, ಹೋರಾಟ. (11 ಸಾವಿರ ವರ್ಷ ಹಿಂದೆ ಆರಂಭವಾದ ನೆಲೆಸುವಿಕೆಗೆ ಕ್ರಿ. ಪೂ. 7000 –5000 ಅವಧಿಯಲ್ಲಿ ಕೃಷಿ ಆಧಾರವಾಗತೊಡಗಿತು.) ಕ್ರಿ. ಪೂ. 2500ರಲ್ಲಿ ಜನ ದೊಡ್ಡ ಪ್ರಮಾಣದಲ್ಲಿ ಕೃಷೀವಲರಾದರು. ಜನ ಎಂದರೆ ಎಲ್ಲರೂ ಅಲ್ಲ.

---

* ಹಬಾನ ಎಂದೂ ಉಚ್ಚರಿಸುತ್ತಾರೆ.

ಅದನ್ನು ಇಷ್ಟಪಡದವರು ಕಾಡಾಡಿಗಳಾದರು. ಹೊಸಬರಿಂದ ದೂರ ವಿರಲು, ಹಿಂದಿನವರು ದೂರದ ದ್ವೀಪಗಳಿಗೆ ಹೋದರು. ಕ್ಯೂಬಾದಲ್ಲಿ ಆದಂತೆ ಜಮೇಯಿಕದಲ್ಲೂ. 1494ರಲ್ಲಿ ಬಂದ ಕೊಲಂಬಸನಿಗೆ ಆದರೋ 'ಕ್ಸಾಯ್‌ಮಕ' "ಈ ಕಣ್ಣುಗಳು ಕಂಡಿರುವ ಅತ್ಯಂತ ಮನೋಹರ ದ್ವೀಪ." ಆದರೆ ಅಲ್ಲಿ ಸಹಸ್ರಾರು ವರ್ಷ ಹಿಂದೆಯೇ ಆಸರೆ ಪಡೆದ ಮೂಲನಿವಾಸಿಗಳಿದ್ದರು. ಲೂಟಿ ಕೊಳ್ಳೆಗೆ ಬಂದ ಸ್ಪೇನಿನ ಪಡೆಗಳಿಗೆ ಆ ಜನರನ್ನು ನಾಶಪಡಿಸುವುದೊಂದೇ ಕೆಲಸ.

1655ರಲ್ಲಿ ಕ್ರಾಮ್‌ವೆಲ್ ನಾಯಕತ್ವದಲ್ಲಿ ಆಕ್ರಮಣಕಾರರಾಗಿ ಆಂಗ್ಲರು ಆ ದ್ವೀಪ ತಲಪಿದರು. ಸ್ಪೇನಿನವರನ್ನು ಓಡಿಸಿ ಅವರೆಂದರು : "ನಾವು ಬಂದಾಗ ಮೂಲನಿವಾಸಿಗಳು ನಾಪತ್ತೆ. (ಅರವಾಕ್ ಬುಡಕಟ್ಟಿನವರು.) ಎಲ್ಲರನ್ನೂ ಸ್ಪೇನಿನವರೇ ಕೊಂದುಬಿಟ್ಟಿದ್ದಾರೆ !"

ಆಂಗ್ಲರು ಅಗ್ಗದ ದುಡಿಮೆಗಾಗಿ ಸ್ವದೇಶ ಬಾಂಧವರನ್ನು, ಅಡಿಯಾಳು ಭಾರತೀಯರನ್ನು ತಂದರು. ಜೀತ ಜೀವನಕ್ಕೆ ಆಫ್ರಿಕದಿಂದ ನೀಗ್ರೋಗಳನ್ನು ಕೊಂಡರು. ನೀಗ್ರೋ ಗುಲಾಮ ಮಾರಾಟದ ಮುಖ್ಯ ಕೇಂದ್ರವಾಯಿತು ಜಮೇಯಿಕ.

ಜಮೇಯಿಕ, ಟ್ರಿನಿಡಾಡ್, ಟುಬಾಗೊ ಇವು ಕೃಷಿ ಪ್ರಧಾನ ದ್ವೀಪಗಳು (ಸಕ್ಕರೆ, ಕಾಫಿ, ಹೊಗೆಸೊಪ್ಪು, ಬಾಳೆ ಹಣ್ಣು ಇತ್ಯಾದಿ) ಅಲ್ಯುಮಿನಿಯಮ್ ತಯಾರಿಕೆಗೆ ಬೇಕಾದ ಬಾಕ್ಸೈಟ್ ಉತ್ಪಾದನೆಯಲ್ಲಿ ಜಮೇಯಿಕಕ್ಕೆ ಜಗತ್ತಿನಲ್ಲೇ ಅಗ್ರಸ್ಥಾನ. 19ನೆಯ ಶತಮಾನದಲ್ಲಿ ನೀಗ್ರೋ ಗುಲಾಮರ ಮಾರಾಟ ನಿಷಿದ್ಧವಾದಾಗ ಆಂಗ್ಲ ಸುಲಿಗೆಗಾರರಿಗೆ ಕಷ್ಟಕ್ಕಿಟ್ಟುಕೊಂಡಿತು. ಜತೆಯಲ್ಲಿತ್ತು ಜನಜಾಗೃತಿ ಒಡ್ಡಿದ ಭೀತಿ. ವೆಸ್ಟ್ ಇಂಡೀಸ್ ದ್ವೀಪಗಳ ಒಕ್ಕೂಟ ರಚಿಸುವ ಪ್ರಯೋಗವನ್ನೂ ಬ್ರಿಟಿಷ್ ಸಾಮ್ರಾಜ್ಯಶಾಹಿ ಮಾಡಿನೋಡಿತು. ಅಷ್ಟೇನೂ ಲಾಭದಾಯಕವಾಗಲಿಲ್ಲ. 1962ರಲ್ಲಿ ಸ್ವಾತಂತ್ರ್ಯ ಘೋಷಣೆ ಅನಿವಾರ್ಯವಾಯಿತು.

4244 ಚದರ ಮೈಲು ವಿಸ್ತೀರ್ಣದ ಜಮೇಯಿಕದಲ್ಲಿ 21 ಲಕ್ಷ ಜನರಿದ್ದಾರೆ. ಅನಕ್ಷರತೆಯ ಪಿಡುಗಿನ ನಿವಾರಣೆಯೂ ಈ ಗಣರಾಜ್ಯದ ಕಾರ್ಯಕ್ರಮಗಳಲ್ಲೊಂದು, ಕಿಂಗ್‌ಸ್ಟನ್ ಇದರ ರಾಜಧಾನಿ. ಆಳಲು ಅಧಿಕೃತ ಭಾಷೆ ಇಂಗ್ಲಿಷ್ ; ಆಡಲು ಮಿಶ್ರ ಭಾಷೆ ಕ್ರಿಯೋಲ್.

2

ಹತ್ತೊಂಭತ್ತನೆಯ ಶತಮಾನದ ಜೋಸ್ ಮಾರ್ತಿ (ಕ್ಯೂಬಾದ ಕವಿ, ಪ್ರಬಂಧಕಾರ, ದೇಶಪ್ರೇಮಿ ಹೋರಾಟಗಾರ) ಹೇಳಿದ ಮಾತು ಇದು :

"ನಿಮ್ಮ ಸ್ವಂತ ಹೃದಯದ ಕಂಪನದಿಂದ ಎಲ್ಲ ಹೃದಯಗಳನ್ನೂ

ಪುಲಕಗೊಳಿಸುವುದಕ್ಕೆ, ಮಾನವತೆಯ ಬೀಜಾಣುಗಳೂ ಸ್ಫೂರ್ತಿಯೂ ನಿಮ್ಮಲ್ಲಿ ಇರಬೇಕು, ಹೃದಯದಲ್ಲಿ ಒಲವು ತುಂಬಿ ತುಟಿಗಳಲ್ಲಿ ಗೀತ ನುಡಿಸುತ್ತ, ನರಳುತ್ತಿರುವ ಜನಸಮುದಾಯದ ನಡುವೆ ನಡೆಯ ಬೇಕಾದರೆ, ಎಲ್ಲ ಆರ್ತ ಧ್ವನಿಯೂ ನಿಮಗೆ ಕೇಳಿಸಬೇಕು ; ಎಲ್ಲ ಯಾತನೆಯೂ ನಿಮಗೆ ಕಾಣಿಸಬೇಕು ; ಎಲ್ಲ ಸುಖ ಸಂತಸಗಳ ಅನುಭವ ನಿಮಗಿರಬೇಕು ; ಮತ್ತು ಎಲ್ಲರಿಗೂ ಸಮಾನವಾದ ಭಾವಾವೇಶದಿಂದ ನೀವು ಸ್ಫೂರ್ತಿ ಪಡೆದಿರಬೇಕು. ಎಲ್ಲಕ್ಕಿಂತ ಹೆಚ್ಚಾಗಿ ಬನ್ನ ಪಡುವ ಜನತೆಯ ನಡುವೆ ನೀವು ಬಾಳಬೇಕು."

ಇದು ಕ್ಯೂಬಾದ ಒಟ್ಟು ಲ್ಯಾಟಿನ್ ಅಮೆರಿಕದ ಬರೆಹಗಾರರನ್ನೂ ಬುದ್ಧಿ ಜೀವಿಗಳನ್ನೂ ಗಮನದಲ್ಲಿಟ್ಟು ಜೋಸ್ ಆಡಿದ ಹಿತೋಕ್ತಿ.

ತನ್ನ ಹದಿನಾರನೆಯ ವಯಸ್ಸಿನಲ್ಲೇ 'ಸ್ವತಂತ್ರ ಪಿತೃಭೂಮಿ' ಎಂಬ ಪತ್ರಿಕೆ ಆರಂಭಿಸಿದವನು ಜೋಸ್ ಮಾರ್ತಿ. 'ಕಥೆಗಾರರ, ಕವಿಗಳ ದೇಶ' ಎಂದೇ ಕರೆಯಲ್ಪಡುತ್ತಿದ್ದ ಕ್ಯೂಬಾದಲ್ಲಿ ಆಧುನಿಕ ಅವಧಿಯಲ್ಲಿ ಜೋಸ್ ಅನುಕರಣೀಯ ಮೇಲ್ಪಂಕ್ತಿ ಹಾಕಿದ, ಇಂದಿನವರನ್ನು ತಲಪಿರುವ ಪ್ರಾಚೀನರ ಸ್ಮೃತಿವಾಹಿನಿಯಲ್ಲಿ ಏನೇನು ಬಂದಿರಬಹುದು ? ಹಳೆಯ ಕಾಲದ 'ಮಿಥ್ಯೆ'ಗಳು. ಇವು ಬಹಳ ವಯಸ್ಸಾದ ದ್ರಾಕ್ಷಾಸುರೆಯಷ್ಟೇ ಮಾದಕ. ಹಿಂದಿನ ಬುಡಕಟ್ಟುಗಳಿಂದ ಇಂದಿನ ಬುಡಕಟ್ಟುಗಳಿಗೆ, ಮಿಶ್ರ ತಳಿಗಳಿಗೆ, ಇವು ಬಳುವಳಿ. ಮೂರು ಶತಮಾನ ಹಿಂದಿನ ಗುಲಾಮರು ತಮ್ಮ ಜತೆಗೆ ಕುಲಸ್ಮೃತಿಯ ಬುಟ್ಟಿಗಳನ್ನೂ ಹೊತ್ತುತಂದರು. ಸೃಷ್ಟಿಯ ಕಥೆ, ಅಳಲಿನ ಗೀತೆ, ಆಸೆಯ ಆಲಾಪನೆ... ಈ ಪ್ರಾಚೀನ ಸಂಪತ್ತಿಗೆ ಇಂದಿನವರು – ಗುಲಾಮವಂಶಜರು – ಹಕ್ಕುದಾರರು. ಉಳಿದವರೊಡನೆಯೂ ಅದನ್ನು ಹಂಚಿಕೊಳ್ಳುವ ಧಾರಾಳಿಗಳು. ಇದರ ಫಲ : ಕ್ರಿಯೋಲ್ ಮಿಶ್ರ ತಳಿಯ ಸಾಹಿತ್ಯ. ಇಂದಿಗೆ 140–150 ವರ್ಷ ಹಿಂದೆ ಕ್ಯೂಬಾದಲ್ಲೂ ಇತರ ವೆಸ್ಟ್ ಇಂಡೀಸ್ ದ್ವೀಪಗಳಲ್ಲೂ ನೀಗ್ರೋ ಕಾವ್ಯ ರೂಪುತಾಳಿತು. ಅದರ ಮುಂದಿನ ಬೆಳವಣಿಗೆಯೇ ಆಫ್ರೋ–ಕ್ಯೂಬಾ ಪಂಥ. ಈ ಬಳಗದ ಕವಿ ಕೃತಿಗಳಲ್ಲಿ ಆಫ್ರಿಕ ಭಾಷೆಯ ಪದಗಳಿದ್ದುವು. ಅಲ್ಲಿನ ಭೇರಿಯ ಲಯವಿತ್ತು, ನಿಷ್ಕಪಟ ಮಾದಕತೆ ಇತ್ತು. ಈ ಮಾರ್ಗ ಹಿಡಿದ ಬಿಳಿಯ ಕವಿಗಳ ಸಂಖ್ಯೆಯೂ. ಗಮನಾರ್ಹ. ಕ್ಯೂಬಾದ್ದೇ ಆದ ಯಾವುದೇ ಸಾಹಿತ್ಯದಲ್ಲಿ ಸಂಗೀತದಲ್ಲಿ ನೃತ್ಯದಲ್ಲಿ ಆಫ್ರಿಕದ ಅಂಶ ಇರಲೇಬೇಕೆಂಬುದು ಅವರಿಗೂ ಸ್ಪಷ್ಟವಾಗಿತ್ತು.

ಈ ಜನಪರ ನಿಲುವಿನ ಕವಿಗಳಲ್ಲಿ ಪ್ರಮುಖರು ರಾಮೊನ್ ಗ್ವಿರಾವೊ ಮತ್ತು ನಿಕೊತಲ್ ಗ್ವಿಲ್ಲೆನ್. ಸಾಹಿತ್ಯ, ಚಿತ್ರಕಲೆ, ಸಂಗೀತ,

ನೃತ್ಯ – ಎಲ್ಲವನ್ನೂ ಆಫ್ರಿಕ – ಕ್ಯೂಬಾ ಸಿದ್ಧಾಂತ ಆವರಿಸಿತು. ಈ ಹೊಸ ಅಲೆ ಸ್ಪಾನಿಶ್ ಭಾಷೆ ಮಾತನಾಡುವ ಅಮೆರಿಕದ ಇತರ ದೇಶಗಳಿಗೂ ತಟ್ಟಿತು. ಕ್ಯೂಬಾದ ಈ ಸಾಂಸ್ಕೃತಿಕ ಕೃಷಿ ಕ್ಷೇತ್ರದಲ್ಲಿ ಹೆಸರಾಂತವರು ; ಕಾದಂಬರಿಕಾರ ಮತ್ತು ಕಥೆಗಾರ ಗ್ವಿಲ್ಲೆರ್ಮೊ ಕಾಬ್ರೆರ ; ಕಾದಂಬರಿಕಾರ ಹಾಗೂ ಸಂಗೀತಜ್ಞ ಗ್ವಿಲ್ಲೆರ್ಮೊ ಕಾರ್ಪೆಂತಿಯರ್ ; ಆರಂಭದ ಆಧುನಿಕ ಕವಿ ಯೂಲಿಯನ್ ದೆಲ್ ಕಾಸಲ್, ಕಥೆಗಾರ ನಾವಸ್ ಕಾಲ್ವು.

ಆ ರೋಮಾಂಚಕಾರಿ ದಿನಗಳಿಂದ ವಿಸ್ಮಯ ಅದ್ಭುತಗಳ ವಿಶಾಲ ವಿಶ್ವಕ್ಕೆ ಒಂದು ದೋಣಿಯಾನದ ದೂರ. ತಮ್ಮವನೇ ಆದ ಸೆರ್ವಾಂತೆಷ್‌ನ 'ದಾನ್ ಕ್ವಿವೊತ್' ದ್ವಾರವನ್ನು ದಾಟಿದ ಕ್ಯೂಬಾದ ಲೇಖಕರು ಹಳೆಯ ಲೋಕದ, ನವಜಗತ್ತಿನ ಶ್ರೇಷ್ಠ ಕೃತಿಗಳನ್ನು ಎಲ್ಲ ಸಾಹಿತ್ಯ ಕಲಾಪ್ರಕಾರಗಳಲ್ಲೂ ಕಂಡರು. ಮತ್ತೊಂದು ನವಿರೇಳುವ ಹಾರಾಟಕ್ಕಾಗಿ ರೆಕ್ಕೆಗಳು ಬಡಿದುವು. ಮಿಗ್ವೆಲ್ ಬಾರ್ನಟ್‌ನ 'ತಪ್ಪಿಸಿಕೊಂಡ ಗುಲಾಮನ ಕಥೆ' ಒಂದು ಜೇಬಿನಲ್ಲಿ ; ಇನ್ನೊಂದರಲ್ಲಿ ಚೆ ಗ್ವೆವೆರ ಬರೆದ 'ಕ್ರಾಂತಿ ಸಮರದ ಘಟನೆಗಳು'.

ಹವಾನಾದಲ್ಲಿ ವಿಶ್ವವಿದ್ಯಾಲಯ ; ದೇಶದಲ್ಲಿ ಸಾರ್ವತ್ರಿಕ ಸಾಕ್ಷರತೆ ಸಾಹಿತ್ಯ ಮತ್ತು ಭಾಷಾ ವಿಜ್ಞಾನದ ಅಕಾಡೆಮಿ, ವಿಜ್ಞಾನಗಳ ಅಕಾಡೆಮಿ – ಇವುಗಳ ಸ್ಥಾಪನೆ. ಕ್ಯೂಬಾದ ಬ್ಯಾಲೆ ನೋಡಿ, ಅಲಿಸಿಯ ಅಲೊಂರ್ಝೊಳ ನರ್ತನ ಕಂಡು, ದೇಶೀಯರು ಮೈಮರೆತರು ; ವಿದೇಶೀಯರು ಮೂಗಿನ ಮೇಲೆ ಬೆರಳಿಟ್ಟರು. ಕ್ರಾಂತಿಯ ಅನಂತರದ ಕವಿ, ಕಥೆಗಾರ, ಕಾದಂಬರಿಕಾರರಲ್ಲಿ ಸ್ಮರಣೀಯರು ಹಲವರು ; ಪಾಬ್ಲೊ ಅರ್ಮಾಂಡೊ ಫೆರ್ನಾಂಡಿಸ್, ಯೂಜೆನಿಯೊ ಫ್ಲೊರಿಕ್, ಜೋಸ್ ಲಿಜಾಮೆಲಿಮ, ಕಾರ್ಲೊ ಲೊವೀರಾ, ದೋರಾ ಅಲೋಂರ್ಝೊ, ಝೂರ್ಜಿ ಕಾರ್ದೋಸೊ, ಲುಯಿಜ್ ಆಗುಯಾರೊ, ರೆನಾಲ್ಡೊ ಗೊಂಜಾಲಿಜ್ ಮತ್ತಿತರರು.

ಸಮಾಜವಾದೀ ರಾಷ್ಟ್ರಗಳಲ್ಲಿ ದೊರೆಯುವ ಅಂಕೆ ಸಂಖ್ಯೆಗಳು ಯಾವಾಗಲೂ ಆಚ್ಚರಿ ಉಂಟುಮಾಡುತ್ತವೆ. 'ಎಳೆಯದಾದ' ಕ್ಯೂಬಾವೂ ಇದಕ್ಕೆ ಅಪವಾದವಲ್ಲ. ಕ್ರಾಂತಿಯ ವರ್ಷ – 1958 – ಪ್ರಕಟವಾದ ಪುಸ್ತಕಗಳ 34 ಪಟ್ಟು ಪುಸ್ತಕಗಳು 1974ರಲ್ಲಿ ಹೊರ ಬಿದ್ದವು. ಕ್ರಾಂತಿಯ ಎರಡನೆಯ ದಶಕದ ಉತ್ತರಾರ್ಧದಲ್ಲಿ ಬೆಳಕು ಕಂಡ ಪುಸ್ತಕಗಳು : 98 ಕಾದಂಬರಿಗಳು, 121 ಕಥಾ ಸಂಗ್ರಹಗಳು (ಪ್ರತಿಗಳ ಒಟ್ಟು ಸಂಖ್ಯೆ 60 ಲಕ್ಷ) ; 86 ಕವಿತಾ ಸಂಗ್ರಹಗಳು (5,70,000 ಪ್ರತಿಗಳು), 35 ನಾಟಕಗಳು (2,40,000 ಪ್ರತಿಗಳು ; ಇವುಗಳಲ್ಲಿ ಜರ್ಮನ್ ನಾಟಕಕಾರ ಬ್ರೆಷ್ಟ್‌ನ ಕೃತಿಗಳೂ ಇವೆ), 49

ಪ್ರಬಂಧ ಸಂಕಲನಗಳು (2,80,000 ಪ್ರತಿಗಳು), ಚಿತ್ರಕಲೆಗೂ ಸಂಗೀತಕ್ಕೂ ಸಂಬಂಧಿಸಿದ ಕೃತಿಗಳು 26 (ಪ್ರತಿಗಳು 2,15,000)...

ಕ್ಯೂಬಾ ಕ್ರಾಂತಿಯ ಇಪ್ಪತ್ತನೇ ವರ್ಷದ ಆಚರಣೆಯ ಸಂದರ್ಭದಲ್ಲಿ (1979) ಸಾಹಿತ್ಯಕ್ಕೆ ಸಂಬಂಧಿಸಿದಂತೆ ಮೆರೆದ ಸಂಖ್ಯೆಗಳು. ಆ ಅವಧಿಯಲ್ಲಿ ಪ್ರಕಾಶಿತರಾದ ಗ್ರಂಥಕರ್ತರು 602 (ಅವರಲ್ಲಿ 316 ಜನ ವಿದೇಶೀಯರು) ಹೊರಬಿದ್ದ ಪ್ರತಿಗಳ ಸಂಖ್ಯೆ 3 ಕೋಟಿ 25 ಲಕ್ಷ.

...'ದಾನ್ ಕ್ವಿವೊತೆ' ಮಹಾನ್ ಕೃತಿಯನ್ನು ಇಂಗ್ಲಿಷಿಗೆ ಅನುವಾದಿಸಿದ ಆಂಗ್ಲ ಲೇಖಕ ಜೆ. ಎಮ್. ಕೊಹೆನ್ ಒಂದು ಕಥಾ ಸ್ಪರ್ಧೆಯ ತೀರ್ಪುಗಾರನಾಗಿ ಕ್ಯೂಬಾಕ್ಕೆ ಆಹ್ವಾನಿತನಾಗಿದ್ದ. ಕೆಲ ವರ್ಷಗಳ ಹಿಂದೆ, ಸ್ವದೇಶಕ್ಕೆ ಮರಳಿದ ಮೇಲೆ ಆತ ಹೀಗೆ ಬರೆದ :

"ಯಾಂಕಿಗಳ ದಿಗ್ಬಂಧನಕ್ಕೆ ಒಳಗಾಗಿರುವ ಕ್ಯೂಬಾ, ಡಂಕರ್ಕಿನ ಅನಂತರದ ಬ್ರಿಟನಿನ ಹಾಗಿದೆ.* ನಮ್ಮ ಹಾಗೆಯೇ ಅವರೂ ಗಂಡಾಂತರದಿಂದ ಪಾರಾಗುತ್ತಾರೆ. ಸಾಂಸ್ಕೃತಿಕವಾಗಿ ಅವರು ಈಗಾಗಲೇ ಸ್ವಂತಿಕೆಯನ್ನು ಸಾಧಿಸಿದ್ದಾರೆ. ಎಲ್ಲರಿಗೂ ಶಿಕ್ಷಣ, ಅನೇಕ ಚೈತನ್ಯಶಾಲಿ ನಿಯತಕಾಲಿಕೆಗಳು ಹಾಗೂ ಪ್ರಕಾಶನ ಗೃಹಗಳು – ಇವು ಅವರ ಹೊಸ ಸಾಧನೆಯತ್ತ ಬೊಟ್ಟು ಮಾಡುತ್ತಿವೆ. ಆ ಸಾಧನೆಯೇ ದಕ್ಷಿಣ ಅಮೆರಿಕದಲ್ಲಿ ಇಷ್ಟರ ತನಕ ಇರದೇ ಇದ್ದ, ಜನತೆಯೊಡನೆ ಸಂಪರ್ಕವಿರುವ ಸಾಹಿತ್ಯದ ಪ್ರಕಟಣೆ."

–ಸ್ಪಾನಿಶ್ ಭಾಷೆಯನ್ನೂ ಜನರನ್ನೂ ಬಲ್ಲ ಮಹಾನುಭಾವನಿಂದ ಶ್ರೇಷ್ಠ ಸರ್ಟಿಫಿಕೇಟು !

ಅಮೆರಿಕದ ವಿಶ್ವಮಾನ್ಯ ಸಾಹಿತಿ ಅರ್ನೆಸ್ಟ್ ಹೆಮಿಂಗ್‌ವೇ ಹಲವು ವರ್ಷ – ತನ್ನ ಮರಣದ ತನಕವೂ – ಹವಾನದಲ್ಲಿ ವಾಸವಾಗಿದ್ದ. ಕ್ಯೂಬಾದ ಪಾಲಿಗೆ ಇದು ಹೆಮ್ಮೆಯ ಸಂಗತಿ.

ಕ್ಯೂಬಾ ಕಮ್ಯೂನಿಸ್ಟ್ ಪಕ್ಷ ಪ್ರಕಟಿಸುತ್ತಿರುವ ದಿನಪತ್ರಿಕೆಯ ಹೆಸರು 'ಗ್ರಾನ್‌ಮಾ' (ಅಜ್ಜಿ). 'ಅಜ್ಜಿ' ದೋಣಿಯಲ್ಲೇ ಅಲ್ಲವೆ ಕ್ರಾಂತಿಕಾರಿ ಕಾಸ್ಟ್ರೋ ಮತ್ತು ಸಂಗಡಿಗರು ಮೆಕ್ಸಿಕೋದಿಂದ ಹೊರಟು ಕ್ಯೂಬಾವನ್ನು

---

* ದ್ವಿತೀಯ ಮಹಾಯುದ್ಧದಲ್ಲಿ 1940ರಲ್ಲಿ ನಾಜಿ ಪಡೆಗಳು ಶೀಘ್ರ ಗತಿಯಿಂದ ಮುನ್ನಡೆದಾಗ ಐರೋಪ್ಯ ರಣರಂಗದಲ್ಲಿದ್ದ 3,40,000 ಬ್ರಿಟಿಷ್ ಮತ್ತು ಫ್ರೆಂಚ್ ಸೈನಿಕರು ಡಂಕರ್ಕ್ ಬಳಿ ಸಮುದ್ರದತ್ತ ತಳ್ಳಲ್ಪಟ್ಟರು. ಶಸ್ತ್ರಾಸ್ತ್ರಗಳನ್ನು ಹಿಂದೆ ಬಿಟ್ಟು ಈ ಯೋಧರು ಬ್ರಿಟನಿಗೆ ನಿರ್ಗಮಿಸಿ, ಆ ದ್ವೀಪದಲ್ಲಿ ದಿಗ್ಬಂಧನಕ್ಕೊಳಗಾದ ಬದುಕನ್ನು ನಡೆಸ ಬೇಕಾಯಿತು. ಕ್ಯೂಬಾಗೆ ಸೋಲಾಗದೆ ಇದ್ದರೂ. ಅಮೆರಿಕ ನಡೆಸಿದ ದಿಗ್ಬಂಧನ ಉಗ್ರತೆಯಲ್ಲಿ ನಾಜೀ ದಿಗ್ಬಂಧನಕ್ಕೆ ಸಾಟಿಯಾಗಿತ್ತು.

ತಲಪಿದ್ದು ? ಓದು ಬಲ್ಲವರೆಲ್ಲ ಮಮತೆಯ 'ಅಜ್ಜಿ'ಯನ್ನು ದಿನವೂ ಬರಮಾಡಿಕೊಳ್ಳುತ್ತಾರೆ. ಓದಲು ಬರದ ಹಳಬರು ಇನ್ನೂ ಇದ್ದರೆ, 'ಅಜ್ಜಿ' ಹೇಳುವುದನ್ನು ಬೇರೆಯವರಿಂದ ಓದಿಸಿ ತಿಳಿಯುತ್ತಾರೆ.

*   *   *

ಜಮೇಯಿಕ ಗಣರಾಜ್ಯದ ಸಾಹಿತ್ಯ ಕಲಾಸಂಭ್ರಮ ಕ್ಯೂಬಾದಲ್ಲಿರುವುದಕ್ಕಿಂತ ಸಹಜವಾಗಿಯೇ ಭಿನ್ನ. ಸುದೀರ್ಘ ವಸಾಹತು ಆಡಳಿತದಲ್ಲಿ ಆಳವಾಗಿ ಬೇರೂರಿರುವ ಭಾಷೆ ಇಂಗ್ಲಿಷ್. ಮಿಶ್ರ ಜನಾಂಗದ – ಜನಸಾಮಾನ್ಯರ – ಅವಶ್ಯಕತೆಗಳನ್ನು ಕ್ರಿಯೋಲ್ ಭಾಷೆ ಪೂರೈಸುತ್ತದೆ. ಆದರೆ ವಿದ್ಯಾವಂತರ ಅಭಿವ್ಯಕ್ತಿಗೆ, ಬರೆವಣಿಗೆಗೆ ಇಂಗ್ಲಿಷ್ ಬೇಕು.

ಹತ್ತೊಂಭತ್ತನೆಯ ಶತಮಾನದಲ್ಲಿ ಜಮೇಯಿಕದಲ್ಲೂ ರಾಷ್ಟ್ರಾಭಿಮಾನ ಮೂಡಿದಾಗ 30–40ನೆಯ ವರ್ಷಗಳಲ್ಲಿ ಸಾಹಿತ್ಯ ತಕ್ಕಮಟ್ಟಿನ ಪಾತ್ರ ವಹಿಸಿತು. ಆಫ್ರಿಕದ ಸಾಂಸ್ಕೃತಿಕ ಪರಂಪರೆ ತನ್ನ ಇರುವಿಕೆಯನ್ನು ಸಾರಿತು.

ಕಿಂಗ್ಸ್ಟನ್‌ನಲ್ಲಿ ವೆಸ್ಟ್ ಇಂಡೀಸ್ ವಿಶ್ವವಿದ್ಯಾಲಯವಿದೆ (ನಯಪಾಲ್ ಶಿವಪಾಲ್‌ರಂಥ ಇಂಗ್ಲಿಷ್‌ನಲ್ಲಿ ಬರೆಯುವ ಭಾರತೀಯ ಸಂಜಾತ ಬರೆಹಗಾರ ಸೋದರರನ್ನು ಟ್ರಿನಿಡಾಡ್ ನೀಡಿರುವುದು ಸುಲಭವಾಗಿ ಕಡೆಗಣಿಸುವ ವಿಷಯವಲ್ಲ.)

3

ಈ ಸಂಪುಟದ ಕ್ಯೂಬಾ ವಿಭಾಗದಲ್ಲಿ, ಕ್ರಾಂತಿಪೂರ್ವ ಅವಧಿಯಲ್ಲಿ ರಚಿತವಾದ 'ಬೆಳಗಾಗುವ ಮುನ್ನ' ಕಥೆಯಿಂದ ಕ್ರಾಂತಿಯ ಅನಂತರ ಸೃಷ್ಟಿಯಾದ 'ಬೆಳಗಾಯಿತು' ತನಕ ಎಂಟು ಕಥೆಗಳಿವೆ. ಕುಸಿದು ಬಿದ್ದ ಹಳೆಯ ಸಮಾಜವೂ ನಿತ್ಯ ಸ್ಪಂದಿಸುವ ಹೊಸ ಸಮಾಜವೂ ಈ ಕಥೆಗಳಿಗೆ ರಕ್ತ ಮಾಂಸ ನೀಡಿದೆ.

ಉಳಿದೆರಡು ಕಥೆಗಳು ಜಮೇಯಿಕದವು. ಕ್ಯೂಬಾದ ಕಥೆಗಳು ಸ್ಪಾನಿಶ್‌ನಿಂದ ಇಂಗ್ಲಿಷಿಗೆ ಅನುವಾದಗೊಂಡು ಕನ್ನಡಕ್ಕೆ ಇಳಿದಿವೆ. ಜಮೇಯಿಕದ ಕಥೆಗಳು ಭಾರತೀಯರಿಗೆ ಪರಿಚಿತವಾದ ಇಂಗ್ಲಿಷಿನಿಂದಲೇ ನೇರವಾಗಿ ತರ್ಜುಮೆಗೊಂಡಿವೆ.

ಕಥಾಪಾತ್ರಗಳ ಬಣ್ಣ ಬಿಳುಪು, ಕಪ್ಪು, ಅಥವಾ ಮಿಶ್ರವರ್ಣ. ಈ ವೈವಿಧ್ಯದಿಂದ ಸಂಪುಟದ ಮೌಲ್ಯ ಹೆಚ್ಚಿದೆ ಎಂದು ನಂಬಿದ್ದೇನೆ.

ದೀಪಾವಳಿ, 1982 — **ನಿರಂಜನ**
ಬೆಂಗಳೂರು — ಪ್ರಧಾನ ಸಂಪಾದಕ

ಕ್ಯೂಬಾ

○ ಲಿನೊ ನಾವಸ್ ಕಾಲ್ವು

ಬೆಳಗಾಗುವ ಮುನ್ನ

ಹೊರಳಾಟದ ಅರೆಬರೆ ನಿದ್ರೆಯಿಂದ ರಾಮೊನ್ ಇಯಂದಿಯ ಎಚ್ಚೆತ್ತ. ಅವನ ಅಂಗಾಂಗಗಳೆಲ್ಲವೂ ನೋಯುತ್ತಿದ್ದವು. ಬಳಲಿ ಬೆಂಡಾಗಿದ್ದ ಅವನು ಕಾರು ಚಲಿಸುತ್ತಿದ್ದಂತೆಯೇ ಅದರ ಸ್ಟಿಯರಿಂಗ್ ಚಕ್ರದ ಮೇಲೆ ಕುಸಿದು ಒರಗಿದ್ದ. ಪರಿಣಾಮವಾಗಿ, ರಸ್ತೆಯನ್ನು ಅದರ ಒಂದು ಪಕ್ಕದಲ್ಲಿದ್ದ ಖಾಲಿ ಜಾಗದಿಂದ ಬೇರ್ಪಡಿಸಿದ್ದ ಕಾಲ್ದಾರಿಯ ಅಂಚನ್ನು ಸವರಿ ಕಾರು ನಿಂತಿತ್ತು. ರಸ್ತೆಯ ಇನ್ನೊಂದು ಬದಿಯಲ್ಲಿ ಪ್ರಮಾಣಬದ್ಧವಾದ ರೀತಿಯಲ್ಲಿ ಒತ್ತೊತ್ತಾಗಿ ನಿಂತಿದ್ದ ಹೊಸ ಮನೆಗಳ ಒಂದು ಸಾಲು ಎದ್ದುಕಾಣುತ್ತಿತ್ತು. ಕೆಲವು ಮನೆಗಳ ನಿರ್ಮಾಣ ಪೂರ್ತಿಯಾಗಿರಲಿಲ್ಲ. ಇನ್ನು ಕೆಲವು ಮನೆಗಳಲ್ಲಿ ಸಣ್ಣ ಪುಟ್ಟ ವ್ಯಾಪಾರಿಗಳು, ಉಚ್ಛ್ರಾಯ ಸ್ಥಿತಿಯಲ್ಲಿರುವ ಕಾರ್ಮಿಕರು ವಾಸವಾಗಿದ್ದರು. ಸಮಾಜದಲ್ಲಿನ್ನೂ ಸ್ಥಾನ ಪಡೆಯದ ಇವರು ಅಷ್ಟೇನೂ ಆಕ್ರಮಣಶೀಲರಾಗಿರಲಿಲ್ಲ. ಇಲ್ಲಿ ವಿಶ್ರಾಂತಿ ಪಡೆಯಲು ಅಂತಃಪ್ರಜ್ಞೆಯಿಂದಲೋ ಆಕಸ್ಮಿಕವಾಗಿಯೋ ರಾಮೊನ್ ಬಂದಿದ್ದ. ಎಲ್ಲಾ ಆಸೆಗಳನ್ನೂ ತೊರೆದು ನಾಲ್ಕು ದಿನಗಳ ಕಾಲವನ್ನು ಆತ ಕಳೆದಿದ್ದ; ವಿವಿಧ ಪ್ರದೇಶಗಳಲ್ಲಿ ತನ್ನ ಟ್ಯಾಕ್ಸಿಯ ಮೇಲೆ ಆತ ಒರಗಿ ನಿದ್ರಿಸಿದ್ದ. ಒಂದು ರಾತ್ರೆ ಪರದೋಸ್ ಬಾರ್‌ನ ಇದಿರಲ್ಲಿದ್ದ ಟ್ಯಾಕ್ಸಿ ನಿಲ್ದಾಣದಲ್ಲಿ ಆತ ನಿಂತಿದ್ದ. ಅವನ ತೊಂದರೆಗಳು ಆರಂಭವಾದದ್ದು ಅಲ್ಲಿಯೇ. ಅವನಿಗೆ ಭಯವಾಗಿತ್ತು. ಆದರೂ ತನ್ನನ್ನು ಸ್ತಿಮಿತದಲ್ಲಿಟ್ಟುಕೊಳ್ಳಲು ಅವನು ಪ್ರಯತ್ನಿಸಿದ್ದ; ಪರಿಸ್ಥಿತಿಯನ್ನು ಇದಿರಿಸಲು ತಾನು ಸಿದ್ಧ ಎಂಬುದನ್ನು ತನಗೆ ತಾನು ಖಾತರಿಪಡಿಸಿಕೊಡಲು ಹವಣಿಸಿದ್ದ. ಓಡಿಹೋಗುವ ಇಚ್ಛೆ ಅವನಿಗಿರಲಿಲ್ಲ. ಯಾಕೆಂದರೆ ತಾನು ಓಡಿಹೋದರೆ ತನ್ನನ್ನು ಬೆನ್ನಟ್ಟಿಕೊಂಡು ಬರುವುದು ಖಂಡಿತ. ತನಗೆ ರಕ್ಷಣೆಯಿದ್ದರೆ ಮಾತ್ರ ಹೀಗೆ ಓಡಿಹೋಗಲು ಸಾಧ್ಯ, ಎಂಬುದು ಹೇಗೋ ಅವನಿಗೆ ತಿಳಿದಿತ್ತು. ಈ ನಾಲ್ಕು ದಿನಗಳಲ್ಲಿ ಪ್ರತಿಯೊಂದು ಕ್ಷಣವೂ ತಾನು ಮರಣದಂಡನೆಯನ್ನು ಇದಿರಿಸುತ್ತಿದ್ದೇನೋ ಎಂಬಂತೆ ಅವನಿಗೆ ಭಾಸವಾಗುತ್ತಿತ್ತು, ಮುಂಚಾಚಿದ ಪಂಜಗಳಿಂದ ಕೂಡಿದ ದಟ್ಟ ಮೋಡದಂತೆ

ರೂಪುಗೊಂಡು ಅದು ತನ್ನನ್ನು ಸಮೀಪಿಸುತ್ತಿರುವಂತೆ ಅವನಿಗೆ ತೋರುತ್ತಿತ್ತು. ರಾಮೊನ್ ಓಡಿಹೋಗುವಂತೆ ಇರಲಿಲ್ಲ. ತಾನು ಬಹುಶಃ ತಲೆತಪ್ಪಿಸಿಕೊಂಡೋ ಕಾದುಕೊಂಡೋ ಇಲ್ಲೇ ಇರಬೇಕಾಗುತ್ತದೆ ಎಂಬುದು ಆತನಿಗೆ ತಿಳಿದಿತ್ತು. ಪ್ರತಿಯೊಂದು ಭೂಕಂಪದ ಅನಂತರವೂ ಅದರ ಕತೆಯನ್ನು ಹೇಳಲು ಯಾರಾದರೂ ಒಬ್ಬ ಉಳಿದೇ ಉಳಿಯುತ್ತಾನೆ. ನಿಜಕ್ಕೂ ಇದೊಂದು ಭಯಂಕರ ಜೂಜು. ಹಾಗೆ ನೋಡಿದರೆ ಜೀವನವೇ ಒಂದು ಜೂಜಾಟವಲ್ಲವೆ ?

ಹಾಗಿದ್ದರೂ ಎರಡನೇ ರಾತ್ರಿ ನಗರದ ಹೊರವಲಯಕ್ಕೆ ಆತ ಹೋದ. ಆದರ ಮಾರನೆಯ ರಾತ್ರಿಯಲ್ಲಿ ತನಗೆ ಪರಿಚಯವಿದ್ದ ಕ್ರಾಂತಿಕಾರಿಯೊಬ್ಬನ ಮನೆಯ ಇದಿರು ತನ್ನ ಕಾರನ್ನು ನಿಲ್ಲಿಸಿದ. ಪ್ರಾಯಶಃ ಆ ವ್ಯಕ್ತಿಗೆ ಈತನ ಪರಿಚಯವಿದ್ದಿರಲಾರದು. ತನ್ನ ಟ್ಯಾಕ್ಸಿಯಲ್ಲಿ ಪ್ರಯಾಣ ಮಾಡಲು ಆತ ಬಯಸಬಹುದು – ಎಂದು ರಾಮೋನ್ ಯೋಚಿಸಿದ. ಆತ ಹೀಗೆ ತನ್ನ ಟ್ಯಾಕ್ಸಿಯಲ್ಲಿ ಪ್ರಯಾಣ ಮಾಡಿದರೆ ಆಗ ಯಾರಿಗೂ ತಿಳಿಯದಂತೆಯೇ ಈ ಬಿರುಗಾಳಿಯಿಂದ ಅವನು ಪಾರಾಗುವ ಸಾಧ್ಯತೆಯಿತ್ತು. ಬಿರುಗಾಳಿ ಬಂದೇ ಬರುತ್ತದೆ. ಆದರೆ ಅದು ನಿಂತೂಬಿಡುತ್ತದೆ – ಎಂದು ಹೇಗೋ ಮನಗಂಡಿದ್ದ. ಆತನ ಖಾಯಂ ಗಿರಾಕಿಗಳು ಈಗಾಗಲೇ ಅವನ ಕೈಬಿಟ್ಟಿದ್ದರು. ಆದುದರಿಂದ ಏನೋ ಗಂಭೀರ ಪರಿಸ್ಥಿತಿ ಇರಬೇಕು.

ಇಂತಹ ಹೋರಾಟಗಳಲ್ಲಿ ಆತನಿಗೆ ಏನೂ ಅನುಭವವಿರಲಿಲ್ಲ. ಹೆಚ್ಚು ಕಡಿಮೆ ತಾನೊಂದು ದೊಡ್ಡ ಸುಳಿಗುಂಡಿಯೊಳಗೆ ಬಿದ್ದಿರುವಂತೆ ಅವನಿಗನಿಸಿತು. ಮೂರು ವರುಷಗಳ ಹಿಂದೆ ಟ್ಯಾಕ್ಸಿಯೊಂದನ್ನು ಡ್ರೈವ್ ಮಾಡಲು ಅವನು ಆರಂಭಿಸಿದ್ದ. ಅವನ ಮೊದಲ ಮಗಳು ಅದಕ್ಕಿಂತ ನಾಲ್ಕು ವರುಷಗಳ ಮೊದಲು ಹುಟ್ಟಿದ್ದಳು. ಈಗ ಅವನಿಗೆ ಒಂದಲ್ಲ, ಮೂವರು ಮಕ್ಕಳಿದ್ದರು. ಎಲ್ಲರೂ ಹೆಣ್ಮಕ್ಕಳು. ಎಲ್ಲರಿಗೂ ಅನಾರೋಗ್ಯ. ಅವನ ಪತ್ನಿ ತನಗೆ ಸಾಧ್ಯವಾದುದನ್ನೆಲ್ಲ ಮಾಡುತ್ತಿದ್ದಳು. ಕಾರ್ಖಾನೆಯೊಂದರಲ್ಲಿ ಹ್ಯಾಟುಗಳ ಪಟ್ಟಿಯನ್ನು ಹೊಲಿಯುವ ಕೆಲಸವೊಂದು ಆಕೆಗೆ ದೊರೆತಿತ್ತು. ತಾನು ಕೆಲಸಕ್ಕೆ ತೆರಳುವಾಗ ಸಣ್ಣ ಮಗಳನ್ನು ತೊಟ್ಟಿಲಿಗೆ ಕಟ್ಟಿಹಾಕಿ ಆಕೆ ಹೋಗುತ್ತಿದ್ದಳು.

ಕಳೆದ ನಾಲ್ಕು ದಿನಗಳಲ್ಲೂ ಎರಡು ಬಾರಿ ಮಾತ್ರ ಹೇಗೋ ಮನೆಗೆ ನುಸುಳಿಕೊಳ್ಳಲು ಆತ ಸಮರ್ಥನಾಗಿದ್ದ. ಅವರೀಗಲೂ ವಾಸವಾಗಿದ್ದದ್ದು ಕ್ಯಾಲೆ – ದ – ಕುಅರ್‌ತೆಲಿಸ್‌ನಲ್ಲಿ. ಒಂದು ಕೋಣೆಯ ಮನೆ. ಮನೆಯ ಮುಂಬಾಗಿಲು ರಸ್ತೆಗೆ ಮುಖಮಾಡಿತ್ತು, ಹಿಂಬಾಗಿಲನ್ನು ತೆರೆದರೆ ಒಳ ಅಂಗಳ ಎದುರಿಗಿತ್ತು. ತಮಗೊಂದು ಮನೆ ಬೇಕು, ಅದು ಬಡ ಗುಡಿಸಲಾದರೂ ಚಿಂತಿಲ್ಲ ಎಂದು ಎಸ್ತೆಲಾ ಹಾತೊರೆಯುತ್ತಿದ್ದಳು. ಒಂದು ನೂರು ಪೇಸೋಗಳನ್ನು* ನಗದಿಯಾಗಿ ಮುಂಗಡ ಕೊಡಲು ಸಾಧ್ಯವಿದ್ದರೆ ಹೊಸ ಬಡಾವಣೆಯಲ್ಲಿ ಅವರಿಗೆ ಮನೆಯೊಂದನ್ನು ಪಡೆಯುವುದು ಕಷ್ಟವಾಗಿರಲಿಲ್ಲ. ಅವರ ಹಿರಿಯ ಹುಡುಗ ಕಾಹಿಲೆ ಬೀಳದಿರುತ್ತಿದ್ದರೆ, ಸಾಯದಿರುತ್ತಿದ್ದರೆ, ಇಷ್ಟು ಹಣ ಕೂಡಿಹಾಕಲು ಅವರಿಗೆ ಸಾಧ್ಯವೂ ಇತ್ತು. ಆದರೆ ಮೇರೆ ಮೀರಿ ಪ್ರಯತ್ನ ಮಾಡಿದ್ದರೂ ಅವನನ್ನು ಉಳಿಸಲು ಅವರಿಗೆ ಶಕ್ಯವಾಗಿರಲಿಲ್ಲ. ಈಗ ಮಾತ್ರ ರಾಮೊನ್‌ನೊಡನೆ ದಿನಕ್ಕೆ ಮೂರು ಪೇಸೋಗಳಷ್ಟು ಬಾಡಿಗೆಗೆ ಪಡಕೊಂಡ ಒಂದು ಒಳ್ಳೆಯ ಟ್ಯಾಕ್ಸಿ ಇದ್ದುದರಿಂದ ಅವರು ಪುನಃ ತಮ್ಮ ಕಾಲ

---

* ಪೇಸೋ ನಾಲ್ಕು ಷಿಲಿಂಗ್ ಮೌಲ್ಯದ ಬೆಳ್ಳಿ ನಾಣ್ಯ. ಕ್ಯೂಬಾದಲ್ಲೂ ದಕ್ಷಿಣ ಅಮೆರಿಕದ ಗಣರಾಜ್ಯಗಳಲ್ಲೂ ಜಾರಿಯಲ್ಲಿದೆ.

ಮೇಲೆಯೇ ನಿಂತುಕೊಳ್ಳಲು ಆರಂಭಿಸಿದ್ದರು. ತಾನು ಸ್ವಂತ ಕಾರೊಂದನ್ನು ಕೊಂಡುಕೊಳ್ಳಬೇಕು. ಫೋರ್ಡ್ ಕಾರಾದರೂ ಆಗಬಹುದು ಅಥವಾ ಇತರ ಯಾವ ಕಾರ್ ಆದರೂ ಚಿಂತಿಲ್ಲ ಎಂಬುದು ಆತನ ಅಭಿಲಾಷೆ. ಅವನಿಗೆ ಒಳ್ಳೆಯ ಕೆಲವು ಗಿರಾಕಿಗಳು ಇದ್ದರು. ಆದರೂ ಅವನು ದಿನಕ್ಕೆ ಹದಿನೈದು ತಾಸುಗಳ ಕಾಲ ಶ್ರಮಪಡಬೇಕಿತ್ತು. ತನ್ನ ಕುಟುಂಬವನ್ನು ಮಾತ್ರ ಸಾಕುವುದಾಗಿದ್ದರೆ ಚಿಂತಿರಲಿಲ್ಲ. ಆದರೆ ಬಾಲ್ ಬಿನಾಳ ಕುಟುಂಬವನ್ನೂ ನೋಡಿಕೊಳ್ಳಬೇಕು ; ಬಾಲ್‌ನಿನಾಳಾದರೋ ತಿಳಿಗೇಡಿ. ಹಿಂದೆ ಮೂರು ಬೇರೆ ಬೇರೆ ಸಂಬಂಧದಿಂದ ಆಕೆಗೆ ಎಂಟು ಮಕ್ಕಳು ಆಗಿದ್ದುವು. ಎಲ್ಲವೂ ಕಷ್ಟದಾಯಕವಾಗಿತ್ತು. ಟ್ಯಾಕ್ಸಿಯಾದರೋ ನೀರು ಕುಡಿದಂತೆ ಪೆಟ್ರೋಲನ್ನು ಕುಡಿಯುತ್ತಿತ್ತು. ಆರು ಸಿಲೆಂಡರ್‌ಗಳ ಗಾಡಿ ಅದು. ಆದರೆ ಟ್ಯಾಕ್ಸಿ ಸ್ಟಾಂಡ್‌ನಲ್ಲಿ ತನ್ನ ಸರದಿ ಬರುವ ತನಕ ಕಾಯುವ ವ್ಯವಧಾನ ಅವನಿಗಿರಲಿಲ್ಲ. ಈಗ ನಾಲ್ಕು ದಿನಗಳ ಹಿಂದೆ ಬೇರೊಂದು ಗ್ಯಾರೇಜ್‌ನಿಂದ ಒಂದು ಹೊಸ ಕಾರನ್ನು ಆತ ಬಾಡಿಗೆಗೆ ಪಡೆದಿದ್ದ. ಕಂದು ಬಣ್ಣದ ಬೊಗಸೆ ಕಣ್ಣುಗಳ ಆತ ಸೂಕ್ಷ್ಮ ಪ್ರಕೃತಿಯನ್ನೂ ಮುಂಬರುವ ವಿಷಯಗಳನ್ನು ಎಲ್ಲರಿಗಿಂತಲೂ ಮೊದಲೇ ಮನಗಾಣುವಂತಹ ಸಂವೇದನಾಶೀಲನೂ ಆಗಿದ್ದ. ಅಂತಹವುಗಳ ನಿಜವಾದ ಸನ್ನೆ ಕಾಣದೇ ಹೋದರೂ, ಅವನು ಎಂತೋ ಅವನೂ ಊಹಿಸಬಲ್ಲವನಾಗಿದ್ದ. ಉಳಿದ ಡ್ರೈವರುಗಳಾದರೋ ಇವನನ್ನು ತಮಾಷೆ ಮಾಡುತ್ತಿದ್ದರು. ಯಾವುದೋ ಅದೃಶ್ಯ ಶಕ್ತಿಯ ಉಪಾಸಕ ಎಂದು ಅವನನ್ನು ಕರೆಯುತ್ತಿದ್ದರು.

ಆರನೇ ತಾರೀಕಿನಂದು ರಾತ್ರೆ ತನ್ನ ಕಾರನ್ನು ವೇಳೆಗೆ ಮೊದಲೇ ಆತ ಬಿಟ್ಟುಕೊಟ್ಟಿದ್ದ. ಮರುದಿನ ಗ್ಯಾರೇಜಿಗೂ ಹೋಗಿರಲಿಲ್ಲ. ಎಂಟನೇ ತಾರೀಕಿನಂದು ಅವನು 'ಪಲಂಕಾ' ಎಂಬ ಇನ್ನೊಂದು ಗ್ಯಾರೇಜಿಗೆ ಹೋಗಿ ಮಗದೊಂದು ಕಾರನ್ನು ಬಾಡಿಗೆಗೆ ಪಡೆದಿದ್ದ. ಅವನ ಮಾಮೂಲು ಗಿರಾಕಿಗಳಾರೂ ರಸ್ತೆಯಲ್ಲಿ ಕಂಡುಬಂದಿರಲಿಲ್ಲ. ಪ್ರಾಯಶಃ ಒಟ್ಟುಗೂಡುತ್ತಿದ್ದ ಕಾರ್ಮೋಡಗಳನ್ನು ಅವರೂ ಕಂಡಿರಬೇಕು. ಒಂದು ವರುಷದಿಂದ ಪ್ರತಿ ದಿನವೂ ಅವರನ್ನು ತನ್ನ ಟ್ಯಾಕ್ಸಿಯಲ್ಲಿ ಆತ ಒಯ್ಯುತ್ತಿದ್ದ. ಮಾತು ಕೃತಿಗಳಲ್ಲಿ ಅವರು ಅವನ ಮುಟ್ಟಿಗಾದರೂ ಚೆನ್ನಾಗಿದ್ದರು. ಅವರ ಮಾತುಗಳು ಹೃತ್ಪೂರ್ವಕವಾಗಿರುತ್ತಿದ್ದವು ; ಮಾನವೀಯತೆಯಿಂದ ಕೂಡಿರುತ್ತಿದ್ದವು. ತಾವು ಮಾಡುವ ಕಾರ್ಯಗಳಲ್ಲಿ ಅವರಿಗೆ ನಂಬಿಕೆ ಇರುವಂತೆ ಕಾಣುತ್ತಿತ್ತು. ಅವರು ಯಾರನ್ನೂ ಬಂಧಿಸುತ್ತಿರಲಿಲ್ಲ. ಅವರು ಕೇವಲ ಬೇಹುಗಾರರೇ ಹೊರತು ಬೇರೇನೂ ಆಗಿರಲಿಲ್ಲ. ರಾಮೋನ್ ಕೂಡ ಅವರೊಡನೆ ಸಹಕರಿಸುತ್ತಿದ್ದ, ಅವರಿಗೆ ಸಹಾಯ ಮಾಡುತ್ತಿದ್ದ.

ಇಂದು ಹನ್ನೆರಡನೆಯ ದಿನಾಂಕ. ಈಗ ಅವನ ಮುನ್ನಳುಕು ಯಾತನೆಯ ಕನಸಿನಂತೆ ಹರಿತವಾಗಿತ್ತು. ಮುಂಜಾವ ಮೂರುಗಂಟೆಯ ತನಕ ಆತ ರಸ್ತೆಗಳಲ್ಲಿ ಟ್ಯಾಕ್ಸಿಯನ್ನು ಗೊತ್ತುಗುರಿಯಿಲ್ಲದೆ ಓಡಿಸುತ್ತಲೋ ನೃತ್ಯಾಲಯಗಳ ಇದಿರಿನಲ್ಲಿ ಅಥವಾ ಕ್ಯಾಬರೆ ನಡೆಯುವಲ್ಲಿ ಹೊರಗೆ ಕಾಯುತ್ತಲೋ ಇದ್ದ. ಅವನಿಗೆ ಅದೊಂದು ದುರ್ದಿನವಾಗಿ ಪರಿಣಮಿಸಿರಲಿಲ್ಲ. ನಿಜವಾಗಿ ಹೇಳುವುದಾದರೆ ಯಾವ ರೀತಿಯಲ್ಲೂ ಅದೇನೂ ಅಸಾಧಾರಣವಾದ ದಿನವಾಗಿರಲಿಲ್ಲ. ಮನೆಗೆ ಹೋಗುವ ಮೊದಲು ಆತ ಕಾರನ್ನು ಕೆಪಿಟೋಲ್ ಹೋಟೆಲ್ ಬಳಿ, ಒಂದು ದೀಪದ ಕಂಬದ ಬದಿಯಲ್ಲಿ ನಿಲ್ಲಿಸಿದ ; ಆ ದಿನದ ಸಂಪಾದನೆಯನ್ನು ಎಣಿಸಿ ನೋಡಿದ. ಆರು ಪೇಸೋ ಮತ್ತು ಸ್ವಲ್ಪ ಚಿಲ್ಲರೆಯಿತ್ತು. ಅಷ್ಟರಲ್ಲಿ ದಾರಿಹೋಕ ಯುವಕನೊಬ್ಬ

ತನ್ನನ್ನೇ ದಿಟ್ಟಿಸುತ್ತಿದ್ದಂತೆ ಅವನಿಗೆ ಭಾಸವಾಯಿತು. ಆತ ಕಾಲೇಜು ವಿದ್ಯಾರ್ಥಿಯಂತಿದ್ದ. ತನ್ನ ಕೈಗಳನ್ನು ಆತ ಮೇಲಂಗಿಯ ಜೇಬಿನೊಳಗೆ ತುರುಕಿಸಿಕೊಂಡಿದ್ದ. ಇಷ್ಟೇ ಸಂಪಾದನೆ ಸಾಕು. ಮನೆಗೆ ಹೋಗೋಣವೆಂದು ರಾಮೊನ್ ನಿರ್ಣಯಿಸಿದ. ಬಳಸುದಾರಿ ಹಿಡಿದು ತನ್ನ ಮನೆಯಿಂದ ಒಂದು ಕಟ್ಟಡ ಸಮೂಹದಷ್ಟು ದೂರದಲ್ಲಿ ಆತ ಕಾರನ್ನು ನಿಲ್ಲಿಸಿದ. ಓಣಿಯ ದಾರಿ ಹಿಡಿದು, ಒಳ ಅಂಗಳ ದಾಟಿ, ಮನೆಯನ್ನು ಜಾಗರೂಕತೆಯಿಂದ ಪ್ರವೇಶಿಸಿದ. ಖಾಯಂ ಗಿರಾಕಿಯೊಬ್ಬ ಒಳ್ಳೆ ಫ್ಲಾಶ್‌ಲೈಟೊಂದನ್ನು ಆತನಿಗೆ ಉಡುಗೊರೆ ನೀಡಿದ್ದ. ಅದನ್ನಾತ ಕೈಗೆ ತೆಗೆದುಕೊಂಡ. ಒಬ್ಬ ಪೊಲೀಸ್ ಅಥವಾ ಚೋರ ಫ್ಲಾಶ್‌ಲೈಟನ್ನು ಬೆಳಗುವ ರೀತಿಯಲ್ಲಿ ಆತ ಆ ದೀಪವನ್ನು ಬೆಳಗಿಸಿದನೇ ಹೊರತು ತಲೆತಪ್ಪಿಸಿಕೊಂಡವನ ರೀತಿಯಲ್ಲಲ್ಲ. ಯಾಕೆಂದರೆ ತಾನು ತಲೆತಪ್ಪಿಸಿಕೊಳ್ಳಬೇಕಾಗಿ ಬಂದ ಒಬ್ಬ ವ್ಯಕ್ತಿ ಎಂಬುದನ್ನು ಸಾರುವ ಸೂಚನೆಗಳೇನೂ ಈವರೆಗೆ ಅವನಿಗೆ ಕಂಡುಬಂದಿರಲಿಲ್ಲವಾದರೂ ಅದನ್ನಾತ ಸಂವೇದಿಸಿದ್ದ. ಆದುದರಿಂದ ಮನೆಯೊಳಗಿನ ವಿದ್ಯುತ್ ದೀಪವನ್ನು ಉರಿಸಲು ಅವನಿಗೆ ಧೈರ್ಯ ಬರಲಿಲ್ಲ. ಅದರಿಂದಾಗಿ ಯಾರ ನೋಟಕ್ಕಾದರೂ ತಾನು ಗುರಿಯಾದರೆ ಎಂಬ ಭಯ. ಒಳಹೋಗುವ ದಾರಿ ಸುಪರಿಚಿತ. ಹಾಸಿಗೆಗಳತ್ತ ಆತ ದೀಪ ಹಾಯಿಸಿದ. ಒಂದು ಮಂಚದಲ್ಲಿ ಅವಳಿ ಮಕ್ಕಳು ಬತ್ತಲೆಯಾಗಿ ಮಲಗಿದ್ದವು. ಕೆನ್ನೆಗೆ ತಾಗಿ ಕೆನ್ನೆಗಳು ತೆರೆದ ಕೈಗಳನ್ನು ಹೆಗಲಮೇಲೆ ಅವು ಹಾಕಿಕೊಂಡು ನಿದ್ರಿಸಿದ್ದವು. ಎರಡನೇ ಮಂಚದಲ್ಲಿ ಮಗುವಿನೊಂದಿಗೆ ಎಸ್ತೆಲಾ ಒರಗಿದ್ದಳು. ಅವನ ಮಂಚ ಖಾಲಿಯಾಗಿತ್ತು. ಅವನ ಆಗಮನದಿಂದ ಯಾರಿಗೂ ನಿದ್ರಾಭಂಗವಾಗಲಿಲ್ಲ. ಎಸ್ತೆಲಾ ರಾತ್ರೆಯ ನಿಲುವಂಗಿ ಧರಿಸಿದ್ದಳು. ತಲೆಯನ್ನು ಎರಡು ಕೈಗಳ ಮಧ್ಯೆ ಆಕೆ ಇರಿಸಿದ್ದಳು. ಅವಳೆಷ್ಟೇ ಬನ್ನಪಟ್ಟಿದ್ದರೂ ಇನ್ನೂ ಸುಂದರಿಯಾಗಿಯೇ ಇದ್ದಳು. ಜವ್ವನಿಗಿತ್ತಿ. ಇನಿದಾದ ಮೂಗು, ಬೊಗಸೆ ಕಣ್ಣುಗಳು, ದಟ್ಟ ಕೂದಲು, ಬಲಿಷ್ಠ ಗಲ್ಲ. ದಪ್ಪನೆಯ ಒಪ್ಪವಾದ ತುಟಿಗಳು, ವಿಶಾಲವಾದ ಸಂವೇದನಾಶೀಲ ಬಾಯಿ. ಅವಳ ಬಳಿ ನಿಂತ ಆತ, ಒಮ್ಮೆ ಆಕೆಯತ್ತ ದೃಷ್ಟಿ ಹರಿಸಿದ; ಆಕೆಯ ಆರೋಗ್ಯಕರವಾದ ಮುಂಚಾಚಿದ ದಂತಪಂಕ್ತಿಯನ್ನು, ಆಕೆಯ ಜೇನುಬಣ್ಣದ ಕಣ್ಣುಗಳನ್ನು, ಆಕೆಯ ಮಿನುಗು ಕಣ್ಣೋಟವನ್ನು ಆತ ಮನಸ್ಸಿನಲ್ಲೇ ಚಿತ್ರಿಸಿಕೊಳ್ಳಬಲ್ಲವನಾಗಿದ್ದ. ಅವನಿಗಾಗಿ ಊಟವನ್ನು ಮೇಜಿನ ಮೇಲೆ ಇಡಲಾಗಿತ್ತು. ಜೇಬಿನಲ್ಲಿದ್ದ ಹಣವನ್ನು ಆತ ಆ ಮೇಜಿನ ಡ್ರಾಯರಿನೊಳಗೆ ಇಟ್ಟ. ಮತ್ತೆ ಹೊರನಡೆದ. ಕಾರಿನ ಒಳಿ ಯಾರೂ ಇದ್ದಿರಲಿಲ್ಲ. ಬೇಕಷ್ಟು ಕಾರುಗಳು ಭಾರಿ ವೇಗದಿಂದ ಓಡಾಡುವುದರ ಹೊರತು, ಹಲವಾರು ಮನೆಗಳಲ್ಲಿ ದೀಪಗಳು ಉರಿಯುತ್ತಿರುವ ಹೊರತು, ಬೇರೆ ಅಸಾಮಾನ್ಯವಾದುದೇನನ್ನೂ ಆತ ಕಾಣಲಿಲ್ಲ. ಆದರೆ ಅಷ್ಟೇ ಸಾಕಾಗಿತ್ತು!

ಹಿಂದಿರುಗಿ ಬರುವಾಗ ಆತ ಮುಖ್ಯ ಪೊಲೀಸ್ ಕಛೇರಿಯ ಇದಿರಿನಿಂದ ಸಾಗಿದ. ಕಛೇರಿಯ ಒಳಗೆ ಅಸಾಧಾರಣ ರೀತಿಯ ಚಟುವಟಿಕೆಗಳು ನಡೆಯುತ್ತಿರುವಂತೆ ತೋರಿತು. ತನ್ನ ಕಾರಿನ ಶಬ್ದ ಕೇಳಿದೊಡನೆ ಪಹರೆಯ ಇಬ್ಬರು ಪೊಲೀಸರು ದಿಗಿಲುಗೊಂಡು ತಮ್ಮ ಬಂದೂಕುಗಳನ್ನು ತಿರುಗಿಸಿದ ವಿಚಾರ ಮುಂದೆ ಹೋಗುತ್ತಿದ್ದಂತೆ ಅವನ ನೆನಪಿಗೆ ಬಂತು. ತನ್ನ ಕಾರನ್ನೂ ಆತ ಬಲಗಡೆಯ ಮೊದಲ ರಸ್ತೆಗೆ ತಿರುಗಿಸಿದ. ಇದು ಏಕಮುಖ ಸಂಚಾರದ ಬೀದಿಯೇ ಎಂಬುದನ್ನೂ ಆತ ಯೋಚಿಸಲಿಲ್ಲ. ಮುಂದಿನ ಮೂಲೆಯಲ್ಲಿ ಅವನು ಕಾರು ನಿಲ್ಲಿಸಿ, ಇನ್ನು ಯಾವ ದಾರಿಯಲ್ಲಿ ಹೋಗಬೇಕು ಎಂಬ ಸಂದೇಹದಲ್ಲಿರುವಾಗಲೇ

ಅವನ ಯೋಚನಾತರಂಗ ಹಲವಾರು ವರುಷಗಳ ಹಿಂದಕ್ಕೆ ತಿರುಗಿತು. ಚಲನಚಿತ್ರದ ತೆರೆಯಲ್ಲಿ ಕಂಡುಬಂದಂತೆ ಹಳೆಯ ಘಟನೆಗಳು ಅವನ ಕಣ್ಣ ಮುಂದೆ ಸುಳಿದವು. ಆ ದಿನಗಳಲ್ಲಿ ಒಂದು ವಿಧದ ಕ್ರಾಂತಿಕಾರಿ ಚೈತನ್ಯ ಅವನನ್ನು ಮುತ್ತಿತ್ತು. ಅದೇಕೆ ಎಂದಾತ ಹೇಳಲಾರ. ಯಾಕೆಂದರೆ ತನ್ನ ಮನೋಭಾವಗಳನ್ನು ತಣ್ಣನೆಯ ಮನಸ್ಸಿನಿಂದ, ವಿಶ್ಲೇಷಣಾತ್ಮಕವಾಗಿ ಪರೀಕ್ಷಿಸಲು ಅವನಿಗೆ ಎಂದೂ ಸಾಧ್ಯವಾಗಿರಲಿಲ್ಲ. ಆತನೇನೂ ಹೆಚ್ಚು ಓದಿದವನಾಗಿರಲಿಲ್ಲ. ಯಾವುದೇ ಮೂಲ ಸಿದ್ಧಾಂತವನ್ನು ತಾನು ಅರಗಿಸಿಕೊಳ್ಳವಂತೆ ಮಾಡಬಹುದಾಗಿದ್ದ. ಅಥವಾ ತನ್ನ ಯೋಚನೆಗಳನ್ನೇ ಸ್ಪಷ್ಟಪಡಿಸಬಹುದಾಗಿದ್ದಂತಹ ಯಾವೊಂದು ಗುಂಪಿಗೂ ಅವನು ಸೇರಿದವನಾಗಿರಲಿಲ್ಲ. ಆದುದರಿಂದ ಪ್ರಾಯಶಃ ಪರಿಸರದಿಂದ ಈ ಪ್ರಜ್ಞೆ ಅವನಲ್ಲಿ ಮೂಡಿಬಂದಿದ್ದಿರಬಹುದು. ಹನ್ನೆರಡು ವರುಷಗಳ ಹಿಂದೆ ತನ್ನ ಸೋದರ ಸೋದರಿಯರೊಂದಿಗೆ ಹಳ್ಳಿಯಿಂದ ಅವನು ಬಂದಿದ್ದ. ಅವನ ತಂದೆ ಅವರನ್ನೆಲ್ಲ ತೊರೆದಿದ್ದ. ತನ್ನ ಉಳಿತಾಯವನ್ನು ಶೇಖರಿಸಿಟ್ಟಿದ್ದ ಬ್ಯಾಂಕ್ ದಿವಾಳಿಯಾದ ಬಳಿಕ ಆತ ತನ್ನ ದೇಹವನ್ನು ಶವದಂತೆ ಸೆಟೆಸಿಕೊಂಡು, ತಲೆಯೆತ್ತಿ ಊರಿನಿಂದ ಹೊರಟುಹೋಗಿದ್ದ; ಜವುಗು ಪ್ರದೇಶದಲ್ಲಿ ಎಲ್ಲಿಯೋ ಮರೆಯಾಗಿದ್ದ, ಅನಂತರ ಆತನನ್ನು ಯಾರೂ ಕಂಡಿರಲಿಲ್ಲ. ಹೀಗಾಗಿ ಆ ಕ್ರಾಂತಿಕಾರಿ ಚೈತನ್ಯ ರಾಮೊನ್‌ನಲ್ಲಿ ಸ್ಫುರಿಸಲು ಯಾರೊಬ್ಬ ವ್ಯಕ್ತಿಯೂ ಕಾರಣನಾಗಿರಲಿಲ್ಲ. ಯಾವುದೇ ಮುನ್ನೆಚ್ಚರಿಕೆಯಿಲ್ಲದೆ ಅವನಿಗೆ ಅದರ ಸೋಂಕು ತಟ್ಟಿತ್ತು. ಅದು ವಾತಾವರಣದಲ್ಲೇ ಇದ್ದಿತು. ಅವನ ಹೆಣ್ಮಕ್ಕಳು ಆಗ ಹುಟ್ಟಿರಲಿಲ್ಲ. ಚಿಕ್ಕ ಹುಡುಗ ಗಟ್ಟಿಮುಟ್ಟಾಗಿದ್ದ. ಸುಂದರನಾಗಿದ್ದ. ರಾಮೊನ್‌ನ ವ್ಯಾಪಾರವೂ ಅಷ್ಟೇನೂ ಹಾಳಾಗಿರಲಿಲ್ಲ. ಯಾಕೆಂದರೆ ಒಳ್ಳೆಯ ಗಿರಾಕಿಗಳನ್ನು ಆರಿಸುವಲ್ಲಿ ಆತ ಭಾಗ್ಯಶಾಲಿ. ಪ್ರಾಯಶಃ ಆತ ಉತ್ತಮ ಕಾರು ಚಾಲಕನಾಗಿದ್ದುದರಿಂದ ಹಾಗಾಗಿದ್ದಿರಬೇಕು. ಯಾವಾಗ ಕಾರನ್ನು ವೇಗವಾಗಿ ಓಡಿಸಬೇಕು, ಯಾವಾಗ ಅದನ್ನು ನಿಧಾನವಾಗಿ ನಡೆಸಬೇಕು ಎಂಬುದು ರಾಮೊನ್‌ಗೆ ಗೊತ್ತಿತ್ತು.

ಹಾಗಿತ್ತು ಆಗಿನ ಪರಿಸ್ಥಿತಿ. ಪ್ರತಿ ದಿನವೂ, ಮೂರು ನಾಲ್ಕು ಯುವಕ ಗಿರಾಕಿಗಳು ಅವನಿಗೆ ದೊರೆಯುತ್ತಿದ್ದರು. ಒಮ್ಮೊಮ್ಮೆ ಇವರು ಒಟ್ಟಾಗಿ ಸಿಗುತ್ತಿದ್ದರು. ಒಮ್ಮೊಮ್ಮೆ ಒಬ್ಬನೇ ದೊರೆಯುತ್ತಿದ್ದ. ಅವರಾರು ಎಂಬುದನ್ನು ಕಂಡುಹಿಡಿಯುವ ಗೋಜಿಗೆ ಆತ ಹೋಗಿರಲಿಲ್ಲ. ಅವರು ಕ್ರಾಂತಿಕಾರಿಗಳು, ವೆಚ್ಚಕ್ಕೆ ಬೇಕಾದಷ್ಟು ಹಣ ಅವರೊಡನಿದೆ ಎಂಬುದಷ್ಟೇ ಆತನಿಗೆ ಗೊತ್ತು. ಕ್ರಾಂತಿಕಾರಿಯಾಗಿರುವುದೆಂದರೆ, ಅದೊಂದು ಸದ್ಗುಣವಲ್ಲವೇ ? ಯಾಕೆಂದರೆ ದೇಶದ ಸ್ವಾತಂತ್ರ್ಯ ಹೋರಾಟಗಳನ್ನು ಆ ಪದ ನೆನಪಿಗೆ ತರುತ್ತಿತ್ತು. ತನ್ನ ಬಾಲ್ಯದಿಂದ ಮೊದಲ್ಗೊಂಡು ಎಲ್ಲ ವರ್ಗಗಳ ಜನರಿಂದಲೂ ಅದನ್ನು ಆತ ನಿರಂತರವಾಗಿ ಕೇಳುತ್ತ ಬಂದಿದ್ದ. ಅದು ರಾಷ್ಟ್ರದಾದ್ಯಂತ ಚಲಾವಣೆಯಲ್ಲಿದ್ದ ನಾಣ್ಯ. ಆದುದರಿಂದ ಅದರಿಂದೇನೂ ತೊಂದರೆಯಿಲ್ಲವೆಂದು ರಾಮೊನ್ ನಿಶ್ಚಿಂತನಾಗಿದ್ದ. ಆಗ ಮನೆಯಲ್ಲೇನೂ ಅಷ್ಟು ತಾಪತ್ರಯಗಳಿರಲಿಲ್ಲ. ಆತನ ಗಿರಾಕಿಗಳಿಗೂ ಆತನೆಂದರೆ ಅಕ್ಕರೆ. ಈತ ವಿಶ್ವಾಸಾರ್ಹನೆಂದು ಅವರು ತಿಳಿದುಕೊಂಡಿದ್ದರು. ಅವರು ಅವನೊಡನೆ ಮಾತನಾಡುತ್ತಿದ್ದರು. ಅನಂತರ ಕ್ರಮೇಣವಾಗಿ ಅವರು ಮಾತನಾಡುತ್ತಿದ್ದ ಧಾಟಿ, ಅವರ ಭಾಷೆ, ಅವರ ಉತ್ಸಾಹ ಅವನಿಗೂ ತಗಲಿತ್ತು. ಟ್ಯಾಕ್ಸಿ ಸ್ಟ್ಯಾಂಡ್‌ನಲ್ಲಿ, ಗ್ಯಾರೇಜ್‌ನಲ್ಲಿ, ಅವರಂತೆಯೇ ಅವನೂ ಮಾತನಾಡತೊಡಗಿದ್ದ. ನಿಜ ಹೇಳಬೇಕಿದ್ದರೆ ಎಲ್ಲರೂ ಇದೇ ರೀತಿ ಸಂಭಾಷಿಸುತ್ತಿದ್ದರು. ಆಗ

ಇಂತಹ ಮಾತುಗಳಿಂದ ಹೆಚ್ಚು ಅಪಾಯವುಂಟಾಗುವಂತೆ ಕಂಡುಬರುತ್ತಿರಲಿಲ್ಲ. ತಮ್ಮ ಮನಸ್ಸಿನಲ್ಲಿದ್ದುದನ್ನೆಲ್ಲ ಬಿಚ್ಚುಮಾತಿನಿಂದ ಬಿಡಿಸಿ ಹೇಳಲು ಅಥವಾ ಅಪರ ರಾತ್ರಿಯಲ್ಲಿ ಯಾರನ್ನಾದರೂ ನೋಡಿ ಬರಲು ಕೂಡ ಆಗ ಯಾರೂ ಭಯಪಡುತ್ತಿರಲಿಲ್ಲ. ಒಮ್ಮೊಮ್ಮೆ ಆತ ಖಾಲಿ ಟ್ಯಾಕ್ಸಿಯನ್ನು ಒಂದೆಡೆಯಿಂದ ಇನ್ನೊಂದೆಡೆಗೆ ಒಯ್ದು ಕಾಗದಗಳನ್ನು ಮುಟ್ಟಿಸಿ ಬರುತ್ತಿದ್ದ. ಅದಕ್ಕಾಗಿ ಅವನಿಗೆ ಅವರು ಹಣ ಕೊಡುತ್ತಿದ್ದರು ಈ ಹಣವೂ ಅಷ್ಟು ಕಡಿಮೆಯಾಗಿರಲಿಲ್ಲ. ಎಷ್ಟೆಂದರೂ ರಾಮೊನ್ ಸಹ ಅವರಲ್ಲೊಬ್ಬನಾಗಿರಲಿಲ್ಲವೆ ?

ಅನಂತರ ಪರಿಸ್ಥಿತಿ ಬದಲಾಯಿತು. ಮಗ ಝುಷ್ತಿನೋ ಕಾಹಿಲೆಬಿದ್ದ. ಎಸ್ತೆಲಾ ಗರ್ಭಿಣಿಯಾದಳು. ಆಕೆ ಮುಂಗೋಪಿಯಾಗತೊಡಗಿದಳು. ತರುವಾಯ ಜನಿಸಿದವು ಅವಳಿ ಮಕ್ಕಳು. ಜೀವನ ಕಷ್ಟವಾಯಿತು. ಅದರೊಂದಿಗೆ ಬಹುಶಃ ಸಂದೇಹವೂ ತಲೆದೋರಿತು. ರಾಮೊನ್ ಆವೇಶಭರಿತನಾಗಿ, ಆ ಗುಂಗಿನಲ್ಲಿ ಮುನ್ನುಗ್ಗುವ ಸ್ವಭಾವದವನಾಗಿದ್ದರೂ ಅವನಿಗೆ ನಿಶ್ಚಿತಾಭಿಪ್ರಾಯವಿರಲಿಲ್ಲ. ಕ್ರಾಂತಿಕಾರಿಯಾಗಿರುವುದು ಅಷ್ಟೇನೂ ಸುಲಭವಲ್ಲ ಎಂಬುದನ್ನಾತ ಕಂಡುಕೊಂಡ. ಇದೇ ರೀತಿ ಒಂದು ರಾತ್ರೆ. ಆಗಸ್ಟ್ ತಿಂಗಳ ಆರಂಭ. ಇನ್ನೇನು ಬೆಳಗಾಗಬೇಕು. ಇಬ್ಬರು ವ್ಯಕ್ತಿಗಳು ಅವನನ್ನು ಕರೆದರು. ಏನೋ ಸಂಭವಿಸಿರಬೇಕು ಎಂಬುದರ ಅರಿವು ಕೂಡಲೇ ಅವನಿಗಾಯಿತು. ಪ್ರಾಯಶಃ ಅವರು ಸಾದಾ ಉಡುಪಿನ ಪೊಲೀಸರಾಗಿರಬೇಕು. ಇದೇ ರೀತಿ ತನ್ನನ್ನು ಬಾಡಿಗೆಗೆ ಕರೆದವರ ಅನುಭವ ಅವನಿಗಿತ್ತು. ಅವರು ಕರೆಯುತ್ತಿದ್ದರು, ಕಾರಿನಲ್ಲಿ ಕುಳಿತುಕೊಳ್ಳುತ್ತಿದ್ದರು. ಮುಖ್ಯ ಪೊಲೀಸ್ ಠಾಣೆಗೆ ತಲಪಿದ ಕೂಡಲೇ ಇವನ ಮೇಲೆ ಒಂದು ಹೊಸ ಅಪರಾಧವನ್ನು ಹೊರಿಸುತ್ತಿದ್ದರು – ರಸ್ತೆಯ ಕೆಂಪು ದೀಪ ಉರಿಯುವುದನ್ನು ಗಮನಿಸದೆ ಟ್ಯಾಕ್ಸಿಯನ್ನು ಮುಂದೊಯ್ದನೆಂದೋ ವೇಗಮೀರಿ ಟ್ಯಾಕ್ಸಿ ಚಲಾಯಿಸಿದನೆಂದೋ ಅಥವಾ ಇನ್ನೇನೋ ಆರೋಪ. ಹಾಗೆ ಮಾಡುವುದು ಸಹಜವಾಗಿ ಕಾನೂನಿಗೆ ವಿರುದ್ಧ. ಆದರೆ ಯೂನಿಯನಿನವರೇನೋ ಇವನನ್ನು ಜಾಮೀನಿನಲ್ಲಿ ಬಿಡಿಸಲು ಬರುತ್ತಿದ್ದರು. ಅಥವಾ ಒಳ್ಳೆಯ ಸ್ವಭಾವದ ನ್ಯಾಯಾಧೀಶರಿದ್ದರೆ ಜುಲ್ಮಾನೆ ವಿಧಿಸದೆ ಇವನನ್ನು ಬಿಟ್ಟುಬಿಡುತ್ತಿದ್ದರು. ಈ ಇಬ್ಬರು ಪ್ರಯಾಣಿಕರೂ ಹಣ ಕೊಡುವವರಂತೆ ಕಾಣಲಿಲ್ಲ. ಅವರು ಹೇಳಿದರು : “ಮುಖ್ಯ ಪೊಲೀಸ್ ಠಾಣೆಗೆ ನಡೆ.” ಆದರೆ ಈ ಬಾರಿ ಆತ ಪೊಲೀಸ್ ಠಾಣೆಗೆ ಹೋದಾಗ ಅವನನ್ನು ನಡೆಸಿಕೊಂಡದ್ದೇ ಬೇರೆ ರೀತಿಯಲ್ಲಿ.

ಮೊದಲ ಸಲ ಅದನ್ನಾತ ಸಹಿಸಿಕೊಂಡ. ಅವನನ್ನು ಖಾಲಿ ಕೋಣೆಯೊಂದಕ್ಕೆ ಒಯ್ಯಲಾಯಿತು. ಸಿಮೆಂಟ್ ನೆಲ. ರಕ್ತದ ಕಲೆಗಳಿಂದ ತುಂಬಿದ್ದ ಗೋಡೆಗಳು. ಅಲ್ಲಿ ಆತನನ್ನು ಥಳಿಸಿದರು, ಮುಷ್ಟಿಯಿಂದ ಗುದ್ದಿದರು, ಕಾಲಿನಿಂದ ಒದ್ದರು. ಅವನನ್ನು ಹೀನಯಿಸಲು, ಬಯ್ಯಲು ಅವರು ಬಳಸದ ಅವಾಚ್ಯ ಶಬ್ದಗಳೇ ಇರಲಿಲ್ಲ. ಆತನು ಯಾವುದನ್ನೆಲ್ಲ ಪ್ರೀತಿಸಿದ್ದನೋ ಅವನ್ನೆಲ್ಲ ಹೊಲಸುಗೊಳಿಸುವ ಭಾಷೆ. ಅವನ ಪತ್ನಿಯನ್ನು ಇಲ್ಲಿ ಕರೆತಂದು ಅವಳಿಗೂ ಇಂತಹ ಶಿಕ್ಷೆ ನೀಡಲಾಗುವುದೆಂಬ ಬೆದರಿಕೆ ಬೇರೆ. ಇದನ್ನೆಲ್ಲ ಅವನು ಸಹಿಸಬೇಕಾಗಿ ಬಂತು. ಆದರೆ ಅನಂತರ ಆಶ್ಚರ್ಯ. ಆತನನ್ನು ಮೊದಲ ಮೇಜಿನತ್ತ ಕೊಂಡೊಯ್ದರು. ಅಲ್ಲಿದ್ದ ಇನ್ಸ್‌ಪೆಕ್ಟರ್ ಆತನನ್ನು ಹೋಗಬಿಟ್ಟ. ರಾಮೊನ್ ಕಾರ್ ಹತ್ತಿದ. ಹೇಗೋ ಅದನ್ನು ಗ್ಯಾರೇಜಿಗೆ ಕೊಂಡೊಯ್ದ. ಆ ರಾತ್ರಿ ಆತ ಮನೆಗೆ ಹೋಗಲಿಲ್ಲ. ಯಾಕೆಂದರೆ ಆತನ ತುಟಿಗಳು ಹರಿದಿದ್ದವು. ಬಾಯಿಯಿಂದ ರಕ್ತ ಸುರಿಯುತ್ತಿತ್ತು. ಕಾರು ಡಿಕ್ಕಿ

ಹೊಡೆದುದರಿಂದ ಹೀಗಾಯಿತು ಎಂದೇನೋ ಆತ ಮನೆಯಲ್ಲಿ ಹೇಳಬಹುದಿತ್ತು. ಹಾಗೆಯೇ ತಿಳಿಸಬೇಕೆಂದು ಪೊಲೀಸರು ಹೇಳಿಕೊಟ್ಟಿದ್ದರು. ಇಲ್ಲ ಬೇಡ ; ಮನೆಗೆ ಹೋಗಿ ಮಡದಿಗೆ ಬೇರೆ ತೊಂದರೆ ತಂದುಕೊಡುವುದು ಬೇಡ ಎಂದು ಆತ ನಿರ್ಧರಿಸಿದ. ಆ ದಿನಗಳಲ್ಲಿ ಆತನ ಒಳ್ಳೆಯ ಗಿರಾಕಿಗಳೆಲ್ಲರೂ ತಲೆಮರೆಸಿಕೊಂಡಿದ್ದರು. ಅವನ ದಿನದಿನದ ಸಂಪಾದನೆಯೂ ಎರಡು ಪೇಸೊಗಿಂತ ಮೀರುತ್ತಿರಲಿಲ್ಲ. ಗ್ಯಾರೇಜಿನಲ್ಲಿಯೇ ಆ ರಾತ್ರಿ ಆತ ನಿದ್ರಿಸಿದ. ಮರುದಿನ ಮುಂಜಾವದಲ್ಲಿ ಆತ ಮನೆಗೆ ತೆರಳಿದ. ರಾತ್ರಿಯಿಡೀ ಗಿರಾಕಿಯೊಬ್ಬನಿಗಾಗಿ ಟ್ಯಾಕ್ಸಿಯನ್ನು ಓಡಿಸಬೇಕಾಯಿತು. ಅವನಾದರೋ ಬಾಡಿಗೆಯ ಹಣ ಆಮೇಲೆ ಕೊಡುವೆನೆಂದು ಹೇಳಿದ, ಎಂದಾತ ತನ್ನ ಪತ್ನಿಗೆ ತಿಳಿಸಿದ. ಮಗುವೊಂದಕ್ಕೆ ಕಾಹಿಲೆ, ಬಹುಶಃ ಅದಕ್ಕೆ ಹಲ್ಲು ಬರುವ ಕಾಲವಾಗಿರಬೇಕು ಎಂದು ಎಸ್ತೆಲಾ ಹೇಳಿದಳು. ಅವನಿಗಾದರೋ ಭಯ – ಬೇರೇನಾದರೂ ವ್ಯಾಧಿ ಇರಬಹುದೇ ? ಯಾಕೆಂದರೆ ಆ ಹೆಣ್ಣು ಮಗುವಾದರೋ ಸದಾ ಅಳುತಿತ್ತು. ಅಸ್ಥಿಪಂಜರವಾಗಿತ್ತು.

ಅನಂತರದ ದಿನಗಳಲ್ಲಿ ತನ್ನ ಹಳೆಯ ಗಿರಾಕಿಗಳಾರೂ ಅವನಿಗೆ ಕಾಣಸಿಗಲಿಲ್ಲ. ಎಲ್ಲ ಕಡೆಗಳಿಂದಲೂ ತನ್ನ ಮೇಲೆ ಕಣ್ಣಿಡಲಾಗಿದೆ ಎಂಬ ಭಾವನೆ ಆತನಲ್ಲಿ ಮೂಡಿತ್ತು. ಆ ದಿನ ಮತ್ತು ರಾತ್ರೆ ಸಂಚಾರ ನಿಯಮಗಳನ್ನು ಉಲ್ಲಂಘಿಸಿದನೆಂದು ಅವನ ಮೇಲೆ ಎರಡು ಆರೋಪಗಳು ಬಿದ್ದವು. ಮರುದಿನ ಮೂರು ಆರೋಪಗಳು ; ನಾಲ್ಕನೇ ದಿನ ಮತ್ತೆ, ಪೊಲೀಸ್ ಠಾಣೆಗೆ ರವಾನೆ. ಪುನಃ ಹೊಡೆತ, ಈ ಬಾರಿ ಹಿಂದಿನ ಸಲಕ್ಕಿಂತಲೂ ಭೀಕರ. ಅನಂತರ ಅವನನ್ನು ಮನೆಗೆ ಹೋಗಲು ಬಿಡಲಾಯಿತು. ಆದರೆ ಅವನ ಮೇಲೆ ಕಣ್ಣಿಟ್ಟು ಅವನನ್ನು ಸರಿದಾರಿಗೆ ತರಲು ಅವನಿಗೆ ಪರಿಚಯವಿದ್ದ ಇನ್ನೊಬ್ಬ ಟ್ಯಾಕ್ಸಿ ಚಾಲಕನನ್ನು ಪೊಲೀಸರು ನೇಮಿಸಿದರು. ಆತನಾದರೋ ನಂಬಲರ್ಹನಾದ ವ್ಯಕ್ತಿಯಾಗಿರಲಿಲ್ಲ. ರಾತ್ರಿ ವೇಳೆಯಲ್ಲಿ ಕೆಲಸ ಮಾಡುತ್ತಿದ್ದ. ಅವನು ಹೋಟೆಲ್‌ಗಳ ಇದಿರಿನಿಂದಲೋ ನೃತ್ಯಮಂದಿರಗಳ ಬಳಿಯಿಂದಲೋ ಗಿರಾಕಿಗಳನ್ನು ಒಯ್ಯುತ್ತಿದ್ದ. ಇಲ್ಲವೇ ಟ್ಯಾಕ್ಸಿಸ್ಟಾಂಡ್‌ನಲ್ಲಿ ಕಾಯುತ್ತಿದ್ದ. ಆತ ಬಹಳ ನಯವಾದ ರೀತಿಯಲ್ಲಿ ತನ್ನ ಕೆಲಸವನ್ನು ಆರಂಭಿಸಿದ, ಕ್ರಮೇಣ ರಾಮೊನ್‌ನ ತಲೆಯಲ್ಲಿ ಹೊಸ ಹೊಸ ವಿಷಯಗಳನ್ನು ತುಂಬಿಸಲು ಯತ್ನಿಸಿದ, ರಾಜಕಾರಣಿಗಳು ತಮ್ಮ ಸ್ವಂತ ವಿಚಾರವನ್ನು ಮಾತ್ರ ನೋಡುತ್ತಾರೆ, ಬೇರೆಯವರ ಗೊಡವೆ ಅವರಿಗಿಲ್ಲ, ಎಂದಾತ ರಾಮೊನ್‌ಗೆ ತಿಳಿಸತೊಡಗಿದ. ಅನಂತರ ಕೆಲವು ಕಥೆಗಳನ್ನು ಹೇಳಿದ. ಆಗ ರಾಮೊನ್‌ಗೆ ತಾನು ವಾಸಿಸುತ್ತಿದ್ದ ಆ ಚಿಕ್ಕ ಕೋಣೆಯಲ್ಲಿ ಹೆಚ್ಚು ಹೆಚ್ಚು ಮಂಕು ಕವಿದಂತೆ ಕಾಣಿಸತೊಡಗಿತು. ತನ್ನ ಕುಟುಂಬ ಹೆಚ್ಚು ಬಡಕಲಾಗಿಯೂ ಕರುಣಾಜನಕವಾಗಿಯೂ ಕಂಡಿತು. ಈ ಪ್ರಲೋಭನೆಗೆ ಮಣಿಯುವ ಮುನ್ನ ಆತ ತನ್ನೊಳಗೆ ಚಡಪಡಿಸಿದ. ಆದರೆ ಆ ಮತ್ತೊಬ್ಬ ಟ್ಯಾಕ್ಸಿ ಚಾಲಕನ ವಾದಸರಣಿ ಮನಮುಟ್ಟುವಂತಿತ್ತು. ಎಷ್ಟಾದರೂ ಇದೆಲ್ಲ ಒಬ್ಬ ರಾಜಕಾರಣಿಯ ವಿರುದ್ಧ ಇನ್ನೊಬ್ಬ ರಾಜಕಾರಣಿ ಹೋರಾಡುವ ಪ್ರಸಂಗ ಎಂದಾತ ಹೇಳುತ್ತಿದ್ದ. ಅವನಿಗೆ ಕೊಡಲು "ಅವರೊಂದಿಗೆ" ಸಾಕಷ್ಟು ಹಣವಿರಲಿಲ್ಲವೆ ? ಅವರೆಲ್ಲ ಒಂದೇ ತರಹೆ ಜನರು. ಮೊದಲು ಒಳ್ಳೆಯವರಂತೆ ವರ್ತಿಸಿ, ಕೊನೆಗೆ ಮಾತ್ರ ಜಗತ್ತಿನಲ್ಲಿ ಮೇಲೆ ಬರಲು ತನಗೆ ಸಹಾಯ ಸಹಕಾರ ನೀಡಿದವರನ್ನೆಲ್ಲ ಮರೆಯುವ ಜಾತಿಯವರು ಎಂದಾತ ಉಪದೇಶಿಸಿದ. ಇಲ್ಲ, ತನ್ನ ಪಕ್ಷವನ್ನು ಬದಲಿಸಿಕೊಳ್ಳದೆ ಹೋದರೆ ರಾಮೊನ್ ಒಬ್ಬ ಮೂರ್ಖನಂತಾಗುತ್ತಾನೆ. ಖಂಡಿತವಾಗಿಯೂ

ರಾಮೊನ್ ತನ್ನ ಖಾಯಂ ಗಿರಾಕಿಗಳನ್ನು ಒಯ್ಯಬಹುದು. ಆದರೆ ಸಂಗತಿ ಇಷ್ಟೇ ; ಅವನು ಕೆಲವು ಆದೇಶಗಳನ್ನು ಅನುಸರಿಸಬೇಕು, ಕೆಲವೊಂದು ಸುಳಿವು ನೀಡಬೇಕು.

ರಾಮೊನ್ ಮಾಡಬೇಕಾಗಿದ್ದದ್ದು ಅಷ್ಟು ಮಾತ್ರ. ಅವನೊಂದು ಇಕ್ಕಟ್ಟಿನ ಪರಿಸ್ಥಿತಿಯಲ್ಲಿದ್ದ. ಆದ್ದರಿಂದ ಅದಕ್ಕೆ ಒಪ್ಪಿಕೊಂಡ. ಇದಕ್ಕೆ ಪ್ರತಿಯಾಗಿ ಅವರು ಅವನ ಹಿಂದಿನ ಅಪರಾಧಗಳನ್ನು ದಾಖಲೆಯಿಂದ ಅಳಿಸಿಹಾಕಲಿದ್ದರು. ಅವನಿಗೆ ನೆರವನ್ನು ನೀಡಲಿದ್ದರು. ಮಕ್ಕಳ ಆರೋಗ್ಯವನ್ನು ಸುಧಾರಿಸಲು ಪ್ರಯತ್ನಿಸುತ್ತಿದ್ದ ಎಸ್ತೆಲಾ ತನ್ನದೇ ಆದ ಒಂದು ಪುಟ್ಟ ಮನೆಯಲ್ಲಿ ವಾಸಿಸುವ ಕನಸನ್ನು ಕಾಣಲಾರಂಭಿಸಿದ್ದು ಆಗಲೇ. ಹಾಗೆಯೇ ತನ್ನದೇ ಆದ ಒಂದು ಟ್ಯಾಕ್ಸಿಯನ್ನು ಓಡಿಸುವ ಕನಸನ್ನು ಅವನು ಕಾಣಲಾರಂಭಿಸಿದ್ದುದೂ ಆಗಲೇ. ಮಕ್ಕಳಿಗೆ ಶುದ್ಧ ಗಾಳಿ ಬೇಕು, ಪುಷ್ಟಿದಾಯಕ ಆಹಾರ ಬೇಕು ಎಂದು ಡಾಕ್ಟರುಗಳು ಹೇಳುತ್ತಿದ್ದರು. ಅದೇನೂ ಹೊಸತಲ್ಲ ಯಾವಾಗಲೂ ಕೇಳುತ್ತಿದ್ದ ಹಳೆಯ ಕಥೆ. ಎಲ್ಲ ದುಡಿಮೆಗಾರರ ಮಕ್ಕಳಿಗೂ ಶುದ್ಧಗಾಳಿ, ಪುಷ್ಟಿದಾಯಕ ಆಹಾರದ ಅವಶ್ಯಕತೆಯಿದೆ. ಪ್ರಾಯಶಃ ಅವನ ಮಕ್ಕಳಿಗೆ ಅದು ದೊರಕೀತೋ ಏನೋ ? ಎಷ್ಟೆಂದರೂ ರಾಮೊನ್ ಒಬ್ಬ ಮನುಷ್ಯ ಜೀವಿ ತಾನೆ ? ಅವನು ಇತರ ಕೆಲವು ಜನರ ಹಾಗೆ ಇರಲಿಲ್ಲ. ಅವನ ನಾಡಿಗಳಲ್ಲಿ ಬಿಸಿ ರಕ್ತವಿತ್ತು. ಹೀಗಾಗಿ ಆತ ತನ್ನ ಕುಟುಂಬಕ್ಕೆ ಬೇಕಾಗಿ, ಹಾಗೂ ತನ್ನ ಸ್ವಂತಕ್ಕಾಗಿ ಬಗ್ಗಿದ. ಒಂದು ವೇಳೆ ಅವನು ಬಾಗದೆ ಹೋಗಿದ್ದರೆ ? ಆಗಾಗ ಬಂಧನಕ್ಕೊಳಗಾಗುತ್ತ, ಠಾಣೆಯಲ್ಲಿ ಏಟು ತಿನ್ನುತ್ತ ಇರಬೇಕಿತ್ತೆ ? ಎಸ್ತೆಲಾ ಮತ್ತು ಮಕ್ಕಳನ್ನು ಸಾಯಲು ಬಿಡಬೇಕಾಗಿತ್ತೆ ? ಹೀಗೆ ತನ್ನ ಕೃತ್ಯ ಯುಕ್ತಿಯುಕ್ತವಾದದ್ದೆಂದು ಆತ ತನ್ನೊಳಗೇ ವಾದಿಸತೊಡಗಿದ. ಯಾಕೆಂದರೆ ತಾನು ಮಾಡುವುದು ಸರಿಯಾದುದಲ್ಲ ಎಂದು ಆತನಿಗೆ ತಿಳಿದಿತ್ತು. ಹೀಗಾಗಿ ಹೊಸ ಹಾದಿಯಲ್ಲಿ ಹೋಗಲು ತನ್ನ ಸಂಕಲ್ಪಶಕ್ತಿಯನ್ನೆಲ್ಲ ಆತ ಉಪಯೋಗಿಸಬೇಕಾಗಿತ್ತು. ತನ್ನ ಮನಸ್ಸಿನಲ್ಲಿದ್ದ ಗುರುಗಳನ್ನೆಲ್ಲ ಸ್ಮರಿಸುತ್ತ ಅವನು ತನ್ನನ್ನು ತಾನೇ ಸಮಾಧಾನಪಡಿಸಿಕೊಂಡ. ಬಹುಶಃ ಅವನು ತಪ್ಪು ಮಾಡಿದ್ದ, ಆದರೆ ಅವನ ಉದ್ದೇಶ ಸರಿ. ಹೀಗೆ ಮಾಡಲು ಆತ ನಿರಾಕರಿಸಬೇಕಿತ್ತೆ ? ತನ್ನ ನಾಶಕ್ಕೆ ತಾನೇ ಅವಕಾಶ ನೀಡಬೇಕಾಗಿತ್ತೆ ?

ಆದರೆ ಅಂದಿನಿಂದ ಅವನಿಗೆ ಒಂದು ಕ್ಷಣವೂ ಶಾಂತಿಯಿರಲಿಲ್ಲ. ತನ್ನ ತೂಕವನ್ನಾತ ಕಳೆದುಕೊಂಡ, ಧೈರ್ಯಹೀನನಾದ, ವಿಷಣ್ಣನಾದ. ತನ್ನೊಳಗೆ ಕುದಿಯುತ್ತಿದ್ದ ಯಾತನೆಯ ನಾಟಕವನ್ನು ತನ್ನ ಮಡದಿಯಿಂದ ಮುಚ್ಚಿಡಲು ಆತ ಮಹಾ ಪ್ರಯತ್ನವನ್ನೇ ಮಾಡಬೇಕಾಗಿತ್ತು. ತಾನು ಸುಳಿವು ನೀಡಿದವರಲ್ಲಿ ಕೆಲವರು ಸೆರೆಮನೆಯಲ್ಲಿದ್ದಾರೆ, ಅವರಲ್ಲೊಬ್ಬ ಕೊಲೆಗೂ ಈಡಾಗಿರಬೇಕೆಂಬುದು ಅವನಿಗೆ ತಿಳಿದಿತ್ತು. ಇದನ್ನೆಲ್ಲ ಯೋಚಿಸತೊಡಗಿದಾಗ ಅವನು ಪಟ್ಟುಕೊಳ್ಳುತ್ತಿದ್ದ ಸಮಾಧಾನವೊಂದೇ : 'ಇತರರಿಗಿಂತಲೂ ತಾನು ಬಡವ. ಬೇರೆಯವರಿಗೆ ಕನಿಷ್ಠ ಪಕ್ಷ ಸಂಬಂಧಿಕರಿದ್ದಾರೆ, ಇಷ್ಟಮಿತ್ರರಿದ್ದಾರೆ. ಅಂತಹವರಾದರೂ ಅವರಿಗೆ ನೆರವು ನೀಡಬಹುದು. ಕಷ್ಟಕಾಲದಲ್ಲಿ ಅವರನ್ನು ಬಿಟ್ಟು ಹಾಕಲಾರರು. ಆದರೆ ತನಗೆ ಯಾರಿದ್ದಾರೆ ? ಸಹಾಯ ಹಸ್ತ ನೀಡುವವರು ಯಾರೂ ಇಲ್ಲ. ತನ್ನ ತಲೆಗೆ ತನ್ನದೇ ಕೈ. ಮನೆಗೆ ದಿನಕ್ಕೆ ಮೂರು ಪೇಸೋಗಳನ್ನಾದರೂ ಕೊಂಡೊಯ್ಯದಿದ್ದರೆ ಸಂಸಾರ ಉಪವಾಸ ಬೀಳಬೇಕು. ಗ್ಯಾರೇಜಿನವರಿಗೆ ದಿನದ ಬಾಡಿಗೆ ಕೊಡದೆ ಹೋದರೆ ಮರುದಿನ ಕಾರು ಸಿಗಲಾರದು. ಕಾಹಿಲೆ ಕಾಸರಿಕೆ ಬಂದರೆ ಆಸ್ಪತ್ರೆ ಸೇರುವುದೇ ಕಷ್ಟ. ಹೀಗಿರುವುದರಿಂದ ತನ್ನ ಹಿತ ಕಾಯ್ದುಕೊಳ್ಳುವುದರಲ್ಲಿ ತಪ್ಪಿಲ್ಲ. ಇದು ಮಾನವಸಹಜ ಪ್ರವೃತ್ತಿ. ಬೇರೆಯವರಿಗೆ

ಏನಾದರೇನಂತೆ ?' ತನ್ನ ಆತ್ಮಸಾಕ್ಷಿಯನ್ನು ಸಂತೃಪ್ತಿಪಡಿಸಿಕೊಳ್ಳಲು ಈ ಎಲ್ಲ ತರ್ಕಗಳನ್ನೂ ಆತ ಪುನರ್ಜಪಿಸುತ್ತಿದ್ದ ; ಆದರೆ ಅಂತರಾಳದಲ್ಲಿ ತನ್ನನ್ನು ತಾನೇ ಶಪಿಸಿಕೊಳ್ಳುತ್ತಿದ್ದ. ಅದೇ ಮಾನಸಿಕ ಹಿಂಸೆಯಾಗಿ ಅವನನ್ನು ಬೆಂಬತ್ತಿ ಬರುತ್ತಿತ್ತು. ದಿನಕಳೆದಂತೆ ಅವನ ಅಂತಃಶಕ್ತಿ ಕುಸಿಯುತ್ತಾ ಬರುತ್ತಿತ್ತು. ಇಂದಲ್ಲ ನಾಳೆ ಥಟ್ಟನೆ ಏನಾದರೂ ಸಂಭವಿಸಬಹುದೆಂದು ಅವನ ಹೃದಯ ಹೇಳುತ್ತಿತ್ತು. ವಾತಾವರಣವಾದರೋ ಹೆಚ್ಚೆಚ್ಚು ದುರ್ಬಲವಾಗುತ್ತಿತ್ತು. ದುಸ್ಸಹಗೊಳ್ಳುತ್ತಿತ್ತು. ಆತನ ಉತ್ತಮ ಗಿರಾಕಿಗಳು ಕಣ್ಮರೆಯಾಗಿದ್ದರು. ಉಳಿದವರು ಕೂಡ ತನ್ನ ಮೇಲೆ ಸಂದೇಹ ತಾಳಲಾರಂಭಿಸಿದ್ದಾರೆ ಎಂಬ ಗುಮಾನಿ ಅವನಲ್ಲಿ ಮೂಡಿತ್ತು. ತನ್ನ ಮೇಲೆ ದಾಳಿ ನಡೆಯಬಹುದು ಎಂಬ ಭಯವೂ ಅವನಲ್ಲಿ ಉಂಟಾಗಿತ್ತು. ಈ ಹೋರಾಟದಲ್ಲಿ ಈಗ ತಾನೂ ಭಾಗಿಯಾಗಿರುವೆನೆಂಬ ಭಾವನೆಯಿಂದಾಗಿ ಆತ ಶಸ್ತ್ರಸಜ್ಜಿತನಾಗಿಯೇ ಚಲಿಸತೊಡಗಿದ. ತನ್ನ 'ಕೋಲ್ಟ' ಪಿಸ್ತೂಲನ್ನು ಸದಾ ಕೈಗೆಟಕುವಷ್ಟು ಹತ್ತಿರದಲ್ಲಿ ಇಟ್ಟುಕೊಳ್ಳುತ್ತಿದ್ದ. ಆದರ ಸ್ಪರ್ಶ ಅವನ ಮನಸ್ಸನ್ನು ಸಮಾಧಾನಗೊಳಿಸಲು ಸಹಾಯಕವಾಗುತ್ತಿತ್ತು.

ತನ್ನನ್ನು ಈ ಪರಿಸ್ಥಿತಿಗೆ ತಂದಿಟ್ಟವರೆಲ್ಲರೂ ತನ್ನ ಕೈಬಿಟ್ಟಿದ್ದಾರೆಂಬ ಮನವರಿಕೆ ಕೊನೆಗೆ ಅವನಿಗಾಗುತ್ತಾ ಬಂತು. ಆ ಇನ್ನೊಬ್ಬ ಡ್ರೈವರ್ ಮತ್ತು ಆ ಇಬ್ಬರು ಮೂವರು ಸಾದಾ ಉಡುಪಿನ ಪೋಲೀಸರು ಅವನಿಗೆ ಕೈಕೊಟ್ಟಿದ್ದರು. ಅವರಿಗೆ ತಮ್ಮನ್ನೇ ಕಾಪಾಡುವ ಕೆಲಸ ಬೇಕಾದಷ್ಟಿತ್ತು. ಅಷ್ಟೇ ಅಲ್ಲ, ಅವರ ಮಟ್ಟಿಗೆ ಈತನಿಂದ ಈಗ ಏನೂ ಉಪಯೋಗ ವಿರಲಿಲ್ಲ. ಕ್ರಾಂತಿಕಾರಿಗಳೆಲ್ಲರೂ ಇವನನ್ನು ದೂರಮಾಡಿದ್ದರು. ಲಕ್ವ ಹೊಡೆದಂತಾಯಿತು. ಅವನಿಗೆ ಮಾಡುವುದೇನು ? ಮುಂದೆ ಹೋಗುವಂತೆಯೂ ಇಲ್ಲ. ಹಿಂದೆ ಬರುವಂತೆಯೂ ಇಲ್ಲ. ಹೀಗೆ ಪ್ರಕ್ಷುಬ್ಧತೆಯಲ್ಲಿ ಕೆಲವು ತಿಂಗಳುಗಳನ್ನಾತ ಕಳೆದ. ಇನ್ನು ಹೆಚ್ಚುಕಾಲ ಇದನ್ನು ಸಹಿಸಲು ತನ್ನಿಂದ ಸಾಧ್ಯವಾಗದು ಎಂದು ಅವನಿಗೆ ತೋರಿತು. ಆದುದರಿಂದ, ಬರಲಿದ್ದ ಬಿರುಗಾಳಿ ಒಟ್ಟೈಸಿ ಹಬ್ಬತೊಡಗಿದುದನ್ನು ಕಂಡಾಗ ಅವನಿಗೆ ಬಿಡುಗಡೆಯ ಅನುಭವ ವಾಯಿತು. "ಆದಷ್ಟು ಬೇಗ ಅದು ಬಂದು ಹೋಗಲಿ," ಎಂದಾತ ಹೇಳಿಕೊಂಡ. ಅದಕ್ಕಾಗಿ ಕಾದು ಕುಳಿತ.

ಆದರೆ ಬದಲಾದ ಪರಿಸ್ಥಿತಿಯಿಂದಾಗಿ ಉಂಟಾಗಿದ್ದ ಈ ನೆಮ್ಮದಿಯ ಭಾವನೆ ಶೀಘ್ರದಲ್ಲೇ ಮಾಯವಾಗಿ, ಹೊಸ ರೀತಿಯ ಒಂದು ಗಾಬರಿ ಅವನಲ್ಲಿ ತಲೆದೋರಿತು. ತನ್ನನ್ನಾರೋ ಸುತ್ತುವರಿದಿದ್ದಾರೆ, ಅಡ್ಡಗಟ್ಟಿ ಬೇರ್ಪಡಿಸಿದ್ದಾರೆ, ದಿಗ್ಬಂಧಿಸಿದ್ದಾರೆ ಕೂಡ, ಎಂಬ ಭಾವನೆ ಅವನ ಮನಸ್ಸಿನಲ್ಲಿ ಮೂಡತೊಡಗಿತು. ಯಾವುದೋ ಅನಿರ್ದಿಷ್ಟ ವೇಳೆಗಳಲ್ಲಿ, ಅನಿರ್ದಿಷ್ಟ ತಾಣಗಳಲ್ಲಿ ಕೆಲವು ಅಜ್ಞಾತ ಕಣ್ಣುಗಳು ತನ್ನನ್ನು ಹುಡುಕುತ್ತಿವೆ ಎಂಬುದು ಅವನಿಗೆ ಖಚಿತವಾಗಿತ್ತು. ಬಹುಶಃ ಮುಂದಕ್ಕೆ ಬರಬಹುದಾದ ಇದಕ್ಕಿಂತಲೂ ಅನುಕೂಲಕರ ಪರಿಸ್ಥಿತಿಗಳನ್ನು ಅವು ನಿರೀಕ್ಷಿಸುತ್ತಿದ್ದಿರಬಹುದು. ಹಾಗಾದಲ್ಲಿ ಅವನನ್ನು ಪ್ರಥಮ ಬಾರಿಗೆ ಕೇಂದ್ರ ಪೋಲೀಸ್ ಕಚೇರಿಗೆ ಒಯ್ದಾಗಿನ ಪರಿಸ್ಥಿತಿಯೇ ಈಗಲೂ ಅವನಿಗೆ ಬಂದೊದಗಲಿತ್ತು – ಆದರೆ ಅದಕ್ಕಿಂತ ತೀರಾ ವಿರುದ್ಧವಾದ ದಿಸೆಯಿಂದ ಅಲ್ಲದೆ ಈ ಬಾರಿ ಅದು ಹೆಚ್ಚು ಹಿಂಸಾತ್ಮಕವೂ ನಿರ್ಣಾಯಕವೂ ಆದ ರೂಪ ತಳೆಯಬಹುದು ಎಂದು ಆತ ಚಿಂತಿಸಲಾರಂಭಿಸಿದ. ಅದೇ ಕೊನೆಯಾಗಬಹುದು ಅಷ್ಟೇ. ಅವರು ತನ್ನನ್ನು ಪತ್ತೆ ಹಚ್ಚಿದ್ದರೆ – ಪತ್ತೆಹಚ್ಚಿಯೇ ಬಿಟ್ಟಿದ್ದರೆಂದು ಅವನಿಗೆ ತೋರುತ್ತಿತ್ತು ಮತ್ತು ಈ ಹೊಸಬರು

ಗೆದ್ದರೆ – ಅವರು ಗೆಲ್ಲುತ್ತಿದ್ದಾರೆ ಎಂಬುದವನಿಗೆ ಸ್ಪಷ್ಟವಾಗಿತ್ತು – ಆಗ ಮಾತ್ರ ಬೇರೆ ಹಾದಿಯೇ ಇರಲಿಲ್ಲ. ಈ ಸಂದರ್ಭದಲ್ಲಿ ಅವನು ಮಾಡಬಹುದಾಗಿದ್ದ ಕೆಲಸ ಒಂದೇ – ತೆಪ್ಪಗೆ ತಲೆಮರೆಸಿಕೊಂಡು ಸಮಯ ಕಾಯುವುದು ; ಅಥವಾ ಅನಿರೀಕ್ಷಿತವಾಗಿ ಅವರ ಮೇಲೆ ಎರಗಿ ತನ್ನನ್ನು ರಕ್ಷಣೆ ಮಾಡಿಕೊಳ್ಳುವುದು.

ಈ ಉಭಯ ಪರಿಹಾರಗಳೂ ಸೂಕ್ತವಾಗಿರಲಿಲ್ಲ. ಆದುದರಿಂದ, ಹೋಗಬೇಕೆಂದು ನಿರ್ಧರಿಸಲು ಯತ್ನಿಸುತ್ತಿದ್ದ ಅವನು, ಇವೆರಡಲ್ಲದೆ ಮೂರನೇ ಸಾಧ್ಯತೆಯೊಂದು ಇರಲಾರದೇ ಎಂದು ಯೋಚಿಸತೊಡಗಿದ, ಆತನಿಗೆ ಕಲ್ಪನಾ ಶಕ್ತಿ ಇತ್ತು. ಆದರೆ ತನ್ನ ಮನಸ್ಸಿನಲ್ಲಿ ಮೂಡಿಬಂದ ವಿವಿಧ ಕಲ್ಪನೆಗಳಲ್ಲಿ ಅವನಿಗೆ ನಂಬಿಕೆ ಬರಲಿಲ್ಲ. ಹೀಗಿದ್ದರೂ ಒಂದಲ್ಲ ಒಂದು ರೀತಿಯಲ್ಲಿ ಆತ ನಿರ್ಧಾರ ಮಾಡಬೇಕಾಗಿತ್ತು. ಎಸ್ತೆಲಾಳಿಗೆ ಅವರೇನೂ ಮಾಡಲಾರರು ; ಇದರಲ್ಲಿ ಅವಳದೇನೂ ತಪ್ಪಿರಲಿಲ್ಲ, ಹೆಚ್ಚೆಂದರೆ ಇಂದಿನದಕ್ಕಿಂತಲೂ ದಾರುಣ ಬಡತನವನ್ನು ಆಕೆ ಇದಿರಿಸಬೇಕಾಗಬಹುದು. ಮಕ್ಕಳೂ ಸಾಯಬಹುದು. ಆಕೆ ಕೂಡ...ಆದರೆ ತಾನು ತನ್ನನ್ನು ಕಾಪಾಡಿಕೊಂಡರೆ ? ಒಂದಲ್ಲ ಒಂದು ದಿನ ಆಕೆಯ ಬಳಿ ತೆರಳಲು ಸಾಧ್ಯ. ಆದರೆ ತನ್ನನ್ನು ಉಳಿಸಿಕೊಳ್ಳುವುದು ಸಾಧ್ಯವೆ ?

ಸಾಧ್ಯವೆಂದು ಆತ ಯೋಚಿಸಿದ ; ಕಾರ್ ಸ್ಟಾರ್ಟ್ ಮಾಡಿದ ; ಅದನ್ನು ನಿಧಾನವಾಗಿ ಓಡಿಸಿದ. ಆದರೆ ತಾನು ನೆಟ್ಟಗೆ ಎಲ್ಲಿ ಹೋಗುತ್ತಿದ್ದೇನೆಂಬ ಪರಿವೆ ಅವನಿಗಿರಲಿಲ್ಲ. ಕಾರನ್ನು ಗ್ಯಾರೇಜಿಗೆ ಒಯ್ದು ಹಿಂದಕ್ಕೊಪ್ಪಿಸಬೇಕು, ಹಾದಿ ನಡೆದುಕೊಂಡೋ ಇನ್ನಾವ ರೀತಿಯಲ್ಲೋ ತನ್ನ ಹಳ್ಳಿಯನ್ನು ತಲಪಬೇಕು ಎಂಬ ಯೋಚನೆ ಅವನಿಗೆ ಹೊಳೆಯಿತು. ನುಎವಿತಸ್‌ನಲ್ಲಿ ತನ್ನನ್ನು ಗುರುತಿಸಬಲ್ಲ, ಇಲ್ಲವಾದರೆ ತನ್ನ ತಂದೆಯನ್ನಾದರೂ ತಿಳಿದು ಬಲ್ಲ ಜನರಿನ್ನೂ ಇದ್ದರು. ಅವರು ತನಗೆ ಸಹಾಯ ನೀಡಬಹುದು. ತನ್ನನ್ನು ಅಡಗಿಸಿಡಬಹುದು, ತಾನು ಕಾದು ಕುಳಿತುಕೊಳ್ಳಲು ಸಹಕಾರ ಕೊಡಬಹುದು ಎಂದು ಅವನು ಭಾವಿಸಿದ. ಆದರೆ ಥಟ್ಟನೆ ಇನ್ನೊಂದು ಯೋಚನೆಯೂ ಆತನಿಗೆ ಹೊಳೆಯಿತು ; ನಾಡಿನಲ್ಲಿ ಒಂದು ಸಾರ್ವತ್ರಿಕ ಬಂಡಾಯವೇಳುವುದು ಖಂಡಿತ. ಇಂಥ ಸನ್ನಿವೇಶದಲ್ಲಿ ಅಂತಹ ಒಂದು ಸಣ್ಣ ನಗರದಲ್ಲಿ ತಾನು ಕಾಣಿಸಿಕೊಂಡರೆ ಎಲ್ಲರ ಲಕ್ಷ್ಯವೂ ತನ್ನ ಮೇಲೆ ಬೀಳುವುದು. ಎಲ್ಲರ ಗಮನವೂ ತನ್ನೆಡೆ ಹರಿಯುವುದು. ಅಲ್ಲದೆ ಆ ನಗರವೇನು ಅಂತಹ ಕ್ರಾಂತಿಕಾರಿ ಸ್ವಭಾವದ್ದಾಗಿರಲಿಲ್ಲ. ಅಲ್ಲಿ ಅವನಿಗೆ ಹೆಚ್ಚು ಮಿತ್ರರೂ ಇರಲಿಲ್ಲ. ಇದ್ದವರೂ ಕೂಡ ಅವನಷ್ಟೇ ಬಡವರು. ಆದರೆ ಇಲ್ಲಿ ಹವಾನದಲ್ಲಿ ಹಾಗಲ್ಲ ; ಬೇಕಷ್ಟು ಜನ, ಬೇಕಷ್ಟು ಮನೆಗಳು, ಈ ಗ್ಯಾರೇಜ್ ಅಲ್ಲದಿದ್ದರೆ ಆತ ಇನ್ನೊಂದು ಗ್ಯಾರೇಜಿಗೆ ಹೋಗಬಹುದು. ಇನ್ನು ತನ್ನ ಮನೆಯನ್ನು ಬದಲಿಸಲು ಸಾಧ್ಯವಾಗುವಂತಿದ್ದರೆ ! ಆ ಖಾಲಿ ಜಾಗದ ಇದಿರಿನಲ್ಲಿದ್ದ ಮನೆಗಳ ಸಾಲಿನ ಮುಂದೆ ಆತ ಚಲಿಸುತ್ತಿದ್ದಾಗ ಅವನ ತಲೆಗೆ ಹೊಳೆದಿದ್ದ ವಿಚಾರ ಅದು. ಆದರೆ ಆಗ ಬಳಲಿ ಬೆಂಡಾಗಿದ್ದ ಅವನು ಕಾರು ಪೂರ್ತಿ ನಿಲ್ಲುವ ಮೊದಲೇ ನಿದ್ರಾವಶನಾಗಿದ್ದ.

ಈಗ, ಆಗಸ್ಟ್ ತಿಂಗಳ ಈ ಮುಂಜಾನೆಯಂದು ಅವನು ಎಚ್ಚರಗೊಂಡಿದ್ದ. ಬಂಡಾಯದ ಜ್ವಾಲಾಮುಖಿ ಆಗಲೇ ಸಿಡಿಯತೊಡಗಿತ್ತು. ಇಲ್ಲಿ ಇನ್ನೇನೂ ಮಾಡುವಂತಿಲ್ಲ ಎಂದು ರಾಮೋನ್ ಅರಿತುಕೊಂಡ.

ಖಾಲಿಯಾಗಿ ಕಾಣುತ್ತಿದ್ದ ಮನೆಯೊಂದರ ಕಡೆಗೆ ಸೊಂಟಪಟ್ಟಿಯಲ್ಲಿ ಪಿಸ್ತೂಲುಗಳನ್ನು ನೇತುಹಾಕಿದ್ದ ಇಬ್ಬರು ವ್ಯಕ್ತಿಗಳು ಹೋಗುತ್ತಿದ್ದರು. ಅದೇ ವೇಳೆ ಅದರ ಮಹಡಿಯ

ಮೇಲಿದ್ದ ಇನ್ನೊಬ್ಬ ಬಾಗಿಲಿಲ್ಲದ ಅಲ್ಲಿನ ಕಿಟಕಿಯೊಂದರ ಬಳಿ ಕಾಣಿಸಿಕೊಂಡ. ಮಹಡಿಯ ಕೆಳಗಿದ್ದವರು ಅವನೆಡೆ ಸನ್ನೆ ಮಾಡಿದರು. ಆತ ಕೆಳಗೆ ಧಾವಿಸಿ ಬಂದ. ಅವನೂ ಶಸ್ತ್ರಧಾರಿಯಾಗಿದ್ದ. ರಾಮೊನ್ ಕಾರ್‌ನಿಂದ ಕೆಳಗಿಳಿದ. ಅವನು ಕಾರ್‌ನ ಬಾನೆಟ್‌ನ ಅಡಿಯಲ್ಲಿ ತನ್ನ ತಲೆಯನ್ನು ಹುದುಗಿಸಿ ಎಂಜಿನ್ನನ್ನು ದುರಸ್ತಿ ಮಾಡುತ್ತಿರುವವನಂತೆ ನಟಿಸಿದ. ಅವರಾರ ಪರಿಚಯವೂ ಅವನಿಗಿರಲಿಲ್ಲ. ಆದರೆ ಅವರಿಗೆ ಆತನನ್ನು ಗುರುತಿರುವ ಸಾಧ್ಯತೆ ಇತ್ತು. ಏನೇ ಇದ್ದರೂ ಆ ಮೂವರೂ ಬೀದಿಯಲ್ಲಿ ಬಿರಬಿರನೆ ಮುಂದೆ ನಡೆದರು. ಅವರ ಮುಖಗಳಲ್ಲಿ ತೃಪ್ತಿಯ ಭಾವ ಕಾಣುತ್ತಿತ್ತು. ಸಾಮಾನ್ಯ ಪರಿಸ್ಥಿತಿಯಲ್ಲಾಗಿದ್ದರೆ ಈ ರೀತಿ ವರ್ತಿಸಲು ಅವರಿಗೆಂದೂ ಧೈರ್ಯ ಬರುತ್ತಿರಲಿಲ್ಲ. ಆದರೆ ರಾಮೊನ್‌ಗೆ ಖಚಿತವೆನಿಸಿತ್ತು, – ಅವರು ಕ್ರಾಂತಿಕಾರಿಗಳು, ಯಾರನ್ನೋ ಬೆನ್ನಟ್ಟಿ ಹೋಗುತ್ತಿದ್ದಾರೆ ಎಂದು. ಅವರೇನೂ ಅವನಂತಹ ಕಾರ್ಮಿಕರಾಗಿರಲಿಲ್ಲ. ಅವರ ಮೈಮೇಲೆ ಈಗ ಕೋಟುಗಳಿರದಿದ್ದರೂ ಅವರು ಒಳ್ಳೆಯ ಪೋಷಾಕನ್ನು ತೊಟ್ಟಿದ್ದರು, ಚೆನ್ನಾಗಿ ಉಂಡು ತಿಂದವರಂತೆ ಕಾಣಿಸುತ್ತಿದ್ದರು. ಇದು ಅವರ ಹೋರಾಟ. ಉನ್ನತ ಮಟ್ಟದ ಜನಗಳ ನಡುವಣ ಹೋರಾಟ. ಒಮ್ಮೆ ಒಂದು ಪಕ್ಷ, ಇನ್ನೊಮ್ಮೆ ಇನ್ನೊಂದು ಪಕ್ಷ, ತನ್ನನ್ನು ಯಾಕೆ ಅದಕ್ಕೆ ಸೆಳೆಯಬೇಕಿತ್ತು? ಆದರೂ ಹಾಗೆ ನಡೆದುಹೋಗಿತ್ತು ಮತ್ತು ಅದರಿಂದುಂಟಾದ ಪರಿಸ್ಥಿತಿಯಿಂದ ಹೊರಬರಲು ಈಗ ಅವನಿಗೆ ದಾರಿಯಿರಲಿಲ್ಲ. ಮೊದಲಿಗೆ ಹಳೆಯ ಕೂಟ, ಆತನ ನಿರ್ನಾಮಕ್ಕೆ ಯತ್ನಿಸಿತ್ತು. ಈಗ ಹೊಸ ಕೂಟ ಅವನನ್ನು ಮುಗಿಸಲು ನೋಡುತ್ತಿತ್ತು. ಹೀಗಿತ್ತು ಸಂಗತಿ.

ಸರಿ, ಅದು ಹಾಗಿದ್ದಿರಬಹುದು. ಆದರೂ ಅವನಲ್ಲಿ ಒಂದು ಆಶಾತಂತು ಇನ್ನೂ ಉಳಿದಿತ್ತು. ಅದೇಕೆಂದು ಮಾತ್ರ ಆತನಿಗೆ ತಿಳಿದಿರಲಿಲ್ಲ. ಏನೇ ಆಗಲಿ. ಸದ್ಯಕ್ಕೆ ಟ್ಯಾಕ್ಸಿಯನ್ನು ತಾನು ಬಿಟ್ಟುಕೊಡಲಾರೆ, ಅದನ್ನು ಗ್ಯಾರೇಜಿನಲ್ಲೂ ಇಡಲಾರೆ ಎಂದು ಆತ ನಿರ್ಧರಿಸಿದ. ಎಂಟು ಗ್ಯಾಲನ್ ಪೆಟ್ರೋಲ್ ಕೊಳ್ಳುವಷ್ಟು ಹಣ ಅವನ ಕೈಯಲ್ಲಿತ್ತು. ನಗರದಿಂದ ಹೊರ ಹೋಗುವ ಅಡ್ಡ ರಸ್ತೆಗಳನ್ನು ಶೋಧಿಸಬೇಕೆಂದು ಆತ ಮೊದಲು ಯೋಚಿಸಿದ. ಆದರೆ ಆತ ಹೆದ್ದಾರಿಗೆ ಬಂದಾಗ ಕಂಡುದೇನು? ಅಗುಆದುಲ್‌ಸೆ ಎಂಬಲ್ಲಿ ಕಾವಲು ಇತ್ತು. ಆತ ಕೂಡಲೆ ಮೊದಲ ತಿರುವಿನಲ್ಲಿ ಸುತ್ತಿ ಕಾರನ್ನು ಮತ್ತೆ ನಗರಕ್ಕೆ ಹಿಂತಿರುಗಿಸಿದ.

ಅಲ್ಲಾದರೋ ಎಲ್ಲೆಲ್ಲೂ ಉದ್ವೇಗ, ಕೋಲಾಹಲ, ಇಡಿಯ ನಗರವೇ ಮುಷ್ಕರ ಹೂಡಿತ್ತು. ಬೀದಿಗಳಲ್ಲಂತೂ ಅಸಾಧ್ಯ ಜನಸಂದಣಿ. ಕಾರುಗಳಲ್ಲಿ ನಾಗರಿಕರೂ ಸೈನಿಕರೂ ತುಂಬಿದ್ದರು. ಅವರು ಕೂಗುತ್ತಿದ್ದರು. ಜಯಘೋಷ ಮಾಡುತ್ತಿದ್ದರು. ಜಿಗಿದಾಡುತ್ತಿದ್ದರು, ಪಿಸ್ತೂಲುಗಳನ್ನು ಝಳಪಿಸುತ್ತಿದ್ದರು. ತನ್ನ ಟ್ಯಾಕ್ಸಿ ಬೇರೆಯವರಿಂದ ಕಾದಿರಿಸಲ್ಪಟ್ಟಿದೆ ಎಂದು ಸೂಚಿಸಲು ಅದರ ಮೀಟರ್‌ನ ಬಾವುಟವನ್ನು ರಾಮೊನ್ ಕೆಳಗಿಳಿಸಿದ. ಆದರೆ ಪ್ರಯೋಜನವಿರಲಿಲ್ಲ. ಸಾನ್ ಜೊಆಕಿನ್‌ನಲ್ಲಿ ಒಂದು ಮನೆಯಿಂದ ಗೌರವಾನ್ವಿತರಂತೆ ಕಾಣುತ್ತಿದ್ದ ನಾಲ್ಕು ಮಂದಿ ಕಾರ್‌ನತ್ತ ಧಾವಿಸಿ ಬಂದು ಕುಳಿತರು. ತಮ್ಮನ್ನು ಕೆರ್‍ರೋಗೆ ಒಯ್ಯುವಂತೆ ಆತನಿಗೆ ಆಜ್ಞಾಪಿಸಿದರು. ತೇಜಿಸ್‌ನಲ್ಲಿ ಒಂದು ಗುಂಪಿನಿಂದ ತಪ್ಪಿಸಿ ಹೊರಬರಲು ಒಬ್ಬ ಒದ್ದಾಡುತ್ತಿದ್ದ. ಅವನನ್ನು ಬಿಟ್ಟುಕೊಡಲು ಆ ಜನರು ಸಿದ್ಧರಿರಲಿಲ್ಲ. ಸುತ್ತ ನಿಂತಿದ್ದ ಸ್ತ್ರೀ ಪುರುಷರ ಗುಂಪಾದರೋ ಅವರನ್ನು ಹುರಿದುಂಬಿಸುತ್ತಿತ್ತು. ಇದರ ಪ್ರಯೋಜನ ಪಡೆದು ಜನಸಂದಣಿಯ ಮಧ್ಯೆ ಹಾದಿ ಮಾಡಿಕೊಂಡು ಮುಂದೆ ಹೋಗಲು ಯತ್ನಿಸಿದ ರಾಮೊನ್.

ಯಾರೋ ಕಾರಿನತ್ತ ದೃಷ್ಟಿ ಹರಿಸಿದರು. ಜನರ ಗುಂಪೊಂದು ಅವನನ್ನು ಹಿಂಬಾಲಿಸಿತು; ಕಾರ್‌ನ ಬಳಿ ಬಂದಂತೆಯೇ ಗುಂಡುಹಾರಿಸತೊಡಗಿತು. ಒಂದು ಗುಂಡು ಹಿಂದಿನ ಕಿಂಡಿಯಿಂದ ಬಂದು ಎದುರು ಗಾಜಿನಿಂದ ಹೊರಹೋಯಿತು. ರಾಮೊನ್ ಕಾರ್ ನಿಲ್ಲಿಸಿದ. ಪ್ರಯಾಣಿಕರು ಕಾರ್‌ನಿಂದ ಹೊರ ಹಾರಿದರು. ಒಳ ಓಣಿಗಳ ಮೂಲಕ, ಬದುಕಿದರೆ ಬೇಡಿ ತಿಂದೇವು ಎಂಬಂತೆ ಓಡತೊಡಗಿದರು. ಹಲವಾರು ಯುವಕರು ಅವರ ಬೆನ್ನಟ್ಟಿದರು. ಅವರ ಪೈಕಿ ಹೆಚ್ಚು ಕಡಿಮೆ ಮಕ್ಕಳೆನ್ನಬಹುದಾದವರು ಕೂಡ ಇದ್ದರು. ಒಬ್ಬನಿಗಂತೂ ಹೆಚ್ಚೆಂದರೆ ಹದಿನೈದು ವರುಷ ಪ್ರಾಯವಿರಬಹುದು. ಆದರೆ ದೊಡ್ಡ ದೊಡ್ಡ ಪಿಸ್ತೂಲುಗಳಿಂದ ಅವರು ಗುಂಡು ಹಾರಿಸುತ್ತಿದ್ದರು. ರಾಮೊನ್ ತನ್ನ ಕಾರನ್ನು ರಸ್ತೆಯ ಅಂಚಿಗೆ ತಂದಿಟ್ಟ. 'ಸರಿ ಇವರು ಇನ್ನು ನನ್ನನ್ನು ಬೇಟೆಯಾಡ್ತಾರೆ' ಎಂದಾತ ಯೋಚಿಸಿದ. ಆದರೆ ಅವನ ಕಡೆಗೆ ಯಾರ ಗಮನವೂ ಬಿದ್ದಂತಿರಲಿಲ್ಲ. ದಾರಿಯ ಪಕ್ಕದಲ್ಲಿ ನಿಂತಿದ್ದವರಲ್ಲಿ ಕೆಲವರು ಭಾವೋದ್ರೇಕದಿಂದ ಅವನ ಬಳಿ ಬಂದರು. ಆ ಪ್ರಯಾಣಿಕರು ಎಲ್ಲಿ ಕಾರು ಹತ್ತಿದರು ಎಂದು ಅವನೊಡನೆ ಕೇಳಿದರು. ರಾಮೊನ್ ಸತ್ಯವನ್ನೇ ಹೇಳಿದ. ಅದನ್ನು ಕೇಳುತ್ತಲೇ ಅವರು ಸಾನ್ ಜೊಆಕಿನ್ ರಸ್ತೆಯತ್ತ ಓಡಿದರು. ಆ ಪ್ರಯಾಣಿಕರು ಹೊರಬಂದ ಮನೆಯ ಅಂಕೆಯನ್ನು ಕೂಡ ರಾಮೊನ್ ಅವರಿಗೆ ನೀಡಿದ. ಅವರು ಆ ಮನೆಯಲ್ಲಿ ವಾಸಿಸುತ್ತಿದ್ದರೋ ಇಲ್ಲವೋ ಯಾರಿಗೆ ಗೊತ್ತು? ಬಹುಶಃ ಹಿಂದಿನ ರಾತ್ರೆ ಆ ಮನೆಯೊಳಗಿನ ಯಾವುದೋ ಒಂದು ಸೋಪಾನಪಂಕ್ತಿಯಲ್ಲಿ ಅವರು ಅಡಗಿ ಕುಳಿತಿರಬೇಕು. ಆ ಮನೆಯಲ್ಲಿ ವಾಸಿಸುತ್ತಿದ್ದವರಿಗೆ ಈಗ ಏನಾಗಬಹುದೆಂದು ಯಾರು ಹೇಳಬಲ್ಲರು? ಎಲ್ಲರ ಕೈಗಳಲ್ಲೂ ಶಸ್ತ್ರಗಳು. ಎಲ್ಲರೂ ಯಾರತ್ತ ಗುಂಡು ಹಾರಿಸಬೇಕೆಂದು ಯೋಚಿರುವವರೇ.

ರಾಮೊನ್ ಮತ್ತೊಮ್ಮೆ ಕಾರನ್ನು ಸ್ಟಾರ್ಟ್‌ಮಾಡಿದ; ಅದನ್ನು ಹಿಂದಿನ ಸ್ಥಳಕ್ಕೆ ತಂದಿಟ್ಟ. ಹೆಚ್ಚು ಕಡಿಮೆ ಗಡುಸಾದ ಧ್ವನಿಯಲ್ಲಿ ತನ್ನಷ್ಟಕ್ಕೇ ಹೇಳಿಕೊಂಡ: 'ನಾನು ಅವರ ಮಧ್ಯದಲ್ಲೇ ಸೇರಿಕೊಂಡು ಮರೆಯಾಗಿಬಿಡ್ತೇನೆ. ಹಾಗಾದರೆ ನಾನೂ ತಮ್ಮವರಲ್ಲೊಬ್ಬ ಎಂದು ಅವರು ಭಾವಿಸ್ಬಹುದು. ಆಗ ಅವರಿಗೆ ನನ್ನ ಜಾಡು ತಪ್ಪಲೂಬಹುದು.' ಎಷ್ಟಾದರೂ ಅವನು ಒಮ್ಮೆ ಅವರಲ್ಲೊಬ್ಬನಾಗಿದ್ದ. ಆದರೆ ತನ್ನ ಸ್ಥೈರ್ಯವನ್ನು ಕಾಪಾಡಿಕೊಳ್ಳುವುದು ಸಾಧ್ಯವೆ ಎಂಬ ಸಂದೇಹ ಅವನಲ್ಲಿ ಮೂಡಿತು. ಕನ್ನಡಿಯಲ್ಲೊಮ್ಮೆ ಆತ ತನ್ನನ್ನು ನೋಡಿಕೊಂಡ, ಮುಖ ಕಳೆಗುಂದಿತ್ತು. ಮುಖಕ್ಷೌರ ಮಾಡದೆ ತಲೆತಪ್ಪಿಸಿಕೊಂಡವನಂತೆ ಅವನು ಕಾಣುತ್ತಿದ್ದ. ಇಂತಹ ಸನ್ನಿವೇಶದಲ್ಲಿ ಸಂದೇಹ ಹುಟ್ಟಿಸಲು ತನ್ನ ಮುಖವೇ ಸಾಕು ಎಂದು ಆತ ಭಾವಿಸಿದ್ದ. ಆದರೆ ಕುಅತ್ರೊಕಾಮಿನೊಸ್‌ಅನ್ನು ದಾಟಿ ಹೋಗುವಾಗ, ಕೈಗಳಲ್ಲಿ ಪಿಸ್ತೂಲು ಹಿಡಿದುಕೊಂಡು ಓಡುತ್ತಿದ್ದ ಇನ್ನೊಂದು ಗುಂಪು ಅವನಿಗೆ ಕಾಣಿಸಿತು; ಅವರಲ್ಲಿ ಕೆಲವರು ಅವನಷ್ಟೇ ಮಲಿನರಾಗಿದ್ದು, ಅವರ ಮುಖಗಳಲ್ಲೂ ಗಡ್ಡ ಬೆಳೆದಿತ್ತು. ಅವರು ಇತ್ತೀಚೆಗಿನ ತಿಂಗಳುಗಳಲ್ಲಿ ಒಂದೋ ಅಡಗಿ ಕುಳಿತುಕೊಂಡವರಾಗಿದ್ದಿರಬೇಕು ಇಲ್ಲವೇ ಸೆರೆಮನೆಯಿಂದ ಬಿಡುಗಡೆಯಾಗಿ ಬಂದವರಾಗಿದ್ದಿರಬೇಕು, ಎಂಬುದರಲ್ಲಿ ಸಂಶಯವಿರಲಿಲ್ಲ. ತಾನು ಕೂಡಾ ಅದೇ ರೀತಿ ಕಾಣುತ್ತಿರಬಹುದು; ಹೇಗಿದ್ದರೂ ಉರುಳಿಹೋದ ಸರಕಾರದ ಕೈಗೊಂಬೆ ತಾನಾಗಿದ್ದೆನೆಂದು ಯಾರೂ ಭಾವಿಸಲಾರರು ಎಂದು ಯೋಚಿಸುತ್ತ ಅವನು ಮುಂದೆ ಸಾಗಿದ. ಇನ್ನೂ ಕೆಲವು ವಠಾರಗಳ ದೂರದಲ್ಲಿ ಏಕಾಕಿಯೊಬ್ಬನನ್ನು ಜನರ ಗುಂಪೊಂದು

ಬೆನ್ನಟ್ಟಿ ಹೋಗುತ್ತಿತ್ತು. ತಲೆಕೆಟ್ಟವನಂತೆ ಆ ವ್ಯಕ್ತಿ ವಕ್ರವಕ್ರವಾಗಿ ಓಡುತ್ತಿದ್ದ. ತನ್ನ ಬೆನ್ನು ಹತ್ತಿದವರ ಕಡೆಗೆ ಆತ ಕೈತುಂಬ ಹಣದ ನೋಟುಗಳನ್ನು ಎಸೆಯುತ್ತಿದ್ದ. ಆದರೆ ಅವನ್ನು ಎತ್ತಿಕೊಳ್ಳಲು ಅವರು ಯಾರೂ ತವಕಪಡುತ್ತಿರಲಿಲ್ಲ. ಅವನ್ನು ತುಳಿದುಕೊಂಡೇ ಅವರು ಅವನನ್ನು ಹಿಂಬಾಲಿಸುತ್ತಿದ್ದರು. ಮುಂದೆ ಹೋದಂತೆ ಗುಂಡು ಹಾರಿಸುತ್ತಿದ್ದರು. ಮುಂದೇನಾಗಬಹುದೆಂದು ನೋಡಲು ರಾಮೊನ್ ಕಾದು ಕುಳಿತ. ಆ ವ್ಯಕ್ತಿ ಈಗಾಗಲೇ ಗಾಯಗೊಂಡಿದ್ದ. ರಕ್ತದ ಗುರುತು ಅವನು ಹೋಗುತ್ತಿದ್ದ ದಾರಿಯಲ್ಲಿ ತೋರಿಬರುತ್ತಿತ್ತು. ಕೊನೆಗೆ ಮುಖಕೆಳಗಾಗಿ ಆತ ಮುಗ್ಗರಿಸಿ ಬಿದ್ದ. ಅವನು ಬಿದ್ದುದಕ್ಕಿಂತ ಕೆಲವೇ ಹೆಜ್ಜೆಗಳ ದೂರದಲ್ಲಿ ರಾಮೊನನ ಕಾರು ನಿಂತಿದ್ದುದು, ಅವನು ಬಿದ್ದುದನ್ನು ಕಂಡೊಡನೆ ಅವನ ಬೆನ್ನಟ್ಟಿ ಬರುತ್ತಿದ್ದವರಲ್ಲೊಬ್ಬ ರಾಮೊನ್‌ನ ಬಳಿಗೆ ಬಂದ. ಅವನ ಕೈಯಲ್ಲಿ ಪಿಸ್ತೂಲಿತ್ತು. ಅದನ್ನು ಝುಳಪಿಸುತ್ತಾ ಒಂದು ಡಬ್ಬ ಪೆಟ್ರೋಲ್ ನೀಡುವಂತೆ ರಾಮೊನ್‌ಗೆ ಆತ ಆಜ್ಞಾಪಿಸಿದ. ರಾಮೊನ್ ವಿಧೇಯನಾಗಿ ಹಾಗೆಯೇ ಮಾಡಿದ. ಕಾರಿನ ಟ್ಯಾಂಕಿಗೆ ಟ್ಯೂಬೊಂದನ್ನು ಇರಿಸಿ ಪೆಟ್ರೋಲನ್ನು ಎಳೆದ. ಉಳಿದವರು ಆ ಡಬ್ಬವನ್ನು ಎತ್ತಿಕೊಂಡರು. ಗಾಯಗೊಂಡವನ ಮೇಲೆ ಆ ಪೆಟ್ರೋಲನ್ನು ಸಿಂಪಡಿಸಿದರು. ಆತನಾದರೋ ಇನ್ನೂ ನೋವಿನಿಂದ ಚಡಪಡಿಸುತ್ತಿದ್ದ. ಮೂರನೆಯವನೊಬ್ಬ ಅವನಿಗೆ ಬೆಂಕಿಹಚ್ಚಿದ. ರಾಮೊನ್ ಆ ದೃಶ್ಯಕ್ಕೆ ಬೆನ್ನು ತಿರುಗಿಸಿ ನಿಂತ.

ರಸ್ತೆ ತುಂಬಾ ನಾಗರಿಕರು, ಸೈನಿಕರು. ರಾಮೊನ್ ತನ್ನ ಕಾರನ್ನು ಪುನಃ ಸ್ಟಾರ್ಟ್ ಮಾಡಿದ. ಕೆಲವು ಗಜ ಮುಂದಕ್ಕೆ ಶಸ್ತ್ರಧಾರಿಗಳಾದ ಕೆಲವು ಯುವಕರು ಕಾರನ್ನೇರಿ ಕುಳಿತರು. ಯಾವುದೇ ತೋರಿಕೆಯ ಗುರಿಯೊಂದೂ ಅವರಿಗಿದ್ದಂತಿರಲಿಲ್ಲ. ಆದರೂ ರಾಮೊನ್ ತಮ್ಮನ್ನು ಗಂಟೆಗಟ್ಟಲೆ ಕಾರ್‌ನಲ್ಲಿ ಸುತ್ತಾಡಿಸುವಂತೆ ಮಾಡಿದರು. ಕೆಲವು ವೇಳೆ ಅವರು ಕಾರಿನಿಂದ ಇಳಿಯುತ್ತಿದ್ದರು. ಯಾವುದೋ ಒಂದು ಮನೆಯೊಳಗೆ ಬಲಾತ್ಕಾರದಿಂದ ಪ್ರವೇಶಿಸುತ್ತಿದ್ದರು ಮತ್ತೆ ವಾಪಸು ಬರುತ್ತಿದ್ದರು. ಹೀಗೆ ಮುಂದೆ ಹೋಗುತ್ತಿದ್ದಂತೆಯೇ ತಾನು ಕಾರು ಪಡೆದಿದ್ದ ಗ್ಯಾರೇಜನ್ನು ರಾಮೊನ್ ಕಂಡ. ಅದರೊಳಗೆ ಈಗಾಗಲೇ ಯಾರೋ ಬಲಾತ್ಕಾರದಿಂದ ನುಗ್ಗಿ ಹಿಂತೆರಳಿದ್ದರೆಂದು ಅದನ್ನು ನೋಡುವಾಗ ಗೊತ್ತಾಗುತ್ತಿತ್ತು. ಕಾರ್‌ನ ತುಂಬ ಸಶಸ್ತ್ರ ಯುವಕರಿದ್ದುದನ್ನು ಕಂಡ ಅಲ್ಲಿನ ಅನುಚರ ಇವರು ಹೇಳಿದಂತೆ ಮಾಡಿದ. ಅವನಿಗೆ ಹಣ ಕೊಡುವ ಗೋಜಿಗೆ ರಾಮೊನ್ ಹೋಗಲಿಲ್ಲ. ಕಾರನ್ನು ಮುಂದೆ ನಡೆಸಿದ. ಒಂದು ತಾಸಿನ ಅನಂತರ ಒಂದು ಉಪಾಹಾರಗೃಹದ ಇದಿರು ಕಾರನ್ನು ನಿಲ್ಲಿಸುವಂತೆ ಪ್ರಯಾಣಿಕರು ಹೇಳಿದರು. ಅವನನ್ನು ಕೂಡ ಉಪಾಹಾರಕ್ಕೆ ಅವರು ಕರೆದರು.

ಮಧ್ಯಾಹ್ನ ಕಳೆದಿತ್ತು. ಆ ಅಪರಿಚಿತರೊಡನೆ ರಾಮೊನ್ ಮೇಜಿನ ಬಳಿ ಕುಳಿತ. ಆದರೆ ತನ್ನೊಡನೆ ಅವರು ಒಂದೇ ಒಂದು ಪ್ರಶ್ನೆ ಕೇಳುವ ಗೋಜಿಗೆ ಹೋಗದಿದ್ದುದು ರಾಮೊನ್‌ನಲ್ಲಿ ಆಶ್ಚರ್ಯವನ್ನು ಕೆರಳಿಸಿತು. ಪ್ರಾಯಶಃ ಇವನನ್ನೂ ತಮ್ಮವರಲ್ಲಿ ಒಬ್ಬ; ಸಾಮಾನ್ಯ ಟ್ಯಾಕ್ಸಿ ಡ್ರೈವರನಾಗಿದ್ದ ಅವನು ಹಾಗಲ್ಲದೆ ಬೇರೇನೂ ಆಗಿರುವಂತಿಲ್ಲ ಎಂದು ಅವರು ಭಾವಿಸಿರಬೇಕು. ಅವರು ಉಪಾಹಾರ ಸೇವಿಸುತ್ತಿದ್ದಂತೆ ರಹಸ್ಯಗರ್ಭಿತವಾಗಿ ಆವೇಶದಿಂದ ಮಾತನಾಡುತ್ತಿದ್ದರು. ಅವಸರವಸರವಾಗಿ ಅವರುಂಡರು, ಬೀದಿಯ ಬಳಿಗೆ ಬಂದರು. ಬಹುಶಃ ಇವನನ್ನು ಅವರು ಮರೆತೇಬಿಟ್ಟಿರಬೇಕು. ಯಾಕೆಂದರೆ ಈತನ ಕಾರನ್ನು ಹತ್ತಿ ಕುಳಿತುಕೊಳ್ಳುವ ಬದಲು ಅವರು ರಸ್ತೆಗುಂಟ ಇಳಿದು ಒಂದು ಗುಂಪಿನಲ್ಲಿ ಸೇರಿ

ಅದೃಶ್ಯರಾದರು. ಆ ಗುಂಪಾದರೋ ಬೇರೆ ಪ್ರದೇಶಗಳಲ್ಲಿ ಕಂಡುಬಾರದಷ್ಟು ದೊಡ್ಡ ಗುಂಪಾಗಿತ್ತು. ಅವರು ಇದ್ದದ್ದು ನಗರದ ಕೇಂದ್ರದಲ್ಲಿ. ರಾಮೊನ್ ಕಾರ್ ಹತ್ತಿದ. ಸ್ವಲ್ಪ ಸಮಯ ಕಾದ. ಮುಂದೆ ತಾನೇನು ಮಾಡಬೇಕೆಂಬುದೇ ಅವನಿಗೆ ತೋರದಾಯಿತು. ಅವನಿಗೆ ಎಷ್ಟು ಆಯಾಸವಾಗಿತ್ತೆಂದರೆ, ಆತ ಊಟ ಮಾಡದೆ ಬಹಳ ಹೊತ್ತಾಗಿದ್ದರೂ ಕೂಡ, ಅವನ ಹೊಟ್ಟೆಗೆ ಈಗ ಆಹಾರ ಬೇಕೆಂದು ಕಾಣುತ್ತಿರಲಿಲ್ಲ. ಆದರೆ ಅವನ ಕಳವಳ ಈ ದಣಿವಿಗಿಂತಲೂ ಹೆಚ್ಚಾಗಿತ್ತು. ತಾನೆಂದೂ ಸೇರದಿದ್ದ ಒಂದು ಜಗತ್ತಿನಲ್ಲಿ ತಾನಿದ್ದೇನೆ, ಬಹುಶಃ ಈ ಜಗತ್ತಿನಲ್ಲಿ ತನಗೆ ಸ್ಥಾನವೇ ಇರಲಾರದು ಎಂಬ ಪೂರ್ಣ ತಿಳಿವಳಿಕೆ ಅವನಿಗುಂಟಾಯಿತು. ಈಗ ಯಾರೊಡನೆ ಸೇರಿಕೊಂಡರೂ ಅವನಿಗೆ ಪ್ರಯೋಜನ ವಾಗುವಂತಿರಲಿಲ್ಲ. ಯಾರಾದರೂ ಇಬ್ಬರು ವ್ಯಕ್ತಿಗಳು ಒಟ್ಟಾಗಿ ಒಂದು ಕೊಲೆ ಮಾಡಿದರೂ, ಆ ವ್ಯಕ್ತಿಗಳು ಹಿಂದೆ ಮಿತ್ರರಾಗಿರದಿದ್ದ ಪಕ್ಷದಲ್ಲಿ ಅವರಲ್ಲಿ ಒಬ್ಬನಿಗೆ ಇನ್ನೊಬ್ಬನನ್ನು ಅನಂತರ ಗುರುತಿಸಲು ಸಹ ಈ ಪರಿಸ್ಥಿತಿಯಲ್ಲಿ ಸಾಧ್ಯವಾಗುವಂತಿರಲಿಲ್ಲ. ಈಗಾಗಲೇ ಅವನ ಟ್ಯಾಕ್ಸಿಯಲ್ಲಿ ಸವಾರಿ ಮಾಡಿದ ತರುಣರಿಗೆ ಇನ್ನು ಕೆಲವೇ ತಾಸುಗಳಲ್ಲಿ ಆತನ ಗುರುತು ಸಿಗುವ ಸಂಭವವಿರಲಿಲ್ಲ. ಎಲ್ಲರ ದೃಷ್ಟಿಯೂ ಒಂದೋ ಬಹಳ ಮೇಲೆ ಅಥವಾ ಕೆಳಗೆ ನೆಟ್ಟರುವಂತೆ ಕಾಣುತ್ತಿತ್ತು. ನೇರವಾಗಿ ಯಾರೂ ದಿಟ್ಟಿಸುತ್ತಿರಲಿಲ್ಲ. ಇದರಲ್ಲೂ ಒಂದು ಪ್ರಯೋಜನವಿರಬಹುದೆಂದು ರಾಮೊನ್ ಭಾವಿಸಿದ. ಯಾಕೆಂದರೆ ಜನರಲ್ಲಿ ಅಪೂರ್ವವೂ ಆವೇಶಪೂರ್ಣವೂ ಆದ ಒಂದು ರೀತಿಯ ತೃಪ್ತಿಯ ಮನೋಭಾವ ತುಂಬಿ ತುಳುಕುತ್ತಿದ್ದಂತಿತ್ತು. ಹೀಗಾಗಿ ತನ್ನ ಮೇಲೆ ನಿಕಟವಾಗಿ ಕಣ್ಣಿಡಲು ಅವರಿಗೆ ಸಾಧ್ಯವಾಗದೆಂದು ರಾಮೊನ್ ಯೋಚಿಸಿದ.

ಈ ಹಗಲುಕನಸಿನಿಂದ ರಾಮೊನ್ ಎಚ್ಚರಗೊಂಡಾಗ ಇದಿರಿನ ಕಾಲ್ದಾರಿಯಿಂದ ತನ್ನನ್ನು ಓರ್ವ ವ್ಯಕ್ತಿ ಒಂದೇ ಸವನೆ ದಿಟ್ಟಿಸುತ್ತಿದ್ದುದನ್ನು ಆತ ಕಂಡ, ಆ ನೋಟದಲ್ಲಿ ತೀಕ್ಷ್ಣತೆ ಇತ್ತು. ತತ್ಪರತೆ ಇತ್ತು. ಅದರ ಅರ್ಥವೇನಿರಬಹುದು? ಆತನಿಗೆ ತಿಳಿಯಲಿಲ್ಲ. ಆದರೆ ಇದರ ಹಿನ್ನೆಲೆಯಲ್ಲಿ ಏನೋ ಇರಬೇಕು ಎಂದು ಆತ ಭಾವಿಸಿದ. ಇದರಿಂದಾಗಿ ತನ್ನಲ್ಲಿ ಮೂಡಿದ್ದ ಮನೋದೌರ್ಬಲ್ಯವನ್ನು ಅಡಗಿಸಿಡಲು ಅವನು ಪ್ರಯತ್ನಿಸಿದ. ತನ್ನಿಂದ ಸಾಧ್ಯವಾದಷ್ಟು ಶಾಂತ ರೀತಿಯಲ್ಲಿ, ಸ್ವಾಭಾವಿಕವೆಂಬಂತೆ ಅವನು ಕಾರಿನಿಂದ ಹೊರಬಂದ; ಎಂಜಿನ್ನಿನ ಒಳಗೆ ಏನನ್ನೋ ಹುಡುಕುತ್ತಿರುವಂತೆ ಆತ ನಟಿಸಿದ. ಅನಂತರ ಕಾರನ್ನು ಹತ್ತಿ ಕಳಿತ, ಪೆಟ್ರೋಲನ್ನು ಹರಿಯಗೊಡದೆಯೇ ಸ್ಟಾರ್ಟರನ್ನು ಕಾಲಿನಿಂದ ಒತ್ತಿದ. ಕಾರು ಎಲ್ಲೋ ಕೆಟ್ಟಿರಬೇಕು ಮತ್ತು ಅದರ ಬಗ್ಗೆ ತಾನು ಚಿಂತಿಸುತ್ತಿರಬೇಕು ಎಂಬ ಭಾವನೆಯನ್ನು ಮೂಡಿಸಲು ಆತ ಯತ್ನಿಸಿದ. ಕಾರು ಜಗ್ಗಿ, ಜಗ್ಗಿ ಮುಂದೆ ಹೋಗಲಾರಂಭಿಸಿತು. ಅವನನ್ನು ದಿಟ್ಟಿಸುತ್ತಿದ್ದ ವ್ಯಕ್ತಿಯಾದರೋ ತನ್ನ ಜೇಬಿನಿಂದ ಕಾಗದದ ತುಂಡೊಂದನ್ನು ತೆಗೆದುಕೊಂಡ. ಆತನ ಕಾರಿನ ನಂಬರನ್ನು ಬರೆದುಕೊಂಡ. ಬಹುಶಃ ರಾಮೊನ್ ಯಾರೆಂದು ಅವನಿಗೆ ಖಚಿತವಾಗಿರಲಿಲ್ಲವೋ ಏನೋ? ಒಮ್ಮೊಮ್ಮೆ ಹಾಗಾಗುವುದುಂಟು. ನಮಗೆ ಮೆಚ್ಚಿಗೆಯಾಗದಿದ್ದ ಒಂದು ಮುಖ ನಮ್ಮ ಕಣ್ಣಿಗೆ ಬಿದ್ದಾಗ, ಅದನ್ನು ಹಿಂದೆ ನಾವು ಎಲ್ಲಿ ನೋಡಿದ್ದೆವು ಎಂಬುದು ನಮಗೆ ತಕ್ಷಣ ಹೊಳೆಯುವುದಿಲ್ಲ. ರಾಮೊನ್‌ನ ಮುಖ ನೋಡಿದಾಗ ಆ ವ್ಯಕ್ತಿಗೂ ಅಂಥ ಅನುಭವವಾಗಿದ್ದಿರಬಹುದು. ಇಲ್ಲವಾಗಿದ್ದರೆ ಆಗಲೇ, ಅಲ್ಲಿಯೇ ಆ ವ್ಯಕ್ತಿ ಏನನ್ನಾದರೂ ಮಾಡಬಹುದಿತ್ತು. ಅಂತೂ ತನಗೆ ಗೊತ್ತಿಲ್ಲದ ಯಾರೋ

ಜನರು, ಎಲ್ಲಿಯೋ ಕುಳಿತು ಕಡೇಪಕ್ಷ ತಮ್ಮ ಮನಸ್ಸಿನಲ್ಲಾದರೂ ತನ್ನ ಭವಿಷ್ಯವನ್ನು ನಿರ್ಧರಿಸಿಬಿಟ್ಟಿದ್ದಾರೆ ಎಂಬುದರಲ್ಲಿ ಅವನಿಗೆ ಸಂಶಯವಿರಲಿಲ್ಲ. ಈ ಸುಳಿಗುಂಡಿಯಿಂದ ತಪ್ಪಿಸಿಕೊಳ್ಳುವುದು ಖಂಡಿತಕ್ಕೂ ಅಸಾಧ್ಯವೆಂದು ಅವನಿಗೆ ತೋರಿತು. ಹಾಗೆ ಯೋಚನೆ ಮಾಡುವ ಧೈರ್ಯವೂ ಆತನಿಗೆ ಬರಲಿಲ್ಲ. ಯಾಕೆಂದರೆ, ಅಂತಹ ಯತ್ನವೇ ಸಂದೇಹಕ್ಕೆ ಎಡೆಕೊಡಬಹುದಿತ್ತು. ತನಗೆ ವಿಮೋಚನೆ ದೊರೆಯುವುದಿದ್ದರೆ ಅದು ಸುಳಿಯ ಮಧ್ಯದಲ್ಲಿಯೇ ಸರಿ, ಎಂದುಕೊಂಡ ಅವನು.

ಈ ಬೀದಿಗಳಲ್ಲಿ ಕಾರನ್ನು ಓಡಿಸುವಂತಿರಲಿಲ್ಲ. ಇಡಿಯ ನಗರವೇ ಅಲ್ಲಿಗೆ ಹರಿದಿತ್ತು.

ರಾಮೊನ್ ಕಾರನ್ನು ಅಡ್ಡ ರಸ್ತೆಯೊಂದಕ್ಕೆ ತಿರುಗಿಸಿದ. ಪ್ರಾದೋದ ಮೂಲೆಗೆ ಬಂದಾಗ ಕಾರನ್ನೇ ನಿಲ್ಲಿಸಿದ. ಇಲ್ಲಿ ತಾನು ಯಾರ ಕಣ್ಣಿಗೂ ಬೀಳಲಾರೆ ಎಂದು ಅವನು ಭಾವಿಸಿದ. ಜನ ಬಾಡಿಗೆಗೆ ಬರುವಿಯಾ ಎಂದರೆ ? ಹಾಗಾಗದಂತೆ ಮಾಡಲು ಆತ ಟಯರುಗಳ ಗಾಳಿ ತೆಗೆದ. ಚಕ್ರವನ್ನು ಜಾಕ್ ಮೂಲಕ ಎತ್ತಿನಿಲ್ಲಿಸಿದ. ಅನಂತರ ಉಪಕರಣಗಳ ಪೆಟ್ಟಿಗೆಯನ್ನು ಕೈಗೆತ್ತಿಕೊಂಡು, ಎಂಜಿನ್ನಿನ ಸುತ್ತ ಕೈಹಾಕುವಂತೆ ನಟಿಸಿದ, ಅದರ ಮುಚ್ಚಳವನ್ನು ತೆರೆದ, ಕಾರ್ಬುರೆಟರನ್ನೂ ಒಂದು 'ವಾಲ್ವ'ನ್ನೂ ಬಿಚ್ಚಿದ. ಬಳಿಕ ಉಳಿದ ವಾಲ್ವ್‌ಗಳನ್ನು ಬಿಚ್ಚಿ ಅವನ್ನು ಶುಚಿಮಾಡಲು ಆರಂಭಿಸಿದ. ಅವುಗಳಲ್ಲೆಲ್ಲ ಕರಿ ತುಂಬಿತ್ತು. ಕಾರ್ಬುರೆಟರ್‌ನತ್ತ ಕಣ್ಣು ಹಾಯಿಸಿದಾಗ, ಅದು ಕೊಳಕಾಗಿದ್ದು ಹೆಚ್ಚು ಕಡಿಮೆ ಮುಚ್ಚಿಹೋಗಿತ್ತೆಂಬುದನ್ನು ಅವನು ಕಂಡ. ಹಾಗಿದ್ದುದರಿಂದಲೇ ಕಾರು ಜಗ್ಗಿ, ಜಗ್ಗಿ, ರಟರಟನೆ ಸದ್ದು ಮಾಡುತ್ತ ಚಲಿಸುತ್ತಿದ್ದದ್ದು. ಈಗ ಅದರ ರಿಪೇರಿ ಕೆಲಸ ಅವನ ಅಧೈರ್ಯವನ್ನು ಸ್ವಲ್ಪಮಟ್ಟಿಗೆ ಕಡಿಮೆ ಮಾಡಿತು. ಆತ ಯಾರ ಕಡೆಗೂ ದೃಷ್ಟಿಹಾಯಿಸುವ ಗೊಡವೆಗೆ ಹೋಗಲಿಲ್ಲ. ಕಾರಿನತ್ತನೇ ಅವನ ಲಕ್ಷ್ಯ. ಹೀಗಾಗಿ ಅವನನ್ನು ಕೂಡ ಯಾರೂ ಗಣ್ಯ ಮಾಡಲಿಲ್ಲ. ತನ್ನ ಕೋಟನ್ನು ಆತ ಕಳಚಿದ. ಕಾರ್‌ನ ಟ್ರಂಕ್‌ನಲ್ಲಿ ಒಂದು ಹಳೆಯ ನಿಲುವಂಗಿ ಇದ್ದಿತು. ಬಹುಶಃ ಅದನ್ನು ಉದ್ದೇಶಪೂರ್ವಕವಾಗಿಯೇ ಅಲ್ಲಿ ಇಡಲಾಗಿತ್ತೇನೊ. ಅವನು ಅದನ್ನು ಧರಿಸಿ ಮುಖಕ್ಕೆ ಕೊಂಚ ಜಿಡ್ಡು ಬಳಿದುಕೊಂಡ. ತರುವಾಯ ಕಾರನ್ನು ಏರಿ, ಸ್ಟಾರ್ಟರನ್ನು ಕಾಲಿನಲ್ಲಿ ಒತ್ತುವಾಗಲೇ ನಿಂತು ಕನ್ನಡಿಯಲ್ಲೊಮ್ಮೆ ಮುಖವನ್ನು ನೋಡಿಕೊಂಡ. ತನ್ನನ್ನು ಹತ್ತಿರದಲ್ಲೇ ಪರೀಕ್ಷಿಸಿ ನೋಡದಿದ್ದರೆ ಮತ್ತು ತಾವು ಯಾರನ್ನು ಹುಡುಕುತ್ತಿದ್ದೇವೆಂದು ಅಂಥ ಅನ್ವೇಷಕರಿಗೆ ಖಚಿತವಾಗಿ ಗೊತ್ತಿರದಿದ್ದರೆ, ತನ್ನ ಗುರುತು ಹಿಡಿಯಲು ಯಾರಿಗಾದರೂ ಕಷ್ಟವಾಗಬಹುದು ಎಂದು ಅವನು ಯೋಚಿಸಿದ. ಆದರೆ ಅವನ ಕೆಲವು ಲಕ್ಷಣಗಳನ್ನು ಸುಲಭವಾಗಿ ಯಾರೂ ಮರೆಯುವಂತಿರಲಿಲ್ಲ. ಅವನದು ನಿರಭ್ರ ಬೊಗಸೆ ಕಣ್ಣುಗಳು, ಒತ್ತಾದ ಕಣ್ಣು ರೆಪ್ಪೆಗಳು. ಕೆನ್ನೆಯ ಎಲುಬಿನ ಮೇಲೆ ಗಾಯದ ಒಂದು ಚಿಕ್ಕ ಕಲೆ. ಅವನ ತುಟಿಗಳ ರೇಖಾ–ವಿನ್ಯಾಸ ಕುತೂಹಲಕರವಾಗಿದ್ದು, ಅದರ ಪರಿಣಾಮವಾಗಿ ಆತ ವ್ಯಂಗ್ಯ ವಾಗಿ ಮುಗುಳುನಗುತ್ತಾನೋ ಎಂಬಂತೆ ಕಾಣುತ್ತಿತ್ತು. "ಮೊಲದ ನಗೆ" ಎಂದು ಗ್ಯಾರೇಜಿನಲ್ಲಿ ಅವನನ್ನು ಕರೆಯುತ್ತಿದ್ದರು. ಒಟ್ಟಿನಲ್ಲಿ ಆತನ ಮುಖಲಕ್ಷಣ ನೋಡುವವರ ಮೇಲೆ ಬಲವಾದ ಪ್ರಭಾವವನ್ನು ಮೂಡಿಸುವಂತಿತ್ತು. ಇದೊಂದು ಮಹತ್ವದ ಸಂಗತಿ ಎಂಬುದು ಈ ತನಕ ಆತನ ತಲೆಗೆ ಹೋಗಿರಲಿಲ್ಲ.

ಅವನು ಕಾರ್‌ನಿಂದ ಕೆಳಗಿಳಿದು ಅದನ್ನು ದುರಸ್ತಿ ಮಾಡಲು ಪುನಃ ಆರಂಭಿಸಿದ. ಬ್ಯಾಟರಿಯನ್ನು ಹೊರತೆಗೆದ, ಟರ್ಮಿನಲ್‌ಗಳನ್ನು ಶುಚಿಮಾಡಿದ. ಬಳಿಕ ಅದನ್ನು ಅದರ

ಜಾಗದಲ್ಲೇ ಇಟ್ಟ. ಎಲ್ಲವನ್ನೂ ಪುನರ್ಜೋಡಣೆ ಮಾಡಿ ಸರಿ ಮಾಡುವ ಹೊತ್ತಿಗೆ ಅಪರಾಹ್ನ ಕಳೆದಿತ್ತು. ಹೀಗೆ ಸಂದುಹೋದ ತಾಸುಗಳು ಅಷ್ಟೊಂದು ಅಹಿತಕರವಾಗಿರಲಿಲ್ಲ. ಹೋರಾಟ ಆರಂಭವಾದ ಬಳಿಕ ಇದುವರೆಗೆ ಆತ ಕಳೆದಿದ್ದ ಇತರ ಯಾವ ಗಳಿಗೆ ಗಳಿಗಿಂತಲೂ ಇವು ಹೆಚ್ಚು ಸಹನೀಯವಾಗಿದ್ದವು. ತನ್ನ ಈ ಕೆಲಸ ಅವನ ಮನೋದಾರ್ಢ್ಯ ವನ್ನು ಸ್ತಿಮಿತಕ್ಕೆ ತಂದಿತ್ತು. ಕಾರ್ ಕೂಡ ಹಿಂದಿಗಿಂತ ಚೆನ್ನಾಗಿ ಓಡುತ್ತಿತ್ತು. ಟಯರಿನ ನಾಲ್ಕು ಒಳ ಟ್ಯೂಬ್‌ಗಳನ್ನೂ ರಾಮೊನ್ ಪರೀಕ್ಷಿಸಿದ. ಅವು ಹೆಚ್ಚು ಹೊಸದಾಗಿದ್ದವು. ಕಾರ್‌ನಲ್ಲಿ ಬೇಕಾದಷ್ಟು ಪೆಟ್ರೋಲ್ ಕೂಡಾ ಇತ್ತು. ಕಾರನ್ನು ಸ್ಟಾರ್ಟ್‌ಮಾಡುವ ಮೊದಲು ಮುಂಬಾಗಿಲಿನ ಚೀಲದಲ್ಲಿದ್ದ ಪಿಸ್ತೂಲನ್ನು ಆತ ಹೊರತೆಗೆದು ಅದನ್ನೊಮ್ಮೆ ಪರೀಕ್ಷಿಸಿಕೊಂಡ. ಅದು ಹೊಸ 'ಕೋಲ್ಟ್' ಪಿಸ್ತೂಲ್. ಅದರೊಳಗೆ ಒಂದು ಪೆಟ್ಟಿಗೆ ಗುಂಡುಗಳೂ ಇದ್ದವು. ಪಿಸ್ತೂಲಿನ ಹರೆಯಲ್ಲಿದ್ದ ಗುಂಡುಗಳನ್ನು ಹೊರತೆಗೆದು, ಪಿಸ್ತೂಲ್ ಚೆನ್ನಾಗಿದೆಯೇ ಎಂದು ಪರೀಕ್ಷಿಸಲು ಅದರ ಸನ್ನೆಕೀಲನ್ನು ಆತ ಆರು ಬಾರಿ ಒತ್ತಿ ಕುದುರೆಯನ್ನು ಚಲಾಯಿಸಿದ. ಅವನು ಮತ್ತೆ ಅದನ್ನು ಮುಚ್ಚಿದಾಗ ಇಬ್ಬರು ಮೂವರು ಹುಡುಗರು ತನ್ನತ್ತ ಈರ್ಷ್ಯೆಯಿಂದ ದಿಟ್ಟಿಸುತ್ತಿದ್ದುದನ್ನು ಕಂಡ. ಇಂತಹ ಒಂದು ಪಿಸ್ತೂಲ್‌ಗಾಗಿ ಅವರು ತಮ್ಮ ಕಣ್ಣುಗುಡ್ಡೆಗಳನ್ನೇ ನೀಡುತ್ತಿದ್ದರು. ಅವರ ದೃಷ್ಟಿಯಲ್ಲಿ ಕ್ರಾಂತಿಕಾರಿಗಳು ಜಗತ್ತಿನಲ್ಲೇ ಅತ್ಯಂತ ಅದೃಷ್ಟಶಾಲಿಗಳು. ಅಂತಹವರಲ್ಲಿ ರಾಮೊನ್ ಕೂಡಾ ಒಬ್ಬ ಎಂದವರು ಭಾವಿಸಿದ್ದಿರಬೇಕು.

ಕಾರ್ ಪುನಃ ಸ್ಟಾರ್ಟ್ ಆಯಿತು. ಸ್ವಲ್ಪ ಸಮಯದ ಬಳಿಕ ತನ್ನ ಮನೆಯಿಂದ ಒಂದು ವಠಾರದಷ್ಟು ದೂರದಲ್ಲಿ ಈಗ ತಾನಿದ್ದೇನೆ ಎಂದು ಆತ ಕಂಡುಕೊಂಡ. ಆದರೆ ಇಲ್ಲಿಗೆ ತಾನು ಹೇಗೆ ಬಂದೆ ಎಂಬುದರ ಅರಿವು ಅವನಿಗಿರಲಿಲ್ಲ. ಆತ ಕಾರನ್ನು ನಿಲ್ಲಿಸಿದ. ಮನೆಗೆ ಒಮ್ಮೆ ಹೋಗಬೇಕು, ಮನೆಯವರನ್ನು ಕೊಂಚ ಕಾಣಬೇಕು ಎಂಬ ತಡೆಯಲಾರದ ಪ್ರೇರಣೆಗೆ ಆತ ಒಳಗಾದ. ಆದರೆ ಅಷ್ಟರಲ್ಲೇ ಅಡ್ಡ ರಸ್ತೆಯಿಂದ ದೊಡ್ಡ ಜನ ಸಮೂಹವೊಂದು ಇತ್ತ ಬರುತ್ತಿದ್ದುದನ್ನು ಕಂಡ. ಅವರು ವಿಜಯದ ಸ್ಮಾರಕಗಳನ್ನು ಹಿಡಿದುಕೊಂಡು ಹರ್ಷೋದ್ಗಾರ ಮಾಡುತ್ತಾ ಬೆದರಿಕೆ ಹಾಕುತ್ತಾ ಬರುತ್ತಿದ್ದರು. ಈ ವಿಜಯದ ಸ್ಮಾರಕಗಳಾದರೋ ಯಾವುವು ? ಪರದೆಯ ಚೂರುಗಳು, ದಿಂಬಿನ ಹೊದಿಕೆಗಳು, ಚಿತ್ರಗಳು, ಟೆಲಿಫೋನ್ ರಿಸೀವರ್‌ಗಳು, ಹೂದಾನಿಗಳು...ಅವನ್ನು ಕಾಣಲು ರಾಮೊನ್ ಹೆಚ್ಚುಕಾಲ ನಿಲ್ಲಲಿಲ್ಲ. ಅಲ್ಲಿಂದ ಹತ್ತಿರದ ಕಿರಾಣಿ ಅಂಗಡಿಯತ್ತ ಆತ ಧುಮುಕಿದ. ಜನಜಂಗುಳಿಗೆ ಬೆನ್ನು ಹಾಕಿನಿಂತ. ಜನ ಅಲ್ಲಿಂದ ಮುಂದೆ ಹೋದ ಕೂಡಲೇ ಆತ ತನ್ನ ಕಾರಿನ ಬಾನೆಟ್‌ಅನ್ನು ಮತ್ತೊಮ್ಮೆ ಎತ್ತಿದ ; ಜನಸಮೂಹವನ್ನು ಕಾಣಲು ಬಂದ ಮಕ್ಕಳಲ್ಲಿ ಒಬ್ಬನನ್ನು ಕರೆದು ಹೇಳಿದ :

"ಆ ರಸ್ತೆಯ 12ನೇ ನಂಬರಿನ ಮನೆಗೆ ಹೋಗಿ ಅಲ್ಲಿ ಯಾರಿದ್ರೂ ಸರಿ ಅವರನ್ನು ತಕ್ಷಣ ಇಲ್ಲಿಗೆ ಬರೋ ಹಾಗೆ ಹೇಳ್ತಿಯಾ ಮರಿ ?"

ಹುಡುಗ ಉತ್ಸಾಹಗೊಂಡ. ತನ್ನನ್ನು ಯಾವನಾದರೂ ಗಮನಿಸಿದನಲ್ಲ ಎಂದಾತ ಸಂತಸಪಟ್ಟ. ಎರಡೇ ನಿಮಿಷಗಳಲ್ಲಿ ತನ್ನ ಕೆಲಸ ಮುಗಿಸಿಕೊಂಡು ವಾಪಸು ಬಂದ. ಅವನು ಹೇಳಿದ್ದು ಮಾತ್ರ ಮನೆಯಲ್ಲಿ ಯಾರೂ ಇಲ್ಲ ಎಂದು.

"ಅವರು ಬಾಲ್‌ಬಿನಾಳ ಮನೆಗೆ ಹೋಗಿರ್ಬೇಕು. ಎಸ್ತೆಲಾಳಿಗೆ ಮನವರಿಕೆಯಾಗಿರ್ಬೇಕು" – ಎಂದು ಅವನು ತನಗೆ ತಾನೇ ಅಂದುಕೊಂಡ. ಬೇರೆ ಮಾತುಗಳಲ್ಲಿ ಹೇಳುವುದಾದರೆ,

"ನಾನು ಸತ್ತಂತೆಯೇ ಸರಿ ಎಂದು ಎಸ್ತೆಲಾ ತಿಳಿದಿದ್ದಾಳೆ. ಹೀಗಾಗಿ ಈ ಮಕ್ಕಳನ್ನು ನೋಡಿಕೊಳ್ಳುವುದು ಹೇಗೆ ಎಂದು ಸಲಹೆ ಪಡೆಯಲು ಆಕೆ ಬಾಲ್‌ಬಿನಾಳ ಬಳಿ ಹೋಗಿರ್ಬಹುದು" ಎಂಬುದು ಅವನ ಯೋಚನೆಯಾಗಿತ್ತು.

ಮತ್ತೊಮ್ಮೆ ಗಾಡಿಯನ್ನು ಅವನು ಸ್ಟಾರ್ಟ್ ಮಾಡಿದ. ಗುರಿಯಿಲ್ಲದೆ ಅದೇ ರಸ್ತೆಯಲ್ಲಿ ಅವೆನಿದ ದ ಲಾಸ್ ಮಿಸ್‌ಯೊನಿಸ್‌ನ ತನಕ ಕಾರ್ ಓಡಿಸಿದ, ಅಲ್ಲಿಂದ ಕಾರನ್ನು ಆತ ಸಮುದ್ರದ ತೀರಕ್ಕೆ ತಿರುಗಿಸಿದ. ಆದರೆ ತಕ್ಷಣ ಅದನ್ನು ಹಿಂದಕ್ಕೆ ಹೊರಳಿಸಿದ. ಪಟ್ಟಣದಿಂದ ಇಷ್ಟು ದೂರ ಅಡ್ಡಾಡುವುದಕ್ಕೆ ಆತನಿಗೆ ಭಯವಾಯಿತು. ಯಾವುದಾದರೊಂದು ನಿರ್ಜನ ಸ್ಥಳಕ್ಕೆ ತಲಪಿದೊಡನೆ ತನ್ನ ಮೇಲೆ ಯಾರಾದರೂ ಹಲ್ಲೆ ಮಾಡಬಹುದು ಎಂಬ ಅಂಜಿಕೆ ಅವನಲ್ಲಿ ಮೂಡಿತು. ಅಲ್ಲದೆ ಅಲ್ಲಿ ಏನು ನಡೆಯಿತೆಂದು ಹೇಳುವುದಕ್ಕೆ ಸಾಕ್ಷಿಗಳಿರುವುದಿಲ್ಲ. ಒಂದು ವೇಳೆ ಸಾಕ್ಷಿಗಳು ದೊರೆತರೂ ಏನು ಪ್ರಯೋಜನ ? ಯಾವ ಪ್ರಯೋಜನವೂ ಇಲ್ಲ. ಆದರೂ ನಡೆದ ಘಟನೆಯನ್ನು ಹೇಳಲು ಯಾರೂ ಇಲ್ದೆ ಕೊಲೆಗೀಡಾಗಲು, ಸಾಯಲು, ರಾಮೊನ್‌ಗೆ ಇಷ್ಟವಿರಲಿಲ್ಲ. ಅವರು ತನ್ನ ನೆರವಿಗೆ ಬಾರದಿದ್ದರೂ ಚಿಂತಿಲ್ಲ ; ಆದರೆ ಕಡೆಯ ಪಕ್ಷ ಆ ಕೃತ್ಯ ಅವರ ಕಣ್ಣುಗಳಲ್ಲಿ, ಅವರ ನೆನಪಿನಲ್ಲಿ ಅಚ್ಚೊತ್ತಿದಂತಾಗಿ, ಅದು ಒಂದು ರೀತಿಯ ದೋಷಾರೋಪಣೆಯಂತೆ ಉಳಿಯಬೇಕು ಎಂಬುದು ಅವನ ಇಚ್ಛೆಯಾಗಿತ್ತು. ಅವನ ಮನೆಯಲ್ಲಿ ಆತನ ಹೆಂಡತಿಯ ಅಸ್ಥಿರಬುದ್ಧಿಯ ಸಂಬಂಧಿಕಳೊಮ್ಮೆ ಹೇಳಿದ್ದಳು : "ಕೊಲೆ ಹೇಗಾದರೂ ಬಹಿರಂಗವಾಗ್ತದೆ." ಇಂತಹ ಅಗಾಧವಾದ ವಿಷಯಗಳನ್ನು ಹೇಳಬೇಕಾಗಿದ್ದರೆ, ಅವಳು ಅಷ್ಟು ಅಸ್ಥಿರಚಿತ್ತಳಾಗಿದ್ದಿರಲಾರಳು.

ಅವನು ಪುನಃ ನಗರದ ಸಮೀಪಕ್ಕೆ ಬಂದಾಗ ಸೂರ್ಯ ಅಸ್ತಮಿಸುತ್ತಲಿದ್ದ. ಪಾರ್ಕ್‌ಗಳ, ವಿಶಾಲವೃಕ್ಷಗಳಿಂದ ರಾಜವೀಥಿಗಳ ಮೂಲಕ ಆತ ನಿಧಾನವಾಗಿ ಕಾರು ನಡೆಸುತ್ತಿದ್ದ. ಅಲ್ಲಿಯಾದರೋ ಕೂಗು ಹಾಕುತ್ತಿದ್ದ, ಓಡಾಡುತ್ತಿದ್ದ ಜನಸಮೂಹ. ಅಧಿಕಾರಿಗಳೂ ಸೈನಿಕರೂ ಭಾರಿ ವಿಜಯದ ಮನೋಭಾವದಿಂದ ಸೋದರರಂತೆ ಪರಸ್ಪರ ವರ್ತಿಸುತ್ತಿದ್ದರು. ಎಲ್ಲ ಕಾರುಗಳು ಓಡಾಡುತ್ತಿದ್ದವು. ಪ್ರತೀಕಾರದ ಪ್ರಬಲ ಪ್ರವಾಹಗಳು ಹೊರ ಹೊರಡುತ್ತಿದ್ದ ಸುಳಿಗುಂಡಿಗಳಂತೆ ಜನರೂ ವಾಹನಗಳೂ ಚಲಿಸುತ್ತಿದ್ದವು. ಎತ್ತರದಲ್ಲಿ ಗಾಳಿಯಲ್ಲಿ ಗುಂಡಿನ ಹಾರಾಟದ ಸದ್ದು ಕೇಳಿಬರುತ್ತಿತ್ತು. ಎಲ್ಲರದೂ ಕೆರಳಿ ಕೆಂಪೇರಿದ ಕಣ್ಣುಗಳು, ಪ್ರತಿಯೊಬ್ಬರೂ ಏನನ್ನೋ ಬೇಟೆಯಾಡುತ್ತಿದ್ದರು. ಅವನಲ್ಲಿ ಎಲ್ಲಕ್ಕಿಂತ ಹೆಚ್ಚು ಭೀತಿಯನ್ನು ಉಂಟುಮಾಡಿದ ಸಂಗತಿ ಅದೇ ; ಪ್ರತಿಯೊಬ್ಬನ ಕಣ್ಣಲ್ಲೂ ಬೇಟೆಯ ಅಂತಃಸ್ಫೂರ್ತಿ. ಹೀಗೆ ಪ್ರತಿಯೊಂದು ಕಣ್ಣಿನಲ್ಲೂ ಕಾಣುತ್ತಿದ್ದ ರೋಷದ ಕಿಡಿ ಭುಗಿಲೆಂದು ಉರಿದು ಹರಿಹಾಯಲು ಒಂದು ಪುಟ್ಟ ಕಾರಣ, ಒಂದು ಚಿಕ್ಕ ಸಮರ್ಥನೆ ದೊರೆತರೂ ಸಾಕಾಗುತ್ತಿತ್ತು. ಕತ್ತಲೆಯಾದಂತೆ ಈ ಜನ ಸಮೂಹಗಳ ಚಲನವಲನಗಳು ಒಂದು ಹೊಸ ಧ್ಯೇಯವನ್ನು, ಒಂದು ನಿರ್ದಿಷ್ಟ ಗುರಿಯನ್ನು ತಳೆದಂತೆ ತೋರುತ್ತಿದ್ದವು. ದ್ರುತಗತಿಯಲ್ಲಿ ಚಲಿಸುತ್ತಿದ್ದ ಕೆಲವು ಗುಂಪುಗಳು, ಆಕಾರರಹಿತವಾಗಿ ಬೆಣ್ಣೆ ಮುದ್ದೆಯಂತಿದ್ದ ಇತರ ಕೆಲವು ಗುಂಪುಗಳನ್ನು ಟ್ಯಾಂಕುಗಳಂತೆ ಸೀಳಿಕೊಂಡು ಹೋಗುತ್ತಿದ್ದವು. ಇವು ಸ್ವಯಂನೇಮಿತ ಕಾರ್ಯವೊಂದನ್ನು ಸಾಧಿಸಲು ಹೊರಟ, ಸಮಾನಮನಸ್ಕ ಸಂಗಾತಿಗಳಿಂದ ಕೂಡಿದ ಗುಂಪುಗಳೆಂಬುದನ್ನು ರಾಮೊನ್ ಕೂಡಲೆ ಕಂಡುಕೊಂಡ.

ತನ್ನನ್ನು ದೇಶದ್ರೋಹಿಯನ್ನಾಗಿ ಮಾಡಲು ಪ್ರೇರೇಪಿಸಿದ ಆ ಡ್ರೈವರ್ ಸೆರ್‌ವಾಂದೋಗೆ

ಈಗ ಏನಾಗಿರಬಹುದು ಎಂದಾತ ಕಳೆದ ಕೆಲವು ದಿನಗಳಿಂದ ಆಗಾಗ ಕುತೂಹಲಪಡುತ್ತಿದ್ದ. ಟ್ಯಾಕ್ಸಿ ಸ್ಟಾಂಡ್‌ಗೆ ಹೋಗುವುದನ್ನು ಸೆರ್‌ವಾಂದೋ ನಿಲ್ಲಿಸಿದ್ದ. ಸ್ವಂತದ್ದಾಗಿದ್ದ ತನ್ನ ಕಾರನ್ನು ಆತ ಗ್ಯಾರೇಜಿನಲ್ಲಿ ಬಿಟ್ಟಿದ್ದ. ಇಷ್ಟರ ಹೊರತು ಅವನ ಬಗ್ಗೆ ರಾಮೊನ್‌ಗೆ ಏನೂ ತಿಳಿದಿರಲಿಲ್ಲ. ಸೆರ್‌ವಾಂದೋ ಕಾರನ್ನು ನಿಲ್ಲಿಸುತ್ತಿದ್ದ ಅದೇ ಸ್ಟಾಂಡ್‌ನಲ್ಲಿ ರಾಮೊನ್ ಈಗ ತನ್ನ ಕಾರನ್ನು ನಿಲ್ಲಿಸಿದ್ದ. ಗುರಿಯಿಲ್ಲದೆ ಕಾರ್ ಓಡಿಸುತ್ತ ಆತ ಈ ಸ್ಟಾಂಡ್‌ನಲ್ಲಿ ಬಂದು ನಿಂತಿದ್ದ. ಯಾಕೆ ನಿಂತಿದ್ದ ಅಥವಾ ಹೇಗೆ ಬಂದಿದ್ದ ಎಂದು ಹೇಳಲು ಅವನಿಂದ ಸಾಧ್ಯವಿರಲಿಲ್ಲ. ಈ ಹಿಂದೆ ಆತ ತನ್ನ ಕಾರನ್ನು ಈ ಸ್ಟಾಂಡ್‌ನಲ್ಲಿ ನಿಲ್ಲಿಸುತ್ತಿದ್ದುದು ಬಹಳ ಅಪರೂಪ. ಅಷ್ಟರಲ್ಲಿ ಟ್ರಾಲಿಗಳು ಓಡುವ ಬೀದಿಯ ಭಾಗದಲ್ಲಿ ಒಂದು ದೊಡ್ಡ ಬಂಡಿ ಕಂಡುಬಂತು. ಸಕ್ಕರೆಯ ಮೂಟೆಗಳ್ನು ಹೊತ್ತಿದ್ದ ಬಂಡಿಯದು. ಬಂಡಿ ಹೊಡೆಯುತ್ತಿದ್ದವನು ಏಕಾಕಿಯಾಗಿದ್ದ. ಮುದಿಯಾಗಿ ಬಡಕಲಾಗಿದ್ದ ಒಂದು ಜೊತೆ ಹೇಸರಗತ್ತೆಗಳು ಅದನ್ನು ಎಳೆಯುತ್ತಿದ್ದವು. ಅದು ಟ್ಯಾಕ್ಸಿ ಸ್ಟಾಂಡ್‌ನ ಇದಿರು ಬರುತ್ತಿದ್ದಂತೆ, ಎಂಟು ಹತ್ತು ಯುವಕರು ಒಂದು ಮನೆಯ ದ್ವಾರದಿಂದ ಹೊರಬಂದರು. ಬಂಡಿಯವನತ್ತ ನಡೆದರು. ಅವನು ಬಂಡಿಯನ್ನು ನಿಲ್ಲಿಸುವಂತೆ ಒತ್ತಾಯಿಸಿದರು. ಸಕ್ಕರೆ ಮೂಟೆಗಳನ್ನು ಎತ್ತಿ ಕಾಲ್ದಾರಿಗೆ ಎಸೆಯಲಾರಂಭಿಸಿದರು. ಹಲವಾರು ಮೂಟೆಗಳನ್ನು ಕೆಳಗಿಳಿಸಿದ ಅನಂತರ ಅವರಲ್ಲಿ ಮೂವರು ಬಂಡಿಯಿಂದ ಇಳಿದು ಬಂದು ಕಾಲ್ದಾರಿಗೆ ಧುಮುಕಿದರು. ಅಲ್ಲಿಂದ ಪ್ರಾದೋದತ್ತ ಓಡಿದರು. ಒಬ್ಬಾತ ಅಲ್ಲಿದ್ದ ಮೊದಲ ಜನಸಮೂಹವನ್ನು ಸೇರಿ ಮಾಯವಾದ. ಎರಡನೆಯಾತ ಆಚೆಗಿನ ಬೀದಿಗೆ ತಿರುಗಿದ, ಅವನನ್ನು ಉಳಿದ ಕೆಲವು ಯುವಕರು ಹಿಂಬಾಲಿಸುತ್ತಿದ್ದರು. ಈ ಯುವಕರು ನೇರವಾಗಿ ಅವನತ್ತ ಗುಂಡು ಹಾರಿಸುತ್ತಿದ್ದರು. ಇದರ ಅಂತ್ಯವನ್ನು ನೋಡಲು ಬೇಕಾದಷ್ಟು ಕಾಲಾವಕಾಶ ರಾಮೊನ್‌ಗೆ ದೊರೆಯಲಿಲ್ಲ. ಯಾಕೆಂದರೆ ಅಷ್ಟರೊಳಗೆ ಮೂರನೆಯವನು ಸರಿಯಾಗಿ ಆತನಿದ್ದಲ್ಲಿಗೇ ನೆಗೆದ. ಅವನು ಕಾಲ್ದಾರಿಯನ್ನು ಮುಟ್ಟಿ ತಾನು ಬಂದ ಬಾಗಿಲಿನತ್ತ ಹೋಗಲು ಯತ್ನಿಸುತ್ತಿರುವಷ್ಟರಲ್ಲೇ ಒಂದು ಸುತ್ತು ತಿರುಗಿ, ಉರುಳಿಬಿದ್ದ. ಆ ವ್ಯಕ್ತಿ ತನ್ನ ಬದಿಗೆ ತಿರುಗುತ್ತಿದ್ದ ಸಮಯಕ್ಕೆ ಸರಿಯಾಗಿ ಕಾರಿನ ಕಿಟಿಕಿಯಿಂದ ತಲೆ ಹೊರಹಾಕಿನೋಡಿದ ರಾಮೊನ್‌ಗೆ ಅವನ ಮುಖ ಕಂಡಿತು. ಅದರ ಮೇಲೆ ಭೀತಿ ಅಚ್ಚೊತ್ತಿದಂತಿತ್ತು. ಅದು ಸೆರ್‌ವಾಂದೊನ ಮುಖವಾಗಿತ್ತು.

ಆಗ ಸಂಪೂರ್ಣ ಕತ್ತಲೆಯಾಗಿತ್ತು. ಜನ ಚದರಲಾರಂಭಿಸಿದರು. ಎಲ್ಲೋ ಹೋಗಲಿರುವಂತೆ ಕಾಣುತ್ತಿದ್ದ ಕೆಲವರು ಮಾತ್ರ ಅಲ್ಲಿ ಉಳಿದಿದ್ದರು. ಒಂದು ಮೇಲುನೋಟ ಮಾತ್ರದಿಂದಲೇ ಅವರಲ್ಲಿ ಎರಡು ವಿಧದ ಜನರಿದ್ದರೆಂಬುದನ್ನು ಗುರುತಿಸಲು ರಾಮೊನ್‌ಗೆ ಸಾಧ್ಯವಾಯಿತು ; ಎಲ್ಲೊ ಒಂದು ಕಡೆಗೆ ಹೋಗಲಿದ್ದ ಜನ ಮತ್ತು ಹೋಗಲು ಯಾವ ಜಾಗವೂ ಇಲ್ಲದವರಂತೆ ಕಾಣುತ್ತಿದ್ದ ಜನ. ಈ ಎರಡನೇ ವಿಭಾಗದವರು ಬೇಗ ಹೊರಟುಹೋಗಿ ಬೀದಿಗಳನ್ನು ಉಳಿದವರಿಗೆ ಬಿಟ್ಟಕೊಟ್ಟರು. "ಈಗ ಉಳಿದವರು ಅವರು ಮತ್ತ ನಾನು ಮಾತ್ರ" ಎಂದು ರಾಮೊನ್ ಭಾವಿಸಿದ. ಆದರೂ ಟ್ಯಾಕ್ಸಿ ಸ್ಟಾಂಡ್‌ನಲ್ಲಿ ಸ್ವಲ್ಪ ಕಾಲಹರಣ ಮಾಡಿದ. ಆ ಸ್ಟಾಂಡ್‌ನಲ್ಲಿ ಇದ್ದದ್ದು ಅವನೊಬ್ಬನೆ. ಅಲ್ಲಿಂದ ಮುಂದೆ ಹೋಗುವ ಧೈರ್ಯ ಈಗ ಅವನಿಗಿರಲಿಲ್ಲ, ಯಾಕೆಂದರೆ ನಗರದ ಕೇಂದ್ರ ಬಟ್ಟ ಬಯಲಿನಂತಿತ್ತು, ಅದೇ ಸಮಯದಲ್ಲಿ ರಸ್ತೆಗಳ ಬದಿಗಳಲ್ಲಿ ಕತ್ತಲು ಕವಿದ ದ್ವಾರಗಳೂ

ಅಪಾಯಕಾರಿ ಸಂದುಗೊಂದುಗಳೂ ಇದ್ದವು. ಕಾರ್ಯ ಮಿಂಚಿಹೋಯಿತು ಎಂದಾತ ಚಿಂತಿಸಿದ. ಸೆರ್‌ವಾಂದೊ ಮೊದಲು ಬಲಿಬಿದ್ದ; ಈಗ ತನ್ನ ಸರದಿ; ಏಕೆಂದರೆ ತನ್ನದೂ ಅದೇ ಅಪರಾಧವಾಗಿರಲಿಲ್ಲವೆ ಎಂದುಕೊಂಡ ಅವನು. ಉನ್ಮತ್ತರಾಗಿದ್ದ ಈ ಜನ, ವಿವರಣೆಗಳಿಗೆ ಕಿವಿಗೊಡುವ ಸ್ಥಿತಿಯಲ್ಲಿರಲಿಲ್ಲ. 'ನಿನ್ನ ಉದ್ದೇಶವೇನಾಗಿತ್ತು? ಎಂಬುದನ್ನು ಕೂಡ ಅವರು ಕೇಳುವಂತಿರಲಿಲ್ಲ. ಅವರು ಕೇಳಲಿದ್ದ ಪ್ರಶ್ನೆಯೊಂದೇ; 'ನೀನು ರಾಮೊನ್ ಇಯಂದಿಯ ಹೌದೆ? ಅಲ್ವೇ?' ತಾನು ದ್ರೋಹಬಗೆದ ವ್ಯಕ್ತಗಳ ಪ್ರೇತಾತ್ಮಗಳು ಬೇಗನೆ ಎದ್ದು ಬಂದು ತನ್ನನ್ನು ಬೇಟೆಯಾಡಲಿವೆ ಎಂದು ಆತ ಯೋಚಿಸಿದ.

ಆತನ ಯೋಚನಾಧಾರೆಗೆ ಅಡ್ಡಬಂದದ್ದು ಮೂಲೆಯಲ್ಲಿ ನಿಂತಿದ್ದ ಒಬ್ಬ ಏಕಾಂಗಿ ಹಾದಿಹೋಕ. ರಾಮೊನ್‌ನನ್ನೇ ಆತ ಸಂದೇಹದೃಷ್ಟಿಯಿಂದ ವೀಕ್ಷಿಸುತ್ತಿದ್ದ. ಸೆರ್‌ವಾಂದೋನ ಮೃತದೇಹವನ್ನು ಆಗಲೇ ಎಳೆದು ಒಯ್ಯಲಾಗಿತ್ತು. ರಾಮೊನ್ ತನ್ನ ಕಾರನ್ನು ನಿಲ್ಲಿಸಿದ್ದ ಜಾಗದಲ್ಲಿ ಈಗ ಯಾವುದೇ ಚಟುವಟಿಕೆಗಳಿರಲಿಲ್ಲ. ಆ ದಾರಿಹೋಕನಾದರೋ ರಸ್ತೆಯನ್ನು ದಾಟಿಬಂದ, ಕಾರನ್ನು ಹಾದುಹೋದ, ಹಾಗೆ ಹೋಗುವಾಗ ಕಣ್ಣಿನ ತುದಿಯಿಂದೊಮ್ಮೆ ರಾಮೊನ್‌ನನ್ನು ದಿಟ್ಟಿಸಿದ. ಆತ ಕಾಲ್ದಾರಿಗೆ ಹೆಜ್ಜೆಯಿಡುತ್ತಿದ್ದಂತೆ ಪಕ್ಕದ ಕಟ್ಟಡದೊಳಗೆ (ಅಲ್ಲಿ ಕೆಲವು ಕಾರ್ಖಾನೆ ಕೆಲಸಗಾರರು ಕಾಗದದ ಉರುಳೆಗಳನ್ನು ಆಚೀಚೆ ಸಾಗಿಸುತ್ತಿದ್ದರು) ಉರಿಯುತ್ತಿದ್ದ ದೀಪದ ಬೆಳಕು ಅವನ ಮುಖದ ಮೇಲೆ ಬಿತ್ತು. ರಾಮೊನ್ ತಕ್ಷಣ ಅದನ್ನು ಗುರುತಿಸಿದ. ಆತ ರಾಮೊನ್‌ನ ಆರಂಭದ, ಆದರೆ ಅಷ್ಟು ಮುಖ್ಯವಲ್ಲದ, ಗಿರಾಕಿಗಳಲ್ಲೊಬ್ಬನಾಗಿದ್ದ. ರಾಮೊನ್ ಪೊಲೀಸ್ ಬೇಹುಗಾರನಾಗಿ ಪರಿವರ್ತನೆಗೊಂಡ ಕೂಡಲೇ ಕಾಣೆಯಾಗಿದ್ದವರಲ್ಲಿ ಆತನೂ ಒಬ್ಬ. ಈಗ ಪುನಃ ಕಾಣಿಸಿಕೊಳ್ಳುವುದರಲ್ಲೂ ಅವನು ಮೊದಲಿಗನಾಗಿದ್ದ. ಖಂಡಿತಕ್ಕೂ ಇದೊಂದು ದುರದೃಷ್ಟವೇ ಸರಿ; ಇವನ ಹಿಂದೆ ಜೀವದಿಂದ ಉಳಿದ ಇತರರೂ ಬರಲಿದ್ದಾರೆ; ಅವರು ತನ್ನನ್ನು ಸುತ್ತುಗಟ್ಟಲಿದ್ದಾರೆ; ತಾನು ದಾಟಬೇಕಾಗಿರುವ ರಸ್ತೆಯ ತಿರುವಿನಲ್ಲಿ ಪ್ರಾಯಶಃ ಅವರೀಗಾಗಲೇ ಕಾದು ಕುಳಿತಿರಬೇಕು ಎಂಬ ಯೋಚನೆಗಳು ಅವನ ತಲೆಯೊಳಗೆ ಸುಳಿದವು. ಒಟ್ಟಿನಲ್ಲಿ ಅವರು ಅವನನ್ನು ತಪ್ಪಿಸಿಕೊಳ್ಳಲಾಗದಂಥ ಒಂದು ಮೂಲೆಗೆ ಅಟ್ಟಿದ್ದರು. ಅವನ ಪಾಡು ಪಲಾಯನ ಮಾಡುವ ಒಬ್ಬ ಗುಲಾಮನ ಪಾಡಿನಂತಾಗಿತ್ತು. ಓಡಿಹೋಗಬಹುದಾಗಿದ್ದ ಎಲ್ಲಾ ಹಾದಿಗಳೂ ಬಂದಾಗಿದ್ದವು. ಸದ್ಯದಲ್ಲೇ ಅವರು ಅವನ ಮೇಲೆ ಬೇಟೆನಾಯಿಗಳನ್ನು ಛೂ ಬಿಡಲಿದ್ದರು.

ಯಾವ ಬೇಟೆನಾಯಿಗಳು? ಅದೇ ಈಚೆ ಹಾದುಹೋಗುವಾಗ ತನ್ನನ್ನು ದಿಟ್ಟಿಸಿ ನೋಡಿತ್ತಲ್ಲ? ಆ ವ್ಯಕ್ತಿ ಅಂಥ ಬೇಟೆನಾಯಿಗಳಲ್ಲೊಂದಾಗಿದ್ದಿರಬೇಕು ಎಂಬುದರಲ್ಲಿ ಅವನಿಗೆ ಅನುಮಾನವಿರಲಿಲ್ಲ. ಕೆಲವು ನಿಮಿಷಗಳು ಕಳೆದ ಬಳಿಕ ಇನ್ನೊಬ್ಬ ವ್ಯಕ್ತಿ – ಈತ ಅಪರಿಚಿತನಾಗಿದ್ದ – ಹಾದುಹೋದ. ಇವನು ಕೂಡ ರಾಮೊನ್‌ನತ್ತ, ತೀಕ್ಷ್ಣ ದೃಷ್ಟಿ ಬೀರಿದ. ಇನ್ನು ಮುಗಿದೇ ಬಿಟ್ಟಿತು; ತನ್ನನ್ನು ಕೊಲ್ಲುವವರು ಬಂದೇಬಿಟ್ಟರು; ಆ ಎರಡು ಕಟ್ಟಡಗಳ ಆಯತ ತನ್ನ ವಧಾಸ್ಥಾನವಾಗಲಿದೆ ಎಂದು ರಾಮೊನ್ ಭಾವಿಸಿದ. ಮಾತ್ರವಲ್ಲ, ಕೈಯಲ್ಲಿ ಬಂದೂಕು ಧರಿಸಿ ತನ್ನತ್ತ ಗುಂಡು ಹಾರಿಸಲು ಸಿದ್ಧವಾಗಿ ಆರು ಮೂಲೆಗಳಲ್ಲಿ ನಿಂತುಕೊಂಡ ಅವರ ಚಿತ್ರವನ್ನೂ ಆತ ಮನಸ್ಸಿನಲ್ಲೇ ಕಲ್ಪಿಸಿಕೊಂಡ. ಹಾಗಾದರೆ ಅವರೇಕೆ ತಡಮಾಡುತ್ತಿದ್ದರು?

ಈ ಯೋಚನೆ ಆತನನ್ನು ಕಾರ್ಯಾಚರಣೆಗೆ ಉತ್ತೇಜಿಸಿತು. ಇಲ್ಲ, ಆತನಿಲ್ಲಿ ಇನ್ನು

ನಿಲ್ಲಲಾರ. ಹೋರಾಟ ನಡೆಸದೆ ಕಾರ್‌ನ ತಿರುಗು ಚಕ್ರದಡಿಯಲ್ಲಿ ಮುದುಡಿ ಕುಳಿತುಕೊಂಡು ಸಾವನ್ನು ಸ್ವೀಕರಿಸಲಾರ. ತನ್ನಲ್ಲಿ ಉಳಿದ ಶಕ್ತಿಯನ್ನು ಒಟ್ಟುಗೂಡಿಸಿ ಹೋರಾಡುತ್ತ ಕನಿಷ್ಠಪಕ್ಷ ಓಡಿಯಾದರೂ ಹೋಗುವುದು ಅಲ್ಲಿ ನಿಲ್ಲುವುದಕ್ಕಿಂತ ಒಳ್ಳೆಯದೆಂದು ರಾಮೊನ್ ನಿರ್ಧರಿಸಿದ.

ಒಮ್ಮೆ ಈ ಯೋಚನೆ ಬಂದುದೇ ತಡ, ಸ್ಟಾರ್ಟರ್‌ನ ಮೇಲೆ ಕಾಲಿಟ್ಟು ಆತ ಒತ್ತಿದ, ಕಾರನ್ನು ಎರಡನೇ ಗೇರ್‌ನಲ್ಲಿರಿಸಿ ಓಡಿಸಿದ. ಕಾರಿನ ಚಾಲನೆಯ ಬಗ್ಗೆ ಮಾತ್ರ ಯೋಚಿಸುತ್ತ, ಆತ ರಸ್ತೆಬದಿಯ ಮೊದಲ ಕಟ್ಟಡ ಸಮೂಹವನ್ನು ಶೀಘ್ರಗತಿಯಲ್ಲಿ ದಾಟಿಹೋದ, ಕಾರಿನ ಹೆಚ್ಚುತ್ತಿದ್ದ ವೇಗ ಮತ್ತು ಎಂಜಿನ್ನಿನ ಝೇಂಕಾರಗಳು ಒಮ್ಮೆಗೇ ಅವನಲ್ಲಿ ಸಂಪೂರ್ಣ ಬಿಡುಗಡೆಯ ಭಾವನೆಯನ್ನು ಮೂಡಿಸಿದವು. ಸಂಕಟಮಯವಾಗಿದ್ದ ಅವನ ಚಿಂತನೆಗಳು ದೂರವಾದವು. ಕಾರ್ಯಾಚರಣೆಯ ಪ್ರಜ್ಞೆ ಮೂಡಿಬಂತು. ಅವನ ಮುಂದಿದ್ದ ಅಪಾಯ ಅವನ ಮಾನಸಿಕ ತೊಳಲಾಟ ಮತ್ತು ತನಗೆ ಕೇಡುಂಟಾಗಬಹುದೆಂಬ ಅವನ ಭಾವನೆಗಳು ಮಾಯವಾದವು. ಅವನ ಮನದಲ್ಲಿ ಉಳಿದದ್ದು ಒಂದೇ ವಿಚಾರ : ತನ್ನ ವೈರಿಗಳು ಒಡ್ಡಿದ ಜಾಲವನ್ನು ಭೇದಿಸಿಕೊಂಡು ಹೋಗಿ ಜಯಿಸುವ ದೃಢ ನಿರ್ಧಾರ. ತನಗಾಗಿ ಅವರು ಎಲ್ಲಿ ಹೊಂಚುಹಾಕಿ ಕುಳಿತಿರಬಹುದೆಂದು ಆತ ತಿಳಿದುಕೊಂಡಿದ್ದನೋ ಆ ತಿರುವು ಬಂದಾಗ ಒಂದೇ ಕೈಯಿಂದ ಅವನು ಕಾರು ಚಾಲನೆ ಮಾಡಿದ. ಇನ್ನೊಂದು ಕೈಯಲ್ಲಿ ಪಿಸ್ತೂಲು ; ಅದನ್ನು ಕಿಟಿಕಿಗೆ ಸರಿಯಾಗಿ ಹಿಡಿದಿದ್ದ. ಆದರೆ ಆಶ್ಚರ್ಯ ! ಯಾರೂ ಆತನ ಕಡೆಗೆ ಗಮನ ಕೊಡಲಿಲ್ಲ. ಆತನಿಗಾಗಿ ಯಾರೂ ಕಾದು ಕುಳಿತುಕೊಂಡಿರಲಿಲ್ಲ. ಆ ರಸ್ತೆಯಲ್ಲೇ ಅವನು ಕಾರನ್ನು ಅದೇ ವೇಗದಲ್ಲಿ ಮತ್ತೂ ಸ್ವಲ್ಪ ಮುಂದೆ ಕೊಂಡುಹೋದ. ಬಳಿಕ ಕಾರ್‌ನ ವೇಗವನ್ನು ಕುಗ್ಗಿಸಿದ. ಕಾಲ್ದಾರಿಗಳಲ್ಲಿದ್ದ ಜನ ಕೆಲವರು ಮಾತ್ರ. ಅವರು ಯಾರೂ ಆತನ ಕಡೆಗೆ ಗಮನ ಕೊಡುವಂತೆ ಕಾಣುತ್ತಿರಲಿಲ್ಲ. ಮರಣ ದಂಡನೆ ಗೊಳಗಾಗಿರುವ ವ್ಯಕ್ತಿಯೊಬ್ಬ ಸ್ವತಂತ್ರನಾಗಿದ್ದು ಕಾರ್ ಚಲಾಯಿಸುತ್ತಿರಬಹುದೆಂದು ಯಾರಾದರೂ ನಂಬಲು ಸಾಧ್ಯವೆ ? ತನ್ನ ವಧಕಾರರಾಗಿ ಸಂಭವಿಸಬಹುದಾಗಿದ್ದವರು ಕೂಡ ಅದನ್ನು ನಂಬಲಾರರೆಂದು ರಾಮೊನ್ ಭಾವಿಸಿದ. ಆದರೂ ಆ ಜನ ಆತನತ್ತ ಅರ್ಥಗರ್ಭಿತವಾಗಿ ನೋಡಿದ್ದರು. ಅವರಲ್ಲೊಬ್ಬನಿಗೆ ಖಂಡಿತವಾಗಿಯೂ ಇವನ ಮೇಲೆ ಸೇಡು ತೀರಿಸಲು ಕಾರಣವಿತ್ತು. ಹಾಗಾದರೆ ತಕ್ಷಣವೇ ಅಲ್ಲಿಯೇ ಅವನ ಮೇಲೆ ಯಾಕೆ ಆತ ದಾಳಿ ನಡೆಸಿರಲಿಲ್ಲ ? ಬಹುಶಃ ಆತ ಕೊಲೆಗಾರನಾಗಿದ್ದಿರಲಾರ. ಪ್ರಾಯಶಃ ಇಂತಹ ಕೃತ್ಯ ಮಾಡುವ ಜಾಯಮಾನ ಅವನದ್ದಾಗಿರಲಾರದು. ಮನಸ್ಸಿನಲ್ಲಿ ಏನೇ ಭಾವನೆಗಳಿದ್ದರೂ ಕಾರ್ಯದಲ್ಲಿ ಹಾಗೆ ಮಾಡಲಾರದ ಮಂದಿ ಅನೇಕರಿದ್ದಾರೆ. ಕೆಲವರಂತೂ ಅಂಥ ಆಜ್ಞೆಯನ್ನು ಕೂಡ ನೀಡಲಾರದಂತಹವರು. ಆದ್ದರಿಂದ ಆ ಮನುಷ್ಯ ತನ್ನ ಬಗ್ಗೆ ದೊರೆತ ಮಾಹಿತಿಯನ್ನು ನೀಡಲು ಹೋಗಿದ್ದಿರಬೇಕು ಮತ್ತು ಇನ್ನೊಬ್ಬನಿಗೆ ತನ್ನ ವಿಷಯದಲ್ಲಿ ಸಂಬಂಧವೇ ಇಲ್ಲವಾಗಿದ್ದಿರಬೇಕು ಎಂದು ರಾಮೊನ್ ಯೋಚಿಸಿದ.

ಹೀಗೆ ಯೋಚಿಸುತ್ತ ನಗರದ ಉದ್ಯಾನ ಪ್ರದೇಶವನ್ನು ತಲಪಿದ ರಾಮೊನ್, ಅಲ್ಲಿ ಒಂದು ದೀಪಸ್ತಂಭದ ಬಳಿ ಕಾರನ್ನು ನಿಲ್ಲಿಸಿದ. ದೀಪಗಳಿಂದ ಕಂಗೊಳಿಸುತ್ತಿದ್ದ ಒಂದು ಗುರುತು ಹಲಗೆಯತ್ತ ದೃಷ್ಟಿ ಹಾಯಿಸಿದಾಗ ಅಲ್ಲೊಂದು ಗಡಿಯಾರವನ್ನಾತ ಕಂಡ. ಸಮಯ ವೇಗದಿಂದ ಕಳೆದಿತ್ತು. ತನ್ನ ನಾಟಕದಲ್ಲೇ ಮಗ್ನನಾಗಿದ್ದ ಆತನಿಗೆ ಕಾಲ ಕಳೆದದ್ದೇ ಗೊತ್ತಾಗಿರಲಿಲ್ಲ. ಇದೀಗ ಗಂಟೆ ಒಂಭತ್ತು. ಈಗ ಬೀದಿಯಲ್ಲಿ ಯಾರೂ ಇರಲಿಲ್ಲ. ಇದ್ದರೆ

ಅಲ್ಲೇನೋ ಕೆಲಸವಿದ್ದವರು ಮಾತ್ರ. ಅದನ್ನು ಅವರ ನಡಿಗೆ, ವರ್ತನೆಗಳಿಂದಲೇ ಕಂಡುಕೊಳ್ಳಬಹುದಿತ್ತು. ಆದರೆ ಯಾರೂ ಅವನತ್ತ ಗಮನಕೊಡಲಿಲ್ಲ. ಪ್ರತಿಯೊಬ್ಬರೂ ಅಡಗಿ ಕುಳಿತಂತೆ ತೋರುತ್ತಿತ್ತು. ಅಥವಾ ಕನಿಷ್ಠಪಕ್ಷ ಅವರಲ್ಲಿ ಒಂದಿಷ್ಟು ಶಂಕೆ ಇದ್ದಂತೆ ಕಂಡುಬರುತ್ತಿತ್ತು. ನಗರದಲ್ಲಿ ಸುತ್ತಾಡುತ್ತಿದ್ದ ಕಾರುಗಳಲ್ಲೆಲ್ಲ ಈತನ ಕಾರೇ ಎದ್ದು ಕಾಣುತ್ತಿತ್ತು. ಕಾರನ್ನು ನಿಲ್ಲಿಸಿಬಿಟ್ಟರೆ ಅದು ಇನ್ನಷ್ಟು ಹೆಚ್ಚಿನ ಗಮನವನ್ನು ಸೆಳೆಯಬಹುದೆಂಬ ಯೋಚನೆ ಆತನಿಗೆ ಹೊಳೆಯಿತು.

ಅನಂತರ ನಿಧಾನವಾದ, ಪ್ರಯಾಸದ ಪ್ರಯಾಣ ಪ್ರಾರಂಭ. ಇವು ತನ್ನ ಜೀವನದ ಕೊನೆಯ ಗಳಿಗೆಗಳೆಂದು ಆತನಿಗೆ ಕಂಡಿತು. ಇನ್ನೇನು ಬಹಳ ಬೇಗನೆ ಪ್ರಾಯಶಃ ಮುಂಜಾವದ ಒಳಗೆ ತಾನು ಕಣ್ಣುಗಳಿಂದ ಕಾಣಬಹುದಾಗಿದ್ದ, ಕಿವಿಗಳಿಂದ ಕೇಳಬಹುದಾಗಿದ್ದ ಎಲ್ಲವೂ ಮರೆಯಾಗಿ, ಈ ಜಗತ್ತಿನಲ್ಲಿ ಎಂದೂ ಏನೂ ಅಸ್ತಿತ್ವದಲ್ಲಿರಲಿಲ್ಲವೇನೋ ಎಂಬಂತೆ; ಸ್ವತಃ ತಾನು, ರಾಮೊನ್ ಇಯೆಂದಿಯ ಎಂಬಾತ ಇಲ್ಲಿ ಜನಿಸಿದ್ದೇ ಇಲ್ಲವೇನೋ ಎಂಬಂತೆ; ತಾನು ಅನುಭವಿಸಿದ್ದ ನೋವು, ನಲಿವು ಮತ್ತು ಪ್ರೀತಿಗಳಿಗೆಲ್ಲ ಎಂದಾದರೂ ಕೂಡ ಯಾವ ವಿಧವಾದ ವಾಸ್ತವತೆಯೂ ಇದ್ದಿರಲಿಲ್ಲವೇನೋ ಎಂಬಂತೆ, ಎಲ್ಲವೂ ಅನಂತ ಶೂನ್ಯದಲ್ಲಿ ವಿಲೀನವಾಗಲಿವೆ ಎಂದು ಅವನಿಗೆ ತೋರಿತು. ತನ್ನ ಜೀವನದ ಒಂದೊಂದೇ ದೃಶ್ಯಗಳು ಆತನ ಸ್ಮೃತಿಪಟಲದಲ್ಲಿ ಮೂಡಿಬಂದವು. ಚಿತ್ರಗಳು ಸ್ಪಷ್ಟ, ಹರಿತ, ನಿಷ್ಕೃಷ್ಟ. ಅದರಲ್ಲಿ ಅವಸರವಿರಲಿಲ್ಲ; ವೃಥಾ ವಿಳಂಬವೂ ಇರಲಿಲ್ಲ. ಅದರ ಹಿನ್ನೆಲೆಯಲ್ಲಿ ಪ್ರಸ್ತುತ ವಾಸ್ತವತೆ ಹಿಂದೆಂದೂ ಅದಕ್ಕೆ ಇರದಿದ್ದ ಒಂದು ಹೊಸ ಅರ್ಥವನ್ನು ಪಡೆಯಿತು. ಇದೊಂದು ಕನಸಿನ ವಾಸ್ತವತೆಯಂತೆ ಅವನಿಗೆ ತೋರಿತು. ಆ ಸ್ಮೃತಿ ಚಿತ್ರದಲ್ಲಿ ಆತ ಏಕಕಾಲದಲ್ಲೇ ಎಷ್ಟೋ ವಿಷಯಗಳನ್ನು ಕಂಡ. ಹಾಗಿದ್ದರೂ ಅವು ಒಟ್ಟೊಟ್ಟಾಗಿ ಅಥವಾ ಗೊಂದಲಮಯವಾಗಿ ಕಾಣಿಸಿಕೊಳ್ಳುತ್ತಿರಲಿಲ್ಲ. ಭೂತ, ವರ್ತಮಾನ, ಜನರು, ವಿಷಯಗಳು, ಸಂವೇದನೆಗಳು – ಎಲ್ಲವೂ ಹರಿತ, ಪಾರದರ್ಶಕ, ನಿರ್ದಿಷ್ಟ, ಇವೆಲ್ಲವೂ ಒಂದು ವಿಧದ ಮೆರವಣಿಗೆಯಂತೆ ಅವನ ಮನಸ್ಸಿನ ಮುಂದೆ ಹಾದು ಹೋದವು. ಅದರಲ್ಲಿ ಒಂದೇ ಒಂದು ಅಂಶವೂ ಬಿಟ್ಟು ಹೋಗಿರಲಿಲ್ಲ.

ಈಗ ರಸ್ತೆಗಳಾದರೋ ಹೆಚ್ಚು ಕಡಿಮೆ ಖಾಲಿಯಾಗಿದ್ದವು. ಒಬ್ಬನೇ ಒಬ್ಬ ಸಂಚಾರ ನಿಯಂತ್ರಕ ಪೊಲೀಸನೂ ಇರಲಿಲ್ಲ. ರಾಮೊನ್ ಕಾರನ್ನು ಚಲಾಯಿಸುತ್ತಿದ್ದಂತೆ, ಅದೇನು ರೈಲು ಕಂಬಿಗಳ ಮೇಲೆ ಹೋಗುತ್ತದೊ, ಗಾಳಿಯಲ್ಲಿ ತೇಲಾಡುತ್ತದೊ ಎಂಬಂತೆ ಕಾಣುತ್ತಿತ್ತು. ಏಕೆಂಬುದನ್ನು ತಿಳಿಯದೆಯೇ ಆತ ತನ್ನ ಜೀವನಕ್ಕೆ ಅತಿ ಹೆಚ್ಚು ಸಂಬಂಧವಿದ್ದ ಎಲ್ಲ ಸ್ಥಳಗಳಿಗೂ ಹೋದ. ಮೊದಲಿಗೆ ತನ್ನಿಬ್ಬರು ಸೋದರರು ಮತ್ತು ಇಬ್ಬರು ಸೋದರಿಯರೊಂದಿಗೆ ಈ ನಗರದಲ್ಲಿ ತಾನು ಪ್ರಥಮರಾತ್ರಿ ಕಳೆದ ಮನೆ – ಬಾಲ್‌ಬಿನಾಳ ಮನೆಯನ್ನು ಹಾದುಹೋದ. ಅನಂತರ ಬಾಲ್ ಬಿನಾ ದುಡಿಯುತ್ತಿದ್ದ ಚಿಕ್ಕ ಕಾರ್ಖಾನೆಯತ್ತ. ಅಲ್ಲಿಂದ ಹಿರಿಯಕ್ಕ ಲೆನಯಿದ, ಸ್ಪೇನಿನ ಒಬ್ಬನೊಂದಿಗೆ ಹಿಂದೆ ವಾಸಿಸುತ್ತಿದ್ದ ಮನೆಯ ಕಡೆಗೆ. ಅವಳಿಗೆ ಏನಾಗಿದ್ದಿರಬಹುದು ಎಂದು ಅವನು ಕ್ಷಣಕಾಲ ಚಿಂತಿಸಿದ. ಆ ಬಳಿಕ ತನ್ನ ಸೋದರಿ ಝೂಯಿಲಾಳನ್ನು ಮದುವೆಯಾಗಿದ್ದ ಚೀನೀಯನ ಮನೆಯಿದಿರಲ್ಲಿ ಸಾಗಿದ. ತರುವಾಯ, ನಗರದ ಪರಿಮಿತಿಗಳಲ್ಲಿ ಪೊಲೀಸರ ಪಹರೆ ಇರಬಹುದೆಂಬುದನ್ನು ಮರೆತುಬಿಟ್ಟು ಆತ ನಗರದ ಹೊರವಲಯಕ್ಕೆ ತನ್ನ ಮೊದಲ ಮಗು ಕೊನೆಯುಸಿರೆಳೆದಿದ್ದ ಮರದ ಗುಡಿಸಿಲಿನ

ಬಳಿಗೆ ಬಂದು ತಲಪಿದ. ಆತ ಎಸ್ತೆಲಾಳನ್ನು ಭೇಟಿಯಾಗಿದ್ದದ್ದು ಆ ನೆರೆಹೊರೆಯಲ್ಲೇ – ಪ್ರಥಮ ಬಾರಿ ಒಂದು ನೃತ್ಯ ಸಮಾರಂಭದಲ್ಲಿ, ಎರಡನೇ ಬಾರಿ ಕೋಳಿ ಅಂಕಗಳು ನಡೆಯುತ್ತಿದ್ದ ಸ್ಥಳದ ಹಿಂಬದಿಯಲ್ಲಿ. ಹಿಂದೆ ನೃತ್ಯಾಲಯವಿದ್ದಲ್ಲಿ ಈಗ ಒಂದು ಕಾರ್ಖಾನೆಯಿತ್ತು. ಅದರ ದ್ವಾರದಲ್ಲಿ ಬಂದೂಕು ಹಿಡಿದ ಒಬ್ಬ ಕಾವಲುಗಾರ ನಿಂತಿದ್ದ. ರಾಮೊನ್ ಕಾರ್ ಚಲಾಯಿಸುತ್ತಾ ಮುಂದೆ ಹೋದಾಗ ಅವನಿಗೆ ಯಾರೂ ತೊಂದರೆ ಕೊಡಲಿಲ್ಲ. ಕಾರ್‌ನಲ್ಲಿ ಬೇರೆ ಯಾರೂ ಇಲ್ಲದ್ದನ್ನು ಪರೀಕ್ಷಿಸಿ ನಗರದ ಪ್ರವೇಶದ್ವಾರದಲ್ಲಿ ಪಹರೆ ಮಾಡುತ್ತಿದ್ದ ಸೈನಿಕರು ಸಹ ಅವನನ್ನು ಹಾಗೆಯೇ ಹೋಗಬಿಟ್ಟರು. ಆತ ವಾಪಸಾಗುತ್ತಿದ್ದಾಗ ಕಾರನ್ನು ತಪಾಸಣೆ ಕೂಡಾ ಅವರು ಮಾಡಲಿಲ್ಲ. ಮತ್ತೊಮ್ಮೆ ತನಗೆ ಚಿರಪರಿಚಿತವಾಗಿದ್ದ ನಾಟಕಾಲಯಗಳ ಬಳಿ, ಚಿತ್ರ ಮಂದಿರಗಳ ಬಳಿ, ನೈಟ್‌ಕ್ಲಬ್‌ಗಳ ಬಳಿ, ವೇಶ್ಯಾವಾಟಿಕೆಗಳ ಬಳಿ ಅವನು ಕಾರನ್ನು ಓಡಿಸಿದ. ಇಲ್ಲಿಗೆಲ್ಲ ಸುಖಪಡಲು ಬಯಸುತ್ತಿದ್ದ ಜನರನ್ನು ಆತ ಒಯ್ದಿದ್ದ. ಜೀವನದಲ್ಲಿ ಇಷ್ಟೆಲ್ಲ ಆಕರ್ಷಣೆಗಳಿವೆ ಎಂದು ಯೋಚಿಸಿದವನು ಆತನಲ್ಲ. ಜನರು ಪರಸ್ಪರ ಹೋರಾಡುವುದು, ಒಬ್ಬರನ್ನೊಬ್ಬರು ಕೊಲ್ಲುವುದು – ಇವೆಲ್ಲ ಈ ಆಕರ್ಷಣೆಗಳಿಗಾಗಿಯೇ ನಡೆಯುವುದಾಗಿರಬಹುದೇ ? ಆದರೂ ಅವರಿಗೆ ತೃಪ್ತಿಯಿಲ್ಲವೆಂದು ಅವನಂದುಕೊಂಡ. ಅವರು ಇನ್ನಷ್ಟು ಬಯಸುತ್ತಾರೆ. ಜನ ಸಮೂಹಕ್ಕಿಂತ ಮೇಲೆ ನಿಲ್ಲಲು, ಕನಸು ಕಾಣಲು, ಅಧಿಕಾರ ಪಡೆಯಲು, ಅಧೀನದಲ್ಲಿಟ್ಟುಕೊಳ್ಳಲು, ಆಳಲು, ಸಂಪತ್ತು ಹೊಂದಲು, ಅವರು ಆಶಿಸುತ್ತಾರೆ. ಅವರು ಬೇರೆಯವರನ್ನು ಕಾಲಡಿಗೆ ಹಾಕಿ ಮೇಲೇರಬೇಕೆಂಬುದಕ್ಕಾಗಿಯೇ ಮೇಲೇರುತ್ತಾರೆ, ಬದಲು ಸಂಗೀತ, ಹೆಣ್ಣು, ಮದ್ಯ, ವಿಶ್ರಾಂತಿ, ಮುಖಸ್ತುತಿ, ಸೇವೆ, ಉತ್ತಮ ಆಹಾರ, ಆರೋಗ್ಯ, ಹೌದು ಆರೋಗ್ಯ – ಇವುಗಳನ್ನು ಆಸ್ವಾದಿಸಲಿಕ್ಕಲ್ಲ !

ಈ ಯೋಚನೆಯು ಒಮ್ಮೆಲೆ ತನ್ನ ಕಲ್ಪನಾ ಸಾಮ್ರಾಜ್ಯದಿಂದ ಅವನನ್ನು ಬೇರ್ಪಡಿಸಿತು. ಅವನ ಕಾರಾದರೋ ತಾನಾಗಿಯೇ ಚಲಿಸುತ್ತಿದ್ದಂತೆ ಮುಂದೆ ಸಾಗುತ್ತಿತ್ತು. ಹಾದಿಯಲ್ಲಿ ಅಡೆತಡೆಗಳಿರಲಿಲ್ಲ, ನಿಲುಗಡೆಯ ಸಂಜ್ಞೆಗಳಿರಲಿಲ್ಲ, ರಸ್ತೆಯನ್ನು ಅಡ್ಡ ದಾಟುವವರೂ ಇರಲಿಲ್ಲ. ಇದಕ್ಕಿಂತಲೂ ಮೇಲಾಗಿ ಐದು ವರುಷಗಳ ಕಾಲ ಆತ ಕಾರನ್ನು ಚಾಲನೆ ಮಾಡುತ್ತಿದ್ದವ. ಆದ್ದರಿಂದ ಈಗ ಎಂತಹ ಜನನಿಬಿಡ ರಸ್ತೆಯಲ್ಲಾದರೂ ಎಂತಹ ವಾಹನ ಸಂಚಾರದ ದಟ್ಟಣೆಯಿದ್ದರೂ ತಾನು ಏನು ಮಾಡುತ್ತಿದ್ದೇನೆಂದು ಯೋಚಿಸದೇನೇ ದಿನವಿಡೀ ಕಾರು ಓಡಿಸುವ ಸಾಮರ್ಥ್ಯ ಅವನಿಗಿತ್ತು. ವಿಚಾರಮಗ್ನನಾಗಿ, ಕನಸು ಕಾಣುತ್ತ ಸಂಚಾರ ನಿಯಮಗಳನ್ನು ಉಲ್ಲಂಘಿಸದೇನೇ ಗಂಟೆಗಟ್ಟಲೆ ಕಾರು ಓಡಿಸುತ್ತಿದ್ದವನಾತ. ಈಗಂತೂ ಅದು ಇನ್ನಷ್ಟು ಸುಲಭವಾಗಿತ್ತು, ಅನಂತರ, ಇದ್ದಕ್ಕಿದ್ದಂತೆ ಒಂದು ವಿಷಯದ ಮೇಲೆ ಅವನು ತನ್ನ ಯೋಚನೆಗಳನ್ನೆಲ್ಲ ಕೇಂದ್ರೀಕರಿಸತೊಡಗಿದ ; ಅವನ ಮಡದಿ ಮತ್ತು ಮಕ್ಕಳು, ಯಾಕೆಂದರೆ ಅವನು ಏನೆಲ್ಲ ಮಾಡಿದ್ದನೋ, ಅವರಿಗಾಗಿಯೇ ಅದನ್ನು ಮಾಡಿದ್ದ. ಅವನೀಗ ಎಲ್ಲಿದ್ದನೋ, ಅವರಿಗಾಗಿಯೇ ಅಲ್ಲಿದ್ದ, ಅಂದ ಹಾಗೆ ಅವನೆಲ್ಲಿದ್ದ ? ಆಗ ಆತನ ತಿಳಿವಿಗೆ ಬಂತು, ತಾನೀಗ ಕೇಂದ್ರ ಪೊಲೀಸ್ ಠಾಣೆಯ ಬಳಿ ಸಾಗುತ್ತಿದ್ದೇನೆಂದು. ತನ್ನ ಪಕ್ಷವನ್ನು ಬದಲಾಯಿಸುವಂತೆ ಅವನನ್ನು 'ಒಡಂಬಡಿಸಲಾಗಿದ್ದದ್ದು' ಅಲ್ಲಿಯೇ. ಇಷ್ಟರಲ್ಲಿ ತನಗೆ ಅರಿವಿಲ್ಲದೇನೇ ಅವನು ತನ್ನ ಮನೆಯಿಂದ ಒಂದು ಕಟ್ಟಡ ಸಮೂಹದಷ್ಟು ದೂರಕ್ಕೆ ಬಂದಿದ್ದ. ಆತನೀಗ ಮೊಂತಸರ್ರಾತ ರಸ್ತೆಯಲ್ಲಿ ಮೇಲೆ ಹೋಗುತ್ತಿದ್ದ. ಅಲ್ಲಿ ದ್ವಾರದಲ್ಲಿ ಸೈನಿಕರ, ನಾಗರಿಕರ ಗುಂಪು ಸೇರಿತ್ತು. ಖಂಡಿತಕ್ಕೂ ಒಳಗೇನೋ ಸಂಭವಿಸಿರಲೇಬೇಕು. ಕಾರಿನ ವೇಗವನ್ನು ಆತ ಸ್ವಲ್ಪ ಇಳಿಸಿದ.

ಅವನು ಇನ್ನೊಂದು ನಿರ್ಧಾರಕ್ಕೆ ಬರಬೇಕಿತ್ತು. ಮನೆಗೆ ಹೋಗಬೇಕೆಂಬ, ಎಸ್ತೆಲಾ ವಾಪಸಾಗಿದ್ದಾಳೆಯೇ, ಮಕ್ಕಳೆಲ್ಲ ಹೇಗಿದ್ದಾರೆ ಎಂಬುದನ್ನು ನೋಡಬೇಕೆಂಬ ಹಂಬಲ ಅವನದಾಗಿತ್ತು. ಸ್ವಲ್ಪ ಮುಂದಕ್ಕೆ ಕಾರನ್ನು ನಿಲ್ಲಿಸಬಹುದು – ಅಲ್ಲೇ ಆ ಮೂಲೆಯ ಬಳಿ ಪಲಾಸ್ಸೂದ ಇದಿರು. ಅದೇ ಪ್ರಶಸ್ತ ಸ್ಥಳ.

ಆ ಮೂಲೆಗೆ ಬಂದು ಕಾರನ್ನು ತಿರುಗಿಸಬೇಕೆಂಬುದು ಆತನ ಯೋಚನೆಯಾಗಿತ್ತು. ಆದರೆ ಮೂಲೆಯನ್ನು ತಲಪುವುದರೊಳಗೆ ಇನ್ನೊಂದು ಕಾರು ಅತಿ ವೇಗದಿಂದ ಅತ್ತ ಧಾವಿಸಿ ಬಂತು. ಹೆಚ್ಚು ಕಡಿಮೆ ಅವನ ಕಾರಿನ ಮಡ್‌ಗಾರ್ಡನ್ನು ಅದು ಉಜ್ಜಿಕೊಂಡೇ ಹೋಯಿತು. ಕಾರ್‌ನ ಕಿಟಕಿಯಿಂದ ಒಬ್ಬ ತನ್ನ ಮುಖ ಹೊರಹಾಕಿದ. ಅದು ಮಿಂಚು ಹೊಳೆದು ಮಾಯವಾದಂತಿತ್ತು. ಆ ಮುಖ ಒಂದು ಕ್ಷಣಕಾಲ ಮಾತ್ರ ಗೋಚರವಾಗಿತ್ತಷ್ಟೆ. ಅಲ್ಲದೆ ರಸ್ತೆಯ ದೀಪದ ಬೆಳಕಿನಲ್ಲಿ ಅದು ಸ್ಪಷ್ಟವಾಗಿಯೂ ಕಾಣಿಸಿರಲಿಲ್ಲ. ಆದರೆ ರಾಮೋನ್‌ನಿಗೆ ಅಷ್ಟು ಕೂಡ ಬೇಕಾಗಿರಲಿಲ್ಲ. ಅಲ್ಲಿಂದ ನೆಟ್ಟಗೆ ಮುಂದೆ ಹೋಗಿ ಬಿಡಲು ಆತ ನಿರ್ಧರಿಸಿದ, ಕೂಡಲೇ ಕಾರನ್ನು ಎರಡನೇ ಗೇರ್‌ನಲ್ಲಿಟ್ಟ. ಆದರೆ ಆತ ಹೊರಡುವ ಮೊದಲು ಇವನ ಕಾರಿಗಿಂತ ಹೆಚ್ಚು ಹೊಸದಾಗಿದ್ದ ಹಾಗೂ ಹೆಚ್ಚು ವೇಗ ಸಾಮರ್ಥ್ಯವಿದ್ದ ಆ ಇನ್ನೊಂದು ಕಾರು ಇವನಿಗೆ ಅಡ್ಡ ನಿಂತಿತು. ಕೂಡಲೆ ರಾಮೋನ್ ತನ್ನ ಕಾರನ್ನು ಹಿಂದಕ್ಕೆ ನಡೆಸಿ, ಅನಂತರ ಕಡಿದಾಗಿ ತಿರುಗಿಸಿದ. ತೀವ್ರ ವೇಗದಿಂದ ಸಮುದ್ರದ ಹಾದಿಯತ್ತ ಕಾರನ್ನು ಓಡಿಸಿದ.

ಹೀಗೆ ಬೇಟೆ ಆರಂಭವಾಯಿತು. ಬೆನ್ನಟ್ಟುತ್ತಿದ್ದ ಕಾರಾದರೋ ಹೊಸದು. ಇತ್ತೀಚಿನ ಮಾದರಿಯದು. ಅವನಷ್ಟೇ ಆವೇಶದಿಂದ ಹಿಂಬಾಲಿಸಿ ಬಂತು. ಇನ್ನೆರಡು ಹೊಸ, ಅತಿವೇಗದ ಕಾರ್‌ಗಳು ಅದರ ನೆರವಿಗೆ ಬಂದವು, "ಪ್ರವೇಶವಿಲ್ಲ" ಎಂದು ನಾಮಫಲಕ ಗಳನ್ನೂ ಗಮನಿಸದೇ ಬೇರೆ ಬೇರೆ ರಸ್ತೆಗಳ ಮೂಲಕ ಅಡ್ಡಹಾದಿಗಳನ್ನು ಹಿಡಿದು ಅವು ಧಾವಿಸಿದವು. ರಾಮೋನ್‌ಗೆ ಆ ಮುಖದ ಗುರುತು ಸಿಕ್ಕಿತು. ಆದರೆ ಕಾರನ್ನು ಹೊರಡಿಸಲು ಸಾಧ್ಯವಾಗುವ ಮುನ್ನವೇ ಎರಡು ಗುಂಡುಗಳು ಅವನ ಕಿವಿಪಕ್ಕದಿಂದ ಹಾರಿಹೋಗಿದ್ದವು. ವಿಚಿತ್ರ! ಆದರೆ ಆತ ಭಯಪಟ್ಟಿರಲಿಲ್ಲ. ಇಷ್ಟು ಹತ್ತಿರದಿಂದ ಅವನಿಗೆ ಯಾರೂ ಎಂದೂ ಗುಂಡು ಹಾರಿಸಿರಲಿಲ್ಲ. ಆದರೂ ಅವನಿಗುಂಟಾದುದು ಹೆದರಿಕೆಯಾಗಿರಲಿಲ್ಲ. ಚಿಂತೆಯೂ ಆಗಿರಲಿಲ್ಲ. ಅವನನ್ನು ಪೀಡಿಸುತ್ತಿದ್ದ ಘೋರವಾದ ತವಕವೂ ಇದರಿಂದ ಚದರಿಹೋಗಿತ್ತು, ಸಾವಿರಾರು ತಂತಿಗಳಿಂದ ಚಿತ್ರಹಿಂಸೆಗೊಳಗಾಗಿ, ಸಾವಿರಾರು ದಿಸೆಗಳತ್ತ ಸೆಳೆಯಲ್ಪಟ್ಟು ಸಿಡಿಯುವಂತಾಗಿದ್ದ ಅವನ ಮೆದುಳು ಈಗ ಒಂದೇ ಗುರಿ ಹಿಡಿದು ಸ್ಪಷ್ಟ ಯೋಚನೆಗೆ ತೊಡಗಿತು. ಸಹಸ್ರಾರು ಅಡಿಗಳ ಎತ್ತರದಲ್ಲಿ ಕದನಕ್ಕೆ ತೊಡಗಿದ ವೈಮಾನಿಕನಂತೆ ಆತನಿಗಿದ್ದುದು ಒಂದೇ ಗುರಿ : ಶತ್ರುಗಳನ್ನು ಸೋಲಿಸುವುದು. ಇದರಿಂದ ಬೇರೇನಾಗದಿದ್ದರೂ ಅವರನ್ನು ತಾನು ಸೋಲಿಸಿದ್ದೇನೆಂಬ ಭಾವನೆಯನ್ನು ಮನಸ್ಸಿನಲ್ಲಾದರೂ ಅನುಭವಿಸಲು ಅವನಿಗೆ ಸಾಧ್ಯವಿತ್ತು. ಅವನು ಸಮುದ್ರವನ್ನು ತಲಪುವ ಮುನ್ನ ಮೊದಲ ಫೋರ್ಡ್ ಕಾರ್ ಅವನನ್ನು ಸಮೀಪಿಸಿತು. ತಮ್ಮ ದೃಷ್ಟಿಪಥದಿಂದ ಆತ ಮರೆಯಾಗದಂತೆ, ನೋಡಿಕೊಂಡು ಅವರು ನೇರವಾಗಿ ಅವನ ಹಿಂದಿನಿಂದಲೇ ಬಂದಿದ್ದರು. ಕಾರ್‌ನಲ್ಲಿದ್ದ ಮೂರು ನಾಲ್ಕು ಜನರು ತಮ್ಮ ಬಂದೂಕು ಮತ್ತು ಕೈಕೋವಿಗಳಿಂದ ಒಡನೆಯೇ ಗುಂಡು ಹಾರಿಸಿದರು. ಆದರೆ ಒಂದೇ ಒಂದು ಗುಂಡಾದರೂ ಅವನಿಗಾಗಲೀ ಟಯರಿಗಾಗಲೀ ತಾಗಲಿಲ್ಲ. ಒಂದು ಗುಂಡು ಮಾತ್ರ ಅವನ ತಲೆಯನ್ನು ಸೋಕಿಕೊಂಡು ಹೋಯಿತು; ಆ ಕ್ಷಣದಲ್ಲಿ ಆತ ಕೇವಲ

ಅಂತಃಪ್ರಜ್ಞೆಯಿಂದ ತನ್ನ ಶರೀರವನ್ನು ಬಗ್ಗಿಸಿದ್ದ. ಬಳಿಕ ದೊಡ್ಡ ರಸ್ತೆಗೆ ಬಂದಾಗ ಅವನು ಕಾರ್‌ಬ್ಯುರೆಟರ್‌ಗೆ ಹರಿಯುವ ಗಾಳಿಯನ್ನು ನಿಯಂತ್ರಿಸುವ ಕವಾಟವನ್ನು ಎಳೆದು ತೆಗೆದು ; ಕಾರನ್ನು ಶೀಘ್ರವಾಗಿ ತಿರುಗಿಸಿದ ; ಎಂಜಿನ್ನಿಗೆ ಸಾಧ್ಯವಿದ್ದಷ್ಟೂ ಪೆಟ್ರೋಲ್ ಹರಿಯುವಂತೆ ಮಾಡಿದ. ಅನಂತರ ತನ್ನ ಪಾದಗಳನ್ನು ಬ್ರೇಕ್‌ನಿಂದ ತೆಗೆದು ಸ್ಟಿಯರಿಂಗ್ ವ್ಹೀಲ್ ಮತ್ತು ಅಕ್ಸಿಲರೇಟರುಗಳತ್ತವೇ ತನ್ನೆಲ್ಲ ಗಮನವನ್ನೂ ಕೇಂದ್ರೀಕರಿಸಿದ.

ಆ ಇನ್ನೊಂದು ಕಾರು ಅವನನ್ನು ಹಿಂಬಾಲಿಸಿಕೊಂಡು ಬರುತ್ತಲೇ ಇತ್ತು. ಈ ಎರಡು ಕಾರುಗಳು ದೂರದಲ್ಲಿ ತಿರುಗುವುದನ್ನು ಕಂಡು, ರಾಮೊನ್‌ನನ್ನು ಬೆನ್ನಟ್ಟಿ ಬರುತ್ತಿದ್ದ ಮತ್ತೊಂದು ಕಾರು ಕಾರ್ಯೋನ್ಮುಖವಾಯಿತು. ಆತ ಕೆಲವು ಕಟ್ಟಡ ಸಮೂಹಗಳನ್ನು ದಾಟಿ ಪಸೇವೊದೆಲ್ ಮಲೆಕಾಂವ್‌ನತ್ತ ತಲಪಿದಾಗ ಅದು ಅವನನ್ನು ಅಡ್ಡಕಟ್ಟಿತು. ಆಗ ರಾಮೊನ್ ಕಾರನ್ನು ಬಲಕ್ಕೆ ತಿರುಗಿಸಿ ಅವನಿದ್ದ ದ ಲಾಸ್ ಮಿಸ್‌ಯೊನಿಸ್ ಕಡೆ ಹೋದ. ಇದರ ಗುಣಾವಗುಣಗಳನ್ನು ಯೋಚಿಸುವಷ್ಟು ಸಮಯ ಅವನಿಗಿರಲಿಲ್ಲ. ಆದರೆ ತಿರುವುಗಳು ತನಗೆ ಹೆಚ್ಚು ಅನುಕೂಲವೆಂದು ಅವನಿಗೆ ಗೊತ್ತಿತ್ತು. ಕಡಿದಾದ ತಿರುವುಗಳಲ್ಲಿ ಯಾವಾಗಲೂ ಬಹಳ ಕೌಶಲ್ಯದಿಂದ ಕಾರ್ ಚಲಾಯಿಸುವನೆಂದು ಕಾರ್‌ರೇಸ್‌ಗಳಲ್ಲಿ ಆತ ಪ್ರಸಿದ್ಧಿ ಪಡೆದಿದ್ದ. ತಿರುವುಗಳ ಆರಂಭದಲ್ಲಿ ಆತ ಪೆಟ್ರೋಲನ್ನು ಕಡಿಮೆ ಹರಿಸುತ್ತಿದ್ದ. ತಿರುವಿನ ಕೊನೆ ಮುಟ್ಟಿದೊಡನೆ ಆದಷ್ಟು ಹೆಚ್ಚು ಪೆಟ್ರೋಲನ್ನು ಬಿಡುತ್ತಿದ್ದ. ಅಲ್ಲದೆ ಅವನೀಗ ಮರಣದಂಡನೆಗೆ ಒಳಗಾಗಿದ್ದಾತ, ಜೀವ ಉಳಿಸಿಕೊಳ್ಳಲು ತಲೆತಪ್ಪಿಸಿಕೊಂಡು ಹೋಗುತ್ತಿದ್ದಾತ, ಹೀಗಿರುವಾಗ ಕಾರನ್ನು ವೇಗವಾಗಿ ಓಡಿಸುವುದರಲ್ಲಿ ಇರುವ ಅಪಾಯ ಅವನ ಮಟ್ಟಿಗೆ ಗಣನೀಯವಾಗಿರಲಿಲ್ಲ. ಇಷ್ಟರಲ್ಲಿ ಅವನನ್ನು ಬೆಂಬತ್ತಿ ಬರುತ್ತಿದ್ದ ಮೊದಲನೆಯವನು ಕೂಡ ಥಟ್ಟನೆ ತಿರುಗಿದ, ಅವನ ಹಿಂದೆ ಬಿದ್ದ. ರಾಮೊನ್ ಕಣ್ಮರೆಯಾಗದಂತೆ ನೋಡಲು ಪಟ್ಟುಹಿಡಿದ. ಅನಂತರ ಈ ಪಂದ್ಯ ನಗರದ ಒಳ ಪ್ರದೇಶದ ಬೀದಿಗಳಲ್ಲಿ ನಡೆಯಿತು. ಪಾರ್ಕೆ ಸೆಂತ್ರಾಲ್‌ಗೆ ತಲಪಿದೊಡನೆ ರಾಮೊನ್ ಶರವೇಗದಲ್ಲಿ ಹಳೆಯ ನಗರವನ್ನು ಹೊಕ್ಕ. ಅಲ್ಲಿನ ಅಗಲ ಕಿರಿದಾದ ರಸ್ತೆಗಳು ಅವನಿಗೆ ಅನುಕೂಲವಾಗಿದ್ದವು. ತಾನು ಈ ಮೊದಲು ಸಾವಿರಾರು ಬಾರಿ ಸುತ್ತಿದ್ದ, ಆ ಚಕ್ರವ್ಯೂಹ ಕೋಟೆಯಲ್ಲಿ ಸತತವಾಗಿ ನುಸುಳಿಕೊಳ್ಳಲು, ಉಳಿದ ಕಾರುಗಳನ್ನು ದಾರಿತಪ್ಪಿಸಲು ಅವನಿಗೆ ಸಾಧ್ಯವಾಯಿತು. ಆದರೆ ಇವನ್ನೆಲ್ಲಾ ಮುಂದಾಲೋಚನೆಯಿಂದ ಆತ ಮಾಡಿದುದಾಗಿರಲಿಲ್ಲ. ಅದಕ್ಕೆ ಬೇಕಾದಷ್ಟು ಸಮಯ ಅವನಿಗಿರಲಿಲ್ಲ. ಯೋಚನೆಯಲ್ಲೇ ಮಗ್ನನಾಗಿದ್ದ ಅವನು ಒಮ್ಮೆಲೆ ಕಾರ್ಯಾಚರಣೆಗೆ ತೊಡಗಿದ್ದ. ಆತನೊಳಗಿದ್ದ ಯಾವುದೊ ಅಂತಃಶಕ್ತಿ ಪುಟಿದೆದ್ದು ಅವನನ್ನು ತನ್ನ ಕೈಗಳಿಗೆ ತೆಗೆದುಕೊಂಡಿತ್ತು. ಆತ ಆಬಿಸ್ಪೊದತ್ತ ಹೋಗುತ್ತಿರುವುದನ್ನು ಕಂಡ ಇತರ ಕಾರುಗಳಲ್ಲೊಂದು ಈತ ಬಲಕ್ಕೆ ತಿರುಗಬಹುದೆಂದು ಊಹೆಯಿಂದ ಮೊಟಕು ಹಾದಿ ಹಿಡಿದು ಗತಿ ಬದಲಾಯಿಸಿತು. ಆ ಊಹೆ ಸರಿಯಾಗಿತ್ತು. ಯಾಕೆಂದರೆ ರಾಮೊನ್‌ನ ಕಾರು ಎರಡು ಮೂರು ಕಟ್ಟಡಗಳಿಂದಾಚೆಗೆ ಬಂದು ಅಡ್ಡ ರಸ್ತೆಯೊಂದರಲ್ಲಿ ಬಲಕ್ಕೆ ತಿರುಗಿತು. ಅವನು ಬರುತ್ತಿದ್ದ ಸದ್ದು ಕೇಳಿ, ಹಿಂಬಾಲಿಸುತ್ತಿದ್ದ ಕಾರು ಅವನ ಹಾದಿಗೆ ಅಡ್ಡ ನಿಲ್ಲಲೆತ್ನಿಸಿತು. ಆದರೆ ರಾಮೊನ್‌ನ ವೇಗ ಅತಿಯಾಗಿತ್ತು. ಪರಿಣಾಮವಾಗಿ ಆ ಕಾರು ಕಾಲ್ದಾರಿಯ ಮೇಲೆ ಏರಿಹೋಗಿ ವೇಶ್ಯಾವಾಟಿಕೆಯೊಂದರ ಮರದ ಬಾಗಿಲಿಗೆ ಡಿಕ್ಕಿ ಹೊಡೆದು ಅದನ್ನು ಒಡೆದುಬಿಟ್ಟಿತು. ಹೀಗೆ ಒಂದು ಕಾರು ಸದ್ಯಕ್ಕಾದರೂ ಪಂದ್ಯದಿಂದ ಹೊರಗುಳಿಯಬೇಕಾಯಿತು.

ಆದರೆ ಉಳಿದ ಎರಡು ಕಾರುಗಳಾದರೋ ಆತನಿಗೆ ಒಂದು ಕ್ಷಣವೂ ಅವಕಾಶಕೊಡದೆ ಅವನನ್ನು ಚುರುಕಿನಿಂದ ಹಿಂಬಾಲಿಸಿದವು. ಅವುಗಳ ಗುಂಡಿನ ಹೊಡೆತಗಳಿಂದ ತಪ್ಪಿಸಿ ಕೊಳ್ಳಬೇಕಾಗಿದ್ದರೆ, ನಿರಂತರವಾಗಿ ತಿರುವುಮುರುವುಗಳಲ್ಲೇ ಹೋಗಬೇಕಿತ್ತು. ದೂರದಿಂದ ಒಂದು ಕ್ಷಣ ಅವರು ಆತನನ್ನು ನೋಡಿದರು ; ಕೂಡಲೇ ಗುಂಡು ಹಾರಿಸಲಾರಂಭಿಸಿದರು. ಆಗ ಆತ ಎರಡು ಬೀದಿಗಳು ಕೂಡುವಲ್ಲಿಗೆ ಬಂದಿದ್ದ. ಆತ ವೇಗವಾಗಿ ಕಾರನ್ನು ತಿರುಗಿಸಿದ. ರಸ್ತೆಯ ಕಲ್ಲರಗಿನ ಜಲ್ಲಿಯ ಮೇಲೆ ಕಾರ್‌ನ ಟಯರುಗಳು ಚೀರುತ್ತ ಸಾಗಿದವು. ಕೆಲವು ವೇಳೆ ಆತ ಆಕ್ಸಿಲರೇಟರ್‌ನಿಂದ ಒಂದು ಕ್ಷಣ ಪಾದಗಳನ್ನು ತೆಗೆಯುತ್ತಿದ್ದ. ಇತರ ಕೆಲವು ವೇಳೆ ಅಪಾಯವನ್ನು ಗಮನಿಸದೆ ಅದನ್ನು ಗಟ್ಟಿಯಾಗಿ ತುಳಿಯುತ್ತಿದ್ದ. ದೂರದಲ್ಲಿದ್ದ ಜನರು ಕೂಡ ಇದೊಂದು ರೇಸ್ ಎಂದು ತಿಳಿದುಕೊಂಡರು. ರಸ್ತೆಯಿಂದ ದೂರ ಸರಿದರು. ರಾಮೊನ್ ಪಾರ್ಕೆ ಕ್ರಿಸ್ತೊದ ಬಳಿ ಬಂದಾಗ ವ್ಯಕ್ತಿಯೊಬ್ಬ ಬೆಕ್ಕಿನಂತೆ ಸರಸರನೆ ದೀಪದ ಕಂಬವನ್ನು ಹತ್ತಿಬಿಟ್ಟ, ಅವನ ಮಾತಿನಲ್ಲಿ ಹೇಳುವುದಾದರೆ ರಾಮೊನ್ 'ಮಿಂಚಿನ ವೇಗದಲ್ಲಿ' ಮುರಾಲ ರಸ್ತೆಯತ್ತ ತಿರುಗಿದ. ಹೇಗೋ ಏನೋ ಅವನನ್ನು ಹಿಂಬಾಲಿಸುತ್ತಿದ್ದ ಮೂರನೇ ಕಾರು ಕೂಡ ರಸ್ತೆಯ ಕೊನೆಗೆ ರಾಮೊನ್ ಬರಲು ಯತ್ನಿಸಬಹುದೆಂದು ಮುಂಗಂಡಿತು. ಹಾಗೂ ಆ ದಾರಿಯನ್ನೇ ಬಂದ್ ಮಾಡಲು ಉಳಿದ ಎರಡು ಮೂರು ಕಾರುಗಳನ್ನು ಅದು ಕಳುಹಿಸಿತು. ಆದರೆ ರಾಮೊನ್ ಅಲ್ಲಿಗೆ ಬಂದು ತಲಪುವುದರೊಳಗಾಗಿ ಅವನನ್ನು ನಿರ್ದೇಶಿಸುತ್ತಿದ್ದ ಅಂತಃಶಕ್ತಿ ಅವನನ್ನು ಬೇರೆ ದಿಕ್ಕಿಗೆ ತಿರುಗುವಂತೆ ಮಾಡಿತು. ಅವನು ಪೂರ್ಣವೇಗದಿಂದ ಸಾನ್ ಇಜಿದಾರುಗೆ ಇಳಿದ ; ಅಲಮೆದ ದ ಪಾವುಲದತ್ತ ತಿರುಗಿದ, ಆಫಿಸಿಯೊಜ್‌ನತ್ತ ಹೋದ, ಅನಂತರ ತಾಕೊನ್ ಮೂಲಕ ಅವೆನಿದದೆಲ್ ಮಾಲೆಕೋನ್ ತಲಪಿದ. ಈಗ ಅವನಿಗೆ ಇನ್ನೊಂದು ಯೋಚನೆ ಹೊಳೆಯಿತು. ತನ್ನನ್ನು ಹಿಂಬಾಲಿಸುವವರ ಗುಂಡುಗಳನ್ನು ಇಕ್ಕಟ್ಟಾದ ಬೀದಿಗಳಲ್ಲಿ ತಪ್ಪಿಸಲು ಪ್ರಯತ್ನಿಸುವುದಕ್ಕೆ ಬದಲಾಗಿ ಬಯಲು ದಾರಿಗೆ ತಾನು ಬಂದುದೇ ಆದರೆ, ಓಡುತ್ತಿರುವ ಕಾರ್‌ನಿಂದ ಹಾರಿಬಿಡಬಹುದು. ಕಾರು ಓಡುತ್ತಲೇ ಇರುತ್ತದೆ. ತಾನು ಗುಡ್ಡಗಳ ಮೂಲಕ ಕಾಲಿಗೆ ಬುದ್ಧಿ ಹೇಳಬಹುದು.

ಆದರೆ ರಾಜಮಾರ್ಗಗಳಲ್ಲಿ ಕಾರು ಚಲಾಯಿಸುತ್ತಾ ಹೋದರೆ ತನಗೆ ಗುಡ್ಡಗಳಿಗೆ ಓಡಲು ಸಾಧ್ಯವಾಗದು. ತಾನು ಸುಲಭದಲ್ಲಿ ಬಲಿಬೀಳಬಹುದು ಎಂದು ಆತ ಪುನಃ ಯೋಚಿಸಿದ. ಒಡನೆಯೇ ನಗರದ ಕೆಳಭಾಗಕ್ಕೆ ಕಾರನ್ನು ಒಯ್ದ. ಬಳಿಕ ಮೇಲ್ಭಾಗಕ್ಕೆ ಬಂದು ಅಲ್ಲಿಂದ ಹೊರ ಹೋಗಲು ದಾರಿಯನ್ನು ಹುಡುಕತೊಡಗಿದ. ಈಗ ಆತನನ್ನು ಎರಡು ಕಾರುಗಳು ಹಿಂಬಾಲಿಸುತ್ತಿದ್ದವು. ಆದರೆ ಆರಂಭದ ತಮ್ಮ ಅಂತರವನ್ನು ನಿವಾರಿಸಲು ಅವುಗಳಿಗೆ ಇನ್ನೂ ಸಾಧ್ಯವಾಗಿರಲಿಲ್ಲ. ಅವುಗಳಿಗಿದ್ದ ಅನುಕೂಲವೆಂದರೆ ತಮ್ಮ ಶಸ್ತ್ರ ಬಲ, ಸಂಖ್ಯೆಯ ಆಧಿಕ್ಯ. ಒಂದು ಕಾರ್‌ನಲ್ಲಿ ಪೆಟ್ರೋಲ್ ಮುಗಿದುಹೋದರೂ ಇನ್ನೊಂದು ಕಾರ್ ಓಟವನ್ನು ಮುಂದುವರಿಸಲು ಸಾಧ್ಯವಿತ್ತು. ಆದರೆ ರಾಮೊನ್‌ಗೆ ? ಪೆಟ್ರೋಲ್ ಮುಗಿದುಹೋದರೆ ಅದನ್ನು ತುಂಬಿಸಿಕೊಳ್ಳುವುದೂ ಸಾಧ್ಯವಿರಲಿಲ್ಲ, ಪ್ರಾಯಶಃ ಗುಡ್ಡಗಳಿಗೆ ಓಡಲು ಅವನು ನಿರ್ಧರಿಸಿದ್ದು ಇದೇ ಕಾರಣಕ್ಕಾಗಿ ಇದ್ದಿರಬಹುದು.

ಕೆಲವು ನಿಮಿಷಗಳ ತನಕ ರಸ್ತೆಗಳ ಒಳಗೆ ಹೊರಗೆ ನುಸುಳಿದ ಬಳಿಕ ತನ್ನ ಯೋಚನೆಯನ್ನು ಕಾರ್ಯಗತಗೊಳಿಸಲು ಒಂದು ಪ್ರಯತ್ನ ಮಾಡಿ ನೋಡೋಣವೆಂದು ಆತ ನಿರ್ಧರಿಸಿದ. ಅಗಲವಾದ ಯಾವುದಾದರೊಂದು ರಸ್ತೆಯಲ್ಲಿ ಸಾಕಷ್ಟು ದೂರದ ತನಕ ಆತ

ಹೋಗಬೇಕಾದ ಕ್ಷಣವೀಗ ಬಂದಿತ್ತು. ಇದು ಅವನು ಇದಿರಿಸಲೇಬೇಕಾಗಿದ್ದ ಒಂದು ಅಪಾಯ. ಆತನ ಮೊದಲ ಯೋಚನೆಯಿದ್ದದ್ದು ಅವನಿದ ದೆಲ್ ಕಾರ್‌ಲೋಸ್ ತೆರ್‌ಸೆರೊ ಮೂಲಕ ಸ್ಮಶಾನ ದಾಟಿ, ಝುಪಾತ್‌ನ ಹಾದಿಯಲ್ಲಿ ಹೋಗುವುದು, ಬಳಿಕ ನದಿಗುಂಟ ಸಾಗುವುದು. ಈ ಹಾದಿಯ ಕುರಿತು ಕೊನೆಯ ನಿರ್ಧಾರವನ್ನು ತೆಗೆದು ಕೊಳ್ಳುವಷ್ಟರಲ್ಲಿ ಎಲ್ಲಿಂದಲೋ ಒಂದು ವಿಚಿತ್ರ ಯೋಚನೆ ಅವನಿಗೆ ಹೊಳೆಯಿತು ; ತಾನು ಹಳ್ಳಿಗಾಡಿಗೆ ಓಡುವುದು ಬೇಡ – ಆಸ್ಪತ್ರೆಯವರೆಗೆ ಹೋದರೆ ಸಾಕು. ಅಲ್ಲಿ ಯಾವುದಾದರೊಂದು ದೀಪದಕಂಭಕ್ಕೆ ಕಾರು ಡಿಕ್ಕಿ ಹೊಡೆಯುವಂತೆ ಮಾಡಿ, ಗಾಯಗಳಿಗೆ ಪಟ್ಟಿಕಟ್ಟಿಸುವುದಕ್ಕಾಗಿ ಆಸ್ಪತ್ರೆ ಸೇರಬೇಕು. ಒಂದು ವೇಳೆ ತನಗೆ ಗಾಯಗಳಾಗದಿದ್ದರೆ, ತಾನೇ ಗಾಯ ಮಾಡಿಕೊಳ್ಳಬೇಕು, ತನ್ನನ್ನು ಬೆನ್ನಟ್ಟಿಕೊಂಡು ಬರುವವರು ಬಹುಶಃ ಅಷ್ಟು ದೂರದ ತನಕ ತನ್ನನ್ನು ಹಿಂಬಾಲಿಸಲಾರರು. ತನ್ನ ವಾಹನ ಬಿದ್ದಿದ್ದ ಸ್ಥಳದ ಸುತ್ತಮುತ್ತಲಿನ ಮನೆಗಳಲ್ಲಿ ತನ್ನನ್ನು ಹುಡುಕಬಹುದು. ಅದೇ ವೇಳೆ, ಬೆಳಗಾದ ಬಳಿಕ ಬೇರೊಂದು ಉಪಾಯವನ್ನು ತಾನು ಕಂಡುಹಿಡಿಯಬಹುದು ಎಂದು ಅವನು ಯೋಚಿಸಿದ. ಎಂತಹ ಉಪಾಯ, ಯಾವ ಉಪಾಯ ಎಂಬ ನಿಶ್ಚಿತ ಅಭಿಪ್ರಾಯ ಅವನಿಗಿರಲಿಲ್ಲ. ಆದರೂ ಒಂದು ಹಾದಿ ಕಂಡುಹಿಡಿಯಬಹುದೆಂಬ ಅಸ್ಪಷ್ಟ ಆಸೆ ಅವನಲ್ಲಿತ್ತು. ಅದೇ ಸಮಯದಲ್ಲಿ ಆಸ್ಪತ್ರೆಯು ಕೂಡ, ಈಗ ತನ್ನ ಶತ್ರುಗಳಾಗಿರುವವರ ಕೈಗಳಲ್ಲಿ ಇರಲಾರದು ಎಂದು ಖಚಿತವಾಗಿ ಅವನು ಹೇಳುವಂತೆಯೂ ಇರಲಿಲ್ಲ.

ಅಂತೂ ತಾನು ರೂಪಿಸಿದ ಯೋಜನೆಯನ್ನು ಒಡನೆಯೇ ಕಾರ್ಯರೂಪಕ್ಕಿಳಿಸಲು ಆತ ನಿರ್ಧರಿಸಿದ. ತನ್ನ ಕಾರನ್ನು ಅವಘಡಕ್ಕೆ ತುತ್ತುಮಾಡುವ ನಿಶ್ಚಿತ ಸ್ಥಳವನ್ನೂ ಮನಸ್ಸಿನಲ್ಲೇ ಗುರುತಿಸಿದ. ಕಾರನ್ನು ಸಂಪೂರ್ಣ ಜಖಂಗೊಳಿಸುವ ವೇಳೆಯಲ್ಲೇ ತನ್ನ ಜೀವವನ್ನು ಉಳಿಸಿಕೊಳ್ಳಲು ಎಷ್ಟು ವೇಗದಿಂದ ಕಾರನ್ನು ಓಡಿಸಬೇಕೆಂದೂ ಅವನು ಲೆಕ್ಕ ಹಾಕಿದ. ಆಸ್ಪತ್ರೆಯ ಕುರಿತಾಗಿ ಆತನಿಗೆ ಯೋಚನೆ ಬಂದದ್ದು ಕೇವಲ ಆಕಸ್ಮಿಕ. ಹಲವು ವರ್ಷಗಳ ಹಿಂದೆ ಮಗುವೊಂದರ ಮೇಲೆ ತಾನು ಕಾರು ಹರಿಸಿದ್ದ ರಸ್ತೆಯ ಮೂಲೆಯೊಂದನ್ನು ಹಾದು ಹೋಗುವಾಗ, ಆ ಕೂಸನ್ನು ತಾನು ಆಸ್ಪತ್ರೆಗೆ ಕೊಂಡೊಯ್ದ ಸ್ಮರಣೆ ಅವನಿಗೆ ಬಂದಿತ್ತು. ಅವನ ಜೀವನದಲ್ಲೇ ಅತ್ಯಂತ ಯಾತನೆಯ ಗಳಿಗೆಯಾಗಿತ್ತದು. ಮಗುವಿಗೆ ಶಸ್ತ್ರಚಿಕಿತ್ಸೆ ನಡೆಸಲು ಡಾಕ್ಟರರನ್ನು ಕಾಯುತ್ತಿದ್ದಾಗ ಅವನು ಮಂಕಾಗಿದ್ದ. ಅವನ ಮುಖ ವಿಕಾರವಾಗಿ ಬಿಳಿಚಿಕೊಂಡಿತ್ತು. ಅವನ ಕಣ್ಣುಗಳಾದರೋ ಅತ್ಯಂತ ಭೀತಿಯ ಭಾವನೆಗಳನ್ನು ವ್ಯಕ್ತಪಡಿಸುತ್ತಿದ್ದವು. ಹೀಗಾಗಿ ಇವನನ್ನು ಕಂಡ ಇನ್ನೊಬ್ಬ ಡಾಕ್ಟರ್ ಇವನತ್ತ ಒಮ್ಮೆ ದೃಷ್ಟಿ ಹರಿಸಿ ಅವನಿಗೆ ಯಾವುದೋ ಔಷಧ ನೀಡುವಂತೆ ಆದೇಶಿಸಿದ್ದ. ಅದಾವ ಮದ್ದು ಎಂಬುದನ್ನೇ ಗುರುತಿಸಿರಲಿಲ್ಲ. ಅನಂತರ ಅವನನ್ನು ಒಂದು ಕೋಣೆಗೆ ಕೊಂಡೊಯ್ದಿದ್ದರು. ಆ ಕೋಣೆಯಲ್ಲಾದರೋ ಆತ ಕಂಡಿರದಿದ್ದಂಥ ಬಿಳಿಯ ಯಂತ್ರಗಳು. ಅಲ್ಲಿ ಅವನ ಹೃದಯ ಪರೀಕ್ಷೆ ನಡೆದಿತ್ತು. ಬೇಕಷ್ಟು ಪ್ರಶ್ನೆಗಳನ್ನು ಕೇಳಲಾಗಿತ್ತು. ಅವನು ಅಸ್ವಸ್ಥನಾಗಿರಲಿಲ್ಲ ಅಥವಾ ಯಾವುದೇ ಹೃದಯಾಘಾತಕ್ಕೂ ಒಳಗಾಗಿರಲಿಲ್ಲ ಎಂಬುದನ್ನು ನೋಡಿ ವೈದ್ಯರುಗಳಿಗೆ ಆಶ್ಚರ್ಯವಾಗಿತ್ತು. ಅವನ ಮುಖದಲ್ಲಿ ಮೂಡಿದ್ದ ನೋವಿಗೆ ಆತನ ಆತ್ಮಸಾಕ್ಷಿಯೇ ಕಾರಣವಾಗಿತ್ತು. ಮಗುವೇನೋ ಅದೃಷ್ಟವಶಾತ್ ಬದುಕಿಕೊಂಡಿತ್ತು. ಮಗುವಿನ ತಾಯಿಯನ್ನು ಡಾಕ್ಟರುಗಳೇ ಕರೆದು ಅವನ ವಿರುದ್ಧ ದೂರು ಕೊಡುವಲ್ಲಿ ಕಾಠಿಣ್ಯವನ್ನು ತೋರಬಾರದೆಂದು ತಿಳಿಸಿದ್ದರು. ಆಕೆಯಾದರೋ ಕಡುಬಡವಿ. ಅವಳು ಪೊಲೀಸರಿಗೆ ಈ ಕುರಿತು ದೂರು

ಕೊಡುವ ಗೋಜಿಗೇ ಹೋಗಿರಲಿಲ್ಲ. ಅನಂತರ ರಾಮೊನ್ ಆಕೆಗೆ ಚಿಕ್ಕ ಪುಟ್ಟ ಉಡುಗೊರೆಗಳನ್ನು ನೀಡಲು ಸಾಧ್ಯವಾದಾಗಲೆಲ್ಲ ಆಕೆಯ ಮನೆಗೆ ಭೇಟಿ ನೀಡುತ್ತಿದ್ದ. ಆ ಡಾಕ್ಟರುಗಳು ತನ್ನ ಕಡೆಗೆ ನೀಡಿದ ಗಮನ ಆತನ ಜೀವನದಲ್ಲೇ ಅತ್ಯಂತ ಸಂತಸದ ಅನುಭವವಾಗಿತ್ತು. ಅದನ್ನಾತ ಸದಾ ನೆನಪಿನಲ್ಲಿಟ್ಟುಕೊಳ್ಳುತ್ತಿದ್ದ. ಈಗ ಅವನು ಭಾರೀ ಗಂಡಾಂತರದಲ್ಲಿದ್ದ. ತನ್ನನ್ನು ಉಳಿಸಿಕೊಳ್ಳುವ ಹೋರಾಟದಲ್ಲಿ ತನ್ನೆಲ್ಲ ಚೈತನ್ಯವನ್ನು ಆತ ಮುಡಿಪಾಗಿ ಇಟ್ಟಿದ್ದ. ಇಂಥ ಸಮಯದಲ್ಲಿ ಆ ಡಾಕ್ಟರುಗಳು ಅಥವಾ ಅವರಂಥ ಇತರ ವೈದ್ಯರು ತನ್ನ ರಕ್ಷಕರಾಗಿ ಪರಿಣಮಿಸ ಬಹುದೆಂದು ಅವರನ್ನು ಕುರಿತು ಆತ ಯೋಚಿಸಿದ.

ಹೀಗಾಗಿ ಆಸ್ಪತ್ರೆ ಸೇರಲು ಆತ ಒಂದು ಮಹೋನ್ನತ ಪ್ರಯತ್ನವನ್ನೇ ಮಾಡಿದ. ಅವನೀಗ ನಗರದ ಮೇಲಣ ವಿಭಾಗದ ಕೇಂದ್ರದಲ್ಲಿದ್ದ. ಕಾರನ್ನು ಎಲ್ಲಿ ಡಿಕ್ಕಿ ಹೊಡೆಯಬೇಕೆಂದು ಆತ ನಿರ್ಧರಿಸಿದ್ದನೋ ಆ ಸ್ಥಳಕ್ಕೆ ಹೋಗಬೇಕಾದರೆ ಒಂದು ವಿಶಾಲವಾದ ಚೌಕವನ್ನು ದಾಟಬೇಕಿತ್ತು. ಸದಾ ದಿಕ್ಕು ಬದಲಾಯಿಸುತ್ತ, ತಟಕ್ಕನೆ ಅಡ್ಡ ಹಾಯುತ್ತ, ತಿರುವುಗಳಲ್ಲಿ ಎರಡು ಚಕ್ರಗಳ ಮೇಲೆ ಕಾರನ್ನು ಓಡಿಸುತ್ತ ಕೊನೆಗೆ ಹೇಗಾದರೂ ತನ್ನ ಗುರಿಯ ಸಮೀಪಕ್ಕೆ ಆತ ತಲಪಿದ. ಇನ್ನೇನು ಅಗಲವಾದ ರಸ್ತೆಗೆ ಆತ ಬರಬೇಕು ಅಷ್ಟರಲ್ಲಿ ಅವನು ಕಂಡದ್ದೇನು? ಅವನ ಮುಂದುಗಡೆ ಎರಡು ಕಾರುಗಳು ರಸ್ತೆಗೆ ಅಡ್ಡವಾಗಿ ನಿಂತುಕೊಂಡಿದ್ದವು ಬಹುಶಃ ಆ ಕಾರುಗಳನ್ನು ಮುಂಚಿತವಾಗಿಯೇ ಅಲ್ಲಿ ನಿಲಿಸಿದ್ದಿರಬಹುದು. ರಾಮೊನ್ ಆದಷ್ಟು ನಿಧಾನವಾಗಿ ಬ್ರೇಕ್ ಹಾಕಿದ. ಕಾಲುದಾರಿಗೆ ಕಾರನ್ನು ಹತ್ತಿಸಿದ. ಲಾಳದ ಆಕಾರಲ್ಲಿ ಕಾರನ್ನು ತಿರುಗಿಸಿದ. ಇದಿರಿನಲ್ಲಿದ್ದವರು ಅವನತ್ತ ಗುಂಡು ಹಾರಿಸತೊಡಗಿದರು. ಒಂದು ಗುಂಡು ಅವನ ಎಡ ಮಣಿಕಟ್ಟನ್ನು ಭೇದಿಸಿತು. ಅವನಿಗೆ ಹೆಚ್ಚೇನೂ ನೋವಾಗಲಿಲ್ಲ. ಏನೋ ಸೂಜಿಯಿಂದ ಚುಚ್ಚಿದಂತಾಯಿತಷ್ಟೇ. ಅವನು ತಿರುಗುವಷ್ಟರಲ್ಲೇ ಅವನನ್ನು ಬೆನ್ನಟ್ಟುತ್ತಿದ್ದಾತ ಬಿರುಸು ಬಾಣದಂತೆ ಅವನತ್ತ ಧಾವಿಸಿ ಬರುತ್ತಿದ್ದ; ಬರುತ್ತಿದ್ದಂತೆ ಗುಂಡುಗಳನ್ನು ಹಾರಿಸುತ್ತಲೇ ಇದ್ದ. ಗುಂಡುಗಳು ಕಾರಿಗೆ ತಾಗಿದವು. ಆದರೆ ಕಾರು ಕೆಟ್ಟು ನಿಲ್ಲುವಂತಾಗಲಿಲ್ಲ. ಎಂಜಿನಿಗೆ ಆದಷ್ಟು ಹೆಚ್ಚು ಪೆಟ್ರೋಲ್ ಹರಿಸಿ, ರಾಮೊನ್ ತನ್ನ ಕಾರನ್ನು ನೇರವಾಗಿ ಆ ಇನ್ನೊಂದರತ್ತ ಹಾಯಿಸಿದ. ಇನ್ನೇನು ಮಾರಣಾಂತಿಕ ಡಿಕ್ಕಿ ಅನಿವಾರ್ಯವೆಂಬಂತೆ ಒಂದು ಕ್ಷಣ ಕಂಡಿತು. ಆದರೆ ರಾಮೊನ್‌ನ ಕಾರು ತನ್ನತ್ತ ಬರುತ್ತಿರುವುದನ್ನು ಬೆನ್ನಟ್ಟಿಕೊಂಡು ಬಂದವನು ಕಂಡ, ಒಮ್ಮೆಲೆ ಕಾರ್‌ಗೆ ಬ್ರೇಕ್ ಹಾಕಿದ, ರಾಮೊನ್‌ನಾದರೋ ಕಾರ್‌ನ ವೇಗವನ್ನು ಕಡಿಮೆಗೊಳಿಸದೇ ಗುಂಡುಗಳ ಮಳೆಯ ಮಧ್ಯೆ ಅದನ್ನು ತಿರುಗಿಸಿದ. ಕಾರನ್ನು ಪೂರ್ಣವೇಗಕ್ಕೆ ತರಲು ಹಿಂಬಾಲಿಸುವಾತನಿಗೆ ಒಂದೆರಡು ಕ್ಷಣ ಹಿಡಿಯಿತು. ಆದರೆ ಅಷ್ಟರಲ್ಲಿ ರಾಮೊನ್‌ಗೆ ಮತ್ತೊಂದು ಗುಂಡು ತಗಲಿತು. ಅದೂ ಕಪೋಲಕ್ಕೆ, ಈ ಗುಂಡು ಚರ್ಮವನ್ನು ಕೆರೆದುಕೊಂಡು ಹೋಯಿತು – ನೇಗಿಲಿನ ಗುಳ ನೆಲದ ಮೇಲ್ಭಾಗದ ಹುಲ್ಲನ್ನು ಕೆರೆಯುವಂತೆ. ಅದರಿಂದೇನೂ ಆತನಿಗಷ್ಟು ನೋವಾಗಲಿಲ್ಲ. ಆದರೆ ಆ ಗಾಯದಿಂದ ಹರಿಯುತ್ತಿದ್ದ ರಕ್ತ ಒಂದು ಕಣ್ಣಿನ ಮೇಲೆ ಬಿದ್ದು, ಅದು ತುಡಿಯಲಾರಂಭಿಸಿದುದರಿಂದ, ಕಣ್ಣನ್ನು ಆತ ಮುಚ್ಚಬೇಕಾಯಿತು. ಹೀಗೆ ಒಂದು ಕಣ್ಣು ಕಾಣದೆ, ಒಂದು ಮಣಿಗಂಟು ತೂತಾಗಿ, ರಕ್ತಸ್ರಾವದಿಂದ ಬಳಲುತ್ತ ಅವನು ಓಟವನ್ನು ಮುಂದುವರಿಸಿದ, ಆಸ್ಪತ್ರೆಯನ್ನು ತಲಪುವ ಬಗ್ಗೆ ಅವನು ಹಿಂದೆಂದಿಗಿಂತಲೂ ಹೆಚ್ಚು ದೃಢಮನಸ್ಕನಾಗಿ, ತನ್ನ ವೇಗವನ್ನು ಹಾಗೆಯೇ ಉಳಿಸಿಕೊಂಡ. ಮತ್ತೊಮ್ಮೆ ಅದೇ ದಿಕ್ಕಿಗೆ ಆತ ಹೊರಟ – ಆದರೆ ಬೇರೊಂದು ರಸ್ತೆಯ ಮೂಲಕ. ತನ್ನ ವೈರಿಗಳನ್ನು ಒಂದೆರಡು

ಕ್ಷಣ ಹಿಂದೆ ಹಾಕಿದ ಅನುಕೂಲತೆ ಈಗ ಅವನಿಗಿತ್ತು. ಅದನ್ನೇ ಉಪಯೋಗಿಸಿಕೊಂಡು ಕಾಲೆದ ಸಾನ್ ಲಾಜರುವನ್ನು ತಲಪಲು ಅವನು ಶಕ್ತನಾದ. ಆ ಮಾರ್ಗಕ್ಕೆ ತಿರುಗಿದ. ಆಕ್ಸಿಲರೇಟರನ್ನು ಇನ್ನಷ್ಟು ಒತ್ತಿ, ವೇಗನ್ನು ಮತ್ತಷ್ಟು ಹೆಚ್ಚಿಸಿ ನೇರ ಹಾದಿಯಲ್ಲಿ ಅವನು ಮುನ್ನಡೆದ.

ಅವನಿಗೆ ಪುನಃ ತಡೆಹಾಕಲಾಯಿತು. ರಸ್ತೆಯ ಕೊನೆಯ ಚೌಕಗಳಲ್ಲೊಂದರಲ್ಲಿ ಅಡ್ಡಕ್ಕೆ ನಿಲ್ಲಿಸಲಾಗಿದ್ದ ಮೂರು ಕಾರುಗಳಿಂದ ಗುಂಡಿನ ಸುರಿಮಳೆ. ಆದರೆ ಗುಂಡಿನ ಹಾರಾಟ ತುಸು ಬೇಗ ಶುರುವಾಗಿದ್ದ ಕಾರಣ ಅದರಿಂದ ತಪ್ಪಿಸಿಕೊಂಡು ಬಲಗಡೆಗೆ ತಿರುಗಲು ಅವನಿಗೆ ಸಮಯಾವಕಾಶವಿತ್ತು. ಅಷ್ಟರಲ್ಲೇ ಒಂದನೇ ಕಾರು ತಾನು ಕಳೆದುಕೊಂಡ ಸಮಯವನ್ನು ಭರ್ತಿಮಾಡಿಕೊಳ್ಳಲು ಸಮರ್ಥವಾಯಿತು. ಇದೀಗ ಆ ಕಾರು ಅವನ ಬಳಿ ನೇರವಾಗಿ ಬರುತ್ತಿತ್ತು.

ರಾಮೊನ್ ಈಗ ನಗರದ ಹಾದಿ ಹಿಡಿದಿದ್ದ. ವಿಶಾಲವಾದ ಆವೆನಿದ ದೆಲ್ ಮೆಯಿನ್ ರಸ್ತೆಯಲ್ಲಿ ಸಾಗುತ್ತಿದ್ದ. ಅವನೀಗಾಗಲೇ ಸಾಕಷ್ಟು ರಕ್ತವನ್ನು ಕಳಕೊಂಡಿದ್ದ. ಅದರೊಂದಿಗೆ, ಈ ಅಸಮಾನ ಕಾಳಗವನ್ನು ಮುಂದುವರಿಸಲು ಅವನಿಗೆ ಸಾಧ್ಯವಾಗುವಂತೆ ಮಾಡಿದ್ದ ಅವನ ಶಕ್ತಿ ಮತ್ತು ಮಾನಸಿಕ ಚುರುಕುತನಗಳು ಕೂಡ ಸ್ವಲ್ಪ ಕಂದಿಹೋಗಿದ್ದವೆಂಬುದರಲ್ಲಿ ಸಂಶಯವಿರಲಿಲ್ಲ. ಅವನಿಗೀಗ ಬವಳಿಬರುವಂತಾಯಿತು. ಸ್ಟಿಯರಿಂಗ್ ಚಕ್ರದ ಮೇಲಿದ್ದ ಅವನ ಕೈಗಳು ನಡುಗುತ್ತಿದ್ದವು. ಕಾರೇನೋ ರಸ್ತೆಯ ಮಧ್ಯದಲ್ಲಿ ಓಡುತ್ತಿತ್ತು. ಆದರೆ ಹಿಂದಿನಷ್ಟು ಸ್ತಿಮಿತದಲ್ಲಿರಲಿಲ್ಲ. ಇವನ್ನೆಲ್ಲ ಅವನನ್ನು ಬೆನ್ನಟ್ಟುತ್ತಿದ್ದವರು ಗಮನಿಸಿದ್ದರು. ಕೆಲವು ವೇಳೆ ಅವನು ಕಾರನ್ನೇ ನಿಲ್ಲಿಸಿಬಿಡುತ್ತಾನೇನೋ ಎಂಬಂತೆ ವೇಗವನ್ನು ಕುಗ್ಗಿಸುತ್ತಿದ್ದ. ಆ ಕೂಡಲೇ ಪೂರ್ಣ ವೇಗದಿಂದ ಕಾರನ್ನು ಬಿಡುತ್ತಿದ್ದ. ಇಷ್ಟೇ ಅಲ್ಲ, ಓಟ ಏಕಪ್ರಕಾರವಾಗಿರಲಿಲ್ಲ. ಒಮ್ಮೆ ಒಂದು ಕಡೆಗೆ, ಮತ್ತೊಮ್ಮೆ ಇನ್ನೊಂದು ಕಡೆಗೆ ತೊನೆಯುತ್ತಿದ್ದ. ನೋಡುವವರಿಗೆ ಅವನ ಕಾರ್‌ನ ಸ್ಟಿಯರಿಂಗ್ ಚಕ್ರ ತಿರುಚಿ ಹೋಗಿದೆಯೋ ಎಂದು ಕಾಣುವಂತಿತ್ತು. ಮೊದಲ ಹಿಂಬಾಲಕ ಕಾರ್‌ನೊಂದಿಗೆ ಈಗ ಮತ್ತೆ ಮೂರು ಕಾರುಗಳು ಕೂಡಿಕೊಂಡವು. ಶಿಕಾರಿ ವೇಗವನ್ನು ಕಳೆದುಕೊಳ್ಳುತ್ತಿತ್ತು. ಇನ್ನು ತಮಗೆ ಆತ ಸಿಕ್ಕಿದಂತೆಯೇ ಸರಿ ಎಂದು ಅವರು ಭಾವಿಸಿದರು !

ಆದರೆ ಇದೊಂದು ಕಪಟೋಪಾಯ ಆಗಿರಲೂಬಹುದೆಂಬ ಭಯದಿಂದ ಅವರು ತಕ್ಷಣ ಅವನ ತೀರಾ ಹತ್ತಿರಕ್ಕೆ ಬರಲಿಲ್ಲ. ಆ ಕಾರ್‌ನಲ್ಲಿ ಡ್ರೈವರ್ ಅಲ್ಲದೆ ಖಂಡಿತವಾಗಿಯೂ ಬೇರಾರೋ ಇರಬೇಕೆಂಬುದು ಅವರ ಊಹೆಯಾಗಿತ್ತು, ಇಲ್ಲವಾದರೆ ಅವರು ಅವನನ್ನು ಯಾಕೆ ಹಿಂಬಾಲಿಸುತ್ತಿದ್ದರು ? ಬೇಟೆ ಆರಂಭವಾದಾಗ ಆ ಕಾರಿನ ತಳಕ್ಕೆ ಸೀಟಿನಿಂದ ಯಾರೋ ಒಬ್ಬ ಧುಮುಕಿದ್ದುದನ್ನು ತಾನು ನೋಡಿದ್ದೇನೆಂದು ರಾಮೊನ್‌ನನ್ನು ಹಿಂಬಾಲಿಸುತ್ತಿದ್ದ ಮೊದಲ ಕಾರ್‌ನಲ್ಲಿದ್ದವನೊಬ್ಬ ಉಳಿದವರಿಗೆ ಹೇಳಿದ. ಆದರೆ ಅವರು ಹಾರಿಸಿದ ಗುಂಡುಗಳಿಗೆ ಪ್ರತಿಯಾಗಿ ಆ ಕಾರಿನಿಂದ ಯಾರೂ ಗುಂಡು ಹಾರಿಸಿರಲಿಲ್ಲ. ಅದರಲ್ಲಿ ಕಾಣುತ್ತಿದ್ದದ್ದು ಹುಚ್ಚು ಹಿಡಿದಂತಿದ್ದ, ಹತಾಶೆಯಿಂದ ಪರಾರಿಯಾಗುತ್ತಿದ್ದ ಆ ಡ್ರೈವರನೊಬ್ಬನೇ. ಅಂದ ಬಳಿಕ ಆತ ಅಪರಾಧಿಯಾಗಿರಲೇಬೇಕು, ಇಲ್ಲವಾದರೆ, ಇಂಥ ಅಪಾಯಕ್ಕೆ ಆತ ತನ್ನನ್ನೇಕೆ ಗುರಿಮಾಡಿಕೊಳ್ಳುತ್ತಿದ್ದ ? ಅವರು ಗುಂಡು ಹಾರಿಸದೆ ತುಸು ದೂರದಿಂದಲೇ ಅವನನ್ನು ಹಿಂಬಾಲಿಸಿದರು. ಆತ ತನ್ನ ವೇಗ ಮತ್ತು ನಿಯಂತ್ರಣಗಳೆರಡನ್ನೂ

ಕಳೆದುಕೊಳ್ಳುತ್ತಿದ್ದನೆಂಬುದು ಸ್ಪಷ್ಟವಾಗಿತ್ತು. ಇನ್ನೇನು ಕಾರನ್ನು ನಿಲ್ಲಿಸಿಯೇ ಬಿಡುವುದಕ್ಕೆ ಆತ ತಯಾರಿ ನಡೆಸುತ್ತಾನೋ ಎಂಬಂತೆ ಒಮ್ಮೊಮ್ಮೆ ಕಾಣುತ್ತಿತ್ತು. ಆದರೆ ಅದರ ಬೆನ್ನಲ್ಲೇ ಕಾರು ಜಗ್ಗಿ, ಜಗ್ಗಿ, ಮುಂದೆ ಹೋಗುತ್ತಿತ್ತು. ಈಗಲಾದರೋ ತಮ್ಮ ಬಂದೂಕು ಮಾತ್ರವಲ್ಲ ಪಿಸ್ತೂಲಿನಿಂದ ಕೂಡ ಗುಂಡು ಹಾರಿಸ ಬಲ್ಲಷ್ಟು ಸನಿಹದಲ್ಲಿ ಅವನಿದ್ದ. ಆಗ ತನ್ನಲ್ಲಿ ಉಳಿದ ಶಕ್ತಿಯನ್ನೆಲ್ಲ ವಿನಿಯೋಗಿಸಿ ರಾಮೊನ್ ಮತ್ತೊಮ್ಮೆ ಅವೆನಿದ ದ ಲಾಸ್ ಮಿಸ್‌ಯೋನಿಸ್‌ಗೆ ಬಂದು ತಲಪಿದ. ಅನಂತರ ಆತ ನಗರಾಭಿಮುಖನಾದ. ಅದಕ್ಕೆ ತೋರಿಕೆಯ ಕಾರಣ ಗಳಾವುವೂ ಇರಲಿಲ್ಲ. ತನ್ನ ಮನೆ ಹಾಗೂ ಕೇಂದ್ರ ಪೊಲೀಸ್ ಕಛೇರಿಗಳಿದ್ದ ಸ್ಥಳಕ್ಕೆ ಪುನಃ ಹಿಂದಿರುಗುತ್ತಿದ್ದನಾತ. ಇಲ್ಲಿಯೇ ಅವನ ಬೇಟೆ ಆರಂಭವಾದದ್ದು. ಪ್ರಾಯಶಃ ಅವನು ಪೊಲೀಸ್ ಕೇಂದ್ರಕ್ಕೆ ಹೋಗಲು ಪ್ರಯತ್ನಿಸುತ್ತಿದ್ದಾನೆಂದು ಅವನನ್ನು ಹಿಂಬಾಲಿಸುತ್ತಿದ್ದವರು ಊಹಿಸಿದ್ದರು. ಕಾರ್‌ನ ಹಿಂದಿನ ಸೀಟಿನಲ್ಲಿ ಯಾರೋ ಒಬ್ಬ ವ್ಯಕ್ತಿ ಇರಬೇಕೆಂದು ಅವರು ಭಾವಿಸಿದ್ದರು. ಅವನನ್ನು ಕಳೆದುಕೊಳ್ಳಬಾರದು ಎಂಬುದೊಂದೇ ಈಗ ಅವರ ಚಿಂತೆಯಾಗಿತ್ತು. ಆದುದರಿಂದ ಅವನು ತಪ್ಪಿಸಿಕೊಂಡು ಹೋಗುವುದನ್ನು ವಿಫಲಗೊಳಿಸಲು ಎಡ ಮತ್ತು ಬಲ ಬದಿಗಳಲ್ಲಿದ್ದ ಕಾರುಗಳು ಇಕ್ಕೆಡೆಗಳಿಂದಲೂ ರಾಮೊನ್‌ನ ಪಕ್ಕಕ್ಕೆ ಸರಿದು ಬಂದವು ಹಾಗೂ ನಡುವಿನಲ್ಲಿದ್ದ ಕಾರು ಹಿಂದುಗಡೆಯಿಂದ ಅವನನ್ನು ಸಮೀಪಿಸಿತು.

ಪಲಾಸ್ಯೂನ ಇದಿರು ರಾಮೊನ್ ಕಾರು ಹೆಚ್ಚು ಕಡಿಮೆ ನಿಂತೇಬಿಟ್ಟಿತು. ಅನಂತರ ಸ್ವಲ್ಪ ಮುಂದರಿಯಿತು – ಯಾವುದೋ ಅಗೋಚರ ಶಕ್ತಿಯ ಸೆಳೆತಕ್ಕೆ ಸಿಕ್ಕಿದ ಹಾಗೆ. ಉಳಿದವುಗಳು ದೂರದಿಂದಲೇ ಅವನನ್ನು ಹಿಂಬಾಲಿಸುತ್ತಿದ್ದವು, ನಿಧಾನವಾಗಿ ಇವನ ಬಳಿ ಬರುತ್ತಿದ್ದವು. ಇನ್ನೊಮ್ಮೆ ರಾಮೊನ್ ಕಾರನ್ನು ನಿಲ್ಲಿಸಿದ – ಎಲ್ಲಿಂದ ಈ ಪಯಣವನ್ನು ಆತ ಪ್ರಾರಂಭಿಸಿದ್ದನೋ, ಅದೇ ಜಾಗದಲ್ಲಿ.

ಕೇಂದ್ರ ಪೊಲೀಸ್ ಕಛೇರಿಯಲ್ಲಿ ದೀಪಗಳು ಇನ್ನೂ ಉರಿಯುತ್ತಿದ್ದವು. ಜನ ಒಳಗೆ ಹೊರಗೆ ನಡೆಯುತ್ತಿದ್ದರು. ಯಾವುದೋ ದೂರದ ಒಂದು ಸದ್ದು ವಾತಾವರಣವನ್ನು ತುಂಬಿದಂತಿತ್ತು. ಫೆಲ್ಟ್‌ನ ಹಾಳೆಗಳಿಂದ ಮಾಡಿದ ದಪ್ಪ ಗೋಡೆಯಿಂದ ಸೋಸಿ ಬರುತ್ತಿದ್ದ ಈ ಸದ್ದು ಜಡವಾಗಿದ್ದು, ವಿವಿಧ ಸ್ವರಗಳು ಮಿಲನಗೊಂಡು ಏಕತಾನವಾಗಿ ಮರಣೋನ್ಮುಖ ಮರ್ಮರ ಧ್ವನಿಯಂತೆ ಕೇಳಿಸುತ್ತಿತ್ತು. ತನ್ನ ದೃಷ್ಟಿಯನ್ನೊಮ್ಮೆ ರಾಮೊನ್ ಕಟ್ಟಡದ ಕಡೆಗೆ ಬೀರಿದ. ಒಳಗಿನ ದೀಪಗಳ ಪ್ರಕಾಶ ಕಿಟಕಿಗಳ ಮೂಲಕ ಹೊರಹೊಮ್ಮುತ್ತಿತ್ತು. ಅಷ್ಟರಲ್ಲಿ ಅವನ ತಲೆ ಎಡ ಹೆಗಲಿನತ್ತ ಬಾಗಿತು, ಬಳಿಕ ಶಕ್ತಿಹೀನವಾಗಿ ಎದೆಯ ಮೇಲೆ ಕುಸಿಯಿತು. ದೂರದಲ್ಲಿ ಬಹುದೂರದಲ್ಲಿ ಅದುಮಿಟ್ಟಂತಿದ್ದ ಆ ಮರಣೋನ್ಮುಖ ಸದ್ದು...

ಉಳಿದ ಮೂರು ಕಾರುಗಳು ರಸ್ತೆಯ ಮಧ್ಯದಲ್ಲಿ ಒಂದರ ಪಕ್ಕದಲ್ಲಿ ಒಂದರಂತೆ ನಿಂತವು. ಹಲವಾರು ಸಶಸ್ತ್ರ ವ್ಯಕ್ತಿಗಳು ಅದರಿಂದ ಹೊರಹಾರಿದರು. ಕೇಂದ್ರ ಪೊಲೀಸ್ ಕಛೇರಿಯಿಂದ ಹೊರಬಂದ ಇನ್ನೂ ಕೆಲವರು ರಾಮೊನ್‌ನ ಕಾರನ್ನು ಮುತ್ತಿದರು. ಮುಂಭಾಗದ ಬಾಗಿಲನ್ನು ಒಬ್ಬ ತೆರೆದ. ಕಾರ್‌ನ ಡ್ರೈವರ್ ತನ್ನ ಪಾದ ಪೆಡಲ್‌ನಲ್ಲಿದ್ದಂತೆಯೇ, ಫುಟ್‌ಬೋರ್ಡಿಗೆ ಉರುಳಿ ಬಿದ್ದ. ಅದೇ ವೇಳೆಗೆ ಉಳಿದವರು ಹಿಂದಿನ ಬಾಗಿಲುಗಳನ್ನು ತೆರೆದರು. ತಮ್ಮ ಫ್ಲಾಶ್ ಲೈಟುಗಳ ಮೂಲಕ ಕಾರ್‌ನ ಒಳಗೆ ಹುಡುಕಾಡಿದರು. ಆದರೆ ಅದರೊಳಗೆ ಯಾರೂ ಇರಲಿಲ್ಲ. ಅಷ್ಟರಲ್ಲಿ ಅವರ ಮುಖಂಡರಲ್ಲೊಬ್ಬ ಡ್ರೈವರ್‌ನತ್ತ ಬಾಗಿ ನೋಡಿದ, ತಿರುಚಿದ ದೇಹದ ಆ ಡ್ರೈವರ್ ಇನ್ನೂ ಬಿದ್ದುಕೊಂಡೇ ಇದ್ದ. ಅವನ ತಲೆ ನೇತಾಡುತ್ತಿತ್ತು. ಕಣ್ಣುಗಳು ಮುಚ್ಚಿದ್ದವು. ಆತನ

ಮುಖಕ್ಕೊಮ್ಮೆ ಈ ಮುಖಂಡ ಬೆಳಕು ಹಾಯಿಸಿದ. ನಿಧಾನವಾಗಿ ಅವನನ್ನು ವೀಕ್ಷಿಸಿದ. ಮತ್ತೆ ದೀಪ ಆರಿಸಿದ. ಏನನ್ನೋ ಜ್ಞಾಪಿಸುವಂತೆ ಒಂದು ಕ್ಷಣ ಚಿಂತಿಸಿದ. ಮತ್ತೊಮ್ಮೆ ಮುಖಕ್ಕೆ ಬೆಳಕು ಹಾಯಿಸಿದ, ಇನ್ನೊಮ್ಮೆ ಚಿಂತಾಮಗ್ನನಾದ, ಅವನ ಸುತ್ತಲಿದ್ದವರಾದರೋ ಎಲ್ಲರೂ ಮೌನ. ಈತನ ವಿವರಣೆಗಾಗಿ ಅವರು ಕಾಯುತ್ತಿದ್ದರು. ಆಗ ಆತ ಪ್ರಶ್ನಿಸಿದ.

"ಇವನ್ಯಾರೆಂದು ಯಾರಿಗಾದರೂ ಗೊತ್ತೆ ?"

ಯಾರಿಗೂ ಅವನ ಪರಿಚಯವಿರಲಿಲ್ಲ. ಪೊಲೀಸ್ ಕಛೇರಿಯಿಂದ ಇನ್ನಷ್ಟು ಜನ ಹೊರಬಂದರು. ದೇಹ ಇನ್ನೂ ಬೆಚ್ಚಗಾಗಿಯೇ ಇತ್ತು. ಶವವನ್ನು ಕಾರಿನಿಂದ ಹೊರತೆಗೆದು ಒಳಗೆ ಸಾಗಿಸಲಾಯಿತು. ಅಲ್ಲಿನ ವಿದ್ಯುತ್ ಪ್ರಕಾಶದಲ್ಲಿ ಅವನ ಮುಖಲಕ್ಷಣಗಳನ್ನು ಸ್ಪಷ್ಟವಾಗಿ ತಿಳಿದುಕೊಳ್ಳಲು ಅವರಿಗೆ ಸಾಧ್ಯವಾಯಿತು. ಅವು ಸರ್ವಸಾಮಾನ್ಯವಾದ ಲಕ್ಷಣಗಳಾಗಿರಲಿಲ್ಲ. ಅವನ ಮುಖವನ್ನು ಒಮ್ಮೆ ತಿಳಿದಿದ್ದವರು ಕೂಡ ಆತನನ್ನು ಗುರುತಿಸಬಹುದಿತ್ತು. ಆದರೆ ಆತನನ್ನು ತಿಳಿದುಬಲ್ಲವರಾರೂ ಅಲ್ಲಿರಲಿಲ್ಲ. ಅವನಿಗೆ ಮೊದಲು ಗುಂಡು ಹೊಡೆದವನನ್ನು ಕರೆದು ಪ್ರಶ್ನಿಸಲಾಯಿತು.

"ಅವನ ಕಾರಿನಲ್ಲಿ ನೀನೇನು ಕಂಡೆ ?" ಡ್ಯೂಟಿಯಲ್ಲಿದ್ದ ಪೊಲೀಸಿನವ ಪ್ರಶ್ನಿಸಿದ.

"ಅಲ್ಲೊಬ್ಬ ವ್ಯಕ್ತಿಯಿದ್ದ ಅಂತ ಖಂಡಿತವಾಗಿಯೂ ಹೇಳಬಲ್ಲೆ. ಅವನೊಮ್ಮೆ ಕಿಟಕಿಯಿಂದ ಮುಖ ಹೊರಗೆ ಹಾಕಿದ. ಅನಂತರ ಅವಿತುಕೊಂಡ. ಆಗ ನಾನು ಡ್ರೈವರನ ಮುಖ ನೋಡಿದೆ, ಅವನಾದರೋ ಆದಷ್ಟು ಬೇಗ ಓಟ ಕೀಳೋದಕ್ಕೆ ಯತ್ನಿಸಿದ. ಹೀಗಾಗಿ ನಾನವನನ್ನು ಹಿಂಬಾಲಿಸಿದೆ. ನಾವು ಧಾವಿಸುತ್ತಿದ್ದಂತೆಯೇ ಆತ ಪ್ರತಿಗುಂಡು ಹಾರಿಸಿದ."

ಅವರು ಕಾರಿನೊಳಗೆ ಹುಡುಕಾಡಿದರು. ಆದರೆ ಅದರೊಳಗೆ ಬಂದೂಕು ಇರಲಿಲ್ಲ. ರಾಮೊನ್ ಗುಂಡು ಹಾರಿಸಿರಲಿಲ್ಲ, ಪ್ರಾಯಶಃ ಸುತ್ತಮುತ್ತಲಿನ ಮನೆಯವರು ಗುಂಡು ಹಾರಿಸಿರಬೇಕು. ನಿಜ ಹೇಳಬೇಕಾದರೆ ಟ್ಯಾಕ್ಸಿ ಸ್ಟಾಂಡಿನಲ್ಲಿ ಅವನ ಪಿಸ್ತೂಲು ಕಾರ್‌ನ ಮುಂಬಾಗಿಲಿನ ಚೀಲದಿಂದ ಕಳೆದುಹೋಗಿತ್ತು, ನಡೆದದ್ದು ಹೀಗೆ: ತನ್ನನ್ನೇ ತೀಕ್ಷ್ಣವಾಗಿ ದಿಟ್ಟಿಸುತ್ತಿದ್ದ ವ್ಯಕ್ತಿಯ ಕಡೆಗೆ ಅವನ ಗಮನ ಹೋಗಿತ್ತು. ಆಗ ಆ ಪಿಸ್ತೂಲನ್ನು ಯಾರೋ ಕಳವು ಮಾಡಿದ್ದಿರಬೇಕು. ಕಾರಿನಲ್ಲಿ ಬೇರೇನೂ ಕಾಣಸಿಗಲಿಲ್ಲ. ಒಂದೇ ಒಂದು ಸಾಕ್ಷಿಯೆಂದರೆ ಒಬ್ಬ ಹುಡುಗನದ್ದು. ಹಿಂದಿನ ಸೀಟಿನಲ್ಲಿ ಇನ್ನೊಬ್ಬ ವ್ಯಕ್ತಿ ಕುಳಿತಂತೆ ತನಗೆ ಕಂಡಿತ್ತು ಎಂದಾತ ಹೇಳಿದ್ದ. ಹಾಗಾದರೆ ಆ ಡ್ರೈವರ್ ತಲೆತಪ್ಪಿಸಲು ಯತ್ನಿಸಿದ್ದು ಯಾಕೆ? ಅವನಾದರೋ ಕತ್ತೆಚಾಕರಿ ಮಾಡುವ ಒಬ್ಬ ಸಾಮಾನ್ಯ ದುಡಿಮೆಗಾರನೆಂಬುದು ಸ್ಪಷ್ಟವಾಗಿತ್ತು. ನಿಜಕ್ಕೂ ಅವನಿಗೇನೂ ಮಹತ್ವವಿರಲಿಲ್ಲ. ಅವರು ಅವನ ಡ್ರೈವಿಂಗ್ ಲೈಸನ್ಸನ್ನು ಪರಿಶೀಲಿಸಿದರು ; ಗುಪ್ತ ಪೊಲೀಸ್ ಇಲಾಖೆ ಮತ್ತು ಕಾನೂನು ಇಲಾಖೆಗಳೊಡನೆ ವಿಚಾರಿಸಿದರು. ಅವರ ಯಾವ ಕಡತದಲ್ಲೂ ಅವನ ಹೆಸರಿರಲಿಲ್ಲ. ಅವನ ದೇಹ ಅಲ್ಲೇ ಮೇಜಿನ ಮೇಲಿತ್ತು. ಅವನು ಮೃತನಾಗಿದ್ದನೆಂದೇ ಅವರು ಭಾವಿಸಿದ್ದರೂ ವಾಸ್ತವವಾಗಿ ಅವನು ಸತ್ತಿರಲಿಲ್ಲ. ರಕ್ತಹಾನಿಯಿಂದ ತೀವ್ರ ಆಘಾತಕ್ಕೆ ಒಳಗಾಗಿ ಪ್ರಜ್ಞಾಶೂನ್ಯಸ್ಥಿತಿಯಲ್ಲಿ ಇದ್ದನಷ್ಟೆ, ಆದರೆ ಎರಡು ತಾಸುಗಳೊಳಗೆ ಅವನ ದೇಹ ತಣ್ಣಗಾಗಿ ಗಟ್ಟಿಕಟ್ಟಿತು. ಅವನ ವಿಳಾಸ ಲೈಸನ್ಸ್‌ನಲ್ಲಿತ್ತು. ಅವನ ಮನೆಗೆ ಪೊಲೀಸರವನೊಬ್ಬ ಹೋದ, ಎಸ್ತೆಲಾಳನ್ನು ಎಬ್ಬಿಸಿ ಕೆಲವು ಪ್ರಶ್ನೆಗಳನ್ನು ಹಾಕಿದ. ಆದರೆ ಅದರಿಂದೇನೂ ಪ್ರಯೋಜನ ವಾಗಲಿಲ್ಲ. ಭಯಭೀತಳಾಗಿ, ಗಡಗಡನೆ ನಡುಗುತ್ತಿದ್ದ ಎಸ್ತೆಲಾಳಿಂದ ಅವರಿಗೇನೂ ಸಮಾಚಾರ ದೊರೆಯಲಿಲ್ಲ. ಆಕೆಯಾದರೋ ದಾರುಣವಾದ

ಬಡತನದಿಂದ ಬಳಲುತ್ತಿದ್ದಳು. ಆತ ಸರಕಾರೀ ಏಜಂಟನಾಗಿದ್ದರೆ ಇಂತಹ ಬಡತನ ಅವರಿಗೆ ಬರುವುದು ಸಾಧ್ಯವಿರಲಿಲ್ಲ; ಅವನಿಗೆ ಹೆಚ್ಚು ಹಣ ದೊರೆಯುತ್ತಿತ್ತು.

ಅವನನ್ನು ಬೆನ್ನಟ್ಟುವ ಕಾರ್ಯದಲ್ಲಿ ಪಾಲ್ಗೊಂಡಿದ್ದವರೆಲ್ಲ ಈಗ ಶವದ ಬಳಿ ದಿಕ್ಕು ತೋರದವರಂತೆ ಮೌನವಾಗಿ ನಿಂತಿದ್ದರು. ಬೆನ್ನಟ್ಟಿಕೊಂಡು ಹೋದುದಾದರೂ ಯಾಕೆ? ಯಾವುದರ ಮೇಲೆಯೂ ಬೆಳಕು ಚೆಲ್ಲುವವರು ಯಾರೂ ಇರಲಿಲ್ಲ, ಈ ಕಾರಿನಲ್ಲಿ ಒಬ್ಬ ಪ್ರಯಾಣಿಕನಿರುತ್ತಿದ್ದರೆ, ಕಾರಿನಿಂದ ಹೊರ ಹಾರಲು ಅವನಿಗೆ ಶಕ್ಯವಾಗುತ್ತಿರಲಿಲ್ಲ. ಅದಕ್ಕೆ ಅವಕಾಶವೇ ಇರಲಿಲ್ಲ. ಯಾಕೆಂದರೆ ರಾಮೋನ್ ಕಾರನ್ನು ನಿಧಾನವಾಗಿ ಓಡಿಸಿದೇ ಇಲ್ಲ. ಕಾರು ಕೂಡಾ ಅವರ ಕಣ್ಣುಗಳಿಂದ ಮರೆಯಾಗಿರಲಿಲ್ಲ. ಡ್ರೈವರ್‌ನ ಮಟ್ಟಿಗೆ ಹೇಳುವುದಾದರೆ ಗ್ಯಾರೇಜ್‌ನಲ್ಲಿ ಕೂಡಾ ಆತನನ್ನು ಕುರಿತು ಮಾಹಿತಿ ಸಿಗಲಿಲ್ಲ, ಎಲ್ಲರೂ ಅವನನ್ನು ಒಳ್ಳೆಯ ವ್ಯಕ್ತಿಯೆಂದೇ ಭಾವಿಸಿದ್ದರು. ಅವನಿಗೆ ಯಾವುದೇ ರಾಜಕೀಯ ಸಂಬಂಧಗಳು ಇತ್ತೆಂಬುದನ್ನು ಯಾರೂ ಕೇಳಿರಲಿಲ್ಲ, ಅರಿತಿರಲಿಲ್ಲ. (ಆತ ಅಷ್ಟು ಮುಖ್ಯವೆಂದು ಅವರು ಭಾವಿಸಿರಲಿಲ್ಲ. ಅವನ ವಿಚಾರ ಯಾರಿಗಾದರೂ ಏನಾದರೂ ತಿಳಿದಿದ್ದರೆ ಅದು ಅವನು ಪಕ್ಷ ಬದಲಾಯಿಸುವಂತೆ ಮಾಡಿದ್ದ ಆ ಇನ್ನೊಬ್ಬ ಡ್ರೈವರನಿಗೆ. ಅವನಾದರೊ ಇನ್ನೆಂದೂ ಬಾಯಿಬಿಡದ ಮೌನಿ. ಬರೆಹ ಮೂಲಕವಾದ ಯಾವ ಮಾಹಿತಿಯನ್ನೂ ಅವನು ಬಿಟ್ಟು ಹೋಗಿರಲಿಲ್ಲ. ಯಾಕೆಂದರೆ ಎಲ್ಲವೂ ಅವನ ತಲೆಯ ಒಳಗೇ ಇತ್ತು.) ಕಟ್ಟಕಡೆಗೆ ಮುಂಜಾವದ ವೇಳೆ ಸಮವಸ್ತ್ರ ಧರಿಸಿದ ವ್ಯಕ್ತಿಯೊಬ್ಬ ಬಂದ. ಅವನು ಹಿಂದೆ ಒಬ್ಬ ಪೋಲೀಸ್ ಪೇದೆಯಾಗಿದ್ದ. ಈಗ ಒಬ್ಬ ಗುಮಾಸ್ತ. ಅವನು ಸುತ್ತಲಿದ್ದವರನ್ನು ಬದಿಗೆ ಸರಿಸಿ ಶವವನ್ನು ಚಿಂತಾಮಗ್ನನಾಗಿ ದಿಟ್ಟಿಸಿ ನೋಡಿದ. ಅನಂತರ ತಂಬಾಕಿನ ಕಲೆಯಿಂದ ಮಸುಕಾಗಿದ್ದ ತನ್ನ ಉದ್ದವಾದ ಮೀಸೆಯನ್ನು ತೀಡುತ್ತ, ಸುತ್ತಲಿದ್ದವರನ್ನೊಮ್ಮೆ ನೋಡಿ ಆತ ಕೇಳಿದ :

"ನೀವ್ಯಾಕೆ ಇವನನ್ನು ಕೊಂದಿರಿ? ಅವನು ನಿಮ್ಮವರಲ್ಲೊಬ್ಬ. ನನಗೆ ಈತನ ನೆನಪಾಗ್ತಿದೆ. ಇವನ್ಯಾರು, ಇವನ ಹೆಸರೇನು ಅಂತ ನನಗೆ ಗೊತ್ತಿಲ್ದೇ ಇದ್ರೂ, ಸ್ವಲ್ಪ ಸಮಯಕ್ಕೆ ಹಿಂದೆ ಅವನನ್ನು ಇಲ್ಲಿಗೆ ತರ್ತಿದ್ದುದನ್ನು ನಾನು ನೋಡಿದ್ದೆ. ಆಗ ಅವನಿಗೆ ಚೆನ್ನಾಗಿ ಹೊಡೆದಿದ್ರು. ಅವನೊಬ್ಬ ಕ್ರಾಂತಿಕಾರ ಅಂತ ಅವರು ಹೇಳಿದ್ರು. ಬಹುಶಃ ಅವನು ಉತ್ತಮ ಕ್ರಾಂತಿಕಾರಿ ಯಾಗಿದ್ದಿರ್ಬೇಕು. ಅವನನ್ನು ಎರಡು ಮೂರು ಬಾರಿ ಇಲ್ಲಿಗೆ ತಂದಿದ್ರು. ಅವನಿಗೆ ಸಿಕ್ಕಾಪಟ್ಟೆ ಹೊಡೆದಿದ್ರು. ಆದರೆ ಅವನಿಂದ ಒಂದೇ ಒಂದು ಶಬ್ದವನ್ನು ಹೊರಡಿಸೋದಕ್ಕೂ ಅವರಿಗೆ ಸಾಧ್ಯವಾಗಿರ್ಲಿಲ್ಲ. ಆಮೇಲೆ ಅವನ್ಯಾವತ್ತೂ ಇಲ್ಲಿಗೆ ಬಂದದ್ದಿಲ್ಲ."

ಅವರು ಪರಸ್ಪರ ನೋಡಿಕೊಂಡರು. ಆ ಮುದುಕ ಹಿಂದಕ್ಕೆ ತಿರುಗಿದ. ಮತ್ತೊಮ್ಮೆ ಜನರ ಮಧ್ಯೆ ಹಾದಿ ಮಾಡಿಕೊಂಡು ಅಲ್ಲಿಂದ ಹೊರಟ. ಅನಂತರ ತನ್ನ ಕೆಲಸಕ್ಕೆ ಹಿಂದೆ ಹೋದ. ವಯಸ್ಸು ಮತ್ತು ಅನುಭವಗಳ ಭಾರದಿಂದ ಅವನ ಬೆನ್ನು ಬಾಗಿಹೋಗಿತ್ತು. ❍

○ ಉಂಬರ್ತೊ ಆರೆನಾಲ್

ಮಿಸ್ಟರ್ ಚಾರ್ಲ್ಸ್

"ಓಹ್, ಅವೆಂತಹ ಒಳ್ಳೆಯ ದಿನಗಳು! ಅಲ್ವೆ, ದೋನಾ ಕ್ಲಾರಿತ? ಆಗ ಎಲ್ಲವೂ ಭಿನ್ನವಾಗಿದ್ದವು, ಮಿಸ್ಟರ್ ಚಾರ್ಲ್ಸ್ ಅವರ ಸೋದರಿ ಹೇಳ್ತಿದ್ದಂತೆ... ಅವಳೇನು ಹೇಳ್ತಿದ್ಳು, ಓ ದೋನಾ ಕ್ಲಾರಿತ?"

ಆ ವ್ಯಕ್ತಿ ಕೇಳುತ್ತಲೇ ಇದ್ದ.

"ಏನು?"

"ಮಿಸ್ಟರ್ ಚಾರ್ಲ್ಸ್ ಅವರ ಸೋದರಿ ಏನಂತಿದ್ಳು ಅಂತ? ಅದೇನೋ ಸಂ...ಸಂ...ಅಂತ ಹೇಳ್ತಿದ್ದಳಲ್ಲ? ಆ ವಿಷಯ, ಸಂ...ಸಂ...ಏನದು?"

ಆ ಮಹಿಳೆ ಹಾಸಿಗೆಯ ಮೇಲೆ ಮಲಗಿದ್ದಳು. ಅವಳ ಕಣ್ಣುಗಳು ಮುಚ್ಚಿದ್ದವು. ಆ ವ್ಯಕ್ತಿ ಏನು ಹೇಳುತ್ತಿದ್ದನೆಂಬುದನ್ನು ಅವಳು ಲಕ್ಷ್ಯಕೊಟ್ಟು ಕೇಳಿರಲಿಲ್ಲ. ಆಕೆಯ ಕಣ್ಣೆವೆಗಳು ಸೂಕ್ಷ್ಮವಾಗಿ ಕಂಪಿಸಿದವು. ನೆಪಮಾತ್ರಕ್ಕೆ ಆಕೆ ತನ್ನ ನೇತ್ರಗಳನ್ನು ತೆರೆದಳು.

"ಏನು ಸಮೃದ್ಧಿ, ಏನು ಸಂಪತ್ತು" ಎಂದವಳೇ ತನ್ನ ಕಣ್ಣುಗಳನ್ನು ಆಕೆ ಪುನಃ ಮುಚ್ಚಿಕೊಂಡಳು. ತನ್ನ ಮೇಲಿದ್ದ ಹೊದಿಕೆ ಸರಿಯಾಗಿದೆಯೇ ಎಂಬುದನ್ನು ಖಚಿತಪಡಿಸಿಕೊಳ್ಳಲು ಒಂದು ಕೈಯಿಂದ ನೋಡುವಾಗಲೇ, ಇನ್ನೊಂದರಿಂದ ತನ್ನ ಕರವಸ್ತ್ರಕ್ಕಾಗಿ ತಡಕಾಡಿದಳು. ತನ್ನ ಬದಿಯಲ್ಲಿದ್ದ ರೇಡಿಯೋದ ಸಂಗೀತದೆಡೆಗೆ ಪುನಃ ಆಕೆ ಗಮನ ಹರಿಸಿದಳು.

"ನಾನೇನು ಹೇಳ್ತಿದ್ದೇನೆ ಅಂತ ನಿನಗೆ ಗೊತ್ತಲ್ವೆ ದೋನಾ ಕ್ಲಾರಿತ, ಹೇಗೆ ಬದುಕಬೇಕು ಅನ್ನೋದನ್ನು ದಿವಂಗತ ಚಾರ್ಲ್ಸ್ ತಿಳಿದಿದ್ರು. ಅವರ ಆತ್ಮಕ್ಕೆ ದೇವರು ಶಾಂತಿ ನೀಡಲಿ. ಅವರ ಸೂಟ್‌ಗಳೊ? ನೂರಕ್ಕೆ ನೂರು ಲಿನನ್ ಸೂಟುಗಳು. ಹೌದು, ಖಂಡಿತ. ಆ 'ಆಮೋದದ ವಿಧವೆ' ದೋನಾ ಎಸ್ಪರಾಂಝೊ ಈರಿಸ್ ನಿನಗೆ ನೆನಪಿದೆಯೆ? ಅವಳಾದರೆ ನಿಜವಾದ ಮಾನಿನಿಯಾಗಿದ್ಳು – ರಾಜಕುಮಾರಿಯಾಗಿದ್ದಳಾಕೆ, ಅಲ್ವೆ ದೋನಾ ಕ್ಲಾರಿತ?"

ಒಂದು ಕ್ಷಣ ಕಣ್ಣು ತೆರೆದು ಆಕೆ ಹೇಳಿದಳು.

"ಅಷ್ಟೆಲ್ಲ ಅಲ್ಲ."

ಪುನಃ ಆಕೆ ಕಣ್ಣು ಮುಚ್ಚಿದಳು. ರೇಡಿಯೋದಿಂದ ಬರುತ್ತಿದ್ದ ಸಂಗೀತವನ್ನು ಮತ್ತೆ ಆಲಿಸತೊಡಗಿದಳು. ನೆರೆಯವರ ಬೆಕ್ಕೊಂದು ಕೋಣೆಯ ಹಾದಿಯಲ್ಲಿ ಗುರುಗುಟ್ಟುತ್ತಿರುವುದೂ ಆಕೆಯ ಕಿವಿಗೆ ಬೀಳುತ್ತಿತ್ತು. ಮನೆಯಲ್ಲುಂಟಾಗುತ್ತಿದ್ದ ಎಲ್ಲ ಸದ್ದುಗಳನ್ನೂ ಅವಳು ಗುರುತಿಸುತ್ತಿದ್ದಳು.

ಕಳೆದ ಹಲವು ವರುಷಗಳಿಂದ ಪ್ರತಿ ಭಾನುವಾರವೂ ಆಕೆಯನ್ನು ಕಾಣಲು ಝೂಸಿಂತೊ ಬರುತ್ತಿದ್ದ. ಪ್ರತಿ ಬಾರಿಯೂ ಆತ ಇದನ್ನೇ ಚರ್ವಿತಚರ್ವಣ ಮಾಡುತ್ತಿದ್ದ. ಆರಂಭದಲ್ಲಿ ಆತನ ಸಂಗಡವಿರುವುದಕ್ಕೆ ಆಕೆಗೆ ಸಂತೋಷವಾಗುತ್ತಿತ್ತು. ಬರಬರುತ್ತಾ ಅದು ಆಕೆಗೆ ಬೇಸರವನ್ನು ತರತೊಡಗಿತು. ಮಿಸ್ಟರ್ ಚಾರ್ಲ್ಸ್ ಸಾಯುವ ತನಕ ಇಪ್ಪತ್ತು – ಮೂವತ್ತು ವರುಷಗಳ ಕಾಲ ಆತನ ಡ್ರೈವರನಾಗಿದ್ದವನು ಝೂಸಿಂತೊ.

"ನಾನು ಹೊರಗೆ ಹೋಗೋದೇ ಕಡಿಮೆ. ನಾನು ಬರೋದು ನಿನ್ನನ್ನು ನೋಡೋದಕ್ಕೆ ಮಾತ್ರ. ಮತ್ತೆ ನನ್ನ ತಾಯಿಗೆ – ಆಕೆ ಸ್ವರ್ಗದಲ್ಲಿರಲಿ ಅಂತ ನನ್ನ ಪ್ರಾರ್ಥನೆ – ಹಾಗೂ ಚಾರ್ಲ್ಸ್ ಅವರಿಗೆ ಹೂಗಳನ್ನು ಸಮರ್ಪಿಸೋದಕ್ಕೆ ಸ್ಮಶಾನಕ್ಕೆ ಹೋಗ್ತೇನೆ. ಬೇರೆಲ್ಲೂ ನಾನು ಹೋಗೋದಿಲ್ಲ. ಯಾಕೆ ಹೋಗ್ಬೇಕೂಂತ ?"

ಒಂದು ಕ್ಷಣ ಆತ ಮೌನ. ಬೆಕ್ಕು ಕೋಣೆಯೊಳಗೆ ಬರುತ್ತಿರುವ ಸದ್ದು, ಆಕೆಗೆ ಕೇಳಿಸಿತು, ಅದು ಸದಾ ಆಕೆಯ ಮೇಜಿನ ಕೆಳಗೆ ಮಲಗುತ್ತಿತ್ತು; ಪ್ರತಿದಿನವೂ ಆಕೆ ನೀಡುತ್ತಿದ್ದ ಆಹಾರಕ್ಕಾಗಿ ಕಾಯುತ್ತಿತ್ತು.

"ಕರೂಜೊ ಹವಾನದಲ್ಲಿ ಹಾಡಿದ್ದು ನಿನಗೆ ನೆನಪಿದೆಯೆ ?"

ಆಕೆ ತಲೆಯಲ್ಲಾಡಿಸಿದಳು.

"ನಾನದನ್ನು ಯಾವಾಗ್ಲೂ ನೆನಪಿನಲ್ಲಿಟ್ಟುಕೊಳ್ತೇನೆ. ಅದು ಬೆಳಕಿನಷ್ಟು ಶುಭ್ರ ನೆನಪು. ನೀನಂದು ಆ ಕೆಂಪು ಉಡುಪನ್ನು ತೊಟ್ಟಿದ್ದೆ. ಆ ಉಡುಪು ಚಾರ್ಲ್ಸ್‌ಗೆ ತುಂಬಾ ಇಷ್ಟವಾಗಿದ್ದದ್ದು, ಅಲ್ವೆ? ಆಗ್ಲೇ ಕರೂಜೋ ತನ್ನ ಸ್ವರವನ್ನು ಕಳಕೊಂಡಿದ್ದ ಅಂತ ಜನ ಹೇಳ್ತಿದ್ರು. ನೀನೇನು ಹೇಳ್ತಿ ದೋನಾ ಕ್ಲಾರಿತ ?

"ಈ ಪ್ರಶ್ನೇನ ನೀನೆಷ್ಟು ಬಾರಿ ಕೇಳಿದ್ದಿ ಅನ್ನೊದನ್ನೇ ನೆನಪಿನಲ್ಲಿಟ್ಟುಕೊಳ್ಳೋದಕ್ಕಾಗೋದಿಲ್ಲ."

ಕರೂಜೋ ಇನ್ನೂ ತನ್ನ ಶಕ್ತಿಸಾಮರ್ಥ್ಯಗಳನ್ನು ಕಳಕೊಂಡಿಲ್ಲವೆಂದು ಆಕೆ ಉತ್ತರಿಸಿದಳು.

"ಅಯ್ಯೋ! ಹೊಟ್ಟೆಕಿಚ್ಚು... ಆತನೆಂದರೆ ಜನ ಮತ್ಸರ ಪಡ್ತಿದ್ರು. ಮಿಸ್ಟರ್ ಚಾರ್ಲ್ಸ್‌ರ ಮನೇಲಿ ಒಬ್ಬ ತೋಟಗಾರನಿದ್ದ, ಗಲೀಶಿಯದವನು. ಕರೂಜೊಗಿಂತ ಲಾಜರು ಉತ್ತಮ ಹಾಡುಗಾರ ಅಂತ ಆತ ಹೇಳ್ತಿದ್ದ. ನಿನ್ಗೆ ಅವರಿಬ್ಬರೂ ಗೊತ್ತಲ್ವಾ? ನೀನು ಹೇಗೂ ನಾಟಕದಲ್ಲಿದ್ದೋಳು. ನಿನ್ನ ಅಭಿಪ್ರಾಯವೇನು ದೋನಾ ಕ್ಲಾರಿತ ?"

ಆದಷ್ಟು ಬೇಗ ಆತ ಇಲ್ಲಿಂದ ಜಾರಿ ಬಿಡಲಿ ಎಂದು ಆತನ ಹೆಚ್ಚಿನ ಪ್ರಶ್ನೆಗಳಿಗೆ ಉತ್ತರ ನೀಡುವ ಗೊಡವೆಗೇ ಆಕೆ ಹೋಗಲಿಲ್ಲ.

"ಹೇ, ದೋನಾ ಕ್ಲಾರಿತ ?"

ಆ ಮಹಿಳೆಯೆದ್ದಳು; ತನ್ನನ್ನೊಮ್ಮೆ ಕನ್ನಡಿಯಲ್ಲಿ ನೋಡಿಕೊಂಡಳು. ಶರೀರ ಸ್ಥೂಲವಾಗಿತ್ತು. ಕೂದಲಿಗೆ ಬಣ್ಣ ಹಾಕಿದ್ದರೂ ನರೆತ ಕೇಶ ಕಾಣುತ್ತಿತ್ತು. ಈಗ ಆಕೆ ತನ್ನನ್ನು

ನೋಡಿಕೊಳ್ಳುತ್ತಿದ್ದುದೇ ಕಡಿಮೆ. ಹೆಚ್ಚೇಕೆ ತನ್ನ ಹುಟ್ಟುದಿನಗಳನ್ನು ಕೂಡ ಆಕೆಯೀಗ ಆಚರಿಸುತ್ತಿರಲಿಲ್ಲ. ಒಂದು ಕಾಲದಲ್ಲಿ ನೆನಪುಗಳು ದಿನಾಂಕಗಳು, ಗತಕಾಲದ ಕ್ಷಣಗಳು – ಇವುಗಳ ಮೇಲೆಯೇ ಆಕೆಯ ಬದುಕು ಹೆಣೆದುಕೊಂಡಿತ್ತು. ಆದರೆ ಈಗ ವರ್ತಮಾನ ಕಾಲವೇ, ತನ್ನ ಪಾಲಿಗೆ ಉಳಿದಿದ್ದ ಅಲ್ಪ ಪ್ರಮಾಣದ ಈ ವರ್ತಮಾನ ಕಾಲವೇ ಅವಳಿಗೆ ಹೆಚ್ಚು ಮುಖ್ಯವಾಗಿತ್ತು.

"ನೀನು ಮೆಕ್ಸಿಕೋಗೂ ಹಲವು ಬಾರಿ ಹೋಗಿದ್ದೆ, ಅಲ್ವೆ ದೋನಾ ಕ್ಲಾರಿತ ?"

ಮೇಜಿನಡಿಯಲ್ಲಿದ್ದ ಬೆಕ್ಕನ್ನೆತ್ತಿಕೊಳ್ಳುತ್ತ ಆಕೆ ಉತ್ತರಿಸಿದಳು :

"ಎಂಟು ಬಾರಿ."

"ಅಲ್ಲೂ ನೀನು ನಟಿಸಿದ್ದೆ ಅಲ್ವೆ ?"

ಆಕೆ ಅಲ್ಲಿ ನಟಿಸುತ್ತಿದ್ದಳೆಂಬುದು ಅವನಿಗೂ ಗೊತ್ತು. ಆದರೆ ಪ್ರತಿಬಾರಿಯೂ ಈ ಪ್ರಶ್ನೆಯನ್ನಾತ ಕೇಳುತ್ತಿದ್ದ. ಆಕೆಯ ಜೀವನದ ಬಗ್ಗೆ ಆಕೆಗೇ ತಿಳಿದುದಕ್ಕಿಂತಲೂ ಹೆಚ್ಚು ಅವನಿಗೆ ಗೊತ್ತಿತ್ತು. ಆಕೆಯ ಸಮಗ್ರ ರಂಗಭೂಮಿ ಜೀವನದ ಫೋಟೋಗಳನ್ನು ಮತ್ತು ಜ್ಞಾಪಕವಸ್ತುಗಳನ್ನು ಒಳಗೊಂಡ ಆಲ್ಬಮ್‌ಗಳನ್ನು ಚಾರ್ಲ್ಸ್ ಇಟ್ಟುಕೊಂಡಿದ್ದರು. ಆದರೆ ಚಾರ್ಲ್ಸ್ ಸತ್ತಾಗ ಅವರ ವಿಧವೆಗೂ ತಿಳಿಯದಂತೆ ಇವೆಲ್ಲವನ್ನೂ ಝೂಸಿಂತೊ ಆ ಮನೆಯಿಂದ ಮೆಲ್ಲಗೆ ಕೊಂಡೊಯ್ದಿದ್ದ.

"ಹೌದು ನಾನಲ್ಲಿ ನಟಿಸಿದ್ದೆ."

"ದೋನಾ ಎಸ್ಪೆರಾಂಝೊ ಈರಿಸ್‌ಳ ಜತೆಯಲ್ಲಿ ?"

"ಹೌದು, ಈರಿಸ್‌ಳ ಜತೆಯಲ್ಲಿ."

"ಆಹ್ ! ಎಂತಹ ಭಾಗ್ಯ ನಿನ್ನದು ! ನೀನು ಅದೃಷ್ಟಶಾಲಿ ಹೆಂಗಸು, ಬಹಳ ಅದೃಷ್ಟಶಾಲಿ ಹೆಂಗಸು–ಅಂತ ನಾನು ಯಾವಾಗ್ಲೂ ಯೋಚಿಸ್ತಿದ್ದೆ."

'ಅದರ ಬಗ್ಗೆ ನಿನಗೇನು ಗೊತ್ತು ಝೂಸಿಂತೊ ?' ಎಂದು ಕೇಳೋಣವೇ ಎಂಬ ಯೋಚನೆ ಬಂತು ಅವಳಿಗೆ.

ತಾನೊಬ್ಬ ಅದೃಷ್ಟಶಾಲಿ ಹೆಣ್ಣೆಂದು ಅವಳು ಕೂಡ ಒಂದು ಕಾಲದಲ್ಲಿ ಭಾವಿಸಿದ್ದಳು. ಆಕೆ ಆ ವ್ಯಕ್ತಿಯ ಕಡೆಗೆ ಒಂದು ಕ್ಷಣ ದೃಷ್ಟಿ ಬೀರಿದಳು. ಆತನಾದರೋ ಆಕೆಯ ಉಡುಪುಗಳ ಬೀರುವಿನ ಮೇಲಿದ್ದ ಚಾರ್ಲ್ಸ್‌ರ ಚಿತ್ರವನ್ನೇ ದಿಟ್ಟಿಸುತ್ತಿದ್ದ. ತಾನು ಕೊಟ್ಟ ಆಹಾರವನ್ನು ತಿನ್ನುತ್ತಿದ್ದ ಆ ಬೆಕ್ಕಿನ ಮೈಯನ್ನು ಆಕೆ ತಡವಿದಳು. ಆ ಬೆಕ್ಕು ಆಕೆಯನ್ನೊಮ್ಮೆ ನೋಡಿತು. ತನ್ನ ತುಟಿಗಳನ್ನು ಇನ್ನೊಮ್ಮೆ ಸವರಿಕೊಂಡಿತು.

"ನೀನು ಮತ್ತು ಮಿ। ಚಾರ್ಲ್ಸ್ ಮ್ಯಾಡ್ರಿಡ್, ಪ್ಯಾರಿಸ್ ಮುಂತಾದ ಯೂರೋಪಿನ ಪ್ರದೇಶಗಳಿಗೆ ಹೋಗ್ತಿದ್ದಾಗ ನಾನು ನಿನ್ನನ್ನು ಧಕ್ಕೆಯ ಬಳಿಗೊಯ್ತಿದ್ದೆ. ಅದು ಅಷ್ಟು ಸ್ಫುಟವಾಗಿ ಈಗಲೂ ನನ್ನ ನೆನಪಿನಲ್ಲಿ ಉಳಿದಿದೆ. ಪ್ಯಾಕಾರ್ಡ್ ಕಾರಿನಲ್ಲಿ ಕುಳಿತ ನೀನು ರಾಣಿಯ ಹಾಗೆ ಕಾಣ್ತಿದ್ದೆ. ಮಿ। ಚಾರ್ಲ್ಸ್‌ರಾದರೋ – ಅವರೊಬ್ಬ ಸಭ್ಯ ಮಹನೀಯರಾಗಿದ್ರು, ನಿಜಕ್ಕೂ ಸಭ್ಯ – ಬಿಳಿ ಉಣ್ಣೆ ಬಟ್ಟೆಯ ಚಲ್ಲಣ, ನೀಲಿ ನಡುವಂಗಿಗಳನ್ನು ತೊಡುತ್ತಿದ್ದರು. ಎಲ್ಲರಿಗೂ ನಿಮ್ಮನ್ನು ಕಣ್ತುಂಬ ನೋಡೋದೇ ಕೆಲಸ. ಚಾರ್ಲ್ಸ್‌ರ ಸೋದರಿ ದೋನಾ ಎವ್‌ಜಬಿಯಳಂತೂ ಅವರನ್ನು 'ವೇಲ್ಸ್‌ನ ರಾಜಕುಮಾರ' ಎಂದೇ ಕರೀತಿದ್ಳು. ನೀನು ಪ್ಯಾರಿಸ್‌ನಿಂದ ನನಗೆ ಕಳುಹಿಸಿದ್ದ ಪೋಸ್ಟ್ ಕಾರ್ಡ್ ಈಗ್ಲೂ ನನ್ಮನೇಲಿದೆ. ಎಲ್ಲವನ್ನೂ ನಾನು ಇಟ್ಕೊಳ್ತೇನೆ. ಮೊನ್ನೆ ನಾನೇನು ಯೋಚಿಸ್ತಿದ್ದೆಂದ್ರೆ..."

"ನಾವು ಊರಿಗೆ ಹಿಂದಿರುಗಿದ ಕೂಡಲೇ ತಾನು ತನ್ನ ಪತ್ನಿಯಿಂದ ವಿವಾಹ ವಿಚ್ಛೇದನ ಪಡೆಯೋದಾಗಿ ಪ್ಯಾರಿಸ್‌ನಲ್ಲಿ ಚಾರ್ಲ್ಸ್ ನನಗೆ ಹೇಳಿದ್ದ. ಅನಂತರ ನಾವು ನಿರಾತಂಕ ಮದುವೆ ಮಾಡಿಕೊಳ್ಳಬಹುದು ಅಂತಲೂ ಅವನು ತಿಳಿಸಿದ್ದ. ಆದರೆ ನಾವು ಯೂರೋಪಿ ನಿಂದ ಮರಳಿ ಬಂದ ಬಳಿಕ ಅದರ ಸುದ್ದಿಯನ್ನೇ ಆತ ಎತ್ತಲಿಲ್ಲ. ನಾನೇ ಅವನಿಗೆ ಈ ವಿಷಯ ಜ್ಞಾಪಕ ಮಾಡಿಕೊಡ್ಬೇಕಾಗಿ ಬಂತು. ಅದಕ್ಕೆ ಆತ ಏನು ಹೇಳಿದ್ದ ಗೊತ್ತೇ ?"

" 'ನನ್ಗೊತ್ತು, ನಿನಗೆ ಹಾಗೆ ಮಾತು ಕೊಟ್ಟಿದ್ದೇನೆ ಅಂತ ನನ್ಗೊತ್ತು. ಆದರೆ ಈಗ ನೀನು ಸ್ವಲ್ಪ ಕಾಯ್ಬೇಕಾಗ್ತದೆ. ಮನೇಲಿ ಎಲ್ಲ ನೆಟ್ಟಗಿಲ್ಲ. ನೀನು ತುಸು ತಾಳ್ಬೇಕು' ಅಂತ ಆತ ಉತ್ತರಿಸಿದ್ದ."

ಅಲ್ಲದೆ ತನ್ನ ಮಗಳು ಅಲೀಶಿಯ ಹದಿನೈದರ ಅಂಚಿಗೆ ಬಂದಿದ್ದಳೆಂದೂ ಇಷ್ಟರಲ್ಲೇ ಅವಳ ಮನಸ್ಸಿಗೆ ನೋವಾಗುವಂತೆ ಮಾಡಲಾರೆನೆಂದೂ, ಆದುದರಿಂದ ಇವಳು ಸ್ವಲ್ಪ ಕಾದಿರಬೇಕು ಎಂದೂ ಆತ ವಿವರಿಸಿದ್ದ.

"ಅವನಿಂದ ನನ್ಗೆ ಮಕ್ಕಳಾಗ್ಬೇಕು ಅನ್ನೋ ಯೋಚನೆಯನ್ನೇ ಅಷ್ಟರತನಕ ನಾನು ಮಾಡಿರ್ಲಿಲ್ಲ. ಆ ನಂತರ ಮಾತ್ರ ಮಗುವೊಂದಾದ್ರೆ ನನ್ನ ಒಡನಾಟಕ್ಕೆ ಒಳ್ಳೇದಾದೀತು ಅಂತ ಅವನಿಗೆ ಮನಗಾಣಿಸೋದಕ್ಕೆ ನಾನು ಯತ್ನಿಸಿದೆ. ಆದರೆ ಇದಕ್ಕೆ ಚಾರ್ಲ್ಸ್ ಯಾವತ್ತೂ ಒಪ್ತಾ ಇರ್ಲಿಲ್ಲ."

"ಆಗ ನೀನು ನಸುಗೆಂಪಿನ ಹುಲ್ಲು ಹ್ಯಾಟೊಂದನ್ನು ತೊಟ್ಕೊಳ್ತಿದ್ದೆ ಹಾಗೂ ಮುತ್ತಿನ ಚಿಪ್ಪಿನಿಂದ ಮಾಡಿದ ಹಿಡಿಕೆಯುಳ್ಳ ಸಣ್ಣ ದುರ್ಬೀನೊಂದನ್ನು ಕೈಯಲ್ಲಿ ಹಿಡಿದುಕೊಳ್ತಿದ್ದೆ. ಎಲ್ರೂ ನಿನ್ನೆಡೆಗೆ ದೃಷ್ಟಿ ಬೀರುವವರೇ."

"ಅದು ಬಹಳ ಹಿಂದಿನ ಕತೆ ಝೂಸಿಂತೊ."

"ನನ್ಗದು ಹಿಂದಿನ ಕತೆಯಲ್ಲ." ಮೊದಲಬಾರಿಗೆ ಆಕೆಯನ್ನಾತ ದಿಟ್ಟಿಸಿದ :

"ಅದೇನು ಕೇವಲ ಒಂದು ಕ್ಷಣದ ಹಿಂದೆ ನಡೆದುಹೋಯಿತೋ ಅಂತ ಕೆಲವೊಮ್ಮೆ ನನಗೆ ಕಾಣಿಸ್ತದೆ."

ಆತ ಕೈಯನ್ನು ಹಣೆಗೇರಿಸಿದ. ತನ್ನ ಬದಿಯಲ್ಲಿದ್ದ ಕಿಟಕಿಯಿಂದ ಹೊರ ನೋಡಲಾರಂಭಿಸಿದ. ಆ ಮೂಲಕ ಸಮುದ್ರವನ್ನು ಕಾಣಬಹುದಿತ್ತು. ಬಳಿಕ ಆತ ಮುಂದುವರಿಸಿದ :

"ಇದರಿಂದಾಗಿಯೇ ನಾನು ಬಹಳ ಸಂಕಟಪಡ್ತಿದ್ದೇನೆಂತ ನನ್ನ ಸೋದರಿ ಎಲುಯಿಜ ಹೇಳ್ತಲೇ ಇರ್ತಾಳೆ. ಆದರೆ ಸಂಕಟಪಡ್ತಿರೋಳು ಅವಳೂಂತ ನನ್ನ ನಂಬಿಕೆ. ಸ್ಮರಣೆಗಳು ಸದಾ ನನ್ನನ್ನು ಮುತ್ತುತ್ತಿರ್ತವೆ. ಇವನ್ನೆಲ್ಲ ಮರ್ತು ಬಿಡೂಂತ ಆಕೆ ಹೇಳ್ತಾಳೆ, ಇಲ್ಲವಾದ್ರೆ ನಾನು ಚಿತ್ತಶಾಂತಿ ಕಳೆದುಕೊಳ್ತೇನೆಂತ್ಲೂ ಅವಳು ಅನ್ತಾಳೆ. ಆದರೆ ನನ್ನ ಸ್ಮರಣೆಗಳನ್ನು ಬಿಟ್ಟು ಕೊಡೋದಕ್ಕೆ ನಾನು ತಯಾರಿಲ್ಲ. ಕೆಲವು ವೇಳೆ ನಾನು ಕಣ್ಣು ಮುಚ್ಚಿ ಕುಳಿತಾಗ ಇವನ್ನೆಲ್ಲ ನಿಚ್ಚಳವಾಗಿ ಕಾಣ್ತೇನೆ. ಕೆಲವೊಮ್ಮೆ ಚಾರ್ಲ್ಸ್‌ರ ಸ್ವರ – ಏನೋ ಅವರು ಪಕ್ಕದಲ್ಲಿ ನಿಂತು ಮಾತ್ನಾಡಿದಂತೆ – ನನಗೆ ಕೇಳಿಸ್ತದೆ. ಅವರ ಎಲ್ಲ ಸಂಭಾಷಣೆಗಳನ್ನು, ಅವರು ನನ್ನೊಡನೆ ಮಾತ್ನಾಡ್ತಿದ್ದ ವಿಷಯಗಳನ್ನ ಜ್ಞಾಪಿಸ್ತೇನೆ. ಅವರು ನನಗೆ ಹೇಳ್ತಿದ್ದುದುಂಟು : 'ಝೂಸಿಂತೊ ನೀನೊಬ್ಬ ವಿಶೇಷ ತರದ ನಿಗ್ಗರ್* ನೀನು ಇತರ ನಿಗ್ಗರ್‌ಗಳಿಗಿಂತ ಭಿನ್ನವಾಗಿದ್ದೀಯೆ. ನಿನ್ನನ್ನು ಹೆಚ್ಚು ಕಡಿಮೆ ಒಬ್ಬ ಬಿಳಿಯ ಅಂತಲೇ ಹೇಳ್ಬಹುದು...' ಎಷ್ಟು ಒಳ್ಳೆಯವರು ಅಲ್ವೆ? ಅದನ್ನು

* ನೀಗ್ರೋಗಳನ್ನು ಕೀಳು ರೀತಿಯಲ್ಲಿ ಬಿಳಿಯರು ಕರೆಯವ ಹೆಸರು.

ಅವರು ನನ್ಗೇ ಹೇಳ್ತಿದ್ರು, ದೋನಾಕ್ಲಾರಿತಾ – ನನಗದು ಚೆನ್ನಾಗಿ ನೆನಪಿದೆ."

ಬಟ್ಟೆಗಳ ಬೀರುವಿನಿಂದ ಆಕೆ ತನ್ನ ಉಡುಪನ್ನು ತೆಗೆದುಕೊಂಡಳು, ನೆಟ್ಟಗೆ ಸ್ನಾನಗೃಹದತ್ತ ನಡೆದಳು.

ಹಳೆಯ ದಿನಗಳಲ್ಲಿ ಈ ವ್ಯಕ್ತಿ ಒಂದು ಜೀವನ ಕ್ರಮದ ಭಾಗವಾಗಿದ್ದ. ಆಕೆ ಆತನ ಕಡೆಗೆ ಗಮನ ಹರಿಸುತ್ತಿರಲಿಲ್ಲ; ಅವನ ಕುರಿತು ವಿಶ್ಲೇಷಣೆ ಮಾಡುತ್ತಿರಲಿಲ್ಲ, ವಿಮರ್ಶೆ ಮಾಡುತ್ತಿರಲಿಲ್ಲ. ಆಕೆಯ ಜೀವನವನ್ನು ಸುಲಭಗೊಳಿಸುತ್ತಿದ್ದಂಥ ಒಂದು ವ್ಯವಸ್ಥೆಯ ಅಗತ್ಯ ಹಾಗೂ ಸಮರ್ಥ ಭಾಗ ಅವನಾಗಿದ್ದ. ಆದರೆ ಈಗ ಅವನೊಬ್ಬ ಬೇರೆ ವ್ಯಕ್ತಿಯೋ ಎಂಬಂತೆ ಅವಳಿಗೆ ಕಾಣಿಸುತ್ತಿದ್ದ.

ಆಕೆ ಸ್ನಾನಗೃಹದಿಂದ ಹೊರಬಂದಳು; ಕನ್ನಡಿಯತ್ತ ನಡೆದಳು; ಮುಖಕ್ಕೆ ಪೌಡರ್ ಬಳಿಯತೊಡಗಿದಳು. ಆಗ ಆತ ಕಿಟಕಿಯ ಹೊರಗೆ ನೋಟ ಬೀರುತ್ತಿದ್ದ.

ಮುಖ ತಿರುಗಿಸದೇನೇ ಆತ ಹೇಳತೊಡಗಿದ :

"ಜನರಲ್ ಮೆನೊಕಾಲ್‌ನ ಕಾಲದಲ್ಲಿ ನಾನು ಚಾರ್ಲ್ಸ್‌ರ ಸೇವೆಗೆ ಬಂದೆ. ಉದಾರ ವಾದಿಗಳಿಗೂ ಸಂಪ್ರದಾಯವಾದಿಗಳಿಗೂ ನಡೀತಿದ್ದ ಪ್ರಸಿದ್ಧ ಹೋರಾಟಗಳ ಕಾಲವದು. ಆ ಸಮಯದಿಂದ ಬೇಕಷ್ಟು ವಿದ್ಯಮಾನಗಳು ಆಗಿವೆ. ಹೌದು, ಆಗ ನಾನು ಹಳೆಯ ಆಲ್‌ಮೆನಾರೆಸ್ ಟೀಮಿಗಾಗಿ ಬೇಸ್ ಬಾಲ್ ಆಡ್ತಿದ್ದೆ. ಒಮ್ಮೆ ನಾನು ಪ್ರಚಂಡ ಆಟಗಾರ ನಾಗಿದ್ದ ಅದೋಲ್ಫುಲುಕೆಯ ವಿರುದ್ಧ ಒಂದು ಪೂರ್ಣ ರನ್ ಗಳಿಸಿದ್ದೆ."

ಆತ ಸ್ವಲ್ಪ ಮಾತು ನಿಲ್ಲಿಸಿ ಮುಗುಳ್ನಕ್ಕ. ಅನಂತರ ಹಿಂದಿರುಗಿ ಬಂದು ಮತ್ತೊಮ್ಮೆ ಕುರ್ಚಿಯಲ್ಲಿ ಕುಳಿತು ನುಡಿದ :

"ಇವೆಲ್ಲ ನಿನ್ನೆ ನಡೆದ್ದದ್ದೇ ಅನ್ನೋಹಾಗೆ ನನಗೆ ನೆನಪಾಗ್ತದೆ, ಎಲ್ಲದರಲ್ಲೂ ತಲೆ ಹಾಕುವ ನಿಗ್ಗರ್ ಯುವಕನೊಬ್ಬನಿದ್ದ. ಆತ ಮೊದಲ ಬೇಸ್‌ನ ಆಟಗಾರ. ಯಾರೋ ಒಬ್ಬರಿಗೆ ಕಾರ್ ಚಾಲಕನೊಬ್ಬ ಬೇಕಾಗಿದ್ದಾನೆ, ಆ ಕೆಲಸಕ್ಕೆ ನೀನು ಇಷ್ಟಪಡ್ತಿಯಾ ? ಅಂತ ಆತ ನನ್ನನ್ನು ಕೇಳಿದ. ಅವನು ತನ್ನ ದಾಯಾದಿಯೊಬ್ಬನೊಂದಿಗೆ ಪಾಲುಗಾರನಾಗಿ ಹಳೆ ಗಾಡಿಯೊಂದನ್ನು ಓಡಿಸ್ತಿದ್ದ. ಅದು ಪ್ಲಾಜೆ ದೆಲ್ ಮೆರ್‌ಕಾದೊ ಬಳಿ ನಿಂತಿರ್ತಿತ್ತು. ದೊಡ್ಡ ದೊಡ್ಡ ಟೀಮುಗಳೊಂದಿಗೆ ಆಟ ಆಡೋದೂಂದ್ರೆ ಅವನಿಗೊಂದು ಹುಚ್ಚೇ ಸರಿ. ಲುಕೆ, ತನ್ನನ್ನು ಉತ್ತರಕ್ಕೋ – ಅಥವಾ ಇನ್ನೆಲ್ಲಿಗೋ ನನಗದು ಗೊತ್ತಿಲ್ಲ – ಕರ್‍ಕೊಂಡು ಹೋಗ್ತಾನೆ ಅಂತ ಆತ ಹೇಳೋದಿತ್ತು."

ಆ ಮಹಿಳೆ ಕೂದಲು ಬಾಚುತ್ತಾ ಇದ್ದಳು. ಆಕೆ ಕನ್ನಡಿಯಲ್ಲೇ ಆತನ ಮುಖವನ್ನು ನೋಡಿದಳು. ಈಗ ಅವಳಲ್ಲಿ ಹಿಂದಿಗಿಂತ ಹೆಚ್ಚು ಆಸಕ್ತಿ ಇದ್ದಂತಿತ್ತು. ಆತ ಮಾತನಾಡುತ್ತಲೇ ಇದ್ದ :

"ನೀನೇ ಯೋಚಿಸಿ ನೋಡು, ನಾನಾಗ ತೀರಾ ಕೆಟ್ಟ ಪರಿಸ್ಥಿತಿಯಲ್ಲಿದ್ದೆ. ಹನ್ನೆರಡು ಮಂದೀನ ಸಾಕ್ಬೇಕಾಗಿತ್ತು. ನನ್ನ ಸೋದರಿ ಎವುಲಾಲಿಯ ದುಡಿದು ತಂದ ಸಂಪಾದ್ನೆ ಮಾತ್ರ ಆಧಾರ. ಆಕೆ ದರ್ಜಿ ಉಡುಪು ತಯಾರಕ ಬೆರ್ನಾಬೆವುನ ಕೈಕೆಳಗೆ ದುಡೀತಿದ್ಳು. ನನ್ನ ತಾಯಿ ಹೊರಗೆ ಹೋಗಿ ಬಟ್ಟೆಗಿಟ್ಟೆ ತೊಳೀತಿದ್ಳು. ಅವಳ ಸಂಪಾದ್ನೆ ಅಷ್ಟಕ್ಕಷ್ಟೆ. ಆಗ ಈ ಯುವ ನಿಗ್ಗರ್, ನನ್ನ ಗೆಳೆಯ ಝುನೊವೇವ್ – ಹೌದು ಈಗ ನಾಲಗೆ ತುದಿಗೆ ಬಂತು ಆತನ ಹೆಸರು – ಝುನೊವೇವ್ ಬಂದು ಚಾರ್ಲ್ಸ್‌ರ ಬಳಿ ನನ್ನನ್ನು ಕರೆದೊಯ್ದ."

ಆ ಹೆಂಗಸು ಕೂದಲು ಬಾಚಿ ಮುಗಿಸಿದಳು; ಹಾಸಿಗೆಯ ಮೇಲೆ ಬಿದ್ದಿದ್ದ ತನ್ನ ಕೈಚೀಲವನ್ನು ಎತ್ತಿಕೊಂಡಳು.

"ನಾನು ಹೊರಗೆ ಹೋಗಬೇಕಾಗಿದೆ ಝೂಸಿಂತೆ. ಸ್ವಲ್ಪ ಖರೀದಿ ಮಾಡಬೇಕಾಗಿದೆ, ಕ್ಷಮಿಸು, ಆದ್ರೆ..."

"ನಾನೂ ನಿನ್ನೊಂದಿಗೆ ಬರ್ತೇನೆ ದೋನಾ ಕ್ಲಾರಿತ. ಹಾಗೆ ಬರೋದಕ್ಕೆ ನೀನು ಒಪ್ಪಿಗೆ ಕೊಟ್ರೆ ನನಗೆ ಬಹಳ ಸಂತೋಷವಾಗ್ತದೆ. ನನಗೆ ಅದಕ್ಕಿಂತ ಹೆಚ್ಚು ಇಷ್ಟವಾಗುವಂಥದು ಬೇರೆ ಯಾವುದೂ ಇಲ್ಲ."

ಏನೋ ಪ್ರಾಮುಖ್ಯ ವಿಷಯವನ್ನು ಅವನೊಡನೆ ಹೇಳುವುದಿದೆಯೋ ಎಂಬಂತೆ ಆತನನ್ನು ಆಕೆಯೊಂದು ಕ್ಷಣ ದಿಟ್ಟಿಸಿದಳು. ಕೊನೆಗೆಂದಳು :

"ಸರಿ, ಹಾಗಾದರೆ."

ಇಬ್ಬರೂ ಕೋಣೆಯ ಹೊರಗೆ ನಡೆದರು.

"ಗೊಮೆಜ್ ಬ್ಲಾಕ್‌ನಲ್ಲಿದ್ದ ತನ್ನ ಕಚೇರಿಯಲ್ಲಿ ಮಿ। ಚಾರ್ಲ್ಸ್ ನನ್ನನ್ನು ಕಂಡರು. ಝುನೊವೇವ್ ನನಗೆ ಕೊಟ್ಟಿದ್ದ ಚೀಟಿಯನ್ನು ನಾನವರಿಗೆ ಒಪ್ಪಿಸ್ದೆ. ಅದನ್ನು ಅವರು ಗಂಭೀರವಾಗಿ – ಅವರು ಯಾವಾಗ್ಲೂ ಹಾಗೇನೇ – ಓದಿದ್ರು. ಆಗ್ಲೇ ನಾನು ನನ್ನಲ್ಲಿ ಹೇಳಿಕೊಂಡೆ : ಈ ವ್ಯಕ್ತೀನ ನಾನು ಮೆಚ್ತೇನೆ. ಆ ಚೀಟಿಯನ್ನು ಅವರು ಓದಿ ಮುಗಿಸಿದ್ರು. ಅನಂತರ..."

ತೆರೆದಿದ್ದ ಬಾಗಿಲೊಂದರ ಇದಿರು ಇವರು ಸಾಗುತ್ತಿದ್ದಂತೆಯೇ, ಆರಾಮಕುರ್ಚಿಯಲ್ಲಿ ಕುಳಿತು ಗಾಳಿ ಬೀಸಿಕೊಳ್ಳುತ್ತಿದ್ದ ಬಿಳಿ ಉಡುಪಿನ ಭೀಮಕಾಯದ ಮಹಿಳೆಯೊಬ್ಬಳು ನಿಧಾನವಾಗಿ ಇವರನ್ನು ನೋಡಿದಳು.

"ಓಹೋ ಯಾರಿದು? ನನ್ನ ನೆರೆಮನೆಯ ಗೆಳತಿ! ಸರಿ, ಇಷ್ಟು ನಾಜೂಕಾಗಿ ಸಿಂಗರಿಸಿಕೊಂಡು ಎಲ್ಲಿಗೆ ಹೋಗ್ತಿದ್ದಿಯಾ?" ಎಂದು ಆಕೆ ಪ್ರಶ್ನಿಸಿದಳು.

"ಸ್ವಲ್ಪ ಖರೀದಿಗೆ..." ಈಕೆಯ ಉತ್ತರ.

"...ಅನಂತರ ನಾನು ಸೋಮವಾರದಿಂದ್ಲೇ ಕೆಲ್ಸಕ್ಕೆ ಬರಬೇಕೂಂತ ಮಿ। ಚಾರ್ಲ್ಸ್ ಹೇಳಿದ್ರು. ಅಂದು ಶನಿವಾರವೋ ಅಥವಾ ಶುಕ್ರವಾರವೋ? ನನಗೆ ಅಷ್ಟೊಂದು ಜ್ಞಾಪಕಕ್ಕೆ ಬರೋದಿಲ್ಲ..." ಝೂಸಿಂತೊ ಹೇಳುತ್ತಲೇ ಇದ್ದ.

"ನೋಡಿ ಫ್ಯೇಫ್, ಮಧ್ಯಾಹ್ನ ಊಟ ಮಾಡಿ ಮಿಕ್ಕಿದ್ದ ಮಾಂಸದ ತುಂಡುಗಳನ್ನೂ ಸ್ವಲ್ಪ ಅನ್ನವನ್ನೂ ಬೆಕ್ಕಿಗೆ ಇಕ್ಕಿದ್ದೇನೆ."

"ಒಳ್ಳೇದಾಯಿತು. ವಂದನೆಗಳು. ಅದು ಹಾಗಿರ್ಲಿ. ನಿನ್ನ ಸಂಧಿವಾತ ಈಗ ಹೇಗಿದೆ?"

"ಸ್ವಲ್ಪ ವಾಸಿ, ಸ್ವಲ್ಪ ವಾಸಿ. ನನ್ನ ಗೆಳತಿಯೊಬ್ಬಳೊಡನೆ ಸಾನ್‌ದಿಯಾಗೋಗೆ ಹೋಗಿ ಅಲ್ಲಿನ ಗಂಧಕದ ನೀರಿನಲ್ಲಿ ಸ್ನಾನ ಮಾಡಿ ಅದನ್ನು ಸಂಪೂರ್ಣ ತೊಲಗಿಸೋದಕ್ಕಾಗ್ತದೋ ನೋಡ್ಬೇಕು ಅಂತ ನಾನೀಗ ಯೋಚನೆ ಮಾಡ್ತಿದ್ದೇನೆ. ಇತ್ತೀಚೆಗೆ ಕೆಲವು ದಿನ ಮಾತ್ರ ನನಗೆ ತುಂಬ ನೋವಾಗಿತ್ತು. ಈಗ ಸ್ವಲ್ಪವಾಸಿ" ಎನ್ನುತ್ತಾ ಆಕೆ ಮುಂದೆ ಹೋಗಲಾರಂಭಿಸಿದಳು.

"ಮತ್ತೆ ನೋಡೋಣ ಫ್ಯೇಫ್. ಮತ್ತೆ ಕಾಣ್ತೇನೆ."

"ಸರಿ ಹಾಗಾದ್ರೆ. ನಿನಗೆ ಬೇಗ್ನೇ ಗುಣವಾಗಲಿ ಅಂತ ಹಾರೈಸ್ತೇನೆ. ಜುಲಿತೋನ ಎಲ್ಲಾದ್ರೂ ಕಂಡ್ರೆ ಇಲ್ಲಿಗೆ ಅವನನ್ನು ಕಳ್ಸು. ಕಿರಾಣಿ ಅಂಗಡಿಯಿಂದ ಸ್ವಲ್ಪ ಸಾಮಾನು ತರ್ಬೇಕಿತ್ತು."

ಝೂಸಿಂತೊ ಆಕೆಗಿಂತ ತುಸು ಮುಂದಿದ್ದ; ಮುಗುಳ್ನಗೆ ಬೀರುತ್ತಾ ಆಕೆಯನ್ನೇ ಕಾಯುತ್ತಿದ್ದ. ತಲೆಯನ್ನು ಸ್ವಲ್ಪ ತಗ್ಗಿಸಿ ಅವನೆಂದ :

"ನಾನು ಮಿ। ಚಾರ್ಲ್ಸ್‌ರನ್ನು ಮೊದಲು ಭೇಟಿಯಾದ್ದು ಶುಕ್ರವಾರವೋ ಶನಿವಾರವೋ ಅಂತ ನಿನಗೆ ಹೇಳ್ತಿದ್ದೆ ಅಲ್ವ... ?

"ಅಂದು ಶನಿವಾರ ಝೂಸಿಂತೊ. ಈ ಹಿಂದೆ ನೀನೇ ನನಗೆ ಹೇಳಿದ್ದಿ."

ಆಕೆ ಹೇಳಿದ್ದನ್ನು ಈತ ಕೇಳಿಸಿಕೊಂಡಂತಿರಲಿಲ್ಲ.

"ತನ್ನ ಚೀಲದಿಂದ ಹತ್ತು ಪೇಸೋಗಳನ್ನು ಕೈಗೆತ್ತಿಕೊಂಡು ಒಂದು ಬಿಳಿ ಶರಾಯಿ, ಒಂದು ಕಪ್ಪು ಟೈ, ಮತ್ತೊಂದು ಟೋಪಿಯನ್ನು ಕೊಂಡುಕೊಳ್ಳುವಂತೆ ಅವರು ಹೇಳಿದ್ರು. ಸೋಮವಾರ ದಿನ ಬೆಳಿಗ್ಗೆ ಎಂಟು ಗಂಟೆಗೆ ತನ್ನ ಮನೆಯಲ್ಲಿರುವಂತೆಯೂ ಅವರು ತಿಳಿಸಿದ್ರು. ಅದನ್ನು ನಾನ್ಯಾವತ್ತೂ ಮರೆಯಲಾರೆ..."

ಅವನ ಮಾತುಗಳಿಗೆ ಕಿವಿಕೊಡದೆ, ಆತನ ಇರುವಿಕೆಯನ್ನೇ ಗಮನಿಸದೆ ಅವಳು ಮುಂದೆ ನಡೆದಳು. ಆ ತನಕ ತನ್ನ ಕೈಯಲ್ಲೇ ಇದ್ದ ಟೋಪಿಯನ್ನು ಆತ ತಲೆಗೇರಿಸಿಕೊಂಡು ಆಕೆಯ ಹಿಂದೆ ಧಾವಿಸಿಹೋದ.

ನಾನು ಗರ್ಭಿಣಿ ಎಂದು ಚಾರ್ಲ್ಸ್‌ಗೆ ಹೇಳಿದ ದಿನ, ಒಂದು ಕ್ಷಣ ಏನನ್ನೂ ಹೇಳದೆ ಆತ ಸುಮ್ಮಗಿದ್ದ. ಅನಂತರ ಅವನೆಂದ :

"ನೋಡು ದಿವಿನಾ, ನಮಗೆ ಇದು ಬೇಕಾಗಿಲ್ಲ. ನಿನಗೆ ಗರ್ಭಪಾತ ಮಾಡಿಸಬಲ್ಲ ವೈದ್ಯರೊಬ್ಬರು ನನ್ಗೆ ಗೊತ್ತು. ಆತ ನನ್ನ ಹಳೇ ಮಿತ್ರ ಮಾತ್ರವಲ್ಲ, ಒಳ್ಳೆಯ ವೈದ್ಯನೂ ಹೌದು. ಕಾಲೆಸಾನ್ ಲಾಜರೋದ ಬಳಿಯೇ ಅವನು ವಾಸಿಸ್ತಾನೆ. ಅವನನ್ನು ಕಾಣೋದಕ್ಕೆ ಈ ವಾರವೇ ನಿನ್ನನ್ನು ಕರೆದೊಯ್ತೇನೆ, ನೀನೇನೂ ಚಿಂತಿಸ್ಬೇಡ."

ಆ ಮಗು ನನಗಿರಲಿ ಎಂದು ನಾನು ಎರಡೆರಡು ಬಾರಿ ಅವನನ್ನು ಬೇಡಿಕೊಂಡೆ. ನನಗೆ ಬೇರೇನೂ ಇಲ್ಲ, ಈ ಮಗುವೊಂದನ್ನಾದರೂ ನನಗೆ ಬಿಟ್ಟುಬಿಡು ಎಂದು ಅವನಿಗೆ ವಿವರಿಸಿ ಹೇಳಲು ನೋಡಿದೆ.

ಅವನೇನು ಉತ್ತರಿಸಿದ ?

"ಈ ಮೂರ್ಖತನ ಸಾಕು ದಿವಿನಾ, ಇದು ಅಸಾಧ್ಯಾಂತ ನಿನ್ಗೆ ಗೊತ್ತೇ ಇದೆ. ನಿನ್ಗೆ ನಾನಿದ್ದೇನೆ. ನಿನ್ನ ವೃತ್ತಿ ಜೀವನ ಇದೆ. ಮತ್ತೆ ನಿನಗೆ ಯಾವುದಕ್ಕೆ ಕೊರತೆ ಇದೆ ಹೇಳು. ಈ ಹಗರಣವನ್ನು ಕೂಡಲೇ ಕೊನೆಗೊಳಿಸ್ಬೇಕು, ಯಾಕೆಂದ್ರೆ ಇದು ಕೇವಲ ಕ್ಷುಲ್ಲಕ ವಿಷಯ."

ಬಳಿಕ ಅವಳು ತನ್ನ ಕೋಣೆಗೆ ಹೋಗಿ ಅಳಲಾರಂಭಿಸಿದಳು. ಹಲವು ಬಾರಿ ಆತ ಬಂದು ಬಾಗಿಲು ತಟ್ಟಿದ. ಆದರೆ ಆಕೆ ಉತ್ತರವನ್ನೇ ಕೊಡಲಿಲ್ಲ. ಕೊನೆಗೆ ಅವನು ಹೊರ ಟುಹೋದ. ಮರುದಿನ ಆತ ಬಂದು ತನ್ನ ವೈದ್ಯ ಮಿತ್ರನೊಡನೆ ಎಲ್ಲ ಏರ್ಪಾಡು ಮಾಡಲಾಗಿದೆ ಎಂದು ಹೇಳಿದ. ಮಾರನೇ ಸಂಜೆ ತಾವಿಬ್ಬರು ಹೋಗಿ ಈ ವೈದ್ಯರನ್ನು ಕಾಣಬೇಕು ಎಂದೂ ಆತ ತಿಳಿಸಿದ.

"ಆರಂಭದಲ್ಲಿ ಅವರೆಂದ್ರೆ ನನಗೆ ತುಸು ಸಂಕೋಚವಾಗ್ತಿತ್ತು. ಅವರು ಸರ್ವಮಾನ್ಯ ವ್ಯಕ್ತಿಯಾಗಿದ್ರು. ಅವರು ಲಾಯರುಗಳೊಂದಿಗೆ ಬೆರೆಯುತ್ತಿದ್ರು. ಕಬ್ಬಿನ ತೋಟಗಳ ಶ್ರೀಮಂತ

ಮಾಲಿಕರೊಡನೆ ಸೇರುತ್ತಿದ್ರು. ಆ ಮಂದಿ ಅವರನ್ನು ಹೇಗೆ ಗೌರವಿಸುತ್ತಿದ್ರು ಅನ್ನೋದನ್ನು ನಾ ಕಂಡಿದ್ದೇನೆ. ಮಿ। ಚಾರ್ಲ್ಸ್ ಮಿತಭಾಷಿ. ಆದ್ರೆ ಆತ ಮಾತ್ನಾಡ ತೊಡಗಿದ್ರೂಂದ್ರೆ ಎಲ್ಲರಲ್ಲೂ ಅವರ ಬಗ್ಗೆ ಗೌರವ ಮೂಡಿಬರ್ತಿತ್ತು. ಎಲ್ಲರೂ ಅವರ ಮಾತುಗಳನ್ನ ಆಲಿಸುತ್ತಿದ್ರು."

ಆಕೆ ಹಣ್ಣುಗಳತ್ತ ನೋಡುತ್ತಿದ್ದಳು. ಅಷ್ಟರಲ್ಲಿ ಹಣ್ಣಿನಂಗಡಿ ಮಾಲಿಕ ಎದ್ದುಬಂದ.

"ಹ್ಯಾಗಿದ್ದೀರಿ ಅಮ್ಮಾವ್ರೆ? ಹೇಗಿದೆ ನಿಮ್ಮ ಸಂಧಿವಾತ ?"

"ಸ್ವಲ್ಪ ಉತ್ತಮ, ಈ ಮಾಮೇ ಹಣ್ಣುಗಳ* ಬೆಲೆ ಹೇಗೆ ?"

"ಇವಕ್ಕೆ ಇಪ್ಪತ್ತೈದು. ಆ ಕಡೆಯಿದೆಯಲ್ಲ – ಅದಕ್ಕೆ ನಲವತ್ತು. ನೋಡಿ ಒಳ್ಳೆ ಸಪೋಟಗಳೂ ಇವೆ" ಎನ್ನುತ್ತಾ ಆತ ಬಾಗಿ ಕೈಗಾಡಿಯಿಂದ ಬುಟ್ಟಿಯೊಂದನ್ನು ಎತ್ತಿ ತಂದ.

"ಎಷ್ಟು ಚೆನ್ನಾಗಿದೇನ್ತೀರಿ ? ಪಾನಕದಷ್ಟು ಸಿಹಿಯಾಗಿದೆ."

ಝೂಸಿಂತೊ ಹೇಳುತ್ತಲೇ ಇದ್ದ :

"ನನ್ನ ಬಡಪಾಯಿ ತಾಯಿಯನ್ನು ಹೂಳಿದ ದಿನ ಮಿ। ಚಾರ್ಲ್ಸ್ ನನಗೆ ಹೇಳಿ ಕಳ್ಸಿದ್ರು. ಯಾವುದಕ್ಕೂ ಚಿಂತಿಸ್ಬೇಡ ಎಲ್ಲ ವೆಚ್ಚಗಳನ್ನ ನಾ ನೋಡಿಕೊಳ್ತೇನೆ ಅಂದಿದ್ರು. ಔಷಧಿಗಾಗಿ ಮುಂಗಡಕೊಟ್ಟ ಹಣವನ್ನೂ ಅವರು ಲೆಕ್ಕ ಹಿಡೀಲಿಲ್ಲ. ಅದನ್ನು ವಾಪಾಸುಕೊಡು ಅಂತಾನೂ ಅವರು ಕೇಳ್ಲಿಲ್ಲ. ಇನ್ನು ಅವರು ಕಳುಹಿಸಿದ ಹೂಮಾಲೆಯೋ ? ಅಷ್ಟು ಸುಂದರ ಹೂಮಾಲೆ ಅಲ್ಲಿಗೆ ಬಂದಿರಲೇ ಇಲ್ಲ. ಅತ್ಯುತ್ತಮವಾಗಿತ್ತದು."

ಆಕೆ ಒಂದು ಮಾಮೇ ಹಣ್ಣನ್ನು ಎತ್ತಿಕೊಂಡಳು. ಅದನ್ನು ಅಂಗಡಿಯವನ ಕೈಗೆ ಕೊಟ್ಟಳು. ಬಳಿಕ ಸಪೋಟಗಳನ್ನು ಪರೀಕ್ಷಿಸತೊಡಗಿದಳು.

"ಆತ ಯಾವಾಗ್ಲೂ ನನಗೆ ಒಳ್ಳೇ ಸಲಹೆಯನ್ನೇ ನೀಡ್ತಿದ್ರು. ನಾನೊಮ್ಮೆ ಒಬ್ಬ ವಿಧವೆಯ ಪರಿಚಯ ಮಾಡಿಕೊಂಡಿದ್ದೆನಲ್ಲ ? ಆದ್ರೆ ಅವಳ ಬಲೆಯೊಳಗೆ ನಾನೆಂದೂ ಸಿಕ್ಕಿಹಾಕ್ಕೊಳ್ಳಲಿಲ್ಲ. ಅದಕ್ಕೆ ಚಾರ್ಲ್ಸ್ ಅವರೇ ಕಾರಣ. ಅದಕ್ಕಾಗಿ ಅವರಿಗೆ ನಾನು ಋಣಿ. ಒಂದು ದಿನ ಆ ವಿಷಯವನ್ನು ಕುರಿತು ಅವರಿಗೆ ನಾನು ಎಲ್ಲವನ್ನೂ ಹೇಳಿದೆ. ಇಡೀ ಕಥೆಯನ್ನು ಕೇಳಿದ ಬಳಿಕ ಅವರೆಂದ್ರು :

"'ನೋಡು ಝೂಸಿಂತೊ, ಮಕ್ಕಳಿರೋ ಒಬ್ಬ ವಿಧವೇನ್ನ ನೀನೇಕೆ ಹುಡುಕಬಾರ್ದು? ಮದುವೆಯಾಗಬೇಕು ಅನ್ನೋ ಇಚ್ಛೆ ನಿನಗಿದ್ರೆ, ನಿನ್ನ ಪ್ರಾಯದವಳ್ನೇ ಮದ್ವೆ ಮಾಡ್ಕೊ. ಬದಲು ಜೀವನದಲ್ಲಿ ತೊಡಕನ್ನ ತಂದ್ಕೊಳ್ಳಬೇಡ. ಹೇಗಿದ್ರೂ ನಿನ್ನ ಪರಿಸ್ಥಿತಿ ಚೆನ್ನಾಗಿದೆ. ನಿನ್ನ ಜೀವನದಲ್ಲಿ ಗೊಂದಲವನ್ನು ಉಂಟುಮಾಡಿಕೋಬೇಡ,' ಅವರು ತುಂಬಾ ಒಳ್ಳೆ ವ್ಯಕ್ತಿಯಾಗಿದ್ರು, ಅಲ್ವೆ ದೋನಾ ಕ್ಲಾರಿತ ?"

'ಸಾಂತಾರೋಸಾ' ಹಡಗದ ಡೆಕ್‌ನಲ್ಲಿ ನಾವು ಕುಳಿತುಕೊಂಡಿದ್ದೆವು. ಚಾರ್ಲ್ಸ್‌ನ ಸ್ನೇಹಿತನಾದ ನಾಟಕ ಕಂಪೆನಿಗಳ ಕಾರ್ಯಸ್ಥನೊಬ್ಬ ನನಗೆ ಕೊಲೊಂಬಿಯದಲ್ಲಿ ಒಳ್ಳೇ ಕಂಟ್ರಾಕ್ಟನ್ನು ತೆಗೆಸಿಕೊಟ್ಟಿದ್ದ. ನಾನು ಹಾಡುವುದನ್ನು ಚಾರ್ಲ್ಸ್ ಇಷ್ಟಪಡುತ್ತಿದ್ದ. ಅವನನ್ನು ಸದಾ ಆಕರ್ಷಿಸುತ್ತಿದ್ದ ನಾಟಕ ಪ್ರಪಂಚದ ಸಂಪರ್ಕವನ್ನು ಅವನಿಗೆ ನಾನು ಒದಗಿಸುತ್ತಿದ್ದೆ. ಇದು

---

* ಪಶ್ಚಿಮ ಇಂಡೀಸ್ ಮತ್ತು ದಕ್ಷಿಣ ಅಮೆರಿಕಾದ ಉಷ್ಣವಲಯದಲ್ಲಿ ಬೆಳೆಯುವ ಹಳದಿ ಬಣ್ಣದ ತಿರುಳಿನಿಂದ ಕೂಡಿದ ದೊಡ್ಡ ಜಾತಿಯ ಹಣ್ಣು,

ಅವನನ್ನು ಉತ್ತೇಜಿಸುತ್ತಿತ್ತು, ಎಂದು ನನ್ನ ಅನಿಸಿಕೆ. ನಟನಾಗಬೇಕೆಂಬುದು ತನ್ನ ಮಹತ್ವಾಕಾಂಕ್ಷೆಯಾಗಿತ್ತು ಎಂದಾತ ಒಮ್ಮೆ ನನ್ನೊಡನೆ ಹೇಳಿದ್ದ. ಕೊಲೊಂಬಿಯಾಕ್ಕೆ ಪ್ರಯಾಣ ಬೆಳೆಸಲು ಕೆಲವು ತಿಂಗಳುಗಳಿಂದ ನಾವು ಯೋಜನೆ ಹಾಕುತ್ತಿದ್ದೆವು. ಚಾರ್ಲ್ಸ್‌ಗೆ ಅಲ್ಲೂ ವ್ಯಾಪಾರವಿತ್ತು. ನನ್ನೊಡನೆ ಕೊಲೊಂಬಿಯಾಕ್ಕೆ ಬರಲು ಅದನ್ನೇ ಆತ ನೆಪವನ್ನಾಗಿ ಉಪಯೋಗಿಸಿದ್ದ. ಹವಾನ ನಗರದ ಹೊರಗೆ ನನ್ನ ಕಾರ್ಯಕ್ರಮವಿದ್ದಾಗಲೆಲ್ಲ ನನ್ನೊಡನೆ ಬರಲು ಆತ ಇಷ್ಟಪಡುತ್ತಿದ್ದ. ನನ್ನ ಜತೆ ಹಾಡುವವರಾರು ಎಂಬುದನ್ನು ಆತ ತಿಳಿದುಕೊಳ್ಳುತ್ತಿದ್ದ. ನಾನು ಹಾಡಬೇಕಾದ ಸಂಗೀತವನ್ನು ಆತ ಓದಿಕೊಳ್ಳುತ್ತಿದ್ದ. ನಾನು ಧರಿಸಬೇಕಾಗಿದ್ದ ಉಡುಗೆ ತೊಡುಗೆಗಳನ್ನು ಆತ ಅನುಮೋದಿಸುತ್ತಿದ್ದ. ಆ ಜನರೊಂದಿಗೆ ವ್ಯವಹರಿಸಲು ಬೇಕಾದಷ್ಟು ಚುರುಕು ಬುದ್ಧಿ ಮತ್ತು ತಿಳಿವಳಿಕೆ ನನ್ನಲ್ಲಿ ಇಲ್ಲವೆಂದೂ ಆದುದರಿಂದ ನನ್ನನ್ನು ನನ್ನಷ್ಟಕ್ಕೆ ಬಿಡಲಾರೆ ಎಂದೂ ಆತ ಹೇಳುತ್ತಿದ್ದ. ಆ ಜನರನ್ನು ಧೂರ್ತರೆಂದೂ ದುರ್ಮಾರ್ಗಿಗಳೆಂದೂ ಆತ ಕರೆಯುತ್ತಿದ್ದ. ಸೂರ್ಯೋದಯವನ್ನು ನೋಡುವುದೆಂದರೆ ನನಗೆ ಮೆಚ್ಚು. ಆದುದರಿಂದ ನಾವು ಪ್ರಾತಃಕಾಲ ಬೇಗ ನಿದ್ರೆಯಿಂದ ಏಳುತ್ತಿದ್ದೆವು ; ಅರುಣೋದಯವನ್ನು ಕಾಣಲು ಹಡಗದ ಮುಂಭಾಗಕ್ಕೆ ಹೋಗುತ್ತಿದ್ದೆವು. ಪ್ರತಿದಿನವೂ ಹೆಚ್ಚು ಕಡಿಮೆ ಇದೇ ನಮ್ಮ ಕಾರ್ಯಕ್ರಮ. ನನ್ನ ತೋಳನ್ನು ಚಾರ್ಲ್ಸ್ ಬಳಸುತ್ತಿದ್ದ. ಸರ್ವಸಾಮಾನ್ಯವಾಗಿ ನಾವಲ್ಲಿ ಮಾತಿಲ್ಲದೆ, ಮೌನವಾಗಿ ನಿಂತಿರುತ್ತಿದ್ದೆವು. ರಸಮಯ ಕ್ಷಣಗಳವು. ಅವನ್ನು ನಾನೆಂದೂ ಮರೆಯಲಾರೆ. ಒಂದು ದಿನ ಮುಂಜಾನೆ ನಾವು ಹಾಗೆಯೇ ನಿಂತಿದ್ದೆವು. ಗಂಡಹೆಂಡಿರ ಒಂದು ಜೋಡಿಯನ್ನು ಚಾರ್ಲ್ಸ್ ಅಲ್ಲಿ ಕಂಡ. ಅವರು ಆತನ ಪತ್ನಿಯ ಪರಿಚಿತರಂತೆ. ಅವರು ಡೆಕ್‌ನಲ್ಲಿ ನಡೆದು ಹೋಗುತ್ತಿದ್ದರು. ನಮ್ಮನ್ನವರು ನೋಡಿರಲಿಲ್ಲ, ಆದರೆ ಮುಂಜಾಗರೂಕತೆಯ ಕ್ರಮವಾಗಿ ಚಾರ್ಲ್ಸ್ ಮತ್ತೆ ಬಹಿರಂಗವಾಗಿ ನನ್ನೊಡಗೂಡಿ ಹೊರಬರಲಿಲ್ಲ. ಹೊರನೋಟಕ್ಕೆ ನಾವು ಹೇಗಿರಬೇಕೋ ಹಾಗೆ ತೋರ್ಪಡಿಸಿಕೊಳ್ಳುವುದೇ ಜೀವನದಲ್ಲಿ ಅತಿಮುಖ್ಯವಾದ ಸಂಗತಿ ಎಂದು ಆತ ಯಾವಾಗಲೂ ಹೇಳುತ್ತಿದ್ದ.

ಇಪ್ಪತ್ತು ವರುಷಗಳಿಂದ ದೋನಾ ಕ್ಲಾರಿತಳ ನೆರೆಮನೆಯಲ್ಲಿ ವಾಸಿಸುತ್ತಿದ್ದವಳು ದೋನಾ ಫ್ಯೇಫ್. ಅವರು ನಿಕಟ ಸ್ನೇಹಿತೆಯರಾಗಿರಲಿಲ್ಲ. ಹಾಗಿದ್ದರೂ ಅವರು ಒಬ್ಬರನ್ನೊಬ್ಬರು ಗೌರವಿಸುತ್ತಿದ್ದರು. ದೋನಾ ಫ್ಯೇಫ್ ವಿಧವೆ. ನಲವತ್ತು ವರುಷಗಳ ಕಾಲ ಆಕೆಯ ಗಂಡ ಜಮಾ ಖರ್ಚಿನ ಗುಮಾಸ್ತನಾಗಿ ದುಡಿದಿದ್ದ. ಅವರಿಗೆ ಮಕ್ಕಳಿರಲಿಲ್ಲ. ಒಂದು ದಿನ ಬೆಳಿಗ್ಗೆ ಎದ್ದಾಗ ಆಕೆ ಕಂಡುದು ಪಕ್ಕದಲ್ಲಿ ಮಲಗಿದ್ದ ತನ್ನ ಪತಿಯ ಮೃತ ದೇಹವನ್ನು. ಈಗ ತಿಂಗಳಿಗೊಮ್ಮೆ ಆತನ ಸಮಾಧಿಯ ಬಳಿಗೆ ಹೋಗುವಾಗ ಮಾತ್ರ ಆಕೆ ಅವನ ಬಗ್ಗೆ ಮಾತನಾಡುತ್ತಿದ್ದಳು. ಗಂಡನನ್ನು 'ಬಡ ಫೇಸ್ಟಿನೊ' ಎಂದೇ ಅವಳು ಸದಾ ಕರೆಯುತ್ತಿದ್ದುದು. ಅವಳ ಈಗಿನ ಸಂಗಾತಿಗಳೆಂದರೆ ಒಂದು ಬೆಕ್ಕು ಮತ್ತು ಒಂದು ಕನೇರಿ ಹಕ್ಕಿ. ಅವುಗಳೊಂದಿಗೆ ದಿನವಿಡೀ ಮಾತನಾಡುತ್ತ ಇರುವುದೇ ಅವಳ ಈಗಿನ ಕೆಲಸ. ತಾನು ಹೇಳಿದ್ದನ್ನೆಲ್ಲ ಅವು ಅರ್ಥಮಾಡಿಕೊಳ್ಳುತ್ತವೆ ಎಂದು ಆಕೆ ಪಟ್ಟು ಹಿಡಿಯುತ್ತಿದ್ದಳು. ಇದು ಕೇವಲ ಮನೋಲಹರಿಯಲ್ಲ. ಅದಕ್ಕಿಂತ ತುಸು ಗಂಭೀರವಾದದ್ದು ಎಂದು ಅವಳ ಇತರ ನೆರೆಹೊರೆಯವರು ಅನ್ನುತ್ತಿದ್ದರು. ಕೆಲವೊಮ್ಮೆ ದೋನಾ ಕ್ಲಾರಿತ ಈ ಮಾತಿಗೆ ಸಮ್ಮತಿ ಸೂಚಿಸುತ್ತಿದ್ದುದುಂಟು.

ದೋನಾ ಕ್ಲಾರಿತಳನ್ನು ಕುರಿತು ದೋನಾ ಫ್ಯೇಫ್‌ಳಿಗೆ ಚಿಂತೆ. ಇತ್ತೀಚೆಗಿನ ದಿನಗಳಲ್ಲಿ ಕ್ಲಾರಿತ ಬಹಳ ಬಿಳಿಚಿಕೊಂಡಿದ್ದಳೆಂದು ಅವಳಿಗೆ ತೋರುತ್ತಿತ್ತಲ್ಲದೆ, ರಾತ್ರೆಯ ವೇಳೆ ತನ್ನ ಕೋಣೆಯಲ್ಲೇ ಆಕೆ ಶತಪಥ ಹಾಕುತ್ತಿದ್ದ ಸದ್ದು ದೋನಾ ಫ್ಯೇಫ್‌ಳಿಗೆ ಕೇಳಿಸುತ್ತಿತ್ತು. ಈ ಮೊದಲು ಗೀತರೂಪಕಗಳ ಮತ್ತು ಹಾಡುಗಳ ತುಣುಕುಗಳನ್ನು ಸದಾ ಗುಣಿಗುಣಿಸುತ್ತಿದ್ದ ಕ್ಲಾರಿತ ಈಗ ಹಾಗೆ ಮಾಡುತ್ತಿರಲಿಲ್ಲ. ಯಾವಾಗಲೂ ಯುವತಿಯಂತೆ ಕಾಣುತ್ತಿದ್ದ ಆಕೆ ಈಗ ಹಠಾತ್ತಾಗಿ ಮುದುಕಿಯಂತೆ ತೋರುತ್ತಿದ್ದಳು. ಇವನ್ನೆಲ್ಲ ಆಕೆಯೊಡನೆ ಕೇಳಬೇಕು, ಮಾತನಾಡಬೇಕು ಎಂಬ ಹಂಬಲ ಕೆಲವು ಸಮಯದಿಂದ ದೋನಾ ಫ್ಯೇಫ್‌ಳನ್ನು ಕಾಡುತ್ತಿತ್ತು. ಆದರೆ ದೋನಾ ಕ್ಲಾರಿತ ಬಹಳ ಗೋಪ್ಯ ಪ್ರವೃತ್ತಿಯವಳೂ ದೃಢ ಮನಸ್ಕಳೂ ಆಗಿದ್ದ ಕಾರಣ ಅವಳು ತನ್ನನ್ನು ಭಂಗಿಸಬಹುದೆಂದು ಹೆದರಿ ದೋನಾ ಫ್ಯೇಫ್ ಸುಮ್ಮಗಿದ್ದಳು.

ಪ್ರತಿ ಭಾನುವಾರದಂತೆಯೇ ಅಂದು ಕೂಡ, ನೀಳವಾಗಿದ್ದ ತನ್ನ ನರೆತ ಕೂದಲನ್ನು ಬಿರುಸಿನಿಂದ ಬಾಚುತ್ತ ಬಾಗಿಲ ಬಳಿ ಕುಳಿತಿದ್ದ ಆಕೆ, ಝೂಸಿಂತೊನೊಂದಿಗೆ ದೋನಾ ಕ್ಲಾರಿತ ಹಿಂದೆ ಬರುತ್ತಿದ್ದಾಗ ಇದನ್ನೇ ಚಿಂತಿಸುತ್ತಿದ್ದಳು.

ಈಗ ಆಕೆ ತನ್ನ ನೆರೆಮನೆಯವಳೊಡನೆ ಹೇಳಿದಳು :

"ಇಲ್ಲಿ ನೋಡಮ್ಮಣ್ಣಿ, ತನ್ನ ಸಂಧಿವಾತಕ್ಕೆ ಬಡ ಫೇಷ್ಟಿನೊ ಒಂದು ಔಷಧಿ ತೆಕ್ಕೊಳ್ತಾ ಇದ್ದ, ಅದನ್ನೇ ನಾನು ಯೋಚಿಸ್ತಿದ್ದೇನೆ. ಆ ಮದ್ದು ನಿನಗೆ ಒಳ್ಳೇದಾಗ್ಬಹುದೂಂತ ನನ್ನ ಭಾವನೆ."

ದೋನಾ ಕ್ಲಾರಿತ ಒಂದು ಕ್ಷಣ ನಿಂತಳು. ಆ ಮಹಿಳೆಯನ್ನು ನೋಡಿ ಝೂಸಿಂತೊ ನಸುನಕ್ಕ.

"ನಾನು ಕೆಲವು ಮಾತ್ರೆಗಳನ್ನ ತೆಕ್ಕೊಳ್ತಾ ಇದ್ದೇನೆ. ಅದರೊಂದಿಗೆ ಸಾನ್ ದಿಯಾಗೊಗೆ ಹೋಗಿ ಅಲ್ಲಿನ ನೀರಿನಲ್ಲೂ ಸ್ನಾನ ಮಾಡ್ತಾ ಇದ್ರೆ ಖಂಡಿತ ಗುಣವಾಗ್ಬಹುದೂಂತ ನಾನು ನಂಬ್ತೇನೆ."

"ನಾನು ಒಳಗೆ ಮಡಗಿರುವ ಆ ಮಾತ್ರೆಯ ಪೆಟ್ಟಿಗೆ ತಂದ್ಕೊಡ್ತೇನೆ. ಅದನ್ನೊಮ್ಮೆ ಉಪಯೋಗಿಸಿ ನೋಡು. ಅದ್ರಿಂದ ಪ್ರಯೋಜನವಾಗ್ತದಾಂತ ಪರೀಕ್ಷೆ ಮಾಡು."

ತನಗೇನೂ ಆಗಿಲ್ಲ, ತಾನು ಆರಾಮವಾಗಿದ್ದೇನೆ ಎಂದು ಒತ್ತಿ ಒತ್ತಿ ಹೇಳುತ್ತ ದೋನಾ ಕ್ಲಾರಿತ ತನ್ನ ಕೋಣೆಯತ್ತ ಸಾಗಿದಳು.

ಆಕೆ ಆಲೂಗಡ್ಡೆಯ ಸಿಪ್ಪೆ ತೆಗೆಯುತ್ತಿದ್ದಾಗಲೂ ಅನಂತರ ತನ್ನ ಮೇಲಂಗಿಯನ್ನು ಬದಲಾಯಿಸಲು ತಡಿಕೆಯ ಹಿಂದೆ ಹೋದಾಗ ಕೂಡ ಝೂಸಿಂತೋ ವಟಗುಟ್ಟುತ್ತಲೇ ಇದ್ದ :

"ಕೆಲವೊಮ್ಮೆ ನಾನು ಯೋಚಿಸ್ತಿರ್ತೇನೆ...ಯಾಕೋ ಏನೋ ನಂಗೊತ್ತಿಲ್ಲ, ಅಂದ ಹಾಗೆ... ನಿನಗೆ ಪರಲೋಕದಲ್ಲಿ ನಂಬಿಕೆ ಉಂಟಾ ದೋನಾ ಕ್ಲಾರಿತ ?"

ತನಗೆ ಗೊತ್ತಿಲ್ಲ ಎಂಬಂತೆ ಆಕೆ ಭುಜ ಹಾರಿಸಿದಳು.

"ನನ್ಗೆ ಇವುಗಳಲ್ಲೆಲ್ಲ ಹಿಂದೆ ನಂಬಿಕೆ ಇರ್ಲಿಲ್ಲ. ಯಾಕೆಂದ್ರೆ ಅವೆಲ್ಲ ಮಾಟಮಂತ್ರವಾದ ಗಳೂಂತ ನನ್ನ ಅಭಿಪ್ರಾಯ. ಅವೆಲ್ಲ ಮನುಷ್ಯನನ್ನು ಅಜ್ಞಾನಿಯನ್ನಾಗಿ ಮಾಡ್ತವೆ. ಆದರೆ ನನ್ನ ಭಾರಿ ಬುದ್ಧಿವಂತ ಮಿತ್ರನೊಬ್ಬ, ವಿಜ್ಞಾನಿ ಅಲಾನ್ ಕಾರ್ಡಾಕ್ ಇದ್ದಾನಲ್ಲ – ಅವನ ಪುಸ್ತಕಗಳನ್ನ ನನಗೆ ಕೊಟ್ಟ. ಅಲ್ಲದೆ, ಸ್ವಲ್ಪ ಸಮಯಕ್ಕೆ ಹಿಂದೆ ನನಗೆ ಸೋದರಿ ಬ್ಲಾಂಕಾ ರೋಸಾಳ ಪರಿಚಯವಾಯಿತು. ನಗರದ ಹೊರಗೆ ಮಾಂತಿಲ್ಲಾದ ಬಳಿ ವಾಸಿಸ್ತಿರುವ ಆಕೆ ಪ್ರೇತಾತ್ಮಗಳ ಮತ್ತು ಜೀವಂತ ವ್ಯಕ್ತಿಗಳ ನಡುವೆ ಸಂಪರ್ಕ ಕಲ್ಪಿಸಿಕೊಡುವ ಒಬ್ಬ ಮಧ್ಯವರ್ತಿ.

ಅಂದ್ರೆ ಅವಳ ಮೂಲಕ ಸತ್ತವರನ್ನು ಆವಾಹಿಸಿ ಅವರೊಂದಿಗೆ ಸಂಭಾಷಣೆ ಮಾಡ್ಬಹುದು. ಅವಳ ಸಾಮರ್ಥ್ಯದ ಬಗ್ಗೆ ನನಗೆ ನಿಜವಾಗಿಯೂ ಬಹಳ ಒಳ್ಳೇ ಪುರಾವೆಗಳು ದೊರೆತಿವೆ. ಈ ರೀತೀಲಿ ಸ್ವತಃ ನನ್ನ ತಾಯೊಂದಿಗೆ – ಅವಳ ಆತ್ಮಕ್ಕೆ ಶಾಂತಿ ಇರ್ಲಿ! – ನಾನು ಕೆಲವು ಸಲ ಮಾತ್ನಾಡಿದ್ದೆ. ಇದನ್ನ ನಾನು ನಿನ್ಗೆ ಹಿಂದೆ ಹೇಳಿದ್ನಾ?"

ಅವನೆಡೆಗೆ ಒಮ್ಮೆಗೇ ಚುರುಕು ದೃಷ್ಟಿಬೀರಿ ಆಕೆಯೆಂದಳು :

"ಇಲ್ಲ."

"ನೋಡಿಲ್ಲಿ, ಎಲ್ಲರೊಡನೆಯೂ ನಾನಿದನ್ನು ಹೇಳೋದೂಂತಿಲ್ಲ. ಆದರೆ ನಿನ್ನನ್ನು ನನ್ನ ಕುಟುಂಬಕ್ಕೆ ಸೇರಿದವಳು ಅನ್ನೋ ರೀತೀಲೇ ನಾನು ಯಾವಾಗ್ಲೂ ಭಾವಿಸ್ತಾ ಬಂದಿದ್ದೇನೆ. ಹೀಗೆ ಹೇಳಿದ್ದಕ್ಕೆ ಸಿಟ್ಟಾಗ್ಬೇಡ. ಆದ್ರಿಂದಲೇ ನನ್ನ ತಾಯೊಂದಿಗೆ ನಾನು ಮಾತ್ನಾಡಿದ್ದೆ ಅನ್ನೋದನ್ನ ನಿನಗೀಗ ಹೇಳ್ತಿದ್ದೇನೆ. ಅದರಿಂದಾಗಿ ನನ್ಗೆ ತುಂಬಾ ನೆಮ್ಮದಿಯಾಗಿದೆ. ಇನ್ನೊಂದು ವಿಷಯ ಹೇಳ್ಬೇಕಾ ದೋನಾ ಕ್ಲಾರಿತ? ನೀನಲ್ಲಿಗೆ ಹೋಗಿ ಆ ಬ್ಲಾಂಕಾ ರೋಸಾಳನ್ನ ಕಾಣ್ಬೇಕು ಅಂತ ನನ್ನ ಅಭಿಪ್ರಾಯ."

"ನಾನು! ಯಾತಕ್ಕಾಗಿ?"

"ಮಿ। ಚಾರ್ಲ್ಸ್‌ರೊಡನೆ ಮಾತ್ನಾಡೋದಕ್ಕೆ ಸಾಧ್ಯವೇ ಅಂತ ನೀನು ಪ್ರಯತ್ನಿಸಿ ನೋಡಿದ್ರೆ ಒಳ್ಳೇದೂಂತ ನನ್ನ ಅಭಿಪ್ರಾಯ... ದಿನವಿಡೀ ನೀನಿಲ್ಲಿ ಏಕಾಂಗಿಯಾಗಿಯೇ ಇದ್ದಿ... ಅದು ನಿನ್ನ ಮನಸ್ಸಿಗೆ ತುಂಬಾ ನೆಮ್ಮದಿ ತರ್ಬಹುದೂಂತ, ನಿನಗೆ ಹಾಗೆ ಕಾಣೋದಿಲ್ಲೆ?"

"ನನ್ಗೆ ಇಂತಹ ವಿಷಯಗಳಲ್ಲಿ ನಂಬಿಕೆಯಿಲ್ಲ ಝೂಸಿಂತೊ."

"ಇದಕ್ಕೆ ಶ್ರದ್ಧೆ ಬೇಕೇ ಬೇಕು, ದೋನಾ ಕ್ಲಾರಿತ, ಶ್ರದ್ಧೆಯೇ ಮೋಕ್ಷ."

ಅವಳಾತನಿಗೆ ಉತ್ತರ ನೀಡಲಿಲ್ಲ. ತಡಿಕೆಯ ಹಿಂದಿನಿಂದ ಆಕೆ ಹೊರಬಂದಾಗ ಝೂಸಿಂತೊ ಅವಳನ್ನೇ ನೋಡುತ್ತ ಕುಳಿತ, ಆದರೆ ಮಾತನಾಡಲಿಲ್ಲ. ಆತ ಕ್ಷೋಭೆಗೊಂಡಂತೆ ಕಾಣಿಸುತ್ತಿತ್ತು. ಬಳಿಕ ಹಾಸಿಗೆಯತ್ತ ಆಕೆ ನಡೆದಳು ; ಬಹಳ ಜಾಗರೂಕತೆಯಿಂದ ಅದರ ಮೇಲೆ ಮೈಚಾಚಿ ಮಲಗಿಕೊಂಡಳು.

ಅವನನ್ನೊಮ್ಮೆ ತತ್ಪರತೆಯಿಂದ ದಿಟ್ಟಿಸುತ್ತಾ ಆಕೆ ನುಡಿದಳು :

"ಮುಂದಿನ ಆದಿತ್ಯವಾರ ನಾನಿಲ್ಲಿರೋದು ಅಸಂಭವ ಝೂಸಿಂತೊ. ಆದ್ರಿಂದ ನೀನು ಬರ್ಬೇಡ. ಸಾನ್ ದಿಯಾಗೊದಲ್ಲಿ ಸ್ನಾನಚಿಕಿತ್ಸೆ ಪಡೆಯೋದಕ್ಕಾಗಿ ನಾನು ಅಲ್ಲಿಗೆ ಹೋಗ್ತೇನೆ."

"ಹಾಗಾದರೆ ಅದರ ಮುಂದಿನ ಭಾನುವಾರವೇ ದೋನಾ ಕ್ಲಾರಿತ?"

"ಅಲ್ಲ, ಮುಂದಿನ ಭಾನುವಾರ ಕೂಡ ನಾನು ಇಲ್ಲಿ ಇರೋದಿಲ್ಲ. ನೀನು ನನ್ಗೆ ಟೆಲಿಫೋನ್ ಮಾಡಿದ್ರೆ ಒಳ್ಳೇದು."

ಝೂಸಿಂತೊ ನೆಲವನ್ನೇ ನೋಡುತ್ತ, ಕಣ್ಣು ಪಿಳಿಪಿಳಿ ಮಾಡುತ್ತಿದ್ದ. ಚಿತ್ತಕ್ಷೋಭೆಗೆ ಒಳಗಾದಾಗ ಆತ ಮಾಡುತ್ತಿದ್ದುದೇ ಹಾಗೆ.

"ಸರಿ, ದೋನಾ ಕ್ಲಾರಿತ. ನಾನು ನಿನ್ಗೆ ಫೋನ್ ಮಾಡ್ತೇನೆ. ಒಳ್ಳೇದು ಹಾಗಾದ್ರೆ."

ಅವನೆದ್ದ.

"ಇನ್ನು ನಾನು ಹೊರಡೋದು ವಾಸೀಂತ ಕಾಣ್ತದೆ. ಮಧ್ಯಾಹ್ನದೂಟಕ್ಕೆ ಬಾರದೆ ಹೋದ್ರೆ ನನ್ನ ಸೋದರಿ ನನ್ನನ್ನು ಬಯ್ತಾಳೆ."

ಆಕೆ ಮುಗುಳ್ನಕ್ಕಳು.

"ಹಾಗಾದ್ರೆ ಇನ್ನೊಮ್ಮೆ ಕಾಣ್ತೇನಿ ದೋನಾ ಕ್ಲಾರಿತ. ನಿನ್ನ ಸಂಧಿವಾತ ವಾಸಿಯಾಗ್ತದೆ ಅಂತ ಆಶಿಸ್ತೇನೆ. ಇನ್ನೊಮ್ಮೆ ಕಾಣೋಣ."

"ಗುಡ್ ಬೈ ಝೂಸಿಂತೊ."

ಆತ ಹೋಗುತ್ತಿರುವುದನ್ನೇ ಆಕೆ ದಿಟ್ಟಿಸುತ್ತಿದ್ದಳು. ಅನಂತರ ಕಣ್ಣು ಮುಚ್ಚಿದಳು. ತನ್ನ ಆರಾಮ ಕುರ್ಚಿಯನ್ನು ದೋನಾ ಫ್ಯೇಫ್ ತೂಗಾಡಿಸುತ್ತಿದ್ದ ಸದ್ದು; ನೀರಿನ ತೊಟ್ಟಿಯ ಪಂಪ್‌ನ ಶಬ್ದ, ಎಲ್ಲೋ ದೂರದಲ್ಲಿ ರೇಡಿಯೋ ಸಂಗೀತ, ಕೊಳಾಯಿಯಿಂದ ನೀರು ತೊಟ್ಟಿಕ್ಕುತ್ತಿದ್ದ ಸ್ವರ, ಆಲೂಗಡ್ಡೆಯನ್ನು ಬೇಯಿಸಲು ಒಲೆಯ ಮೇಲಿಟ್ಟಿದ್ದ ನೀರಿನ ಗುಳುಗುಳು ಧ್ವನಿ, ಕಿಟಕಿ ಪರದೆಗಳ ಮೇಲೆ ಬೀಸುತ್ತಿದ್ದ ಮಂದಾನಿಲದ ಸಪ್ಪಳ – ಇವೆಲ್ಲ ಆಕೆಗೆ ಕೇಳಿಸುತ್ತಿದ್ದವು. ಒಂದು ಕ್ಷಣ ಆಕೆ ಕಣ್ಣು ತೆರೆದಳು. ಚಾರ್ಲ್ಸ್‌ನ ಭಾವಚಿತ್ರವನ್ನೊಮ್ಮೆ ನೋಡಿದಳು. ಮರುಕ್ಷಣ ಪುನಃ ಆಕೆ ಎವೆ ಮುಚ್ಚಿಕೊಂಡಳು. ○

○ ಆನೆಲ್ಯು ಝೂರ್ಜಿ ಕಾರ್ಡೋಸೋ

ಬೆಕ್ಕಿನ ಎರಡನೇ ಮರಣ

ಮುಂಬೆಳಕು ಹರಿದು ಬರುತ್ತಿರುವುದನ್ನು ರಾಬ್ಲಿಸ್ ಕುಳಿತು ಗಮನಿಸುತ್ತಿದ್ದ. ಆತ ದೋಣಿಯ ಹಿಂಭಾಗದಲ್ಲಿ ಒರಗಿ ಕುಳಿತಿದ್ದ. ಅವನ ಎಡಮೊಣಕೈ ದೋಣಿಯ ಹಾಸುಹಲಗೆಗಳನ್ನು ಅದುಮಿಕೊಂಡಿತ್ತು. ಗಾಳವನ್ನು ಹಿಡಿದಿದ್ದ ಬಲತೋಳು ಮುಂದೆ ಚಾಚಿತ್ತು. ಗಾಳದ ದಾರ ಬೆರಳಿನ ಕೊನೆಯಿಂದ ಕೆಳಗೆ ಇಳಿದಿತ್ತು. ತನ್ನ ಬರಿಯ ಪಾದಗಳ ತುದಿಯ ಮೇಲೆ ಬಿಸಿಲ ಅಂಚು ನಿಧಾನವಾಗಿ ಏರಿ ಬರುತ್ತಿದ್ದುದನ್ನು ಅವನು ಕಂಡ. ಇದೇನೂ ಅವನಿಗೆ ಹೊಸತಾಗಿರಲಿಲ್ಲ. ಇದ್ದಕ್ಕಿದ್ದಂತೆ ಅವನು ತನ್ನ ದೃಷ್ಟಿಯನ್ನು ಹಿಂದಕ್ಕೆ ತಿರುಗಿಸಿದ್ದರೆ, ಕೋಜಿಮಾರ್‌ನಲ್ಲಿ ಈಗಲೂ ಯಾವಾಗಲೂ ಅಲ್ಲಲ್ಲಿ ಉರಿಯುತ್ತಿದ್ದ ದೀಪಗಳ ಬೆಳಕು ಅವನಿಗೆ ಎಂದಿನಂತೆ ಕಾಣಿಸುತ್ತಿತ್ತು. ಇವೆಲ್ಲ ಅವನಿಗೆ ಮೂವತ್ತು ವರುಷಗಳಿಂದಲೂ ಚಿರಪರಿಚಿತ ದೃಶ್ಯ. ಮೂವತ್ತು ವರುಷಗಳ ಹಿಂದೆ, ತನ್ನ ಹನ್ನೆರಡನೇ ವಯಸ್ಸಿನಲ್ಲಿ ಅವನು ಆ ಮುದುಕ ಕ್ರೆಸ್ಪೊನಿಗಾಗಿ ಕಲ್ಲಿನ ಲಂಗರನ್ನು ಎಳೆಯಲು ಆರಂಭಿಸಿದ್ದ. ದೋಣಿಯ ಹಿಂಭಾಗದಲ್ಲಿ ಕೂತಿರುತ್ತಿದ್ದ ಕ್ರೆಸ್ಪೊ, ಇವನು ಕೆಲಸ ಮಾಡುತ್ತಿದ್ದಂತೆಯೇ ಇವನನ್ನು ಉದ್ದೇಶಿಸಿ ಮಾತಾಡುತ್ತಿದ್ದ. ಅದು ಔಪಚಾರಿಕ ಮಾತಾಗಿದ್ದರೂ ನಡು ನಡುವೆ ಕರ್ಕಶವಾದ ಉದ್ಗಾರಗಳಿಂದ ಕೂಡಿರುತ್ತಿತ್ತು.

ಇಂತಹ ಇತರ ಮುಂಜಾವಗಳಲ್ಲಿ ದೋಣಿಯೊಳಗೆ ಸ್ವಸ್ಥಾನದಲ್ಲಿ ಕುಳಿತಿರುತ್ತಿದ್ದ ತನ್ನ ಮೇಲೆ ಹೀಗೆ ಬೆಳಕು ಬಿದ್ದಾಗ, ಆ ಮುದುಕನನ್ನು ಕುರಿತು ರಾಬ್ಲಿಸ್ ಯೋಚಿಸುತ್ತಿದ್ದ. ಆದರೆ ಈ ಮುಂಜಾನೆಯಂದು ಆತ ಹಾಗೆ ಮಾಡಲಿಲ್ಲ. ಯಾಕೆಂದರೆ ಹಿಂದಿನ ರಾತ್ರಿಯಲ್ಲಿ ಅವನು ಹಿಡಿದ ಮೀನಿನ ಮೊತ್ತ ಬಹಳ ಕಡಿಮೆಯಾಗಿತ್ತು. ಆದುದರಿಂದ ತನ್ನ ಸ್ವಂತ ವ್ಯವಹಾರಗಳ ಬಗ್ಗೆಯೇ ಅವನೀಗ ಚಿಂತಿಸತೊಡಗಿದುದರಲ್ಲಿ ಆಶ್ಚರ್ಯವಿಲ್ಲ. ಹೀಗಾಗಿ ಬಿಸಿಲನ್ನು ಹಾಗೆಯೇ ಬಿಟ್ಟು ಅವನ ಯೋಚನೆಗಳು ದೋಣಿಯ ತಳಕ್ಕೆ ಹರಿದವು. ತಾನು ಒಂದೊಂದಾಗಿಯೇ ಹಿಡಿದಿದ್ದ ಮೀನುಗಳು ಅಲ್ಲಿದ್ದವು. ಉಪ್ಪು ನೀರಿನ ಹಳದಿ ಮೀನುಗಳೆರಡು ; ಕೆಂಬಣ್ಣದ ನದಿ ಮೀನುಗಳು ಮೂರು

ಮತ್ತು ಚಿಕ್ಕ ಚಿಕ್ಕ ನಾಲ್ಕು ಗುಅತಿ ಬೆರೊಗಳು.* ಇವನ್ನೆಲ್ಲ ನೋಡಿದರೆ ಅವನು ಮೀನು ಹಿಡಿಯುತ್ತಿದ್ದನೆಂದು ಯಾರೂ ಹೇಳಲು ಸಾಧ್ಯವಿರಲಿಲ್ಲ, ವಿಚಿತ್ರ ಖಯಾಲಿಯ ಟೋಪಿ ಧರಿಸಿ, ಥಳುಕಿನ ಶರ್ಟು ತೊಟ್ಟು ಭಾನುವಾರಗಳಂದು ಬಾಡಿಗೆಯ ದೋಣಿಗಳಲ್ಲಿ ಮೀನಿನ ಶಿಕಾರಿಗೆ ಹೊರಟು, ಗಾಳದ ಕೊಕ್ಕೆಗಳನ್ನೆಲ್ಲ ಕಲಸುಮೆಲಸು ಮಾಡಿ, ಯಾರಾದರೂ ಸುಲಭವಾಗಿ ಹಿಡಿಯಬಹುದಾದ ಒಂದೆರಡು ರೋಂಕೊ ಮೀನುಗಳನ್ನು ಮೇಲೆಳೆದರೆ ಆನಂದಾತಿರೇಕದಿಂದ ಕುಣಿಯುವ ಜನ ಮಾತ್ರ ಅವನೂ ಮೀನು ಹಿಡಿಯುವಾತ ಎಂದು ಒಪ್ಪುತ್ತಿದ್ದರೇನೊ!

ತನ್ನ ಗಾಳದ ದಾರವನ್ನು ಸಂಪೂರ್ಣವಾಗಿ ನೀರಿನೊಳಗೆ ಇಳಿಯಬಿಟ್ಟು ಕುಳಿತಿದ್ದರೂ, ಇದುವರೆಗೆ ಐದಾರು ಚಿಕ್ಕ ಮೀನುಗಳನ್ನು ಮಾತ್ರ ಹಿಡಿಯಲು ಸಾಧ್ಯವಾಗಿದ್ದ ಅವನಿಗೆ ಈಗ ಹತ್ತು-ಹನ್ನೆರಡು ಪೌಂಡ್ ತೂಕದ ಒಂದೆರಡು ದೊಡ್ಡ ಮೀನುಗಳಾದರೂ ದೊರೆಯಲು ಅದೃಷ್ಟ ಬೇಕಿತ್ತು. ಆದರೆ ಅಂಥ ದೊಡ್ಡ ಮೀನುಗಳು ಅವನ ಗಾಳಕ್ಕೆ ಸಿಗಲಿಲ್ಲ. ಅಲ್ಲದೆ, ರಾತ್ರೆಯ ಕರಿದಾದ ನೀರನ್ನು ಸೂರ್ಯನ ಬೆಳಕು ಮೆಲ್ಲಮೆಲ್ಲಗೆ ಹಗಲಿನ ಕಡು ನೀಲಜಲವನ್ನಾಗಿ ಪರಿವರ್ತಿಸುತ್ತಿತ್ತು. ಆ ಮುದಿ ಧೂರ್ತ ಕ್ರೆಸ್ಪೊ ಈಗ ಬದುಕಿ ಉಳಿದಿದ್ದರೆ... ಮೀನು ಹಿಡಿಯಲು ಹೇಗೆ ಕುಳಿತುಕೊಳ್ಳಬೇಕು, ಎಲ್ಲಿ ಕುಳಿತುಕೊಳ್ಳಬೇಕು ಎಂಬುದು ತನಗೆ ಗೊತ್ತಿಲ್ಲವೆಂದು ಅವನು ಖಂಡಿತವಾಗಿಯೂ ಬೊಬ್ಬಿರಿಯುತ್ತಿದ್ದ. ಆದರೆ ಆತ ಸತ್ತುಹೋಗಿದ್ದ. ಅವನ ಶರೀರದ ಮೇಲೆ ಹದಿನೈದು ವರುಷಗಳ ಕೆಮ್ಮಣ್ಣು ಕೂತಿತ್ತು. ಹೀಗಾಗಿ ರಾಬ್ಲಿಸ್ ಈಗ ಹೆಚ್ಚು ಹಾಯಾಗಿರಲು ಸಾಧ್ಯವಾಗಿತ್ತು. ಆದರೂ ಆ ಮುದುಕ ಮೀನು ಹಿಡಿಯುವ ಕುರಿತಾಗಿ ತನಗೆ ಗೊತ್ತಿದ್ದುದನ್ನೆಲ್ಲ ಈತನಿಗೆ ಹೇಳಿಕೊಟ್ಟಿದ್ದನೆಂಬುದನ್ನು ಮರೆಯುವ ಹಾಗಿರಲಿಲ್ಲ. ಮಾತ್ರವಲ್ಲ, ಅದರೊಂದಿಗೆ ಆತ ಆ ಇನ್ನೊಂದು ವ್ಯವಹಾರವನ್ನೂ ರಾಬ್ಲಿಸ್‌ಗೆ ಹೇಳಿಕೊಟ್ಟಿದ್ದ–ಉದ್ದ–ಗಾಳ ಒಂದರಿಂದ ಹೆಚ್ಚುಕಡಿಮೆ ಅದರ ಮಾಲಕನ ಕಣ್ಣೆದಿರಲ್ಲೇ ಮೀನು ಕದಿಯುವುದು ಹೇಗೆ ಎಂಬುದನ್ನು.

ರಾಬ್ಲಿಸ್‌ಗೂ ಹಾಗೆ ಮಾಡಲು ಸಾಧ್ಯವಿತ್ತು ; ಅದನ್ನು ಹೇಗೆ ಮಾಡುವುದೆಂದು ಅವನಿಗೆ ಗೊತ್ತಿತ್ತು ; ಆದರೆ ಈವರೆಗೆ ಅವನು ಆ ಕೆಲಸವನ್ನು ಮಾಡಿರಲಿಲ್ಲ. ಯಾಕೆಂದರೆ ಮೂರೇ ಮೂರು ಸಲ ಮಾತ್ರ ದೋಣಿಗೆ ಲಂಗರು ಹಾಕಿ ತನ್ನ ಜೀವನೋಪಾಯಕ್ಕೆ ಅಗತ್ಯವಾದಷ್ಟು ಮೀನುಗಳನ್ನು ಹಿಡಿಯುವ ಸಾಮರ್ಥ್ಯವುಳ್ಳ ಬೆಸ್ತನಾಗಿದ್ದ ಅವನು. ನಿಜ, ಸಮುದ್ರದ ಸೆಳೆತ ಮೇಲಕ್ಕೆ ಹರಿಯುತ್ತಿತ್ತೆ ಅಥವಾ ಕೆಳಕ್ಕೆ ಹರಿಯುತ್ತಿತ್ತೆ, ತೀರದಲ್ಲೆ ಅಥವಾ ದೂರದಲ್ಲೆ ಎಂಬುದನ್ನು ಇದು ಹೊಂದಿಕೊಂಡಿತ್ತು. ಆದರೆ ಈ ಕೆಲಸದಲ್ಲಿ ಅವನನ್ನು ಮೀರಿಸುವವರು ಯಾರೂ ಇರಲಿಲ್ಲ. ಇದಕ್ಕಾಗಿ ರಾಬ್ಲಿಸ್ ಆ ಮುದಿಯನಿಗೆ ಋಣಿ, ಕೃತಜ್ಞ... ಇದಕ್ಕಾಗಿ ಮಾತ್ರವಲ್ಲ; ಅನೇಕ ವಿಧದ ಆ ಕೈಚಳಕಗಳಿಗಾಗಿ ಕೂಡ. ಯಾಕೆಂದರೆ ತಾನು ಇಚ್ಛೆಸಿದರೆ ರಾಬ್ಲಿಸ್ ಸಹ ಆ ಮುದುಕನಂತೆಯೇ ಒಂದು **ಬೆಕ್ಕು** ಆಗಬಹುದಿತ್ತು. ಹೌದು ಒಂದು **ಬೆಕ್ಕು**. ಈ ನೆನಪು ಬಂದೊಡನೆ ಅವನು ಫಕ್ಕನೆ ನಕ್ಕುಬಿಟ್ಟ.

ಕ್ರೆಸ್ಪೋನನ್ನು ಜನ 'ಬೆಕ್ಕು' ಎಂದೇ ಕರೆಯುತ್ತಿದ್ದರು. ಯಾಕೆಂದರೆ ಬೆಕ್ಕುಗಳಂತೆಯೇ ಬೇರೆಯವರು ಹಿಡಿದ ಮೀನನ್ನು ಅದರ ವಾಸನೆಯಿಂದಲೇ ಅವನು ಪತ್ತೆಹಚ್ಚುತ್ತಿದ್ದ ; ಥಟ್ಟನೆ

* ಒಂದು ಬಗೆಯ ಮೀನು.

ಅವನ್ನು ಅಪಹರಿಸುತ್ತಿದ್ದ. ಚುರುಕು ದೃಷ್ಟಿಯ ಮಾರ್ಜಾಲ ಪ್ರಕೃತಿ ಸ್ವಲ್ಪವಾದರೂ ಇಲ್ಲದವನಿಂದ ಹಾಗೆ ಮಾಡಲು ಖಂಡಿತ ಸಾಧ್ಯವಿರಲಿಲ್ಲ. ಯಾಕೆಂದರೆ ಅದಕ್ಕೋಸ್ಕರ ಕಡಲತೀರದ ಉದ್ದಕ್ಕೂ ತಿರುಗಾಡಬೇಕಿತ್ತು; ಬೇರೊಬ್ಬ ಮೀನುಗಾರ ಬಲೆಯನ್ನು ಎಲ್ಲಿ ಬೀಸುತ್ತಿದ್ದ ಎಂಬುದನ್ನು ದೂರದಿಂದಲೇ ಅರಿಯಬೇಕಿತ್ತು; ಬಳಿಕ ಮರುದಿನ ರಾತ್ರಿ ದೀಪಗಳಿಲ್ಲದೆ, ಕತ್ತಲೆಯ ಮರೆಯಲ್ಲಿ ನಿಶ್ಶಬ್ದವಾಗಿ ಹುಟ್ಟು ಹಾಕುತ್ತ ತನ್ನ ದೋಣಿಯನ್ನು ಅಲ್ಲಿಗೆ ನಡೆಸಿಕೊಂಡು ಹೋಗಿ ಆ ಮೀನುಗಳನ್ನು ಹಿಡಿಯಬೇಕಿತ್ತು. ಹೌದು, ಹಾಗೆ ಮಾಡಬೇಕಾದರೆ ಒಬ್ಬ ವ್ಯಕ್ತಿ ಖಂಡಿತವಾಗಿಯೂ ಬೆಕ್ಕಿನಂತಿರಬೇಕು. ಅದರಲ್ಲೂ ಸಾಮಾನ್ಯ ಬೆಕ್ಕಿನಂತಲ್ಲ, ಹೆಚ್ಚು ಕಡಿಮೆ ಶ್ರೇಷ್ಠ ಮಟ್ಟದ ಒಂದು ಬೆಕ್ಕಿನಂತೆ. ನಿಜ ಹೇಳಬೇಕಿದ್ದರೆ, ಆ ಕೆಲಸ ಮಾಡಲು ಮುದುಕ ಕ್ರೆಸ್ಪೊನಿಗೆ ಮಾತ್ರ ಸಾಧ್ಯವಿತ್ತು.

ಈ ವ್ಯವಹಾರದಲ್ಲಿ ಕೆಲವು ಪ್ರಯೋಜನಕರ ಅಂಶಗಳಿವೆ ಎನ್ನುವುದು. ನಿಜ. ಆದರೆ ಅವೇನೂ ಒಳ್ಳೆಯವುಗಳಲ್ಲ. ಯಾಕೆಂದರೆ ಅದು ಬಹಳ ಚಾತುರ್ಯದಿಂದ ನಿರ್ವಹಿಸ ಬೇಕಾದ ಕೆಲಸವಾದ್ದರಿಂದ ಅದನ್ನು ಮಾಡುವಾತ ತಾನು ನಿಜವಾದ ಗಂಡಾಂತರಗಳನ್ನು ಎದುರಿಸಿ ಜಯಿಸಿದ್ದೇನೆ ಎಂದು ಭಾವಿಸಿ, ತಾನೊಬ್ಬ ದೊಡ್ಡ ಮನುಷ್ಯ ಎಂದು ತಿಳಿದು ಕೊಳ್ಳುತ್ತಾನೆ. ಆದುದರಿಂದ ಮೊದಲನೆಯದಾಗಿ ಅದನ್ನು ಪ್ರಾರಂಭಿಸುವುದೇ ಒಳ್ಳೆಯದಲ್ಲ.

ಗಾಳದ ದಾರವನ್ನು ನೀರಿನಡಿಯಿಂದ ಎಳೆದಂತೆ ಅವನಿಗೆ ಭಾಸವಾಯಿತು. ತನ್ನೆಲ್ಲ ಸಂವೇದನೆಗಳನ್ನೂ ತನ್ನ ಬೆರಳಿನ ತುದಿಯಲ್ಲಿ ಕೇಂದ್ರೀಕರಿಸಿ ಆತ ಕಾದು ನೋಡಿದ. ಸ್ವಲ್ಪ ಸಮಯದ ಬಳಿಕ ಮುಖ ಸಿಂಡರಿಸಿಕೊಂಡು ತನ್ನಷ್ಟಕ್ಕೇ ಹೇಳಿಕೊಂಡ :

"ಛೀ ! ಯಾವುದೋ ಒಂದು ಪುಡಿ ಮೀನು, ಅಷ್ಟೆ."

ಕಡಲಕಡೆಗೆ ಬೀಸುವ ಗಾಳಿ ಇನ್ನೂ ರುಮುಗುಟ್ಟುತ್ತಿತ್ತು. ನೀರು ಕಲಕಿರದೆ ನುಣುಪಾಗಿತ್ತು. ನೀರು ಹೀಗೆ ಶಾಂತವಾಗಿದ್ದು ಯಾವುದೇ ಸೆಳೆತಗಳಿಲ್ಲದ ವೇಳೆಯಲ್ಲಿ ಆ ವೃದ್ಧನಾಗಿದ್ದರೆ ಇನ್ನು ಒಂದು ಕ್ಷಣವೂ ಕಾದು ಕುಳಿತುಕೊಳ್ಳುತ್ತಿರಲಿಲ್ಲ. "ನಿನ್ನ ಲಂಗರನ್ನು ಇಲ್ಲಿ ತಾ ಮುಟ್ಠಾಳ!" ಎಂದು ಹೇಳಿ ಅವನು ಕೂಡಲೇ ತನ್ನ ತುಂಡು ಸಿಗಾರಿನ ತುದಿಗೆ ಬೆಂಕಿ ಅಂಟಿಸುತ್ತಿದ್ದ.

ನಿನ್ನ ಲಂಗರು, ನಿನ್ನ ಚಾಕು, ದೋಣಿಯಿಂದ ನೀರನ್ನು ಹೊರ ಚೆಲ್ಲುವ ನಿನ್ನ ಮೊಗೆಬಿಂದಿಗೆ, ನಿನ್ನ ಆಳಮಾಪಕ, ನಿನ್ನ ಚುಕ್ಕಾಣಿ, ತೊಳೆಯುವ ನಿನ್ನ ಬಟ್ಟೆಯ ಕುಚ್ಚು – ಹೀಗೆ ದೋಣಿಯೊಳಗೆ ಏನಾದರೂ ಕೆಲಸದ ಪ್ರಶ್ನೆ ಬಂದಾಗ ಎಲ್ಲವೂ ರಾಬ್ಲಿಸ್‌ನ ಸೊತ್ತೇನೋ ಎಂಬಂತೆ ಆ ಮುದುಕ ಮಾತಾಡುತ್ತಿದ್ದ. ಆದರೆ ಬರೇ ಮೊಗೆಬಿಂದಿಗೆಯೊಂದನ್ನು ಮಾತ್ರ ಆತ ಒಯ್ದಿದ್ದರೂ ಅವನನ್ನು ಕ್ರೆಸ್ಪೊ ಜೀವಂತ ಸುಲಿದು ಹಾಕುತ್ತಿದ್ದ. ರಾಬ್ಲಿಸ್ ಸಮುದ್ರದಾಳದಲ್ಲಿ ಅಡಗಿ ಕುಳಿತುಕೊಂಡರೂ ಬಿಡುತ್ತಿರಲಿಲ್ಲ.

ನಿಜ. ಆದರೆ ತನಗೆ ತಿಳಿದುದನ್ನೆಲ್ಲ ಆತ ಇವನಿಗೆ ಕಲಿಸಿಕೊಟ್ಟಿದ್ದ, ಆದುದರಿಂದ ರಾಬ್ಲಿಸ್ ಅವನಿಗೆ ಸದಾ ಕೃತಜ್ಞನಾಗಿರಲೇಬೇಕು. ಆ ಮುದಿಯನನ್ನು ತಾನು ಕಂಡ ಮೊದಲ ದಿನದ ಬಗ್ಗೆ ಯೋಚಿಸುವುದೇ ತಡ, ರಾಬ್ಲಿಸ್‌ಗೆ ಅವನ ನೆನಪು ಬರುತ್ತಿತ್ತು. ಆಗ ರಾಬ್ಲಿಸ್ ಅನಾಥನಾಗಿದ್ದ. ಒಂದು ದಿನ ಕ್ರೆಸ್ಪೊನ ಗುಡಿಸಲ ಬಳಿ ಹೋಗುತ್ತಿದ್ದಾಗ ಪರಿಮಳವೊಂದು ಅವನ ಮೂಗಿಗೆ ಬಡಿಯಿತು. ಕ್ರೆಸ್ಪೋ ಮೀನು ಹುರಿಯುತ್ತಿದ್ದುದನ್ನು ಅವನು ಕಂಡ. ಅವನ ಬಾಯಿಯಲ್ಲಿ ನೀರೂರಿತು. ಮೊದಲ ಕ್ಷಣದಲ್ಲೇ **ಬೆಕ್ಕಿನ** ಕಿರಿದಾದ ಕಣ್ಣುಗಳು ಈ

ಬಾಲಕನನ್ನು ಗಮನಿಸಿದವು, ಆದರೆ ಆತ ಮೀನನ್ನು ಹುರಿಯುತ್ತಲೇ ಇದ್ದ, ಬಳಿಕ ತನ್ನ ಚೂಪಾದ ಮೂಗನ್ನು ಆ ಹುಡುಗನತ್ತ ತಿರುಗಿಸಿದ.

"ಏನು ? ಹಸಿವಾಗ್ತಿದೆ ಅಲ್ವ ?"

"ಹೌದು."

"ಒಳ್ಳೇದು, ಬಯಸಿದ್ದೆಲ್ಲ ಯಾರಿಗೂ ಸಿಕ್ಕೋದಿಲ್ಲ."

ಇಲ್ಲಿಗೆ ವಿಷಯವನ್ನೆ ಅವನು ಕೈ ಬಿಡುವಂತೆ ತೋರಿತು. ಆದರೆ ಅಷ್ಟರಲ್ಲಿ ಅವನು ಪುನಃ ಹೇಳಿದ :

"ನೋಡು, ಮೀನು ಹಿಡಿಯೋದಕ್ಕೆ ಸ್ವಲ್ಪ ಎರೆಯನ್ನು ನೀನು ತಂದ್ರೆ, ನಿನಗಾಗಿ ಇದೊಂದನ್ನು ಕಾದಿಡ್ತೇನೆ."

ಹೀಗೆಂದು ಥಟ್ಟನೆ ಒಂದು ಸ್ನಾಪರ್ ಮೀನಿನ ಬಾಲವನ್ನು ಕೈಯಲ್ಲಿ ಹಿಡಿದು ಚಟಪಟಗುಟ್ಟುವ ಎಣ್ಣೆಗೆ ಅದನ್ನು ಹಾಕಿ ಅವನು ಪುನಃ ಹುರಿಯಲಾರಂಭಿಸಿದ.

ಹನ್ನೆರಡು ವರುಷದ ರಾಬ್ಲಿಸ್ ಇದಕ್ಕೇನೂ ಉತ್ತರ ಹೇಳಲಿಲ್ಲ, ಸುಮ್ಮಗೆ ಅಲ್ಲಿಂದ ಹೊರಟು ಬಿಟ್ಟ, ಅಷ್ಟೆ. ಕೋಜಿಮಾರ್‌ನ ಉದ್ದಗಲಕ್ಕೂ ನಡೆದ, ಅನಂತರ ಸಮುದ್ರ ತೀರಕ್ಕೆ ತೆರಳಿದ. ಅಲ್ಲಿ ಅವನ ಜೀವನದಲ್ಲಿ ಪ್ರಥಮಬಾರಿಯಾಗಿ ಕೈಮುಷ್ಟಿ ಹಿಡಿಯುವಷ್ಟು ಸಾರ್‌ಡೀನ್ ಮೀನುಗಳನ್ನು ಕದ್ದ. ಅಲ್ಲಿಂದ ವಾಪಾಸು ಬಂದ. ತಾನು ತಂದುದನ್ನು ಆ ಮುದಿಯನಿಗೆ ತೋರಿಸಿದ. ಮೊದಲಿಗೆ ಕ್ರೆಸ್ಪೊ ಅವನ್ನು ಆಘ್ರಾಣಿಸಿದ. ಬಳಿಕ ತನ್ನೊಡನೆ ಆಗಲೇ ಇದ್ದ ಸಾರ್‌ಡೀನ್‌ಗಳ ಜತೆಗೆ ಇವನ್ನೂ ಒಂದೊಂದಾಗಿ ಉಪ್ಪು ನೀರಿಗೆಸೆದ, ಕಟ್ಟಕಡೆಗೆ ಈ ಬಾಲಕನಿಗೆ ಹೇಳಿದ :

"ಬಾ ಇಲ್ಲಿ, ಇದನ್ನ ತೆಗೆದ್ಕೋ."

ಹನ್ನೆರಡರ ಹರೆಯದ ಈ ಹುಡುಗನ ಕೈ ಹುರಿದ ಸ್ನಾಪರ್ ಮೀನುಗಳಲ್ಲೊಂದನ್ನು ಎತ್ತಿಕೊಳ್ಳಲು ಮುಂದೆ ಸರಿಯಿತು. ಆದರೆ 'ಬೆಕ್ಕಿನ' ಸ್ವರ ಕೇಳಿದಾಗ ಚಾಚಿದ ಕೈ ಹಾಗೆಯೇ ನಿಂತಿತು.

"ತೆಕ್ಕೊಳ್ಳೋದಕ್ಕೆ ನಾನು ಹೇಳಿದ್ದು ಅದನ್ನಲ್ಲ."

ಆಗ ರಾಬ್ಲಿಸ್ ಜಾಗರೂಕತೆಯಿಂದ ನೋಡಿದ. ಮತ್ತೆ ತಪ್ಪು ಮಾಡಬಾರದಲ್ಲ ? ಕಟ್ಟಕಡೆಗೆ ಆ ಮುದುಕ ಹೇಳಿದ್ದನ್ನೇ ಅದೃಷ್ಟವಶಾತ್ ಆಯ್ದು ತೆಗೆದ.

'ಆಹ್ ! ಕೆಲವು ವೇಳೆ ಸ್ಮರಣೆಗಳು ಅಂದರೆ ಕರಿ ಪತಂಗಗಳ ಹಾಗೆ. ಅವು ಎಲ್ಲಿಂದ ಬರ್ತವೆ, ಆಕಾಶದಲ್ಲಿ ಎಲ್ಲಿ ಸುಳಿದಾಡ್ತವೆ, ಅನ್ನೋದೇ ಗೊತ್ತಾಗೋದಿಲ್ಲ – ಅವುಗಳಲ್ಲಿ ಪ್ರತಿಯೊಂದು ಕೂಡ ಕವಲೊಡೆದ ಯಾವುದೋ ಒಂದು ತೆಳ್ಳಗಿನ ಕಾಳ ವಸ್ತುವಿನಂತೆ ದೋಣಿಯ, ನೀರಿನ ಮತ್ತು ಆತ್ಮದ ಮೇಲ್ಗಡೆ ತೂಗಾಡ್ತಿರ್ತವೆ.'

ಕಪ್ಪು ಪತಂಗಗಳ ನೆನಪು ಬಂದಾಗ ರಾಬ್ಲಿಸ್ ಗಗನದತ್ತ ನೋಡಿದ. ಅಂಥ ಪತಂಗ ಒಂದು ಅವನ ಕಣ್ಣಿಗೆ ಬಿದ್ದಿದ್ದರೆ, ಅದು ಅದೃಷ್ಟದಾಯಕವಾಗುತ್ತಿತ್ತು. ಯಾಕೆಂದರೆ ಅದರ ಸಂಗಡಿಗನಂತೆ ಅದರ ಕೆಳಗಡೆ ಮೀನೊಂದು ಈಜಿಕೊಂಡು ಹೋಗುತ್ತಿರುವ ಸಾಧ್ಯತೆಯಿತ್ತು. ಆದರೆ ಮೇಲೇರಿ ಬರುತ್ತಿದ್ದ ಸೂರ್ಯಬಿಂಬ ಮಾತ್ರ ಆಕಾಶದಲ್ಲಿ ಕಾಣುತ್ತಿತ್ತು. ಅದರ ಝಳಕ್ಕೆ ಅವನ ಕಣ್ಣುಗಳು ಉರಿಯತೊಡಗಿದವು. ಅನಂತರ ದೋಣಿಯ ಮೂತಿಗಳ ಮೇಲಿಂದ ಬೀಸಿ ಬರುತ್ತಿದ್ದ ಕಡಲ ಗಾಳಿಯ ಜೋಗುಳಕ್ಕೆ ಅವನು ಕ್ರಮೇಣ ಮೈಮರೆತ.

ಆಗ ಅವನಿಗೆ ಕೇಳಿಬಂದದ್ದು ನೀರಿನ ಅಪ್ಪಳಿಸುವಿಕೆಯ ಸಪ್ಪಳ. ಅವನ ಕೂಡಲೇ ಎದ್ದು ಕುಳಿತ. ಪ್ರಾಯಶಃ ಆ ಸಂಗಡಿಗ ಮೀನು ಬರುತ್ತಿರಬೇಕು. ಕೆಲವು ವೇಳೆ ಒಂದು ವಸ್ತುವನ್ನು ಕುರಿತು ನಾವು ಚಿಂತಿಸಿದರೆ ಸಾಕು, ಅದು ನಮ್ಮ ಬಳಿಗೆ ಸೆಳೆಯಲ್ಪಡುವುದುಂಟು ಎಂದಾತ ಯೋಚಿಸಿದ. ಬಳಿಕ ಮೆಲ್ಲ ಮೆಲ್ಲನೆ ಎದ್ದು ನಿಂತು ನೋಡಿದ. ದೋಣಿಯ ಹಿಂಭಾಗದಿಂದ ಕೇವಲ ಏಳು ಗಜಗಳ ದೂರದಲ್ಲಿ, ಒಡೆದ ಕನ್ನಡಿಯಂತಿದ್ದ ಕಡಲಿನ ಮೇಲೆ ಕಿರುತೆರೆಗಳು ಹರಡುತ್ತಿದ್ದವು. ನೀರು ಅಪ್ಪಳಿಸಿದ್ದು ಅಲ್ಲಿಯೇ. ಈಗ ಅದು ಬಹುಶಃ ಹಿಂದಿಗಿಂತ ಹೆಚ್ಚು ಸಮೀಪದಲ್ಲೇ ಪುನಃ ಸಂಭವಿಸೀತು ಎಂದಾತ ಯೋಚಿಸಿದ. ಅನಂತರ ತಾನು ಅಂದಾಜು ಮಾಡಿದ್ದ ಆ ಗುರಿಯ ಮೇಲಿಂದ ದೃಷ್ಟಿಯನ್ನು ಕದಲಿಸದೆ ಆತ ತನ್ನ ದೇಹವನ್ನು ಬಾಗಿಸಿ ಎತ್ತುವ ಉಪಕರಣಕ್ಕಾಗಿ ಕೈಚಾಚಿದ. ಆದರೆ ಅದು ಕೈಗೆ ಸಿಗುವುದರೊಳಗೆ ಅವನ ಕಣ್ಣುಗಳು ಒಮ್ಮಿಂದೊಮ್ಮೆಗೇ ಅತ್ಯಾಶ್ಚರ್ಯದಿಂದ ತುಂಬಿಕೊಂಡವು.

"ಓ, ದೇವರೇ ! ಎಂದು ಕೂಗಿದವನೇ ಆತ ಮೂಕನಾದ.

ಆ ತೆರೆಗಳ ನಡುಮಧ್ಯದಲ್ಲಿ ರಾಬ್ಲಿಸ್‌ಗೆ ಸುಪರಿಚಿತವಾಗಿದ್ದ ಕಪ್ಪು ಬೆನ್ನೊಂದು ಆಗತಾನೇ ಕಾಣಿಸಿಕೊಂಡಿತ್ತು.

ಅದೊಂದು ಗರಗಸ ಮೀನು. ಕಡಲ ಮಧ್ಯದಿಂದ ಇಷ್ಟು ದೂರದಲ್ಲಿ, ತೀರಕ್ಕೆ ಇಷ್ಟು ಸಮೀಪವಾಗಿ ಈ ಮೀನು ಕಾಣಸಿಗುವುದು ನಂಬಲಾಗದ ಸಂಗತಿ – ಅದೂ ಸೂರ್ಯ ಬಾನಿನಲ್ಲಿ ಮೇಲೇರಿದ ಬಳಿಕ. ಗರಗಸ ಮೀನುಗಳು ಯಾವಾಗಲೂ ರಾತ್ರಿಯಲ್ಲಿ ಕೊಲ್ಲಿಯ ಮುಖ್ಯ ಪ್ರವಾಹದೊಂದಿಗೆ ಈಜಾಡುತ್ತ ಹೋಗುತ್ತಿರುತ್ತವೆ. ಅವುಗಳ ಪಯಣವನ್ನು ತಡೆಗಟ್ಟಲು ಅಲ್ಲಿ ದೀಪಗಳಿಂದಲೂ ತೇಲುಚೆಂಡುಗಳಿಂದಲೂ ಸುಸಜ್ಜಿತವಾದ ಉದ್ದನೆಯ ಗಾಳಗಳನ್ನು ಇಡಲಾಗುತ್ತದೆ. ಆದರೆ ಈ ಗಾಳಗಳಲ್ಲಿ ಸಿಕ್ಕಿಬೀಳದಿದ್ದರೆ ಅವುಗಳು ಮತ್ತೆ ಕಾಣಸಿಗುವುದೇ ಇಲ್ಲ. ಹೀಗಾಗಿ ಒಂದು ಗರಗಸ ಮೀನನ್ನು ನೋಡುವುದೆಂದರೆ ಅದೊಂದು ಪವಾಡವೇ ಸರಿ. ಆದರೆ ರಾಬ್ಲಿಸ್ ಇದಕ್ಕಿಂತಲೂ ದೊಡ್ಡ ಪವಾಡ ಒಂದನ್ನು ಕಂಡ. ಕಡಲಿನ ಮೇಲೆ ತೇಲುತ್ತಿದ್ದ ಒಂದು ಮರದ ತುಂಡಿಗೆ ಈ ಗರಗಸ ಮೀನಿನ ಗರಗಸ ಮೊಳೆ ಹೊಡೆದಂತೆ ಗಟ್ಟಿಯಾಗಿ ತಗಲಿಕೊಂಡಿತ್ತು, ಅದನ್ನು ನೋಡಿ ಅವನಿಗೆ ಮತ್ತಷ್ಟು ವಿಸ್ಮಯವಾಯಿತು. ಅವನ ತನ್ನಷ್ಟಕ್ಕೆ ಹೇಳಿಕೊಂಡ :

"ನಿನ್ನ ಗತಿ ಮುಗಿದೇ ಬಿಡ್ತು !"

ಬಳಿಕ ದಾಪುಗಾಲು ಹಾಕಿ ಆತ ದೋಣಿಯ ಮೂತಿಯತ್ತ ಬಂದ. ಕಡಲ ಕಡೆಯ ಗಾಳಿ ದೋಣಿಯನ್ನು ತಿರುಗಿಸಿ ತನ್ನನ್ನು ಮೀನಿನತ್ತ ಕೊಂಡೊಯ್ಯುವಂತೆ, ದೋಣಿಯ ಹಾಯಿಯನ್ನು ಬಿಚ್ಚಿ ಅದನ್ನು ಹರಿಯಬಿಟ್ಟ.

ಆ ಮೀನು ಮರದ ಕೊರಡಿನೊಳಗೆ ಸಿಲುಕಿದ್ದ ತನ್ನ ಗರಗಸವನ್ನು ಬಿಡಿಸಿಕೊಳ್ಳಲು ಈಗಾಗಲೇ ಬಹಳ ಹೊತ್ತು ಒದ್ದಾಡಿದ್ದಿರಬೇಕು. ಆದುದರಿಂದ ಅದು ತನ್ನೊಂದಿಗೆ ಹೆಚ್ಚು ಸೆಣಸಲಾರದು ಎಂದು ರಾಬ್ಲಿಸ್ ಭಾವಿಸಿದ. ಆದರೆ ಗರಗಸ ಮೀನು ಎಷ್ಟೆಂದರೂ ಗರಗಸ ಮೀನೇ. ದೊಣ್ಣೆಯನ್ನೆತ್ತಿ ಅದನ್ನು ಹೊಡೆಯುವಾಗ ಆ ಹೊಡೆತ ಸರಿಯಾಗಿ ಅದರ ಕಣ್ಣುಗಳ ನಡುವೆ ಬೀಳಬೇಕೆಂಬುದನ್ನು ನೀವು ಖಚಿತಪಡಿಸಿಕೊಳ್ಳಬೇಕು. ಇಲ್ಲವಾದರೆ ಪರಿಸ್ಥಿತಿ ಎಡವಟ್ಟಾದೀತು.

ಆಗ ತನ್ನಲ್ಲಿದ್ದ ಆಯುಧಗಳನ್ನು ಆತ ನೆನಪಿಸಿಕೊಂಡ: ದೋಣಿಯನ್ನು ಎಳೆಯುವುದಕ್ಕೆ,

ತಳ್ಳುವುದಕ್ಕೆ ಇರುವ ಉದ್ದನೆಯ ಒಂದು ಕೊಕ್ಕೆ, ಒಂದು ಕತ್ತಿ ಮತ್ತು ದೊಣ್ಣೆ. ತನ್ನ ಈಟಿಗಾಳವಿರುತ್ತಿದ್ದರೆ, ಎಂದಾತ ಮರುಕಪಟ್ಟ. ಆದರೆ ಅದನ್ನು ಒಂದು ರಾತ್ರೆ ಸಮುದ್ರದಲ್ಲೇ ಆತ ಕಳೆದುಕೊಂಡಿದ್ದ. ಹೇಗಿದ್ದರೂ ಈಗ ಕೊಕ್ಕೆಯನ್ನು ಅದಕ್ಕೆ ತಗಲಿಸುವುದೇ ಮೊದಲ ಕೆಲಸವಾಗಿತ್ತು. ಆಗ ಆ ಗರಗಸ ಮೀನು ಎಷ್ಟು ಜೀವಂತವಾಗಿದೆ ಅಥವಾ ಎಷ್ಟು ನಿರ್ಜೀವವಾಗಿದೆ ಎಂಬುದು ತನ್ನ ಮಣಿಗಂಟಿಗೆ ಅರಿಯುತ್ತಿತ್ತು.

ಅಂತೂ, ಮೀನಿನಿಂದ ಕೇವಲ ಆರು ಅಂಗುಲ ದೂರದಲ್ಲಿದ್ದಾಗ ಅವನು ಕೊಕ್ಕೆಯನ್ನು ಚುಚ್ಚಿದ. ನೀರು ಅವನ ಮೇಲೆ ಚಿಮ್ಮಿತು. ಅವನ ಕಣ್ಣುಗಳಿಗೂ ಬಡಿದು ಅವನ್ನು ಮಬ್ಬುಗೊಳಿಸಿತು. ಆಗ ಸಮುದ್ರದಲ್ಲಿರುವ ಯಾರೋ, ತನ್ನ ಕೈಗಳಲ್ಲಿದ್ದ ಕೊಕ್ಕೆಯನ್ನು ಸೆಳೆದುಕೊಳ್ಳಲು ಪ್ರಯತ್ನಿಸುತ್ತಿದ್ದಂತೆ ಅವನಿಗೆ ಭಾಸವಾಯಿತು. ಆದರೆ ಅವನು ಗಟ್ಟಿಯಾಗಿ ನಿಂತ. ಎಡಗಾಲು ದೋಣಿಯ ತಳದಲ್ಲಿ, ಬಲಗಾಲು ದೋಣಿಯ ಹೊಡೆಮರದ ಮೇಲಂಚಿನಲ್ಲಿ. ಈ ರೀತಿಯಲ್ಲಿ ತನ್ನ ಸರ್ವಶಕ್ತಿಯನ್ನು ಉಪಯೋಗಿಸಿ ಆತ ಚಾಚಿನಿಂತ. ಸ್ವಲ್ಪ ಕಾಲ ಹೀಗೆ ನಡೆಯಿತು. ಆದರೆ ಇದ್ದಕ್ಕಿದ್ದಂತೆ ಪ್ರತಿಭಟನೆ ದುರ್ಬಲಗೊಂಡಿತು. ತಕ್ಷಣ ರಾಬ್ಲಿಸ್ ತನ್ನ ಎಡಗೈಯ ಮೂಲಕ ಕಣ್ಣುಗಳಿಂದ ನೀರನ್ನು ಶೀಘ್ರವಾಗಿ ಒರೆಸಿಕೊಂಡ. ಕೊಕ್ಕೆಯತ್ತ ದೃಷ್ಟಿಬೀರಿದ. ಅದು ಮೀನಿನ ಬೆನ್ನಿಗೆ ದೃಢವಾಗಿ ನಾಟಿಕೊಂಡಿತ್ತು. ತೊಟ್ಟಿಕ್ಕುತ್ತಿದ್ದ ನೆತ್ತರು ನೀರಿನುದ್ದಕ್ಕೂ ಹರಡುತ್ತಿತ್ತು. ಇದು ಅಪಾಯಕರ. ಯಾಕೆಂದರೆ ರಕ್ತದತ್ತ ಯಾವಾಗಲೂ ಶಾರ್ಕ್ ಮೀನುಗಳು ಧಾವಿಸಿಬರುತ್ತವೆ. ಆದುದರಿಂದ ಈಗ ಅವಸರ ಮಾಡಬೇಕು ಎಂದಾತ ತಿಳಿದುಕೊಂಡ. ಕೊಕ್ಕೆಯನ್ನು ಮೃದುವಾಗಿ ಎಳೆದ. ಬಲಗೈಯನ್ನು ಮುಕ್ತಗೊಳಿಸಿ, ದೊಣ್ಣೆಯನ್ನು ಬಿಗಿಯಾಗಿ ಹಿಡಿದುಕೊಂಡ. ಬಳಿಕ ಮೀನಿನ ಕಣ್ಣುಗಳ ನಡುವೆ ದೊಣ್ಣೆಯಿಂದ ಹೊಡೆಯತೊಡಗಿದ. ಮೊದಲ ಹೊಡೆತದಲ್ಲೇ ತಾನು ಯಶ ಗಳಿಸಿರುವೆನೆಂದು ಅವನಿಗೆ ಗೊತ್ತಾಗಿದ್ದರೂ ಆತ ಮೂರು ಬಾರಿ ಬಲವಾಗಿ ಹೊಡೆದ. ಹೀಗೆ ರಾಬ್ಲಿಸ್ ತನ್ನ ಕೆಲಸವನ್ನು ಮುಗಿಸಿದಾಗ ಮೀನಿನ ದುಂಡಗಿನ ಕಪ್ಪುತಲೆ ನೀಲಬಣ್ಣಕ್ಕೆ ತಿರುಗಿತ್ತು. ಮೂರು ಕಡೆಗಳಲ್ಲಿ ಗಾಯವಾಗಿದ್ದ ಅದರ ಗರಗಸದ ಬುಡ ಬಾಯಿಯಿಂದ ಸುಮಾರು ಒಂದು ಅಡಿಯಷ್ಟು ಮುಂದೆ ಅಂತ್ಯವಾಗಿತ್ತು. ಸೂರ್ಯೋದಯವಾಗುವಾಗ ಏನಾಗಿತ್ತೋ ಅದರ ಪುನರಾವರ್ತನೆ ಈಗ ನಡೆದಿತ್ತು ; ಕಪ್ಪಾಗಿದ್ದದ್ದು ನೀಲಿಯಾಗಿ ಪರಿವರ್ತನೆಗೊಂಡಿತ್ತು.

ಆದರೆ ಇಂತಹ ವಿಷಯಗಳನ್ನು ಕುರಿತು ರಾಬ್ಲಿಸ್ ಯೋಚಿಸಲಿಲ್ಲ. ಹೆಚ್ಚೇಕೆ, ಆ ಗರಗಸ ಮೀನಿನತ್ತ ಅವನು ಸರಿಯಾಗಿ ದೃಷ್ಟಿ ಕೂಡ ಹರಿಸಲಿಲ್ಲ. ಯಾಕೆಂದರೆ ಹನ್ನೆರಡು ಸ್ಟೋನ್* ಭಾರದ ಆ ಮೀನಿನ ಮತ್ತು ಅವನ ಕಣ್ಣುಗಳ ನಡುವೆ ಆ ಮುದುಕನ ಮುಖ ಮತ್ತೊಮ್ಮೆ ಕಾಣಿಸಿಕೊಂಡಿತು. ಮುದುಕ ಮುಗುಳ್ನಗುತ್ತಿದ್ದಂತೆ ಅವನಿಗೆ ಮೊದಲು ಭಾಸವಾಯಿತು. ಆದರೆ ಮತ್ತೆ ನೆನಪಾಯಿತು ; ಆ 'ಬೆಕ್ಕು' ಮುಗುಳ್ನಕ್ಕದ್ದೇ ಇಲ್ಲ. ಅವನು ನಗುತ್ತಿದ್ದನೇನೋ ನಿಜ. ಆದರೆ ಅದು ಕಿರುನಗೆ, ಒಡೆದ ಸದ್ದಿನಂತೆ ಕೇಳಿಸುತ್ತಿದ್ದ ಕ್ಷಣಾರ್ಧದ ಘೂಂಕಾರ, ಹಾಗೂ ಅವನ ಮೂಗಿನಿಂದ ಕೆಲವು ಅಂಗುಲಗಳಿಗಿಂತ ಹೆಚ್ಚು ದೂರಕ್ಕೆ ಆ ಸದ್ದು ಹರಿಯುತ್ತಿರಲಿಲ್ಲ. ಈ ನಗೆಯನ್ನು ಆತ ಜ್ಞಾಪಿಸಿಕೊಳ್ಳುತ್ತಿದ್ದಂತೆ, ಆ ನಗೆಗೆ ಕಾರಣವಾದ ವಿಚಾರವೇನೆಂಬುದೂ ಅವನಿಗೆ ಸಹಜವಾಗಿಯೇ ಹೊಳೆಯಿತು.

---

* ಸ್ಟೋನ್ : ಹದಿನಾಲ್ಕು ಪೌಂಡ್ ತೂಕ.

"ಹಾ, ಹಾ! ನನ್ನನ್ನು ನೀನು ಮೋಸಗೊಳಿಸಲಾರೆ, ಏ ಮಂಕೇ! ಈಗಾಗ್ಲೇ ಕೊಕ್ಕೆಗೆ ಬಿದ್ದ ಮೀನಿಗೆ ಮತ್ತೆ ಕೊಕ್ಕೆ ಹಾಕೋದು ಯಾರಿಗಾದ್ರೂ ಸುಲಭ!"

ಸರಿ, ಅದನ್ನಾತ ಒಪ್ಪಲೇಬೇಕಿತ್ತು. ಯುದ್ಧದಲ್ಲಿ ಗೆದ್ದ ಅರ್ಧ ಶ್ರೇಯಸ್ಸು ರಾತ್ರಿಗೆ ಮತ್ತು ಆ ಮರದ ಹಲಗೆಗೆ ಸಲ್ಲಬೇಕಿತ್ತು. ರಾಬ್ಲಿಸ್‌ನ ಮುಖಭಾವ ಈಗ ಬದಲಾಯಿತು. ಆತ ಒಂದು ಕ್ಷಣ ತಡವರಿಸಿದ. ಅನಂತರ ಚೂರಿಯೊಂದನ್ನು ಎತ್ತಿಕೊಂಡು ತನ್ನ ಕೈಗಳನ್ನು ಮೀನಿನ ಕಿವಿರುಗಳೊಳಗೆ ತುರುಕಿಸಿದ. ಈ ಕೆಲಸವನ್ನು ಆತ ತುಸು ಒರಟಾಗಿಯೇ ಮಾಡಿದ ಎನ್ನಬಹುದು. ರಕ್ತ ಸುರಿಯುತ್ತಿದ್ದ ಮಾಂಸದ ನಡುವೆ ಗಾಳದ ಕೊಕ್ಕೆಯ ನಯವಾದ ಉಕ್ಕಿನ ಸ್ಪರ್ಶಕ್ಕಾಗಿ ಅವನು ಅತ್ಯಾತುರದಿಂದ ಹುಡುಕತೊಡಗಿದ. ಕೊನೆಗೆ ಕಿವಿರುಗಳ ಮೂಲಕ ಈ ಉಪಕರಣವನ್ನು ಇಡಿಯಾಗಿ ಹೊರಗೆಳೆದ ಬಳಿಕ, ಅದರ ಕುಣಿಕೆ ಕಂಡಿಯತ್ತ ಅವನು ನೋಡಿದ.

'ಇದು ದಮಾಜೊ ಪೋಣಿಸಿದ ಕುಣಿಕೆ!' ಎಂದಾತ ತನ್ನಷ್ಟಕ್ಕೇ ಹೇಳಿಕೊಂಡ. ಆತನ ಸ್ವರದಲ್ಲಿ ವಿಷಣ್ಣಭಾವವಿತ್ತು.

ಸಹಸ್ರಾರು ಕುಶಲ ಕರಗಳು ಪೋಣಿಸಿದ ಕುಣಿಕೆಗಳ ಪೈಕಿ ದಮಾಜೊ ಮಾಡಿದ ಕುಣಿಕೆ ಯಾವುದು ಎಂಬುದನ್ನು ಸುಲಭವಾಗಿ ಗುರುತಿಸಬಹುದಿತ್ತು. ಅವನ ನಗೆಯೂ ಅದೇ ರೀತಿಯದಾಗಿತ್ತು. ಒಂದು ಸಾವಿರ ನಗೆಗಳಲ್ಲಿ ದಮಾಜೋನ ನಗೆ ಯಾವುದು ಎಂಬುದನ್ನು ಒಡನೆಯೇ ನೇರವಾಗಿ ಕಂಡುಹಿಡಿಯಬಹುದಿತ್ತು. ತನ್ನ ನೇರತನದಿಂದ ಬೇರೆಯವರಿಗೂ ನಗೆಯ ಸೋಂಕು ಹಿಡಿಸುವ ಗುಪ್ತಚೈತನ್ಯ ಅವನಲ್ಲಿದ್ದುದೇ ಪ್ರಾಯಶಃ ಇದಕ್ಕೆ ಕಾರಣವಾಗಿದ್ದಿರಬಹುದು. ದಮಾಜೋ ಯಾಕೆ ನಗುತ್ತಾನೆ ಎಂಬುದನ್ನು ಅರಿಯದೇನೇ ಅವನ ನಗುವಿನೊಂದಿಗೆ ಇತರರೂ ಸ್ವರಗೂಡಿಸುತ್ತಿದ್ದರು.

ಒಂದು ಕ್ಷಣ ಕಾಲ ಈ ಯೋಚನೆಗಳೆಲ್ಲವೂ ರಾಬ್ಲಿಸ್‌ನ ತಲೆಯಲ್ಲಿ ಸುಳಿದವು. ಆದರೆ ಅವನ ಮನಸ್ಸನ್ನು ಅತಿ ಹೆಚ್ಚು ಕಲಕಿದ್ದೆಂದರೆ ಅವನಿಗೆ ಈಗ ತಾನೇ ಗೊತ್ತಾಗಿದ್ದ ಸಂಗತಿ, ಅದೇನು? ಮೀನು ಹಿಡಿಯುವ ಈ ಉಪಕರಣ ದಮಾಜೊನದ್ದು. ಹಾಗಿರುವಾಗ ಈ ಗರಗಸ ಮೀನು ಕೂಡ ಅವನಿಗೇ ಸೇರಿದ್ದು.

"ಈಗೇನು ಮಾಡೋಣ?" ತನ್ನಷ್ಟಕ್ಕೇ ಅವನು ಹೇಳಿಕೊಂಡ. ಆದರೆ ಅಷ್ಟರಲ್ಲಿ ಆ ಮಾರ್ಜಾಲ ಮಹಾಶಯನ ಚೂಪು ಮೂಗು ಅನಿವಾರ್ಯವಾಗಿ ಅವನ ಮುಂದೆ ಕಾಣಿಸಿತು. ಅವನ ಕಣ್ಣುಗಳು ಹಿಗ್ಗಿನಿಂದ ಹೊಳೆಯುತ್ತಿದ್ದವು.

"ಲೋ ಮುಠ್ಠಾಳ, ಅದನ್ನ ಕಸಿದುಕೋ! ಈ ಸಂದರ್ಭದಲ್ಲಿ ನಾನೇನು ಮಾಡ್ತಿದ್ದೆ ಗೊತ್ತೆ? ಸಮುದ್ರದಲ್ಲಿ ಸ್ವಲ್ಪ ಮುಂದೆ ಹೋಗ್ತಿದ್ದೆ. ನನ್ನ ಎತ್ತುವ ಉಪಕರಣದಿಂದ ನಾನೇ ಅದನ್ನು ಹಿಡಿದೆ ಅಂತ ಹೇಳ್ತಿದ್ದೆ."

ರಾಬ್ಲಿಸ್ ತನ್ನನ್ನು ತಾನೇ ಸಾವರಿಸಿಕೊಂಡ. ಇದೀಗ ತನ್ನ ಜೀವಮಾನದಲ್ಲಿ ಎರಡನೇ ಬಾರಿ ತನ್ನದಲ್ಲದ್ದನ್ನು ಎತ್ತಿಕೊಳ್ಳಲು ಅವನಿಗೆ ಸಾಧ್ಯವಿತ್ತು. ಮೊದಲನೇ ಬಾರಿ ಅವನು ಹಾಗೆ ಮಾಡಿದ್ದನ್ನು ಗಣನೆಗೆ ತೆಗೆದುಕೊಳ್ಳುವಂತಿರಲಿಲ್ಲವೆನ್ನಿ. ಏಕೆಂದರೆ ಅವನಾಗ ಬಾಲಕ, ಮಾತ್ರವಲ್ಲ ಹಸಿದಿದ್ದ. ಆದರೆ ಈ ಬಾರಿ ಹಾಗಲ್ಲ. ಅವನನ್ನು ಈ ಕೆಲಸಕ್ಕೆ ತಳ್ಳುತ್ತಿದ್ದದ್ದು ಹಸಿವೆಯಲ್ಲ; ಬದಲು ಆ 'ಬೆಕ್ಕಿ'ನ ಧೂರ್ತ ಮನಸ್ಸಿನಂತಹ ಸ್ವತಂತ್ರ ಮನಸ್ಸಿನ ಸೂಚನೆ.

ಸ್ವಲ್ಪ ಸಮಯದ ತರುವಾಯ ರಾಬ್ಲಿಸ್ ಕೋಜಿಮಾರ್‌ನತ್ತ ಬರುತ್ತಿದ್ದ. ಗಾಳಿ ಈಗಾಗಲೇ

ಅವನ ಹಿಂದಿನಿಂದ ಬೀಸತೊಡಗಿತ್ತು. ಏರಿದ ನೀರು ಕರಾವಳಿಯುದ್ದಕ್ಕೂ ಇರುವ ಬಂಡೆಗಳಿಗೆ ಹೊಡೆದು ಬಿಳಿ ನೊರೆಯನ್ನು ಉಗುಳುತ್ತಿತ್ತು. ಕೋಜಿಮಾರ್‌ನಲ್ಲಿ ದಮಾಜೊ ಈಗ ಇರಲಾರ ಎಂದು ರಾಬ್ಲಿಸ್ ಯೋಚಿಸಿದ. ಯಾಕೆಂದರೆ ಅಂದು ಭಾನುವಾರ. ಭಾನುವಾರಗಳಂದು ಯಾವಾಗಲೂ ಮಾಡುತ್ತಿದ್ದುದನ್ನೇ ಆತ ಅಂದು ಕೂಡ ಖಂಡಿತವಾಗಿ ಮಾಡಿರಬೇಕು – ಅಂದರೆ ತನ್ನ ಇತರ ಮಿತ್ರರೊಂದಿಗೆ ಸ್ವಯಂಸೇವೆ ಎಂದು ತಾವು ಕರೆಯುತ್ತಿದ್ದ ಕೆಲಸ ಮಾಡಲು ತೆರಳಿರಬೇಕು. ಆದ್ದರಿಂದ ಏನೂ ತೊಂದರೆಯಾಗುವಂತಿರಲಿಲ್ಲ. ಧಕ್ಕೆಯ ಮೇಲೆ ತಾನು ಮೀನನ್ನು ಶುಚಿಗೊಳಿಸಬಹುದೆಂದು ರಾಬ್ಲಿಸ್ ಭಾವಿಸಿದ. ಆದರೆ ಯಾರಾದರೂ ಬಂದರೆ ? ಕುತೂಹಲಗೊಂಡರೆ ? ಅದಕ್ಕೆ ಉತ್ತರವನ್ನು ಈಗಾಗಲೇ ಆತ ಮನಸ್ಸಿನಲ್ಲಿ ಸಿದ್ಧಮಾಡಿಟ್ಟುಕೊಂಡಿದ್ದ. ಅದನ್ನು ಏನೊಂದೂ ಉದ್ವೇಗವಿಲ್ಲದೆ ಆತ ಹೇಳಲಿದ್ದ :

"ಎಷ್ಟೆಂದ್ರೂ ಭಾಗ್ಯ ನೋಡಿ... ಸಮುದ್ರದಲ್ಲೇನೋ ಅದೃಷ್ಟ ಕುದುರಿತು... ಎತ್ತುವ ಉಪಕರಣದ ಮೂಲಕ ಮುಂಜಾವದಲ್ಲಿ ಇದನ್ನು ಹಿಡಿದುಬಿಟ್ಟೆ."

ಆದರೆ ಅವನು ತನ್ನ ದೋಣಿಯನ್ನು ಧಕ್ಕೆಯಲ್ಲಿ ಬಿಗಿಯುತ್ತಿದ್ದಾಗ ಅವನಿಗೆ ಕೇಳಿಬಂದುದು ಒಂದು ದೊಡ್ಡ ನಗೆ. ಈ ನಗೆಯ ಸದ್ದು ಕೇಳಿ ಆತ ತಲೆಯೆತ್ತಿದ. ಸಹಕಾರಿ ಸಂಘದ ಕಟ್ಟಡದತ್ತ ನೋಡಿದ.

"ದಮಾಜೊ !" ಹಗ್ಗದ ಗಂಟನ್ನು ಲಗುಬಗೆಯಿಂದ ಬಿಗಿಯುತ್ತ ಅವನು ಹೇಳಿಕೊಂಡ.

ಈ ಇಕ್ಕಟ್ಟಿನಿಂದ ತಪ್ಪಿಸಿಕೊಳ್ಳಲು ಹಾದಿ ಇರಲಿಲ್ಲ. ದಮಾಜೊನ ಬಲಿಷ್ಠ ಪಾದಗಳು ಧಕ್ಕೆಯತ್ತ ಬರುತ್ತಿದ್ದವು.

"ಅಭಿನಂದನೆಗಳು ರಾಬ್ಲಿಸ್. ಕನಿಷ್ಠ ಅಂದ್ರೆ ಈ ಮೀನು ಹದಿನಾರು ಸ್ಟೋನ್‌ಗಳಷ್ಟಾದ್ರೂ ಭಾರವಿರ್ಬಹುದು."

"ಇಲ್ಲ, ಹನ್ನೆರಡು ಸ್ಟೋನ್."

– ದಮಾಜೊನತ್ತ ದೃಷ್ಟಿ ಹಾಯಿಸದೇನೇ ರಾಬ್ಲಿಸ್ ಉತ್ತರಿಸಿದ. ಅನಂತರ ಒಡನೆ ವಿಷಯ ಬದಲಾಯಿಸಿ ಪ್ರಶ್ನಿಸಿದ :

"ಈ ದಿನ ನೀನು ಸ್ವಯಂಸೇವಕರ ಕೂಟದೊಂದಿಗೆ ಹೋಗ್ಲಿಲ್ವೆ ?"

"ನನ್ಗೆ ಹೋಗ್ಲಿಕ್ಕಾಗ್ಲಿಲ್ಲ."

ಆತ ಸರಳವಾಗಿ ಉತ್ತರಿಸಿದ ; ಅನಂತರ ಬಳಕುವ ಎರಡು ಹೆಜ್ಜೆ ಹಾಕುತ್ತ ದೋಣಿ ಹತ್ತಿದ. ತನ್ನ ಬರಿಗಾಲು ಗರಗಸ ಮೀನಿನ ಮೇಲೆ ಜೋಲಾಡುವಂತೆ ದೋಣಿಯ ಹೊಡೆಮರದ ಮೇಲಂಚಿನಲ್ಲಿ ಕುಳಿತ.

"ನನ್ನ ಕೆಲಸಕ್ಕೆ ನೀನು ಅಡ್ಡಿ ಮಾಡ್ತಿದ್ದೀಯಾ !"

ರಾಬ್ಲಿಸ್ ಸ್ವರವೆತ್ತಿದ. ಈ ಮಾತನ್ನು ದಮಾಜೊ ಕೇಳಿಕೊಂಡಂತೆ ಕಾಣಿಸಲಿಲ್ಲ. ಅವನು ಸಂತೋಷಾತಿಶಯದಿಂದ ಮೀನಿನತ್ತ ಮೆಚ್ಚುಗೆಯ ದೃಷ್ಟಿ ಬೀರುತ್ತಿದ್ದ.

"ದೊಡ್ಡ ಮೀನು ರಾಬ್ಲಿಸ್. ಅದನ್ನು ಹಿಡಿಯೋದಕ್ಕೆ ಸ್ವಲ್ಪ ಹೆಣಗಾಡ್ದೆ ಅಲ್ವೆ ?"

"ನೀನು ಹೇಳೋದು ನಿಜ."

"ಮೀನು ಅಂದ್ರೆ ಗರಗಸ ಮೀನು. ಒಂದು ಪೌಂಡಿಗೆ ಬೆಲೆ ಎಷ್ಟಿದೆ ಅಂತ ನಿನ್ಗೆ ಗೊತ್ತಾ ?"

"ಹೌದು, ಹದಿನೆಂಟು."

"ಹದಿನೆಂಟು! ಅಲ್ಲ, ಇಪ್ಪತ್ತೊಂಭತ್ತು. ಇವತ್ತಿನಿಂದ ಬೆಲೆ ಅಷ್ಟಕ್ಕೆ ಏರಿಬಿಟ್ಟಿದೆ. ಯಾಕೇಂದ್ರೆ ಬೇಕಷ್ಟು ಗರಗಸ ಮೀನು ಸಿಕ್ಕೋದಿಲ್ಲ."

ಆತನತ್ತ ರಾಬ್ಲಿಸ್ ನೋಡಿದ. ಒಳ್ಳೆ ಸುದ್ದಿಯೇನೋ ನಿಜ. ಆದರೆ ದಮಾಜೊನ ತೆಳು ಬಣ್ಣದ ಕಣ್ಣುಗಳನ್ನು ನೋಡುವಾಗ ಆ ಸುದ್ದಿ ಅವನಿಗೆ ಅಷ್ಟು ಪ್ರಿಯವಾಗಿ ಕಾಣಿಸಲಿಲ್ಲ.

ದಮಾಜೊ ನುಡಿದ :

"ಇವತ್ತು ಎಲ್ರಿಗೂ ಬೇಕಾದಷ್ಟಿದೆ."

ಈ ಮಾತು ಕೇಳಿಸಲಿಲ್ಲ ಎಂಬಂತೆ ಈ ಬಾರಿ ರಾಬ್ಲಿಸ್ ವರ್ತಿಸಿದ. ಎಲ್ಲಿಂದ ಮಾತನ್ನಾರಂಭಿಸಬೇಕೆಂದೇ ಅವನಿಗೆ ತೋಚಲಿಲ್ಲ. ಅವನ ಚಲನವಲನ ಅಡ್ಡಾದಿಡ್ಡಿ ಯಾಯಿತು. ಅವನು ಗರಗಸ ಮೀನನ್ನು ಎತ್ತಲು ಉದ್ಯುಕ್ತನಾದ. ಇದಕ್ಕೋಸ್ಕರ ಅದರ ಮೂತಿಗೆ ಕೈ ಹಚ್ಚಲು ಆತ ಮುಂದೆ ಹೋದ. ಆದರೆ ಅವನಿಗಿಂತ ಮೊದಲು ದಮಾಜೊನ ಎಡಗೈ ಅದರಲ್ಲಿತ್ತು. ರಾಬ್ಲಿಸ್‌ನ ಬದಲಾಗಿ ಅವನೇ ಮೀನನ್ನೆತ್ತಿದ. ರಾಬ್ಲಿಸ್ ಹೇಳಿದ :

"ಅದನ್ನು ನನಗೆ ಬಿಟ್ಬಿಡು."

"ಅದನ್ನು ಕಡಿ."

ದಮಾಜೊ ಉತ್ತರಿಸಿದ. ಮಾತ್ರವಲ್ಲ; ಅದನ್ನು ಕಡಿಯಲು ರಾಬ್ಲಿಸ್ ಆರಂಭಿಸುವವರೆಗೆ ಅದರ ಮೂತಿಯನ್ನು ಹಾಗೆಯೇ ಅವನು ಹಿಡಿದುಕೊಂಡ. ಕೆಲಕಾಲ ಅವರಿಬ್ಬರೂ ಈ ಕೆಲಸದಲ್ಲೇ ತಲ್ಲೀನರಾದರು. ಆದರೆ ದಮಾಜೊ ತನ್ನ ಯೋಚನೆಗಳನ್ನು ಬಿಟ್ಟಿರಲಿಲ್ಲ.

"ಹಿಂದಿನ ಕಾಲದಲ್ಲಾದ್ರೆ ಜನ ನ್ಯಾಯವಾಗಿ ವರ್ತಿಸ್ತಿರ್ಲಿಲ್ಲ. ಕೆಲವು ವೇಳೆ ಬೆಕ್ಕಿನಂತೆ ಕೂಡ ನಡಕೊಳ್ತಿದ್ರು."

ದಮಾಜೊ ಮೀನಿನ ಬಾಲವನ್ನೇ ನೋಡುತ್ತಿದ್ದುದರಿಂದ ತನ್ನ ಮೇಲೆ ಬಿದ್ದ ಸಂಶಯದ ಕಳ್ಳನೋಟವನ್ನು ಅವನು ಗಮನಿಸಲಿಲ್ಲ.

"ಕ್ರೆಸ್ಪೋನಂತಹ ಬೆಕ್ಕು, ನಿನ್ಗೆ ನೆನಪಿದೆಯಲ್ವೆ?"

ರಾಬ್ಲಿಸ್ ಚೂರಿಯನ್ನು ಚುಚ್ಚಿದ್ದನಷ್ಟೆ. ಆದರೆ ಕಡಿಯಲಾರಂಭಿಸಿರಲಿಲ್ಲ. ಅವನಿತ್ತ ತಿರುಗುವಾಗ ಅವನ ಮುಖಲಕ್ಷಣ ಕ್ಷುಬ್ಧವಾಗಿತ್ತು.

"ನಾನಿಂದು ತಿಳಿದಿರೋದನ್ನೆಲ್ಲ ನನಗೆ ಕಲಿಸಿಕೊಟ್ಟದ್ದು ಆ ಮುದುಕ ಅನ್ನೋದನ್ನು ಮರೀಬೇಡ."

ವ್ಯಂಗ್ಯವಾಗಿ ಏನನ್ನೂ ಹೇಳಬಯಸದೆ ದಮಾಜೊ ರಾಬ್ಲಿಸ್‌ನನ್ನು ದಿಟ್ಟಿಸಿದ. ತಾನಾಡುವ ಪ್ರತಿಯೊಂದು ಶಬ್ದವನ್ನೂ ತೂಗುತ್ತ ಅವನೆಂದ :

"ಇಲ್ಲ. ಎಲ್ಲ ವಿಷಯಗಳನ್ನೂ ಅಲ್ಲ. ಒಂದು ವಿಷಯವನ್ನು ನೀನು ಕಲಿತೇ ಇಲ್ಲ; ನೀನು ಮೀನು ಹಿಡಿಯೋದಕ್ಕೆ ಕಡಲಿಗೆ ಹೋಗ್ತಿ; ಬೇರೆಯವರು ಹಿಡಿದ ಮೀನನ್ನು ಕದಿಯೋದಕ್ಕಲ್ಲ."

ಈ ವೇಳೆಗೆ ರಾಬ್ಲಿಸ್ ಎದ್ದು ನಿಂತ. ದಮಾಜೊ ಶಾಂತನಾಗಿಯೇ ಇದ್ದ. ರಾಬ್ಲಿಸ್ ಚಲಿಸಿರಲಿಲ್ಲವೇನೋ ಎಂಬಂತೆ ಅವನು ಮಾತು ಮುಂದುವರಿಸಿದ :

"ನಿನ್ನನ್ನು ಯಾಕೆ ಹೊಗಳ್ತಿದ್ದೇನೆ ಅಂತ ನನಗೇ ಗೊತ್ತಿಲ್ಲ. ಆದರೆ ಒಂದು ರೀತಿಯಲ್ಲಿ ಅದೊಂದು ತಮಾಷೆಯೇ ಸರಿ. ಆ ಮಾರ್ಜಾಲ ಮಹಾಶಯ ನಿನ್ನನ್ನು ದತ್ತಕ್ಕೆ ತಗೊಂಡಿದ್ದ.

ಆದ್ರೆ ನೀನು ಒಂದೇ ಒಂದು ಇಲಿಯನ್ನೂ ಬೆನ್ನಟ್ಟಿಲ್ಲ. ಹೀಗಿರುವಾಗ ಇಂದಿನ ದಿನಗಳಲ್ಲಿ ನಾವೆಲ್ಲ ಮಾಡೋ ಹಾಗೆ ನೀನು ಕೂಡ ಉಳಿದ ಎಲ್ರೊಂದಿಗೂ ಸೇರಿ ಯಾಕೆ ದುಡೀಬಾರ್ದು? ನನ್ಗೆ ಅದೇ ಒಂದು ಸಮಸ್ಯೆಯಾಗಿದೆ."

ರಾಬ್ಲಿಸ್ ಗಟ್ಟಿಯಾಗಿ ಹೇಳಿದ :

"ಎಲ್ಲದಕ್ಕೂ ನಾನು ಆ ಮುದುಕನಿಗೆ ಋಣಿಯಾಗಿದ್ದೇನೆ, ಅದನ್ನು ಚೆನ್ನಾಗಿ ನೆನಪಿನಲ್ಲಿಟ್ಕೋ. ಅವನು ನನ್ಗೆ ಕಲ್ಸಿಕೊಟ್ಟದ್ದಕ್ಕೆ, ಅದೇ ರೀತಿ ಅವನು ನನ್ನನ್ನು ಸಾಕಿ ಸಲಹಿದ್ದಕ್ಕೆ ಎಲ್ಲದಕ್ಕೂ ನಾನವ್ನಿಗೆ ಉಪಕೃತನಾಗಿದ್ದೇನೆ."

"ಆದ್ರೆ ಅದಕ್ಕಿಂತ ಹೆಚ್ಚು ಅವನು ನಿನ್ಗೆ ಋಣಿಯಾಗಿರ್ಬೇಕು. ಗೊತ್ತೆ ?

"ಅಂದ್ರೆ ಅದರರ್ಥವೇನು ?"

"ಅವನು ನಿನ್ಗೆ ಹೆಚ್ಚು ಕೃತಜ್ಞನಾಗಿರ್ಬೇಕು. ಸರಿಯಾಗಿ ಯೋಚಿಸಿ ನೋಡು ರಾಬ್ಲಿಸ್. ಒಮ್ಮೆ ನೀನು ಹಸಿದಿದ್ದೆ. ಆ ಕಾರಣಕ್ಕಾಗಿ ಆತ ಇಪ್ಪತ್ತು ವರ್ಷಗಳ ದುಡಿಮೆಯನ್ನು ನಿನ್ನಿಂದ ವಸೂಲಿ ಮಾಡಿದ."

"ನಿನ್ಗೆ ಆ ವಿಷಯ ಗೊತ್ತಿಲ್ಲ. ನನ್ನ ಸ್ವಂತ ಕಾಲುಗಳ ಮೇಲೆ ನಿಲ್ಲೋದಕ್ಕೆ ಅವನು ನನಗೆ ಕಲಿಸಿಕೊಟ್ಟಿದ್ದ."

"ಆದ್ರೆ ನೋಡು, ಯಾರೂ ಏಕಾಂಗಿಗಳಲ್ಲ. ಅದು ಈಗ ನಮ್ಗೆ ಗೊತ್ತಾಗಿದೆ, ರಾಬ್ಲಿಸ್. ನೋಡು, ನೀನು ಮೀನು ಹಿಡಿಯೋದಕ್ಕೆ ಸಮುದ್ರಕ್ಕೆ ಹೋಗ್ತೀಯಾ? ಆಗ್ಲೂ ನೀನು ಏಕಾಂಗಿಯಲ್ಲ."

"ಅಯ್ಯೋ! ಆಗ ನನ್ಜತೆ ಇರೋದು ನನ್ನೆರಡು ಕೈಗಳು ಮಾತ್ರ. ಹೊರತು ಮತ್ತೇನಿದೆ?"

"ನಿನಗಾಗಿ ದೋಣಿಯನ್ನೆಳೆಯುವ ಕೊಕ್ಕೆಯನ್ನು ಮಾಡಿದವ್ರು, ಈಟಿಗಾಳ ಮಾಡಿದವ್ರು, ಗಾಳದ ಹುರಿ ಮಾಡಿದವ್ರು, ನಿನ್ನೊಂದಿಗಿರುವ ಎಲ್ಲವನ್ನು ಮಾಡಿದವ್ರು – ಇವ್ರೆಲ್ಲ ಭೂಮೀಲಿಲ್ವೆ? ಅವರ ಕುರಿತೇನು ?"

"ಕೇಳಿಲ್ಲಿ. ಅವೆಲ್ಲ ನಗೆಗೇಡಿ ಮಾತುಗಳು..."

–ರಾಬ್ಲಿಸ್ ಚೀರಿದ. ಉದ್ರೇಕದಿಂದ ಅವನ ಸ್ವರ ಜಗ್ಗಿತ್ತೋ ಎಂಬಂತೆ ಅವನ ಬಾಯಿಯಿಂದ ಮುಂದೆ ಶಬ್ದಗಳು ಹೊರಡಲಿಲ್ಲ.

ದಮಾಜೊ ಎಂದ :

"ಸಮಾಧಾನ ತಂದ್ಕೋ. ನಿನ್ದೇ ನ್ಯಾಯವಾಗಿದ್ರೆ ನೀನು ಬೊಬ್ಬಿಡುವ ಅಗತ್ಯಾನೇ ಇಲ್ಲ. ಯಾಕಂದ್ರೆ ಸತ್ಯ ತಾನಾಗಿಯೇ ಜನರ ಕಿವಿಗೆ ಬೀಳ್ತದೆ, ಅದಕ್ಕೂ ತನ್ನ ದಾರಿ ಗೊತ್ತು."

ದಮಾಜೊ ಎಷ್ಟು ಸಮಾಧಾನದಿಂದ ಮಾತನಾಡುತ್ತಿದ್ದನೆಂದರೆ, ಅದರ ಪರಿಣಾಮವಾಗಿ ರಾಬ್ಲಿಸ್ ನಾಚಿಕೊಂಡ. ತನ್ನ ಸ್ವರವನ್ನು ಇಷ್ಟು ಏರಿಸಿ ಈ ಹಿಂದೆ ಯಾರೊಡನೆಯೂ ಆತ ಹೀಗೆ ಮಾತನಾಡಿರಲಿಲ್ಲ. ಅವನು ಮತ್ತೊಮ್ಮೆ ಕುಳಿತುಕೊಂಡ ; ಆವೇಶದಿಂದ ಮೀನನ್ನು ಕಡಿಯತೊಡಗಿದ. ಫಲವಾಗಿ ಅವನ ಕೈಯಲ್ಲಿದ್ದ ಚಾಕು ಜಾರಿಹೋಗಿ ದಮಾಜೊನ ಪಾದದ ಬಳಿ ಬಿತ್ತು. ಅದನ್ನು ಎತ್ತಿಕೊಳ್ಳಲು ರಾಬ್ಲಿಸ್ ಎದ್ದಾಗ ಅಲ್ಲಿ ದಮಾಜೊನ ಕೈ ಪುನಃ ಮೊದಲು ಕಾಣಿಸಿಕೊಂಡಿತು. ಈ ಬಾರಿ ಆತನ ಬಲಗೈ. ಅದನ್ನು ಕಂಡಾಗ ಏನು ಯೋಚಿಸುವುದೆಂದೇ ರಾಬ್ಲಿಸ್‌ಗೆ ಅರ್ಥವಾಗಲಿಲ್ಲ. ಯಾಕೆಂದರೆ ಆ ಕೈ ಸಂಪೂರ್ಣ ಕೆನ್ನೀಲಿ ಬಣ್ಣಕ್ಕೆ ತಿರುಗಿತ್ತು. ಭಯಂಕರವಾಗಿ ಬಾತುಹೋಗಿತ್ತು. ಕೂಡಲೇ ದಮಾಜೊ ತನ್ನ

ಬಲಗೈಯನ್ನು ಹಿಂದೆಗೆದ. ಅದರ ಬದಲು ತನ್ನ ಎಡಗೈಯನ್ನು ಮುಂದೂಡಿ ಚೂರಿಯನ್ನೆತ್ತಿ ರಾಬ್ಲಿಸ್‌ನ ಕೈಯಲ್ಲಿಟ್ಟ. ರಾಬ್ಲಿಸ್ ಅದನ್ನು ಆತಂಕದಿಂದ ಕೈಗೆತ್ತಿಕೊಂಡ. ತಾನೇನು ಮಾಡುವೆನೆಂಬುದರ ಗೊಡವೆಯೇ ಇಲ್ಲದೆ ಮೀನನ್ನು ಕಡಿಯತೊಡಗಿದ. ಕೆಲಕ್ಷಣ ಮೌನವಾಗಿದ್ದ ರಾಬ್ಲಿಸ್ ಒಮ್ಮೆಗೇ ತನ್ನ ಕೆಲಸ ನಿಲ್ಲಿಸಿದ. ತಲೆಯೆತ್ತದೆಯೇ ಪ್ರಶ್ನಿಸಿದ :

"ನಿನ್ನ ಕೈ ಹಾಗೇಕಾಯಿತು ?"

"ನಿನ್ನೆ ರಾತ್ರೆ, ಉದ್ದ - ಗಾಳ ಹಾಕಿದ್ದ ಜಾಗದಲ್ಲಿ... ಆರನೇ ತೇಲು ಚೆಂಡು... ಒಂದು ಮೀನನ್ನು ತರೋದಕ್ಕೆ ಹೋದೆ... ಹೋರಾಟದಲ್ಲಿ ಮೀನು ಆಗಲೇ ಸೋತುಹೋಗಿ ನೀರಿನ ಮೇಲೆ ಆಚೀಚೆ ಹೊರಳಾಡ್ತಿತ್ತು. ಇದು ನಿತ್ಯದಂತೆ ಸುಲಭದ ಕೆಲಸ ಅಂತ ನಾನು ಭಾವಿಸಿಕೊಂಡೆ. ತೇಲು ಚೆಂಡನ್ನು ದೋಣಿಯೊಳಗೆ ಎಳೆದು ಹಾಕಿದೆ. ಅದರ ಗೂಟದಿಂದ ಗಾಳದ ದಾರವನ್ನು ಬಿಚ್ಚಿದೆ. ಮೀನು ಬಡಿದಾಡ್ತಿರಲಿಲ್ಲ ಅನ್ನೋದನ್ನು ಕಂಡ ನಾನು ದಾರವನ್ನು ನಿರ್ಲಕ್ಷ್ಯದಿಂದ ಕೈಗೆ ಸುತ್ತಿಕೊಂಡೆ... ಮೀನು ದೋಣಿಯ ಹೊಡೆಮರದ ಮೇಲಂಚಿನಲ್ಲಿ ಸಿಲುಕಿಬಿಟ್ಟು ಹುಚ್ಚು ಹಿಡಿದಂತೆ ಹೊಡೆದಾಡತೊಡಗಿತು... ದಾರವನ್ನು ಆಸರೆ ಹಲಗೆ ತುಂಡು ಮಾಡದೆ ಇರ್ತಿದ್ರೆ ಅದು ನನ್ನ ಕೈಯನ್ನೇ ಎಳೆದುಕೊಂಡು ಹೋಗ್ತಿತ್ತು ಅನ್ನೋದ್ರಲ್ಲಿ ಸಂಶಯವಿಲ್ಲ... ಅದು ಆಸರೆ ಹಲಗೆಯನ್ನೂ ಗಾಳದ ಒಂದು ತುಂಡನ್ನೂ ಒಯ್ದುಬಿಟ್ಟಿತು."

ದಮಾಜೊ ನಯವಾದ ಸ್ವರದಲ್ಲಿ ಮಾತನಾಡುತ್ತಿದ್ದ. ಈ ರೀತಿಯಲ್ಲಿ ಮಾತನಾಡಿದರೆ ರಾಬ್ಲಿಸ್ ಶಾಂತನಾಗಬಹುದೆಂದು ಆತ ಭಾವಿಸಿದ್ದ. ಆದರೆ ಕೈಯಲ್ಲಿ ಚೂರಿಯನ್ನು ಹಿಡಿದುಕೊಂಡು ಆ ಮೀನಿನೆದುರು ರಾಬ್ಲಿಸ್ ಮಂಡಿಯೂರಿ ಏಕೆ ನಿಶ್ಚಲನಾಗಿ ಕುಳಿತಿದ್ದ ಎಂಬುದನ್ನು ಆತ ಅರಿಯಲು ಸಾಧ್ಯವಿರಲಿಲ್ಲ. ಏನಾದರೂ ತಪ್ಪಾಗಿದೆಯೇ ಎಂದು ಅವನು ಕೇಳುವುದರಲ್ಲಿದ್ದ. ಆದರೆ ಅದಕ್ಕೆ ಅವಕಾಶವನ್ನೇ ರಾಬ್ಲಿಸ್ ನೀಡಲಿಲ್ಲ. ಅವನು ಅವಸರವಸರವಾಗಿ ದೋಣಿಯ ಮೂತಿಯತ್ತ ಹಿಂದಿರುಗಿದ. ಕೈಗಳನ್ನು ಅದರೊಳಗೆ ತಳ್ಳಿದ. ಬಳಿಕ ಆ ಇಡೀ ಉಪಕರಣವನ್ನು ದಮಾಜೊನ ಕಣ್ಣೆದಿರಿನತ್ತ ತಂದಿರಿಸಿದ.

"ಇಲ್ನೋಡು, ಇದನ್ನು ನೀನು ಗುರುತಿಸಬಲ್ಲೆಯಾ ?"

"ಖಂಡಿತವಾಗಿಯೂ ಗುರ್ತಿಸಬಲ್ಲೆ. ಇದು ನನ್ನ ಕುಣಿಕೆ !"

"ಹಾಗಾದ್ರೆ ದೇವರಾಣೆಯಾಗಿ ಈ ಮೀನು ಕೂಡಾ ನಿನ್ದೇ !"

– ರಾಬ್ಲಿಸ್, ಆವೇಶದಿಂದ ಕೂಗಿದ. ಇದಕ್ಕೆ ಏನು ಹಾಳು ಉತ್ತರವನ್ನು ದಮಾಜೊ ಕೊಡುತ್ತಾನೋ ಎಂದು ಆಲಿಸಲು ಆತ ದೋಣಿಯ ಹೊಡೆಮರದ ಮೇಲಂಚಿಗೆ ಒರಗಿನಿಂತ. ❍

○ ಲುಯಿಜ್ ಆಗುಯಾರೊ

ಸಂತ ರೀತಾಳ ಪವಿತ್ರೋದಕ

ಸರಿ, ನಾನು ಹೋಗಿ ಪಾದ್ರಿಯನ್ನು ಕಾಣುತ್ತೇನೆ. ಇಡಿಯ ಕತೆಯನ್ನೇ ಅವನಿಗೆ ಹೇಳುತ್ತೇನೆ... ಅದು ನಡೆದಂತೆ ಎಲ್ಲವನ್ನೂ ಯಥಾವತ್ತಾಗಿ ಅವನಿಗೆ ತಿಳಿಸುತ್ತೇನೆ. ಯಾವಾಗಲೂ ನೀಡುವುದಕ್ಕಿಂತ ಹೆಚ್ಚು ಲಕ್ಷ್ಯವನ್ನು ಈ ಬಾರಿ ಅವನು ನೀಡುತ್ತಿರುವನೆಂಬುದು ಆಗ ನನ್ನ ಗಮನಕ್ಕೆ ಬರುತ್ತದೆ. ಒಂದು ದಿನ ಮಣ್ಣಿನಲ್ಲಿ ಕೊಳೆತುಹೋಗಲಿರುವ ನೀಲಿ ಬಣ್ಣದ ತನ್ನ ಕಿರುಕಣ್ಣುಗಳಿಂದ ಅವನು ನನ್ನತ್ತ ದೃಷ್ಟಿಹರಿಸುವುದನ್ನು ನಾನು ನೋಡುತ್ತೇನೆ... ಹೌದು, ಕಪ್ಪು ಕನ್ನಡಕದ ಮೂಲಕ ಆತ ನನ್ನನ್ನು ದಿಟ್ಟಿಸುತ್ತಿದ್ದಾನೆ. ಅದು ನನಗೆ ಗೊತ್ತು. ನಾನು ಏನು ಹೇಳುತ್ತಿದ್ದೇನೆ ಎಂಬುದನ್ನು ಹೆಚ್ಚು ಸರಿಯಾಗಿ ಅರ್ಥ ಮಾಡಿಕೊಳ್ಳುವ ಸಲುವಾಗಿ ಆತ ನನ್ನನ್ನು ಹಾಗೆ ನೋಡುತ್ತಿದ್ದಾನೆ ಎನ್ನುವುದೂ ನನಗೆ ಗೊತ್ತು.

"ಹಾಗಾದ್ರೆ ಆಕೆ ಸಂತ ರೀತಾಳನ್ನು ಆವಾಹನೆ ಮಾಡ್ತಾಳೆ ಅನ್ನೋದ್ರಲ್ಲಿ ನಿನಗೇನೂ ಅನುಮಾನವಿಲ್ವೆ ಮಗು ?" ಅವನು ಕೇಳುತ್ತಾನೆ.

"ಖಂಡಿತಕ್ಕೂ ಮಾಡ್ತಾಳೆ ಫಾದರ್" ಎಂದು ನಾನು ಹೇಳುತ್ತೇನೆ.

ಬಳಿಕ ಉಳಿದುದನ್ನೆಲ್ಲ ನಾನವನಿಗೆ ವಿವರಿಸುತ್ತಾ ಹೋಗುತ್ತೇನೆ. ಒಂದು ದಿನ ಮಣ್ಣಿನಲ್ಲಿ ಕೊಳೆತು ಹೋಗಲಿರುವ ನೀಲಿ ಬಣ್ಣದ ತನ್ನ ಕಿರು ಕಣ್ಣುಗಳಿಂದ ಅವನು ನನ್ನನ್ನು ದಿಟ್ಟಿಸುತ್ತಲೇ ಇರುತ್ತಾನೆ. ಆದರೆ ಅವನ ಕಪ್ಪು ಕನ್ನಡಕ ಆ ಕಣ್ಣುಗಳನ್ನು ಮರೆಮಾಚುತ್ತದೆ.

"ಒಂದು ಪವಾಡ ಸಂಭವಿಸಿದೆ ಮಗು," ಎನ್ನುತ್ತಾನೆ ಅವನು.

"ಖಂಡಿತಕ್ಕೂ ಪವಾಡ ನಡೆದಿದೆ ಫಾದರ್," ನಾನವನಿಗೆ ಉತ್ತರಿಸುತ್ತೇನೆ.

ಅನಂತರ ಪಾದ್ರಿ ಒಂದು ಕ್ಷಣ ಅತ್ತಿಂದಿತ್ತ – ಇತ್ತಿಂದತ್ತ ತಿರುಗುತ್ತಾನೆ. ಬಳಿಕ ತನ್ನ ಕರಿ ಕನ್ನಡಕವನ್ನು ಕಳಚುತ್ತಾನೆ. ಆಮೇಲೆ, ಒಂದು ದಿನ ಮಣ್ಣಿನಲ್ಲಿ ಕೊಳೆತು ಹೋಗಲಿರುವ ಆ ನೀಲಿ ಬಣ್ಣದ ತನ್ನ ಕಿರು ಕಣ್ಣುಗಳಿಂದ ನನ್ನನ್ನೇ ದಿಟ್ಟಿಸುತ್ತಾನೆ.

"ಇದನ್ನು ಕುರಿತು ನೀನು ಎಲ್ರಿಗೂ ತಿಳಿಸ್ಬೇಕು ಮಗೂ" ಎನ್ನುತ್ತಾನವನು.

"ಖಂಡಿತಕ್ಕೂ ಹಾಗೆ ಮಾಡ್ತೇನೆ ಫಾದರ್" ಎಂದು ನಾನು ಉತ್ತರಿಸುತ್ತೇನೆ.

ಆದರೆ ಈ ಸಂಭಾಷಣೆ ನಡೆದದ್ದು ಬಹಳ ಹಿಂದೆ. ಆಗ ಸೆರಫಿನಾರೆ ನೊಜೊಳ ಬಗ್ಗೆ ಯಾರಿಗೂ ತಿಳಿದಿರಲಿಲ್ಲ. ಆ ಸಮಯದಲ್ಲಿ ಆಕೆ ಒಂದು ಚಿಕ್ಕ ಗುಡಿಸಲಿನಲ್ಲಿ ವಾಸಿಸುತ್ತಿದ್ದಳು. ಅದು ನಮ್ಮ ಮನೆಯ ಬಳಿಯಿಂದ ಹಾದುಹೋಗುವ ಸಣ್ಣ ತೊರೆಯೊಂದರ ಈಚಿನ ತಟದಲ್ಲಿತ್ತು. ಆಗ ಅವಳ ಪರಿಚಯ ಯಾರಿಗೂ ಇರಲಿಲ್ಲ. ಅವಳನ್ನು ಗೊತ್ತಿದ್ದರೆ ಒಂದು ನನಗೆ ಮತ್ತು ಅವಳ ಮನೆಯ ಬಳಿ ವಾಸಿಸುತ್ತಿದ್ದ ಇತರ ಇಬ್ಬರಿಗೆ. ಉಳಿದ ಯಾರಿಗೂ ಅವಳ ಪರಿಚಯವಿರಲಿಲ್ಲ.

"ನಮಸ್ಕಾರ ಸೆರಫಿನಾ," ನಾನು ಹೇಳುವುದಿತ್ತು.

"ನಮಸ್ಕಾರ ಕಾಂದಿತೊ." ಪ್ರತಿಯಾಗಿ ಅವಳೆನ್ನುತ್ತಿದ್ದಳು.

ಹೀಗೆ ಬಹಳ ಕಾಲ ನಡೆಯುತ್ತಾ ಬಂದಿತ್ತು. ದಿನವೂ ಎರಡು ಬಾರಿ ಅವಳನ್ನು ನಾನು ಕಾಣುತ್ತಿದ್ದೆ. (ಒಮ್ಮೆ ಪೂರ್ವಾಹ್ನ, ಇನ್ನೊಮ್ಮೆ ಸಂಜೆಗೆ, ಹೀಗೆ ಎರಡು ಬಾರಿ.) ಅವಳು ಯಾವಾಗಲೂ ಅಲ್ಲಿರುತ್ತಿದ್ದಳು. ಆಗ ಆಕೆ ಹಂದಿಗಳನ್ನು ಸಾಕುತ್ತಿದ್ದಳು. ಸದಾಕಾಲವೂ ಕೈಯ್ಯಲ್ಲಿ ಬಕೆಟೊಂದನ್ನು ಹಿಡಿದುಕೊಂಡು ಜನ ಊಟ ಮಾಡಿ ಚೆಲ್ಲುತ್ತಿದ್ದ ಚೂರು ಪಾರುಗಳನ್ನಾಕೆ ಸಂಗ್ರಹಿಸುತ್ತಿದ್ದಳು. ಅದರಿಂದಲೇ ಆ ಮುದುಕಿಯ ಜೀವನ ಸಾಗಬೇಕಿತ್ತು. ಹಾಗೂ ಬಹಳ ಕಾಲ ಅದರಿಂದಲೇ ಆಕೆ ಜೀವನ ಸಾಗಿಸುತ್ತಿದ್ದಳು – ಈ ದೈವೀ ಪ್ರೇರಣೆಯ ಪ್ರಸಂಗ ಪ್ರಾರಂಭವಾಗುವತನಕ.

ನಿಜ ಹೇಳಬೇಕೆಂದರೆ, ಮರುದಿನದವರೆಗೆ ಈ ವಿಷಯ ನನಗೆ ತಿಳಿದಿರಲಿಲ್ಲ. ಆದರೆ ಉಳಿದವರು ಬಂದು ಇದರ ವಿಚಾರವನ್ನೆಲ್ಲ ನನಗೆ ಹೇಳಿದರು. ಅದು ಹೇಗೆ ನಡೆದಿತ್ತೋ ಹಾಗೆಯೇ ಅದನ್ನು ವಿವರಿಸಿದರು. ತನ್ನ ಪಲ್ಲಂಗದ ಮೇಲೆ ಸೆರಫಿನಾ ಮಲಗಿದ್ದಳು. ಒಮ್ಮಿಂದೊಮ್ಮೆಗೇ ಗುಡಿಸಲಿನಲ್ಲಿ ಪ್ರಕಾಶಮಯವಾದ ಬೆಳಕು ತೋರಿಬಂದಿತ್ತು. ಸಂತ ರೀತಾ ಆಕೆಯ ಇದಿರು ಪ್ರತ್ಯಕ್ಷಳಾಗಿದ್ದಳು ; ನಿಜಕ್ಕೂ ಆ ಬೆಳಕು ವಿಚಿತ್ರ ಬಗೆಯದಾಗಿತ್ತು –ಎಂದವರು ನನಗೆ ಹೇಳಿದರು. (ಅದು ಕ್ವಾಮಿತೋದಲ್ಲಿ ನಾನಿದ್ದಾಗ ಒಂದು ರಾತ್ರಿ ಕಂಡಂಥ ಬೆಳಕಾಗಿತ್ತು. ಅದನ್ನವರು ತಣ್ಣನೆಯ ಬೆಳಕು ಎನ್ನುತ್ತಾರೆ) ಸಂತ ರೀತಾಳಾದರೋ ಗಾಳಿಯ ಮೇಲೆ ನಿಂತಂತೆ ನಿಂತಿದ್ದಳು. ಸೆರಫಿನಾಳನ್ನು ಅತ್ಯಂತ ಮಧುರ ದೃಷ್ಟಿಯಿಂದ ನೋಡುತ್ತಿದ್ದಳು. ತನ್ನ ದರಿದ್ರ ಜೀವಮಾನದಲ್ಲೇ ಆ ಮುದುಕಿ ಅಂತಹ ದೃಷ್ಟಿಯನ್ನು ಕಂಡಿರಲಾರಳು. ಸಂತ ರೀತಾ ಸನ್ಯಾಸಿನಿಯಂತೆ ಉಡುಪು ತೊಟ್ಟಿದ್ದಳೆಂದೂ ಆಕೆಯ ಕೈಗಳಲ್ಲಿ ಒಂದು ಹೂಗೊಂಚಲಿತ್ತೆಂದೂ ಆ ಮುದುಕಿ ಹೇಳಿದಳಂತೆ. ಅಲ್ಲದೆ, ಹೀಗೆ ಪ್ರತ್ಯಕ್ಷಳಾದ ಸಂತ ರೀತಾ, ತಾನು ತಲೆದಿಂಬಿನ ಅಡಿಯಲ್ಲಿ ಇಟ್ಟುಕೊಂಡಿದ್ದ ಅವಳ ಚಿತ್ರದಲ್ಲಿರುವುದಕ್ಕಿಂತ ಹೆಚ್ಚು ಸುಂದರಿಯಾಗಿದ್ದಳೆಂದು ಕೂಡ ಮುದುಕಿ ಅವರಿಗೆ ತಿಳಿಸಿದಳಂತೆ. ಈ ದೈವೀ ಪ್ರೇರಣೆಯ ಪ್ರಸಂಗ ನಡೆದದ್ದು ಆಗಲೇ.

ಸಂತ ರೀತಾ ಹೇಳುತ್ತಾಳೆ.

"ಸೆರಫಿನಾ, ಎಲ್ಲ ರೋಗಗಳನ್ನೂ ಗುಣಪಡಿಸುವ ಕಾರ್ಯಕ್ಕಾಗಿ ದೇವರು ನಿನ್ನನ್ನು ಆರಿಸಿದ್ದಾನೆ."

ಇವು ಆಕೆಯ ಮಾತುಗಳಾಗಿದ್ದವು, ಎಂದವರು ಹೇಳುತ್ತಾ ; ಅಥವಾ ಕನಿಷ್ಠ ಪಕ್ಷ ಅವಳು ಹಾಗೆ ನುಡಿದಿದ್ದಳೆಂದು ಮುದುಕಿ ಹೇಳಿದ್ದಳು.

ಸರಿ, ಸೂರ್ಯೋದಯವಾಗುವುದರೊಳಗಾಗಿ ಆಕೆ ತನ್ನ ಹಂದಿಗಳನ್ನೆಲ್ಲ ಹೊರಬಿಟ್ಟಳು; ಕೂಡಲೇ ಮಂಡಿಯೂರಿ ಚಂದ್ರನತ್ತ ದಿಟ್ಟಿಸುತ್ತ ಎಲ್ಲ ಸಂತರನ್ನೂ ಪ್ರಾರ್ಥಿಸತೊಡಗಿದಳು. ಚೆನ್ನಾಗಿ ಬೆಳಕಾದ ಬಳಿಕ ಇದನ್ನು ಕಂಡ ಒಬ್ಬ ಆಸಾಮಿಯ ವರದಿಯಂತೆ, ಇದಕ್ಕಿಂತ ಕೊಳಕಾದ ದೃಶ್ಯವನ್ನು ಅವನು ಆತನಕ ಕಂಡಿರಲಿಲ್ಲವಂತೆ. ಆ ಮುದುಕಿಯ ಚರ್ಮ ಇಷ್ಟು ಸಡಿಲಾಗಿ ಇಳಿ ಬೀಳಬಹುದೆಂದು ಆತ ಎಂದೂ ಊಹಿಸಿರಲಿಲ್ಲವಂತೆ. ಅನಂತರ ಆಕೆ ನೀರಿನಲ್ಲಿ ತನ್ನ ಬಕೆಟ್ಟನ್ನು ಮುಳುಗಿಸಿದಳಂತೆ, ಬಳಿಕ ಆ ನೀರನ್ನು ತನ್ನ ದೇಹದ ಮೇಲೆಲ್ಲ ಪ್ರೋಕ್ಷಿಸಿಕೊಂಡಳಂತೆ. ಅಪರಾಹ್ನದ ತನಕ ಆಕೆ ಹಾಗೆಯೇ ಇದ್ದಳಂತೆ. ಬಹುಶಃ ಆಕೆಯ ಹಂದಿಗಳು ತಪ್ಪಿಸಿಕೊಂಡಿರಬೇಕಲ್ಲದೆ, ಆಕೆಯ ತಲೆಯೂ ಕೆಟ್ಟಿರಬೇಕು ಎಂದು ಭಾವಿಸಿದ ಜನ ಆ ಹಂದಿಗಳನ್ನು ಮನೆಗೆ ತರುವ ತನಕವೂ ಆಕೆ ಅಂತೆಯೇ ಇದ್ದಳಂತೆ.

ಸರಿ, ಮರುದಿನ ತೆಲಿನೊ ಮತ್ತು ಝುನರೋಜ ನನ್ನನ್ನು ಕಾಣಬಂದರು. ಅವರು ಬರುವಾಗ ನಾನು ಹಾಲು ಕರೆದು, ಅದಕ್ಕೆ ನೀರು ಬೆರೆಸಿ, ಬಾಟ್ಲಿಗಳಲ್ಲಿ ಅದನ್ನು ತುಂಬಿಸಿ ಬಾಟ್ಲಿಗಳನ್ನು ಕುದುರೆ ಜೀನಿನ ಚೀಲದೊಳಗೆ ಸೇರಿಸುತ್ತಿದ್ದೆ. ಅವರು ಎಷ್ಟು ರಭಸದಿಂದ ಬಂದರೆಂದರೆ ಹತ್ತಿದ ಕುದುರೆಯಿಂದ ನಾನು ಕೆಳಗಿಳಿಯಬೇಕಾಯಿತು. ಆಗ ನಡೆದುದೆಲ್ಲವನ್ನೂ ಅವರು ಯಥಾವತ್ತಾಗಿ ನನಗೆ ತಿಳಿಸಿದರು.

ಅವರಿಬ್ಬರೂ ಏಕಕಾಲದಲ್ಲಿ ನುಡಿದರು :

"ಸೆರಫಿನಾಳಿಗೆ ದೈವೀ ಪ್ರೇರಣೆಯಾಗಿದೆ."

ಆಗಲೂ ಕೂಡ ತೆಲಿನೊ ಮತ್ತು ಝುನರೋಜ ಯಾವುದಕ್ಕಾಗಿ ಬಂದಿದ್ದರೆಂಬುದು ನನಗೆ ತಿಳಿದಿರಲಿಲ್ಲ. ಒಂದು ನಿಮಿಷ ಅವರು ಸುಮ್ಮಗೆ ನಿಂತಿದ್ದರು. ಬಳಿಕ ಒಮ್ಮೆಲೆ ಮಾತಿನ ಮಳೆ ಸುರಿಸಿದರು.

ಕೊನೆಗೆ ಅವರಿಬ್ಬರೂ ಒಟ್ಟಿಗೆ ನುಡಿದರು :

"ಸಂತ ರೀತಾ ದಯಪಾಲಿಸಿದ ಪವಿತ್ರೋದಕದಿಂದ ಅವಳು ಈಗಾಗ್ಲೇ ಇಬ್ಬರು ರೋಗಿಗಳನ್ನು ಗುಣಪಡಿಸಿದ್ದಾಳೆ."

ಅನಂತರ ಅವರು ಆ ಮಗುವಿನ ವಿಷಯವನ್ನು ಕುರಿತು ಹೇಳಿದರು. ಆದರೆ ತೆಲಿನೊ ಮತ್ತು ಝುನರೋಜ ಯಾವುದಕ್ಕಾಗಿ ಬಂದಿದ್ದರೆಂದು ನನಗೆ ಇನ್ನು ಕೂಡ ಸರಿಯಾಗಿ ಗೊತ್ತಾಗಲಿಲ್ಲ.

ಪುನಃ ಇಬ್ಬರೂ ಅಂದರು :

"ತಾತಿಕಾಗೆ ಕಾಹಿಲೆ, ಅಲ್ವೆ ?"

ತೆಲಿನೊ ಮತ್ತು ಝುನರೋಜ ಬಂದುದರ ಕಾರಣ ಆಗ ನನಗೆ ತಿಳಿಯಿತು. ನಾನು ಆ ಮಗುವನ್ನು ಎತ್ತಿಕೊಂಡೆ. ಕುದುರೆಯನ್ನು ಏರಿದೆ, ಮಗುವನ್ನೂ ಕುದುರೆಯ ಮೇಲೆ ಕುಳ್ಳಿರಿಸಿಕೊಂಡು ಹೊರಟೆ.

ಸೆರಫಿನಾ ಬಾಗಿ ಕುಳಿತಿದ್ದಳು. ಅವಳ ಉಡುಪು ದೇಹದ ಗೋಪ್ಯ ಭಾಗಗಳಿಂದ ಮೇಲೆ ಸರಿದಿತ್ತು. (ಅದೊಂದು ಅಸಹ್ಯ ನೋಟವಾಗಿತ್ತೆಂದು ನಾನು ಖಂಡಿತ ಹೇಳಬಲ್ಲೆ.) ಅವಳ ಬಳಿಯಲ್ಲಿ ನೀರು ತುಂಬಿದ ಒಂದು ಬಕೆಟ್ ಇತ್ತು. ಆಕೆ ತನ್ನ ತೊಡೆಗಳನ್ನು ತೊಳೆದುಕೊಳ್ಳುತ್ತಿದ್ದಳು. ಅವಳ ಸುತ್ತ ಹೆಚ್ಚು ಜನ ಇರಲಿಲ್ಲ.

"ನಮಸ್ಕಾರ ಸೆರಫಿನಾ" ನಾನೆನ್ನುತ್ತೇನೆ.

ಸೆರಫಿನಾ ನನ್ನೆಡೆಗೆ ತೀಕ್ಷ್ಣ ದೃಷ್ಟಿ ಬೀರುತ್ತಾಳೆ, ಮಾತನ್ನೇ ಆಡುವುದಿಲ್ಲ. ಬಳಿಯಲ್ಲಿರುವ

ಬಕೆಟ್‌ನೊಳಕ್ಕೆ ಕೈಗಳನ್ನು ಮುಳುಗಿಸುತ್ತಾ ತನ್ನ ತೊಡೆಗಳನ್ನು ತೊಳೆಯುವುದರಲ್ಲೇ ಆಕೆ ಮಗ್ನಳಾಗಿದ್ದಾಳೆ. ಮರುಕ್ಷಣ ಆಕೆ ಎದ್ದು ನಿಲ್ಲುತ್ತಾಳೆ. ಎದ್ದು ನಿಂತು ತುಸು ಮುಂದೆ ಹೋಗಿ ಮಂಡಿಯೂರುತ್ತಾಳೆ. ಅನಂತರ ಅವಳು ತನ್ನ ತಲೆಯನ್ನೂ ತೋಳುಗಳನ್ನೂ ಎತ್ತುತ್ತಾಳೆ. ಬಳಿಕ ಆಕಾಶದತ್ತ ನೆಟ್ಟ ನೋಟಬೀರಿ ಹಾಗೆಯೇ ನಿಲ್ಲುತ್ತಾಳೆ. ಆದರೆ ಮಾತಿಲ್ಲ, ಮೌನ. ತರುವಾಯ ಆಕೆ ಮೂರ್ಛೆ ತಪ್ಪಿ ಬೀಳುತ್ತಾಳೆ.

ಹೀಗಾಗಿ ನಾನು ನನ್ನ ಕುದುರೆಯ ಬಳಿಗೆ ಹೋಗುತ್ತೇನೆ. ಮಗುವನ್ನು ಎತ್ತಿ ಕುದುರೆಯಲ್ಲಿ ಕುಳ್ಳಿರಿಸಿ ಗೃಹಾಭಿಮುಖವಾಗಿ ಹೊರಡುತ್ತೇನೆ. ಅಷ್ಟರಲ್ಲಿ ಕೆಲವರು ಓಡೋಡಿಕೊಂಡು ನನ್ನ ಬಳಿಗೆ ಬರುತ್ತಾರೆ.

"ಅಯ್ಯೋ! ಹುಚ್ಚನಂತೆ ವರ್ತಿಸ್ಬೇಡ, ಅವಳದೀಗ ಸಮಾಧಿ ಸ್ಥಿತಿ. ಅವಳು ಮಗುವನ್ನು ವಾಸಿ ಮಾಡುವ ಕಾಲ ಇದೇ" ಎಂದು ಅವರೆನ್ನುತ್ತಾರೆ.

ನಾನು ನನ್ನ ಮಗುವಿನತ್ತ ನೋಡುತ್ತೇನೆ. ಮಗು ಬಿಳಿಚಿಕೊಂಡಿದ್ದಾಳೆ. ಆದ್ದರಿಂದ ನಾನು ಕುದುರೆಯನ್ನು ತಿರುಗಿಸಿ, ಸೆರಫಿನಾಳ ಬಳಿಗೆ ಪುನಃ ಸವಾರಿ ಮಾಡುತ್ತೇನೆ.

ಸೆರಫಿನಾ ಇನ್ನೂ ಮೊಣಕಾಲೂರಿಯೇ ನಿಂತಿದ್ದಾಳೆ. ಈಗವಳು ಪ್ರಾರ್ಥನೆ ಮಾಡುತ್ತಿದ್ದಾಳೆ. ತನ್ನ ಕೀರಲು ಧ್ವನಿಯಿಂದ ಎಷ್ಟು ಸಾಧ್ಯವೊ ಅಷ್ಟು ಗಟ್ಟಿಯಾಗಿ ನಡೆಯುತ್ತದೆ ಅವಳ ಪ್ರಾರ್ಥನೆ (ಅವಳೀಗಲೂ ಅಸಹ್ಯವಾಗಿಯೇ ಕಾಣುತ್ತಿದ್ದಾಳೆಂದು ಧೈರ್ಯದಿಂದ ನಾನು ಹೇಳಬಲ್ಲೆ). ಆಗ ಮಗುವನ್ನು ಕುದುರೆಯಿಂದ ನಾನು ಕೆಳಗಿಳಿಸುತ್ತೇನೆ, ಮುದುಕಿಯ ಬಳಿ ಸಾರುತ್ತೇನೆ.

"ನಮಸ್ಕಾರ ಸೆರಫಿನಾ" ನಾನೆನ್ನುತ್ತೇನೆ.

ಆ ಮುದುಕಿ ನನ್ನತ್ತ ಗಮನ ಹರಿಸುವುದಿಲ್ಲ, ಹಿಂದಿನಂತೆಯೇ ವರ್ತಿಸುತ್ತಾಳೆ. ಆಗ ನಾನಾಕೆಯ ಕಡೆ ಇನ್ನೊಮ್ಮೆ ದೃಷ್ಟಿಹರಿಸಿ ಆಕೆ ಎಷ್ಟು ಕುರೂಪಿಯಾಗಿ ಕಾಣಿಸುತ್ತಿದ್ದಾಳೆಂದು ನೋಡುತ್ತೇನೆ. ಈ ಮೊದಲು ಇಷ್ಟು ತೀಕ್ಷ್ಣ ದೃಷ್ಟಿಯಿಂದ ನಾನಾಕೆಯನ್ನು ನೋಡಿದ್ದಿಲ್ಲ. ಅವಳ ಮುಖದಲ್ಲೆಲ್ಲ ಕಲೆಗಳು, ಜಜ್ಜು ಗಾಯದಂತಹ ಊದಿ ಹೋದ ಕಲೆಗಳು. ಮೊಣಕಾಲೂರಿದಾಗ ನಾವು ಯೋಚಿಸಿದ್ದಕ್ಕಿಂತಲೂ ಹೆಚ್ಚು ದಪ್ಪಗಿರುವಂತೆ ಆಕೆ ಕಾಣುತ್ತಾಳೆ. ಬಿಚ್ಚಿಕೊಂಡಿರುವ ಅವಳ ತಲೆಗೂದಲು ಆಕೆಯ ಸೊಂಟದ ತನಕ ಇಳಿದಿದೆ. ಅದಾದರೋ ಬಿಗಿ ಕೂದಲು, ನೇರವಾಗಿ ನೇತಾಡುತ್ತಿದೆ. ಆಕೆ ಇದಕ್ಕಿಂತ ಕುರೂಪಿಯಾಗಿ ಕಾಣಲು ಸಾಧ್ಯವಿಲ್ಲ.

ಅನಂತರ ಸೆರಫಿನಾ ಎದ್ದು ನಿಲ್ಲುತ್ತಾಳೆ. ನನ್ನನ್ನು ದಿಟ್ಟಿಸಿ ನೋಡುತ್ತಾಳೆ. ಬಳಿಕ ಮಗುವನ್ನು ಎತ್ತಿ ಹಿಡಿದುಕೊಳ್ಳುತ್ತಾಳೆ, ಅದನ್ನು ತನ್ನ ಗುಡಿಸಲಿನೊಳಗೆ ಒಯ್ಯುತ್ತಾಳೆ. ಹೀಗಾಗಿ ಸ್ವಲ್ಪ ಕಾಲ, ಆಕೆಯ ಕಾರ್ಯ ಮುಗಿಯುವ ತನಕ ನಾನು ಹೊರಗೆ ಕಾದು ನಿಲ್ಲುತ್ತೇನೆ. ಸಂತ ರೀತಾ ಅವಳಿಗೆ ಹೇಳಿದ್ದ, ಉಳಿದ ವಿಷಯಗಳನ್ನೂ ಅಲ್ಲಿದ್ದವರು ಆಗ ನನಗೆ ತಿಳಿಸುತ್ತಾರೆ. ನೀನು ಶುದ್ಧಾತ್ಮಳು, ಆದುದರಿಂದಲೇ ಸರ್ವರೋಗ ನಿವಾರಣೆ ಮಾಡಲು ನಿನ್ನನ್ನು ಆಡಿಸಲಾಗಿದೆ ಎಂದು ತನಗೆ ಸಂತ ರೀತಾ ಹೇಳಿದುದಾಗಿ ಆಕೆ ನುಡಿಯುತ್ತಾಳಂತೆ. ಅಲ್ಲದೆ ಆಕೆ ತನ್ನ ಹಂದಿಗಳನ್ನು ಬಿಟ್ಟುಬಿಡಬೇಕು ಮತ್ತು ಭೂತಪ್ರೇತಾದಿ ದುಷ್ಟಾತ್ಮಗಳನ್ನು ಓಡಿಸುವ ಸಲುವಾಗಿ ತೊರೆಯಲ್ಲಿ ಹತ್ತು ಬಾರಿ ಸ್ನಾನಮಾಡಬೇಕು ಎಂದು ಸಂತ ರೀತಾ ತನಗೆ ಉಪದೇಶ ಮಾಡಿದ್ದಾಳೆಂದೂ ಆಕೆ ವಿವರಿಸುತ್ತಾಳಂತೆ. ಆಮೇಲೆ ಆಕೆ ಒಳಗಿಟ್ಟ ಜಲವನ್ನು ಸಂತ ರೀತಾ ಆಶೀರ್ವದಿಸಿದಳು, ಅದರಿಂದ ಕಾಹಿಲೆ ಬಿದ್ದ ಪ್ರತಿಯೊಬ್ಬ ಕ್ರೈಸ್ತನನ್ನೂ ಗುಣಪಡಿಸಬಹುದು ಎಂದು ಸಂತ ರೀತಾ ಮುದುಕಿಗೆ ಅರುಹಿದಳಂತೆ. ಆ ಮುದುಕಿ ಹಾಗೆನ್ನುತ್ತಾಳೆಂದು ಕೂಡಿದ

ಜನ ನನಗೆ ತಿಳಿಯಪಡಿಸಿದರು. ಪರಿಣಾಮವಾಗಿ ಈ ದೈವೀ ಪ್ರೇರಣೆಯ ವಹಿವಾಟು ಸತ್ಯವೆಂದು ಹೆಚ್ಚು ಕಡಿಮೆ ನಾನೇ ನಂಬುವಂತಾದೆ. ಯಾಕೆಂದರೆ ತನ್ನ ಜೀವನವನ್ನು ಆಕೆ ಸಾಗಿಸುತ್ತಿದ್ದುದೇ ಈ ಹಂದಿಗಳ ಆಧಾರದಿಂದ. ಮಾತ್ರವಲ್ಲ ಸ್ನಾನ ಮಾಡುವುದೆಂದರೆ ಅವಳಿಗೆ ನಿಜಕ್ಕೂ ಭಯ.

ಸ್ವಲ್ಪ ಕಾಲದ ತರುವಾಯ ಮುದುಕಿ ಮಗುವನ್ನು ಹಿಡಿದುಕೊಂಡು ಹೊರಬರುತ್ತಾಳೆ. ಮಗುವಿಗೆ ಕಾಹಿಲೆ ವಾಸಿಯಾಯಿತು ಎಂದು ಹೇಳಿ ಮಗುವನ್ನು ನನ್ನ ಕೈಗಳಿಗೊಪ್ಪಿಸುತ್ತಾಳೆ. ನನಗೆ ಆಶ್ಚರ್ಯ, ಆ ಮಗುವಿಗೆ ಕಾಹಿಲೆ ಏನು ಎಂಬುದನ್ನು ತಿಳಿಯದೇನೇ ಆಕೆ ಅದನ್ನು ಹೇಗೆ ಗುಣಪಡಿಸಬಲ್ಲಳು ? ಎಂಬ ಅಚ್ಚರಿ. ಬಳಿಕ ನನ್ನ ಕುದುರೆಯನ್ನು ಹತ್ತಿದೆ. ಮಗುವನ್ನು ಎತ್ತಿಕೊಂಡೆ, ಮನೆಯಕಡೆ ಹೊರಟೆ. ಆ ರಾತ್ರೆ ಮಗು ಹೊಲಸು ಮಾಡಲಿಲ್ಲ. ಹೀಗಾಗಿ ಈ ದೈವೀ ಪ್ರೇರಣೆಯ ವಹಿವಾಟು ನಿಜಕ್ಕೂ ಸತ್ಯವೆಂದು ನಾನು ನಂಬಿಯೇ ಬಿಟ್ಟೆ.

ಮರುದಿನ ಪೂರ್ವಾಹ್ನ ನಾನು ಬೇಗನೆ ಹೊರಟೆ. ನಾನು ಮೊದಲು ಮಾಡಬೇಕಾಗಿದ್ದ ಕೆಲಸ ಪಾದ್ರಿಯನ್ನು ಕಾಣುವುದು. ಈ ಕತೆಯನ್ನು ಅವನಿಗೆ ವಿವರಿಸುವುದು. ನನ್ನ ಮಗು ಎಷ್ಟು ತೀವ್ರವಾದ ಅತಿಭೇದಿ ರೋಗಕ್ಕೆ ತುತ್ತಾಗಿತ್ತು, ಆದರಿಂದ ನನಗೆಷ್ಟು ಭಯವಾಗಿತ್ತು, ಆದರೆ ಆ ಮುದುಕಿ ಅಲ್ಲೇ ಕೂಡಲೇ ಆ ಮಗುವನ್ನು ಹೇಗೆ ಗುಣಪಡಿಸಿಯೇ ಬಿಟ್ಟಳು, ಎಂದಾತನಿಗೆ ನಾನು ಹೇಳಿದೆ. ಇದು ನಿಜಕ್ಕೂ ಒಂದು ಪವಾಡ. ಆದುದರಿಂದ ಇದನ್ನು ಪ್ರತಿಯೊಬ್ಬರಿಗೂ ತಿಳಿಯಪಡಿಸಬೇಕು, ಎಂದು ನನಗೆ ಪಾದ್ರಿ ಹೇಳಿದ್ದು ಆಗಲೇ.

"ಹಾಗಾದ್ರೆ ಆಕೆ ಸಂತ ರೀತಾಳನ್ನು ಆವಾಹನೆ ಮಾಡ್ತಾಳೆ ಅನ್ನೊದ್ರಲ್ಲಿ ನಿನಗೇನೂ ಅನುಮಾನವಿಲ್ವೆ, ಮಗು ?" ಅವನು ಕೇಳುತ್ತಾನೆ.

"ಖಂಡಿತಕ್ಕೂ ಮಾಡ್ತಾಳೆ ಫಾದರ್" ಎಂದು ನಾನೆನ್ನುತ್ತೇನೆ.

ಅನಂತರ ಪಾದ್ರಿ ನನ್ನನ್ನು ದಿಟ್ಟಿಸಿ ನೋಡುತ್ತಾನೆ. ಒಂದು ದಿನ ಮಣ್ಣಿನಲ್ಲಿ ಕೊಳೆತು ಹೋಗಲಿರುವ ತನ್ನ ನೀಲಿಬಣ್ಣದ ಆ ಕಿರುಕಣ್ಣುಗಳಿಂದ. ಆದರೆ ಅವನ ಕಪ್ಪು ಕನ್ನಡಕ ಆ ಕಣ್ಣುಗಳನ್ನು ಮರೆಮಾಚುತ್ತದೆ.

"ಆದರೆ ನೋಡು ಮಗೂ, ನನ್ನೊಡನೆ ಈ ವಿಚಾರ ಮಾತ್ನಾಡಿದ್ದನ್ನು ಯಾರಿಗೂ ಹೇಳ್ಬೇಡ." ಅವನೆನ್ನುತ್ತಾನೆ.

ಆಗ ನಾನೆನ್ನುತ್ತೇನೆ :

"ಖಂಡಿತಕ್ಕೂ ಯಾರಿಗೂ ಹೇಳೋದಿಲ್ಲ ಫಾದರ್."

ಹೀಗೆ ಆದಿನ ಈ ಪವಾಡದ ವಿಚಾರವನ್ನು ನಾನು ಎಲ್ಲರಿಗೂ ತಿಳಿಸುತ್ತೇನೆ. ಆದರೆ ಯಾರೂ ಇದರತ್ತ ಗಮನಕೊಡುವುದಿಲ್ಲ. ಅದೇಕೋ ನನಗರಿಯದು. ಆಗ ಇದೊಂದು ಪವಾಡವೆಂದು ಸ್ವತಃ ಪಾದ್ರಿಯೇ ನನಗೆ ಹೇಳಿದ್ದೆಂದು ನಾನು ಜನರಿಗೆ ವಿವರಿಸಲಾರಂಭಿಸುತ್ತೇನೆ.

ಹೀಗಾಗಿ, ಅಂದಿನಿಂದ ಜನರಿಗೆ ಸೆರಫಿನಾ ರೆನೊಜೋಳ ಅಸ್ತಿತ್ವದ ಅರಿವಾಗತೊಡಗುತ್ತದೆ.

ಸರಿ, ಮೂರು ದಿನಗಳು ಕಳೆಯುತ್ತವೆ. ನಾನು ಕುದುರೆಯ ಮೇಲೆ ಕುಳಿತು ನಗರಕ್ಕೆ ಹೋಗುವಾಗ ಆ ಮುದುಕಿಯ ಗುಡಿಸಲಲ್ಲಿ ಭಾರಿ ಗಲಾಟೆ, ಗೊಂದಲ ಕೇಳಿಬರುತ್ತದೆ. ಅಲ್ಲಿ ಅಪಾರ ಜನಸಂದಣಿ ಸೇರಿದ್ದನ್ನು ನಾನು ಕಾಣುತ್ತೇನೆ. ಅವರ ನಡುವೆ ಸೆರಫಿನಾ ಕುಳಿತುಕೊಂಡಿದ್ದಾಳೆ. (ಈಗತಾನೇ ಆ ಗುಡಿಸಲಿನ ಮುಂದೆ ಸವಾರಿ ಮಾಡಿಕೊಂಡು ಹೋಗುತ್ತಿದ್ದೇನೋ ಎಂಬಷ್ಟು ನಿಚ್ಚಳವಾಗಿ ಅದೆಲ್ಲ ಇಂದೂ ನನಗೆ ಕಾಣಿಸುತ್ತದೆ.) ಮುದುಕಿ

ಬಕೆಟ್‌ನಲ್ಲಿ ನೀರನ್ನು ತುಂಬುತ್ತಾಳೆ, ಅದನ್ನು ಹುಡುಗಿಯೊಬ್ಬಳತ್ತ ಎರಚುತ್ತಾಳೆ. ಒಮ್ಮೆಯಲ್ಲ, ಎರಡು, ಮೂರು ಬಾರಿ ಆಕೆ ಹಾಗೆ ಮಾಡುತ್ತಾಳೆ. ಹುಡುಗಿಯ ಸರ್ವಾಂಗಗಳೂ ಗಡಗಡ ನಡುಗುತ್ತಿವೆ. ಆದರೂ ಆಕೆ ಸುಮ್ಮಗಿದ್ದು, ಉಳಿದವರು ತನ್ನ ಮೇಲೆ ಮತ್ತಷ್ಟು ನೀರೆರಚುವಾಗಲೂ ಅಡ್ಡಿ ಮಾಡುವುದಿಲ್ಲ.

ಆಗ ನಾನಲ್ಲಿ ಕುದುರೆಯಿಂದ ಇಳಿದು ನಿಲ್ಲುತ್ತೇನೆ. ಆ ಹುಡುಗಿಗೇನಾಗಿದೆ ಎಂದು ಅಲ್ಲಿದ್ದ ಒಬ್ಬನೊಡನೆ ನಾನು ಪ್ರಶ್ನಿಸುತ್ತೇನೆ. ಆಕೆಗೆ ಕ್ಷಯರೋಗವೆಂದು ಆತ ಉತ್ತರಿಸುತ್ತಾನೆ. ಆ ಹುಡುಗಿಯನ್ನು ನಾನು ಇನ್ನೊಮ್ಮೆ ಕಣ್ಣುಬಿಟ್ಟು ನೋಡುತ್ತೇನೆ. ಅವಳು ನಡುಗುತ್ತಲೇ ಇದ್ದಾಳೆ. "ಈ ಥಂಡಿ ಹವಾದಲ್ಲಿ ಹೀಗೆ ನೀರೆರಚುವುದರಿಂದ ಆಕೆಯ ಆರೋಗ್ಯಕ್ಕೆ ಇನ್ನಷ್ಟು ಹಾನಿಯಲ್ಲವೆ ?" ಎಂದು ನಾನವನನ್ನು ಪುನಃ ಪ್ರಶ್ನಿಸುತ್ತೇನೆ. ಅದು ಪವಿತ್ರೋದಕ, ಆದರಿಂದ ಅವಳಿಗೆ ಯಾವ ಬಾಧಕವೂ ಆಗದೆಂದು ಆತ ತಿಳಿಸುತ್ತಾನೆ.

ಪಟ್ಟಣದಲ್ಲಿ ಹಾಲು ಕೊಟ್ಟು ಸಂಜೆ ನಾನು ಹಿಂದಿರುಗುವಾಗ ಆ ಮುದುಕಿಯ ಗುಡಿಸಲಲ್ಲಿ ಇನ್ನೊಂದು ರಂಪವನ್ನು ನಾನು ಕಾಣುತ್ತೇನೆ. ಕರಿ ಹುಡುಗನೊಬ್ಬನನ್ನು ಬತ್ತಲೆ ನಿಲ್ಲಿಸಿದ್ದಾರೆ. ಆ ಹುಡುಗಿಗೆ ನೀರೆರಚಿದಂತೆಯೇ ಈ ಬಾಲಕನಿಗೂ ಆಕೆ ನೀರೆರಚುತ್ತಿದ್ದಾಳೆ. ಆ ಹುಡುಗಿಗೆ ಏನಾಯಿತು ಎಂದು ಅಲ್ಲಿದ್ದವರೊಡನೆ ನಾನು ಪ್ರಶ್ನಿಸುತ್ತೇನೆ.

"ಆ ಹುಡುಗಿಗೆ ವಾಸಿಯಾಗೋ ಆಸೇನೇ ಇಲ್ಲ," ಎಂದಾತ ಉತ್ತರಿಸುತ್ತಾನೆ.

ಹೀಗೆ ಈ ಮುದುಕಿಯ ಕೈಯಲ್ಲಿ ಹೆಚ್ಚು ಹೆಚ್ಚು ರೋಗಿಗಳು ಸಾಯುತ್ತಾರೆ. (ಆದರೂ ಪ್ರತಿನಿತ್ಯ ಆಕೆಯ ಸಲಹೆ ಕೇಳಲು ಮತ್ತಷ್ಟು ಜನ ಯಾಕೆ ಬರುತ್ತಾರೆ ಎಂಬುದು ನನಗರಿಯದು.) ಆ ಸಮಯದಲ್ಲಿ ಅಲ್ಲಿರುವ ಕ್ಯೂ ನನ್ನ ಮನೆಯ ತನಕ ಇನ್ನೂ ಬೆಳೆದಿರಲಿಲ್ಲ. ಆದರೂ ಸಾಕಷ್ಟು ಜನ ಅಲ್ಲಿದ್ದರು.

ಆಗಲೇ ಆ ಮನುಷ್ಯ ಪ್ರತ್ಯಕ್ಷನಾದುದು. ಅವನು ತನ್ನನ್ನು ಷುಷ್ಪೊ ಎಂದು ಕರೆದುಕೊಳ್ಳುತ್ತಿದ್ದ. ಆದರೆ ಅವರು ಪಾತ್ರೊಸಿನ್ಯೋ ಎಂದು ಅವನನ್ನು ಕರೆಯುತ್ತಿದ್ದರು. ಅವನು ಪೆಟ್ಟಿಗೆಗಳ ಒಂದು ರಾಶಿಯನ್ನೇ ಅಲ್ಲಿಗೆ ತಂದಿದ್ದ. ಅವುಗಳಲ್ಲಿ ತುಂಬಾ ಸೀಸೆಗಳು. ಅವುಗಳ ಮೇಲೆ ಸಂತ ರೀತಾಳ ಚಿತ್ರಬೇರೆ. ಚಿತ್ರದಲ್ಲಿ ಹೆಚ್ಚುಕಡಿಮೆ ಹೀಗೆ ಬರೆಯಲಾಗಿತ್ತು :

ಇದು ಪವಿತ್ರೋದಕ
ಪೂಜ್ಯ ರೀತಾಳ ವರ
ಇದರಿಂದ ಗುಣ ಸರ್ವರೋಗ
ನಿಮ್ಮೆಲ್ಲ ಹೊರೆಗಳಿಗೂ ಇದು ಪರಿಹಾರ.

ಆಗ ನಾನವನೊಡನೆ ಒಂದು ವ್ಯಾಪಾರ ಒಪ್ಪಂದ ಮಾಡಿಕೊಳ್ಳುತ್ತೇನೆ. ಅವನು ತನ್ನ ಸೀಸೆಗಳಿಗೆ ನಮ್ಮ ತೊರೆಯಿಂದ ನೀರು ತುಂಬಿಸುವುದು, ಅದಕ್ಕಾಗಿ ನನಗಾತ ದಿನಕ್ಕೆ ಅರ್ಧ ಪೇಸೋ ನೀಡುವುದು. ಆ ಮನುಷ್ಯ ಏನು ಮಾಡುತ್ತಾನೆ ಗೊತ್ತೆ? ಹೀಗೆ ತುಂಬಿಸಿದ ಸೀಸೆಗಳನ್ನು ತೆಗೆದುಕೊಂಡು ಕ್ಯೂನ ಬಾಲದ ತುದಿಯೆಡೆಗೆ ನಡೆಯುತ್ತಾನೆ. ನಿಮ್ಮನ್ನೆಲ್ಲ ಆ ಮುದುಕಿ ನೋಡಲು ಅಸಾಧ್ಯ ಎಂದು ಅಲ್ಲಿ ನಿಂತಿರುವ ಜನರಿಗೆ ಹೇಳುತ್ತಾನೆ. ಅನಂತರ ಅವರಿಗೆ ಈ ಸೀಸೆಗಳನ್ನು ತೋರಿಸುತ್ತಾನೆ. ಈ ಸೀಸೆಯ ನೀರನ್ನು ಕುಡಿದುದೇ ಆದರೆ ಅವರ ಕಾಹಿಲೆಗಳೆಲ್ಲ ಪರಿಹಾರವಾಗುತ್ತವೆ ಎನ್ನುತ್ತಾನೆ. ಜನ ಅರ್ಧ ಪೇಸೋಗೆ ಒಂದರಂತೆ ಈ

ಸೀಸೆಗಳನ್ನು ಪಡೆಯುತ್ತಾರೆ. ಬಳಿಕ ಆ ನೀರನ್ನು ಗಟಗಟನೆ ಕುಡಿಯುತ್ತಾರೆ: ನೆಲದ ಮೇಲೆ ಮಂಡಿಯೂರಿ ಸರ್ವಸಂತರ ಪ್ರಾರ್ಥನೆಯಲ್ಲಿ ತೊಡಗುತ್ತಾರೆ.

ಸರಿ, ವರ್ಷದ ಆ ಕಾಲದಲ್ಲಿ ಆ ತೊರೆ ಕೊಳೆ, ಕಶ್ಮಲಗಳಿಂದ ತುಂಬಿತ್ತು. ಪರಿಣಾಮವಾಗಿ ಜನ ಭಯಂಕರ ಭೇದಿ ರೋಗಕ್ಕೆ ತುತ್ತಾದರು. ಹಾಗಿದ್ದರೂ ಅವರು ಬರುತ್ತಲೇ ಇದ್ದರು. ಅವರ ಕ್ಯೂ ಈಗ ಹೆಚ್ಚು ಕಡಿಮೆ ನನ್ನ ಮನೆಯ ತನಕ ಚಾಚುತ್ತಿತ್ತು. ನನಗೆ ಕಿರುಕುಳ ಆಗಲಾರಂಭಿಸಿದ್ದು ಹಾಗೆ. ಆ ಕ್ಷಣದಿಂದ ಈ ಸೆರಫಿನಾ ರೆನೊಜೋ ವ್ಯವಹಾರ ನನಗೆ ಕ್ಲೇಶದಾಯಕವಾಗಿ ಪರಿಣಮಿಸಿತು.

ಒಂದು ದಿನ ಮುಂಜಾವದಲ್ಲಿ ಎದ್ದು ನೋಡುತ್ತೇನೆ – ಒಬ್ಬ ಬಾಲಕ ನನ್ನ ದನದ ಕೆಚ್ಚಲನ್ನು ಚೀಪುತ್ತಿದ್ದ; ಸಿಟ್ಟಿನಿಂದ ನಾನಾತನಿಗೆ ಬೆತ್ತದಿಂದ ಹೊಡೆಯಲಾರಂಭಿಸಿದೆ. ಹೀಗೆ ನಾನವನನ್ನು ಹೊಡೆಯುತ್ತಿದ್ದಾಗ ಧಡಿಯನೊಬ್ಬ ಧಾವಿಸಿ ಬಂದು ನನ್ನ ಕೈಗಳಿಂದ ಬೆತ್ತವನ್ನು ಕಸಿದುಕೊಂಡು ಅನಂತರ ನನಗೆ – ನಾನು ಮನೆಯೊಳಗೆ ಹೋಗುವ ತನಕ ನನಗೆ – ಬಡಿಯತೊಡಗಿದ. ಒಂದೋ ಎರಡೋ ಇರುಳುಗಳು ಕಳೆದವು. ಆಗ ಅವರು ನನ್ನ ದನದ ಹಾಲನ್ನೇ ಕರೆಯಲಾರಂಭಿಸಿದರು, ಯಾಕಂತೆ? ಕಳೆದ ಎರಡು ದಿನಗಳಿಂದ ಆ ಮುದುಕಿ ಹೊಟ್ಟೆಗೆ ಏನನ್ನೂ ತೆಗೆದುಕೊಂಡಿರಲಿಲ್ಲವಂತೆ. ತರುವಾಯ ಆ ದನವನ್ನೇ ಅವರು ಕೊಂದರು; ಅದರ ಮಾಂಸವನ್ನು ಅವರವರೇ ತಿಂದುಬಿಟ್ಟರು. ಇದರ ಬೆನ್ನ ಹಿಂದೆಯೇ ಬಂತು ಮತ್ತೊಂದು ಕಿರುಕುಳ.

ಅದು ಗುವಾರ್‍ಶ್‌ನಿಗೆ ಸಂಬಂಧಿಸಿದ್ದು. ಆತ ಬಂದು ಮುಟ್ಟಿದಾಗ ಸಂಜೆಯಾಗಿತ್ತು. ಅವನು ತನ್ನ ಮನೆ, ಮಠ ಸಮೇತ ಬಂದಿದ್ದ. ಅವನ ಹಳೆಯ ಹರುಕು ಮುರುಕು ಟ್ರಕ್ ಬಂದು ನಿಂತದ್ದನ್ನು ನನ್ನ ಮನೆಯಿಂದಲೇ ನಾನು ನೋಡಿದೆ. ಅದರಿಂದ ತನ್ನ ಕ್ಯಾನ್‌ವಾಸ್ ಬಟ್ಟೆಯನ್ನೂ ತನ್ನ ಪಲ್ಲಂಗಗಳನ್ನೂ ಆ ಹುಡುಗಿಯರನ್ನೂ ಅವನು ಮತ್ತು ಅವನ ಮೂವರು ಸಂಗಡಿಗರು ಇಳಿಸಿದರು. ಮನೆಯ ಹೊರಬಂದ ನಾನು ಇದನ್ನು ನೋಡಲು ಓಡಿಹೋದೆ. ಗುವಾರ್‍ಶ್ ಮತ್ತು ಆ ಮೂವರು ಆಗಲೇ ಕಾರ್ಯೋನ್ಮುಖರಾಗಿದ್ದರು. ಅವರು ನೆಲ ಅಗೆದು ಗುಂಡಿ ತೆಗೆದರು, ಅವುಗಳಲ್ಲಿ ಕಂಭ ನೆಟ್ಟರು, ಮೇಲಕ್ಕೆ ಕ್ಯಾನ್‌ವಾಸ್ ಬಟ್ಟೆಯನ್ನು ಹರಡಿದರು. ನಿಜಕ್ಕೂ ಅದೊಂದು ಅತಿಸುಂದರವಾದ ಚಿಕ್ಕ ಮನೆಯಂತಾಗಿತ್ತು. ಅನಂತರ ಆ ಪಲ್ಲಂಗಗಳನ್ನೂ ಹುಡುಗಿಯರನ್ನೂ ಅವರು ಆ ಮನೆಯೊಳಕ್ಕೆ ಒಯ್ದರು. ಆ ಬಾಲಕಿಯರತ್ತ ನಾನೊಮ್ಮೆ ಕಣ್ಣರಳಿಸಿ ನೋಡಿದೆ. ಅವರು ಮೂರು ಮಂದಿ ಇದ್ದರು ಮತ್ತು ಎಲ್ಲರೂ ಒಂದೇ ರೀತಿಯಿದ್ದರು. ಒಂದೇ ರೀತಿ ಎಂದರೆ ರೂಪದಲ್ಲಿ ಎಲ್ಲರೂ ಒಂದೇ ಸಮನಾಗಿದ್ದರು ಎಂದರ್ಥವಲ್ಲ. ಅವರ ಉಡುಗೆ–ತೊಡುಗೆಗಳು ಒಂದೇ ರೀತಿಯಿದ್ದವು. ಆದುದರಿಂದ ಅವರು ಹಾಗೆ ಕಾಣುತ್ತಿದ್ದರು. ತ್ರಿವಳಿಗಳಂತೆ ತೋರುತ್ತಿದ್ದರು.

ಸ್ವಲ್ಪ ಸಮಯದವರೆಗೆ ಅವರಿಂದ ನನಗೆ ತೊಂದರೆಯಾಗಲಿಲ್ಲ. ಆದರೆ ಅನಂತರ ಇನ್ನಷ್ಟು ಜನ ಬಂದರು. ಅಲ್ಲಿ ಕೀಲುಗೂಡಿಸಿದ ಬೆಂಚು ಮೇಜುಗಳನ್ನು ನೆಟ್ಟರು. ಅಲ್ಲಿಂದ ಉಳಿದವರಿಗೆ ಆಹಾರ ಸರಬರಾಜು ಆರಂಭವಾಯಿತು. ಆಮೇಲೆ ಡಾಮಿನೋಸ್* ಆಟದ ಸಲಕರಣೆಗಳನ್ನೂ ಒಂದು ಲಾಟರಿಯನ್ನೂ ಹಿಡಿದುಕೊಂಡು ಇನ್ನೊಂದು ಗುಂಪು ಬಂತು. ಎಲ್ಲರೂ ರಾತ್ರೆ

---

* ಇಟ್ಟಿಗೆಯಾಕಾರದ ಇಪ್ಪತ್ತೆಂಟು ಕಾಯಿಗಳಿಂದ ಆಡುವ ಒಂದು ಆಟ.

ಜೂಜಿನಲ್ಲಿ ಕಾಲ ಕಳೆಯತೊಡಗಿದರು. ಇದು ಕಾನೂನು ಬಾಹಿರವಾಗಿತ್ತು. ಮುಗಿದ ಬಳಿಕ ಅವರು ಗುವಾರ್‍ರಾಷ್‌ನ ಡೇರೆಗೆ ಹೋಗುತ್ತಿದ್ದರು. ತಮಗೆ ಪೋಲೀಸ್ ಮುಖ್ಯಾಧಿಕಾರಿಯಿಂದ ವಿಶೇಷ ಅನುಮತಿ ದೊರೆತಿದೆ ಎಂದು ಈ ಆಸಾಮಿಗಳು ಹೇಳುತ್ತಿದ್ದರೆಂದು ಜನ ನುಡಿಯುತ್ತಿದ್ದರು.

ಸರಿ, ಇಡೀ ರಾತ್ರಿ ಅವರು ರಂಪ ಎಬ್ಬಿಸುತ್ತಿದ್ದರು. (ಈ ಕಾಲಾವಧಿಯಲ್ಲೆಲ್ಲ ಜನ ಸಾಯುತ್ತಲೇ ಇದ್ದರು. ಆದರೂ ಅವರು ಸೆರಫಿನಾಳಲ್ಲಿಗೆ ಬರುತ್ತಲೇ ಇದ್ದರು. ಕೆಲವರು ಗುವಾರ್‍ರಾಷ್‌ನಂತೆ ತಮ್ಮ ಡೇರೆಗಳನ್ನು ತಮ್ಮೊಂದಿಗೆ ಹೊತ್ತು ತರುತ್ತಿದ್ದರು.)

ಈ ವೇಳೆಗೆ, ತನ್ನನ್ನು ಘುಷ್ಟೋ ಎಂದು ಕರೆದುಕೊಳ್ಳುತ್ತಿದ್ದ ಹಾಗೂ ಉಳಿದವರಿಂದ ಪಾತ್ರೊಸಿನ್ಯೋ ಎಂದು ಕರೆಸಿಕೊಳ್ಳುತ್ತಿದ್ದ ಆಸಾಮಿ ತನ್ನ ಸೀಸೆ ಇತ್ಯಾದಿಗಳೊಂದಿಗೆ ಪುನಃ ಬಂದ. ಆಗ ಜನ ಯದ್ವಾತದ್ವಾ ಓಡಾಡತೊಡಗಿದರು. ಪರಿಣಾಮವಾಗಿ ಕ್ಯೂನಲ್ಲಿನ ತಮ್ಮ ಸ್ಥಾನಗಳ ಬಗ್ಗೆ ಅವರೊಳಗೆ ಜಗಳ ಪ್ರಾರಂಭವಾಯಿತು. ಒಬ್ಬಾಕೆ ಒಬ್ಬ ನೀಗ್ರೋನ ಮೇಲೆ ಉಗುಳತೊಡಗಿದಳು. ಕೊನೆಗೆ ಎಲ್ಲವೂ ಶಾಂತವಾದ ಬಳಿಕ, ಜೂಜಾಟದ ಮೇಜಿನ ಬಳಿ ಕುಳಿತಿದ್ದ ಒಬ್ಬ ಎದ್ದು ನಿಂತು, ಮೇಜನ್ನು ತನ್ನ ಮುಷ್ಟಿಯಿಂದ ಗುದ್ದಲಾರಂಭಿಸಿದ. ಅವನೆಂದ :

"ನಾನು ಖಂಡಿತ ಹೇಳ್ತೇನೆ. ನೀನು ಮೋಸ ಮಾಡ್ತಿದ್ದಿ!"

ಆಗ ಇನ್ನೊಬ್ಬ ಗೋಲಿಗಳ ಚೀಲವನ್ನೇ ಮೊದಲನೆಯವನತ್ತ ಎಸೆದ. ಆ ಚೀಲ ಮೋಂಬತ್ತಿಯೊಂದಕ್ಕೆ ತಾಗಿತು. ತರುವಾಯ ಅವರು ಗುದ್ದಾಡತೊಡಗಿದರು. ಈ ಎಲ್ಲ ಗಲಭೆ ಗೊಂದಲದಲ್ಲಿ ಆ ಮೋಂಬತ್ತಿಯ ಬೆಂಕಿ ಡೇರೆಯ ಕ್ಯಾನ್ವಾಸ್‌ಗೆ ಹಿಡಿದದ್ದನ್ನು ಯಾರೂ ಗಮನಿಸಲಿಲ್ಲ.

ಕೆಲವೇ ಕ್ಷಣಗಳಲ್ಲಿ ಎಲ್ಲರೂ ಅತ್ತಿಂದಿತ್ತ ಇತ್ತಿಂದತ್ತ ಓಡಾಡತೊಡಗಿದರು. ಪ್ರತಿಯೊಬ್ಬರೂ ತಾರಕ ಸ್ವರದಲ್ಲಿ ಕೂಗಾಡುತ್ತಿದ್ದರು. ಬೆಂಕಿ ಮೇಲೆ ಮೇಲೆ ಏರುತ್ತಿತ್ತು. ಅಷ್ಟರಲ್ಲಿ ಆ ಮೂವರು ಹುಡುಗಿಯರು ಅರೆ ಬೆತ್ತಲೆಯಾಗಿ ಗುಡಾರದಿಂದ ಹೊರಗೋಡಿ ಬಂದರು. ಅವರ ಹಿಂದೊಬ್ಬ ಆಸಾಮಿ. ಆತ ತನ್ನ ಚಲ್ಲಣವನ್ನು ಮೇಲಕ್ಕೆಳೆದುಕೊಳ್ಳುತ್ತಿದ್ದ. ಗುವಾರ್‍ರಾಷ್ ಅವನನ್ನು ಹಿಂಬಾಲಿಸಿಕೊಂಡು ಓಡಿದ, ಅವನನ್ನು ಹಿಡಿದ, ಕೊಡಬೇಕಾದ ಹಣವನ್ನು ಇಟ್ಟು ಬಿಡು ಎಂದು ಗದರಿಸಿದ. ಆ ಆಸಾಮಿ ಗುವಾರ್‍ರಾಷ್‌ನನ್ನು ಹಿಂದೆ ದೂಡಿ, ಚಲ್ಲಣವನ್ನು ಮೇಲಕ್ಕೆಳೆಯುತ್ತಾ ಪರಾರಿಯಾದ.

ಆದರೆ ಈ ತನಕವೂ ಸೆರಫಿನಾಳ ಗುಡಿಸಲ ಕಡೆಗೆ ಬೆಂಕಿ ಹಬ್ಬಿರಲಿಲ್ಲ. (ಎಲ್ಲವೂ ಯಾಕೆ ಹೀಗೆ ಬೆಳಗುತ್ತಿವೆ ಎಂದು ಅರ್ಥಮಾಡಿಕೊಳ್ಳಲು ಯಾರಿಗೂ ಸಾಧ್ಯವಾಗಿರಲಿಲ್ಲ) ಜನ ಇದನ್ನು ಕಂಡುಕೊಂಡಾಗ ಬೊಬ್ಬೆ ಏಳುತ್ತದೆ. ಯಾರೋ ಒಬ್ಬ, ಮುದುಕಿಯ ಪವಿತ್ರೋದಕದ ಬಕೆಟನ್ನು ಕಸಿದುಕೊಳ್ಳುತ್ತಾನೆ. ಬೆಂಕಿ ಹತ್ತಿದ ಜಾಗಕ್ಕೆ ಈ ಬಕೆಟನ್ನು ಹಿಡಿದುಕೊಂಡು ಧಾವಿಸಿ ಬರುತ್ತಾನೆ. ನೀರಿನ ಬಕೆಟನ್ನು ಆತ ಆ ಬೆಂಕಿಗೆ ಎಸೆಯುತ್ತಾನೆ.

ಈ ಪವಿತ್ರೋದಕ ಬೆಂಕಿಯನ್ನು ಆರಿಸುವ ದೃಶ್ಯವನ್ನು ನೋಡಲು ಆಗ ಎಲ್ಲರೂ ಸದ್ದಿಲ್ಲದೆ ಅಲ್ಲಿ ಕಾದು ನಿಲ್ಲುತ್ತಾರೆ. ಎಲ್ಲರೂ ಅಂದರೆ ಮುದುಕಿಯೊಬ್ಬಳನ್ನು ಬಿಟ್ಟು. ಬಕೆಟ್ ಒಯ್ದು ತಪ್ಪು ಮಾಡಿದವರು ಶಿಕ್ಷೆ ಅನುಭವಿಸುತ್ತಾರೆ ಎಂದು ತನ್ನ ಕೀರಲು ಧ್ವನಿಯಲ್ಲಿ ಎಷ್ಟು ಗಟ್ಟಿಯಾಗಿ ಕೂಗಲು ಸಾಧ್ಯವೋ ಅಷ್ಟು ಗಟ್ಟಿಯಾಗಿ ಮುದುಕಿ ಶಪಿಸುತ್ತಾಳೆ.

ಆದರೆ ಸಂತ ರೀತಾಳ ಪವಿತ್ರಜಲ ಬೆಂಕಿಯನ್ನು ನಂದಿಸುವುದಿಲ್ಲ. ಪುನಃ ಬೊಬ್ಬೆ, ಗಲಭೆ ;

ಅತ್ತಿಂದಿತ್ತ ಜನರ ಓಡಾಟ. ಸಾಧ್ಯವಿದ್ದವರೆಲ್ಲ ತೊರೆಗೆ ಹಾರುತ್ತಾರೆ. ತನ್ನ ಕೀರಲು ಧ್ವನಿಯಲ್ಲಿ ಜೋರಾಗಿ ಕೂಗಾಡುತ್ತಿದ್ದ ಮುದುಕಿಯ ಹೊರತು ಉಳಿದವರೆಲ್ಲ ಕಾಣೆ. ಬೆಂಕಿಯ ಜ್ವಾಲೆ ಆಕೆಯ ಗುಡಿಸಲಿನತ್ತವೂ ಚಾಚುತ್ತದೆ. ಅವಳೂ ಓಡುತ್ತಾಳೆ. ತೊರೆಗೆ ಹಾರುತ್ತಾಳೆ. ಸಿಕ್ಕಿದ್ದನ್ನೆಲ್ಲ ಸುಟ್ಟು ಭಸ್ಮ ಮಾಡಿದ ಬಳಿಕ ಬೆಂಕಿ ತನ್ನಷ್ಟಕ್ಕೆ ಆರುತ್ತದೆ.

ಎಲ್ಲವೂ ಮುಗಿದ ಮೇಲೆ ಮುಖ್ಯ ಪೊಲೀಸ್ ಅಧಿಕಾರಿ ಗ್ರಾಮರಕ್ಷಕನೊಂದಿಗೆ ಆಗಮಿಸುತ್ತಾನೆ. ಎಲ್ಲರನ್ನು ಆತ ನಗರಕ್ಕೆ ಕೊಂಡೊಯ್ಯುತ್ತಾನೆ. ಮೊದಲಿಗೆ ಗುವಾರ್ರಾಷ್‌ನ ಬಿಡುಗಡೆ. ಅನಂತರ ತನ್ನನ್ನು ಷುಷ್ಟೊ ಎಂದು ಕರೆದುಕೊಳ್ಳುವ, ಪಾತ್ರೋಸಿನ್ಯೊ ಎಂದು ಬೇರೆಯವರಿಂದ ಕರೆಯಲ್ಪಡುವ ಆಸಾಮಿಯ ಸರದಿ. ಈ ನೀರಿನ ವಿದ್ಯಮಾನ ಪವಾಡವೆಂದು ಮೊದಲಾಗಿ ಹೇಳಿದವನು ನಾನೇ ಎಂದು ಯಾರಿಗೋ ಜ್ಞಾಪಕಕ್ಕೆ ಬರುತ್ತದೆ. ನಾನು ಹಾಗೆ ನುಡಿಯುವಂತೆ ಪಾದ್ರಿಯೇ ನನಗೆ ತಿಳಿಸಿದ್ದೆಂದು ನಾನು ಪೊಲೀಸ್ ಮುಖ್ಯಸ್ಥನಿಗೆ ತಿಳಿಯಪಡಿಸುತ್ತೇನೆ. ಆ ಪಾದ್ರಿಯನ್ನೇ ಕರೆದು ತಾ, ಅವನನ್ನು ಕಾಣಬೇಕು ಎಂದು ಪೊಲೀಸ್ ಮುಖ್ಯಾಧಿಕಾರಿ ನನಗೆ ಆಜ್ಞಾಪಿಸುತ್ತಾನೆ. ಆದರೆ ಈ ಬಾರಿ ಕಪ್ಪು ಕನ್ನಡಕದಿಂದ ಮರೆಮಾಚಲ್ಪಟ್ಟಿರುವ, ಒಂದು ದಿನ ಮಣ್ಣಿನಲ್ಲಿ ಕೊಳೆತು ಹೋಗಲಿರುವ ನೀಲಿ ಬಣ್ಣದ ತನ್ನ ಕಿರುಗಣ್ಣುಗಳಿಂದ ಆ ಪಾದ್ರಿ ನನ್ನನ್ನು ದಿಟ್ಟಿಸುತ್ತಿಲ್ಲ ಎಂಬುದನ್ನು ನಾನು ಗಮನಿಸುತ್ತೇನೆ.

ಅವನೆನ್ನುತ್ತಾನೆ :

"ಪಾದ್ರಿಯೊಬ್ಬ ಎಂದೂ ಹಾಗೆ ನುಡಿಯಲಾರ ಮಗೂ,"

"ಇದು ಖಂಡಿತವೇ ಫಾದರ್ ?" ನಾನು ಪ್ರಶ್ನಿಸುತ್ತೇನೆ.

ಪೋಲೀಸ್ ಮುಖ್ಯಾಧಿಕಾರಿ ತೀಕ್ಷ್ಣವಾಗಿ ನನ್ನನ್ನು ದಿಟ್ಟಿಸುತ್ತಾನೆ. ಅನಂತರ ಪಾದ್ರಿ ಒಂದು ಹೆಜ್ಜೆ ಮುಂದಿಡುತ್ತಾನೆ. ಆದರೆ ಕಪ್ಪು ಕನ್ನಡಕದಿಂದ ಮರೆಮಾಚಲ್ಪಟ್ಟಿರುವ, ಒಂದು ದಿನ ಮಣ್ಣಿನಲ್ಲಿ ಕೊಳೆತು ಹೋಗಲಿರುವ ನೀಲಿ ಬಣ್ಣದ ತನ್ನ ಕಿರುಗಣ್ಣುಗಳಿಂದ ಆತ ನನ್ನನ್ನು ದಿಟ್ಟಿಸುತ್ತಿಲ್ಲ ಎಂಬುದನ್ನು ನಾನು ಗಮನಿಸುತ್ತೇನೆ.

ಅವನೆನ್ನುತ್ತಾನೆ :

"ಇಂಥ ತಿಳಿಗೇಡಿ ಕಥೆಗಳನ್ನು ಸೃಷ್ಟಿಸೋದಕ್ಕೆ ನಿನಗೆ ಹೇಗೆ ಮನಸ್ಸು ಬಂತು ಮಗು ?"

ಅವನ ಈ ಕೊನೆಯ ಮಾತು ನನಗೆ ಸರಿಯಾಗಿ ಅರ್ಥವಾಗುವುದಿಲ್ಲ, ಆದ್ದರಿಂದ, ಏನನ್ನೂ ಹೇಳದೆ ನಾನು ಸುಮ್ಮಗಾಗುತ್ತೇನೆ.

○ ಝುಜೊಪ್ ಡಿಯಾಜ್ ರಾಡ್ರಿಗೆಝ್

ಅಂಗವಿಕಲ

ಅವನು ಒಂದು ನಿಮಿಷದೊಳಗಾಗಿ ಇಲ್ಲಿಗೆ ಬರಬಹುದು. ತನ್ನ ಕಾರನ್ನು ಒಯ್ಯುವುದಕ್ಕಾಗಿ ಆತ ಈ ಹಾದಿಯಲ್ಲಿ ಬರುವುದು ಖಂಡಿತ. ಅವರಲ್ಲಿ ಹೆಚ್ಚಿನವರು ಈಗ ಉಳಿದಿಲ್ಲ. ಆ ಪುಟ್ಟ ಪ್ರೊಫೆಸರ್ – ಅವನನ್ನು ಮುಗಿಸಿಬಿಡುವುದು ಈ ರಾತ್ರಿಯ ನನ್ನ ಕೆಲಸ – ಮತ್ತು ಇನ್ನೊಬ್ಬ ದಗಾಕೋರ ಮಾತ್ರ. ಆಮೇಲೆ ಉಳಿಯುವವನೆಂದರೆ ನಾನೊಬ್ಬನೇ. ಆದರೆ ನಾನೀಗ ಒಬ್ಬ ಗಂಡಸು ಕೂಡ ಅಲ್ಲವಾದ್ದರಿಂದ ನನ್ನ ಬಗ್ಗೆ ಏನು ಮಾಡಬೇಕೆಂದು ನನಗೆ ಗೊತ್ತಿದೆ. ಅದೇನಿದ್ದರೂ ಈ ಕೆಲಸ ಗಳನ್ನು ನಾನು ಮೊದಲು ಮಾಡಿ ಮುಗಿಸಬೇಕು – ಅದು ಕೂಡ ಶೀಘ್ರವಾಗಿ. ಇಲ್ಲದೆ ಹೋದರೆ ಈ ಜನರ ಕಾನೂನು ಮತ್ತು ವಿಚಾರಣೆಗಳಿಗೆ ಬಲಿಯಾಗಿ ನಾನು ಸೆರೆಮನೆಯೊಳಗೆ ಕೊಳೆಯ ಬೇಕಾದೀತು. ಈ ಪ್ರೊಫೆಸರ್ ಬಹುಶಃ ಈಗ ಮರೆತಿರ ಬಹುದು. ಯಾಕೆಂದರೆ ಅವನು ಬಹಳ ಸುಲಭವಾಗಿ ಮರೆಯುವಂಥವನು. ಅಥವಾ ನೆನಪಿದ್ದರೂ ನಾನವನನ್ನು ಕ್ಷಮಿಸಿ ಬಿಟ್ಟಿದ್ದೇನೆ ಎಂದಾತ ಭಾವಿಸುತ್ತಿರಬಹುದು, ಯಾಕೆಂದರೆ 'ಸಿಬ್ಬಂದಿ ಶುದ್ಧೀಕರಣ' ಸಭೆಯಲ್ಲಿ ನಾನಾತನನ್ನು ಖಂಡಿಸಿರಲಿಲ್ಲ. ಪ್ರೊಫೆಸರ್ ಸಾಲಸ್, ಎಲವೋ ದರಿದ್ರ ವಕ್ರಕಾಮಿ, ನಾನು ನಿನ್ನ ಪ್ರಾಣ ಹಿಂಡಲಿದ್ದೇನೆ. ನೋಡುತ್ತಿರು, ಸಭೆಯಲ್ಲಿ ನಾನು ನಿನ್ನನ್ನು ಖಂಡಿಸಲಿಲ್ಲ. ಹಾಗೆ ಮಾಡಿದ್ದರೆ ಅದು ವ್ಯರ್ಥ ಕಾಲಹರಣವಾಗುತ್ತಿತ್ತು. ನನಗೆ ಏನು ಬೇಕಾಗಿತ್ತೊ ಅದನ್ನು ನಾನು ಪಡೆಯುತ್ತಿರಲಿಲ್ಲ. ಆದರೆ ನಾನು ಮರೆತಿಲ್ಲ ಎಂಬುದನ್ನು ಜ್ಞಾಪಿಸಿಕೋ. ನಾನೇಕೆ ಮರೆತಿಲ್ಲ ಎಂಬುದು ನಿನಗೆ ಗೊತ್ತೆ? ಯಾಕೆಂದರೆ ಅವರು ಮುರಿದದ್ದು ನನ್ನ ಪಕ್ಕೆಲುಬುಗಳನ್ನು, ಮೆಟ್ಟಿಹಾಕಿದು ನನ್ನ ತಲೆಯನ್ನು. ಇದೆಲ್ಲ ನಿನ್ನ ಉಪಕಾರದಿಂದಾದದ್ದು. ಹಾಗೆಯೇ ನನ್ನ ಶ್ವಾಸಕೋಶ ಒಂದನ್ನು ಕಳೆದುಕೊಂಡದ್ದು ಮತ್ತು ಮುಂದೆಂದೂ ನನಗೆ ಸ್ತ್ರೀಸಂಗ ಮಾಡಲು ಸಾಧ್ಯವಾಗದಂತೆ ಆದದ್ದು ನಿನ್ನ ದಯೆಯಿಂದಲೇ. ಅಲ್ಲ, ಅವುಗಳಲ್ಲಿ ಎರಡನೆಯದು ನನ್ನ ಕರುಳನ್ನು ಬಗೆದ ಬಾಂಬೊಂದರ ಫಲ. ಅದಕ್ಕೆ ಹಾಳಾದ ನನ್ನ ತಪ್ಪೇ

ಕಾರಣವಾಗಿತ್ತು – ರಾಲ್ಲೋನದಾಗಲೀ ಅಥವಾ ಬಾಬ್ಬಿಯದಾಗಲೀ ಖಂಡಿತ ಆಗಿರಲಿಲ್ಲ. ಅವರೊಡನೆ ಸೇರಿದುದರಿಂದ ಸಂಭವಿಸಿದ ವಿಪತ್ತು ಬಾಂಬ್ ಪ್ರಕರಣಕ್ಕಿಂತ ಮುಂಚಿನದ್ದು.

ಆಗ ನಮ್ಮ ಕಾಲೇಜಿನಲ್ಲಿ ಮುಷ್ಕರ ನಡೆಯುತ್ತಿತ್ತು, ಬಾಬ್ಬಿ ಮತ್ತು ರಾಲ್ಲೊ ಅದರಲ್ಲಿ ಭಾಗವಹಿಸಲು ಮುಂದಾದರು.

"ಈ ಮುಷ್ಕರದಲ್ಲಿ ಸೇರಿಕೊಳ್ಳೋ ಬದಲು ಆ ದಗಾಕೋರರಲ್ಲಿ ಒಬ್ಬನಿಗ್ಯಾಕೆ ನೀವು ಹೊಡೀಬಾರದು ?"

"ನಾನು ಮುಷ್ಕರದಲ್ಲಿ ಪಾಲ್ಗೊಳ್ಳೋದು ಖಂಡಿತ. ಅದರ ಬಗ್ಗೆ ನಿನಗೇನೂ ಸಂಶಯ ಬೇಡ"

"ನಾನು ಕೂಡ ಮುಷ್ಕರದಲ್ಲಿ ಭಾಗವಹಿಸಿದೆ. ರಾತ್ರೆಯ ಸರದಿಯಲ್ಲಿ ರಾಲ್ಲೋನನ್ನು ಅವರು ಬಹಳ ಬೇಗ ಬಂಧಿಸಿದರೂ, ಮುಷ್ಕರ ಚೆನ್ನಾಗಿಯೇ ನಡೆಯಿತು. ಯಾಕೆಂದರೆ ಆತ ಎಲ್ಲವನ್ನೂ ಸರಿಯಾಗಿ ನಿಯಂತ್ರಿಸಿದ್ದ. ತರಗತಿಗಳು ನಡೆಯಲಿಲ್ಲ. ಸಂಜೆಯ ಪಿಕೆಟಿಂಗ್ ಸರದಿ ಬಾಬ್ಬಿಯದು. ನನ್ನದು ಬೆಳಗ್ಗಿನ ಸರದಿ. ಅದೇನೂ ಸುಲಭದ ಕೆಲಸವಾಗಿರಲಿಲ್ಲ.

"ರಾಬೆರ್ತೊ, ವ್ಯಾಯಾಮಶಾಲೆಯ ಹೊರಗಿನ ಅಂಗಳ ನಿನ್ನ ಜವಾಬ್ದಾರಿ."

"ಕಾತಲೀನ, ನೀನು ಮಧ್ಯದ ಅಂಗಳಕ್ಕೆ ಹೋಗು."

"ನೆಲ್ಸನ್, ಎರಡನೆ ಮಹಡಿಯ ಮೆಟ್ಟಲಲ್ಲಿ ನೀನು ನಿಂತಿರು."

ಅವರವರ ಕೆಲಸವನ್ನು ನಾನವರಿಗೆ ವಹಿಸಿಕೊಟ್ಟೆ. ಅವರ ಕೈಗಳಿಗೆ ಕರಪತ್ರಗಳನ್ನೂ ನೀಡಿದೆ. ಹತ್ತುಗಂಟೆಯ ವೇಳೆಗೆ ಪರಿಸ್ಥಿತಿ ಕಾವೇರಿತು. ನಮ್ಮ ಶಿಕ್ಷಣ ಸಂಸ್ಥೆಯ ತುಂಬಾ ಕರಪತ್ರಗಳು ದಟ್ಟವಾಗಿ ಹರಡಿದ್ದವು. ಅವನ್ನು ಹಿಡಿಯಲು ದ್ವಾರಪಾಲಕರು ಜಗಲಿಗಳ ಒಳ, ಹೊರ ಓಡಾಡಿದರು. ಆದರೆ ಅವರಿಗೆ ಅದು ಸಾಧ್ಯವಾಗಲಿಲ್ಲ.

"ಅದು ನನಗೆ ಬೇಕು ರಾಬೆರ್ತೊ."

"ನಿನಗೇನು ಬೇಕು ?" ಆತ ಬೊಬ್ಬಿಟ್ಟು ಕೇಳಿದ.

ಇದು ನಾವು ನಿಗದಿ ಮಾಡಿಕೊಂಡಿದ್ದ ಸಂಜ್ಞೆ.

"ಬಾತಿಷ್ತನ ರುಂಡ !"

"ಬಾತಿಷ್ತನ ರುಂಡ ನಮಗೆ ಬೇಕು. ಬಾತಿಷ್ತನ ರುಂಡ ನಮಗೆ ಬೇಕು." ಮೊದಲು ನಿಧಾನ ಗತಿಯಲ್ಲಿ ನಾನು; ಆಮೇಲೆ 20, 50, 100, 200 ವಿದ್ಯಾರ್ಥಿಗಳ ಘೋಷಣೆ. ಅನಂತರ ತುಸು ವೇಗವಾಗಿ ಕಾಲೇಜು ಕಟ್ಟಡದ ಹೊರ ಜಗಲಿಗಳಲ್ಲೆಲ್ಲ. "ಬಾತಿಷ್ತನ ರುಂಡ ನಮಗೆ ಬೇಕು." ಎಲ್ಲರೂ ತಮ್ಮ ಕೈಗಳಲ್ಲಿದ್ದ ಅಡಿಕೋಲುಗಳನ್ನು ಕುಟ್ಟುತ್ತ, ಬಡಿಯುತ್ತ ತಾಳ ಹಾಕುತ್ತಿದ್ದರು; ಟಟಟಟಟಟಟ – ಟಾ, ಟಟಟಟಟಟಟ – ಟಾ, ಟಟಟ –ಟಟಟ – ಟಾ. ಅಷ್ಟರಲ್ಲಿ ಸಂಸ್ಥೆಯ ಮುಖ್ಯಸ್ಥ ಪ್ರಿಯೆತೊ ಓಡಿಬಂದ.

"ಇದೆಲ್ಲ ಏನು ? ಇದೆಲ್ಲ ಏನು ?"

ಕೂದಲಿಲ್ಲದ ಆತನ ನೆತ್ತಿಯಲ್ಲಿ ಬೆವರ ಹನಿ, "ನಿಮ್ಗೇನು ಹುಚ್ಚೇ ?" ತನ್ನ ನೆಕ್‌ಟೈಯನ್ನು ಆತ ಸಡಿಲಿಸಿದ. "ಬಾಗಿಲು ಕಾಯುವವರೆಲ್ಲಿ ? ಎಲ್ಲಿದ್ದಾರೆ ಅಧ್ಯಾಪಕರು ? ದ್ವಾರಪಾಲಕರೇ !"

ಆಗ ರಸಾಯನಶಾಸ್ತ್ರ ಪ್ರಾಧ್ಯಾಪಿಕೆ ಶ್ರೀಮತಿ ಝುಮೆನೆಸ್ ಕಾಣಿಸಿಕೊಂಡಳು. "ನನಗೆ ಮೂರ್ಛೆ ಬರುವಂತಾಗ್ತಿದೆ. ನಾನು ಮೂರ್ಛೆ ಹೋಗ್ತೇನೆ." ಅವಳು ತೊದಲಿದಳು. ನಾವೆಲ್ಲರೂ ಘೋಷಣೆಯನ್ನು ಮೊಳಗಿಸುತ್ತಲೇ ಇದ್ದೆವು. "ಬಾತಿಷ್ತನ ರುಂಡ ನಮಗೆ

ಬೇಕು, ಬಾತಿಷ್ಟನ ರುಂಡ ನಮಗೆ ಬೇಕು." ಬೇರಾರೋ ಅದನ್ನೇ ನಿಧಾನವಾಗಿ ಪಠಿಸುತ್ತಿದ್ದರು. "ನಮಗೆ ಬಾತಿಷ್ಟನ ರುಂಡ ಬೇಕು." ಪ್ರಿಯೆತೊ ಗದರಿಸುತ್ತಿದ್ದ: "ನಾನು ಪೊಲೀಸರಿಗೆ ಕರೆ ಕಳಿಸ್ತೇನೆ, ಪೊಲೀಸರ್ನ ತರಿಸ್ತೇನೆ."

ಪೌರಶ್ತ್ರಾಸದ ಪ್ರಾಧ್ಯಾಪಿಕೆ ಶ್ರೀಮತಿ ಪರಾದ ಸಾವಧಾನವಾಗಿಯಾದರೂ ಧೈರ್ಯವಾಗಿ ಹೇಳುತ್ತಿದ್ದಳು; "ನಮಗೆ ಬಾತಿಸ್ತನ ರುಂಡ ಬೇಕು," ಹುಡುಗಿಯರು ಪಠ್ಯ ಕೊಠಡಿಗಳಲ್ಲಿ ಗೋಗರೆಯುತ್ತಿದ್ದರು. ಬಾತಿಷ್ಟನ ರುಂಡಕ್ಕಾಗಿ ಘೋಷಣೆ ಹಾಕುವಂತೆ ಕಾತಲೀನ ಅವರನ್ನು ಉತ್ತೇಜಿಸುತ್ತಿದ್ದಳು – ಆಕೆ ಧೈರ್ಯದ ಹೆಣ್ಣು. ರಾಬೆರ್ತೊ ಮಂಗನಂತೆ ಜಿಗಿಯುತ್ತಿದ್ದ. ಪ್ರಿಯೆತೊ ಬೊಬ್ಬಿಡುತ್ತಿದ್ದ: "ಇದಕ್ಕೆ ನೀವು ಶಿಕ್ಷೆ ಅನುಭವಿಸಲಿದ್ದೀರಿ, ಇದಕ್ಕಾಗಿ ನೀವು ದುಃಖ ಪಡಲಿದ್ದೀರಿ." ಮೇಜಿಗೆ ಬಡಿತ, ಕಾಲಿನಿಂದ ತುಳಿತ, ಕೈಚಪ್ಪಾಳೆ, ಕೂಗಾಟ, ದ್ರುತಗತಿಯಲ್ಲಿ ಘೋಷಣೆ: "ನಮಗೆ ಬಾತಿಷ್ಟನ ರುಂಡ ಬೇಕು." ಹೆಚ್ಚು ದ್ರುತಗತಿಯಲ್ಲಿ; "ನಮಗೆ ಬಾತಿಷ್ಟನ ರುಂಡ ಬೇಕು, ಅತ್ಯಂತ ದ್ರುತಗತಿಯಲ್ಲಿ – ನಮಗೆ ಬಾತಿಷ್ಟನ ರುಂಡ ಬೇಕು, ನಮಗೆ ಬಾತಿಷ್ಟನ ರುಂಡ ಬೇಕು."

ಅಷ್ಟರಲ್ಲಿ ಶ್ರೀಮತಿ ಝುಮೆನೆಸ್ ಹಾಲ್‌ನಲ್ಲಿಯೇ ಕುಸಿದುಬಿದ್ದಳು. ನೆಲ್ಸನ್ ಹೇಳಿದ: "ನಿನ್ನ ಬೆರಳನ್ನವಳ ಕುಂಡೆಗೆ ತುರುಕಿಸು, ಆಗವಳು ಪುನಃ ಮೇಲೇಳ್ತಾಳೆ – ಅವಳು ಪುಕ್ಕಲು ಹೆಂಗ್ಸು." "ನೀನೇನು ಕೂಗಿದ್ದು" ಎಂದು ಶ್ರೀಯುತ ಸುಆರಿಜ್ ಅವನನ್ನು ಕೇಳಿದ. ನೆಲ್ಸನ್ ಬೊಬ್ಬಿಟ್ಟ. "ಬಾತಿಷ್ಟನ ರುಂಡ ನಮಗೆ ಬೇಕು" ಈ ಮಧ್ಯೆ ಪ್ರಿಯೆತೋ ಕಾಣೆಯಾಗಿದ್ದುದನ್ನು ನೋಡಿ ನಾನು ಕೂಗಿದೆ; "ಪೊಲೀಸರು, ಅವರು ಪೊಲೀಸರನ್ನು ಕರೀತಾರೆ" ಆಮೇಲೆ ಮತ್ತಷ್ಟು ಗಟ್ಟಿಯಾಗಿ ಹೇಳಿದೆ:

"ಎಲ್ರೂ ಬೀದಿಗೆ ಹೋಗಿ, ಬೀದಿಗೆ ಹೋಗಿ,"

ಆಗ ಎಲ್ಲರೂ ಕೂಗಿ ನುಡಿದರು: "ಬೀದಿಗಿಳಿಯಿರಿ! ಬೀದಿಗಿಳಿಯಿರಿ!"

ಅಷ್ಟರಲ್ಲಿ ನನಗೆ ಹುಡುಗಿಯರ ನೆನಪು ಬಂತು.

"ಮಹಡಿಯ ಮೇಲಿರುವ ಹೆಣ್ಮಕ್ಕಳನ್ನೆಲ್ಲ ಅವರು ಬಂಧಿಸ್ತಾರೆ." ಎಂದು ಅರಚುತ್ತ, ಅವರನ್ನು ಹೊರಕಳುಹಿಸಲು ನಾನು ಮಹಡಿಯೇರಿದೆ.

ಮಹಡಿ ಮೇಲೆ ಹೋದಾಗ ಕೆಳಗಿನಿಂದ ಗುಂಡು ಹಾರಾಟದ ಶಬ್ದ ಕೇಳಿಸಿತು. ಮಾಳಿಗೆಯಲ್ಲಿದ್ದ ಕಂದಮ್ಮಗಳೆಲ್ಲ ಭಯಭೀತರಾಗಿದ್ದರು. ನಾನು ಬೊಬ್ಬಿರಿದೆ:

"ಕೂಡ್ಲೇ ಇಲ್ಲಿಂದ ಹೊರಟ್ಬಿಡಿ, ಇಲ್ದಿದ್ರೆ ನಿಮ್ಮನ್ನೆಲ್ಲ ಆವರು ಹಿಡಿದುಬಿಡ್ತಾರೆ."

ಮಾಗಾಲಿ ಬಾಗಿಲು ದಾಟಿ ಹೊರಹೋಗುತ್ತಿದ್ದಾಗ, ಅವಳ ಪಿರ್ರೆಗಳನ್ನು ನಾನು ಅಂಗೈಯಿಂದ ಚಪ್ಪರಿಸಿದೆ. ಅವಳದು ದೃಢವಾದ ಪಿರ್ರೆಗಳು. ಆದರೆ ಅದಕ್ಕೆಲ್ಲ ಇದು ಸಮಯವಾಗಿರಲಿಲ್ಲ. ಅಲ್ಲದೆ ಮಾಗಾಲಿ ಯಾವಾಗಲೂ ನನ್ನ ಮೇಲೆ ಕಿಡಿ ಕಾರುತ್ತಿದ್ದಳು.

ಅವಳೀಗ ಹೆದರಿಕೆಯಿಂದ ಅಳುತ್ತಿದ್ದಳು. ಆದರೂ "ಕೊಳಕು ಕೆಂಪಣ್ಣ." ಎಂದು ನನ್ನನ್ನು ಅವಮಾನಿಸಲು ಅವಳು ಮರೆಯಲಿಲ್ಲ, ನಾನು ಒಂದು ಕ್ಲಾಸ್ ರೂಮಿನಿಂದ ಇನ್ನೊಂದು ಕ್ಲಾಸ್ ರೂಮಿಗೆ ಓಡಿದೆ. ಅವುಗಳಲ್ಲಿ ಯಾರೂ ಇಲ್ಲ ಎಂದು ಖಂಡಿತ ಮಾಡಿಕೊಳ್ಳಬೇಕಲ್ಲ? ಅಲ್ಲಿ ಯಾರೂ ಇರಲಿಲ್ಲ. ಬಳಿಕ ನಾನು ಮಹಡಿಯಿಂದ ಕೆಳಗಿಳಿದೆ. ಆದರೆ ಅಲ್ಲಿ ಹಠಾತ್ತಾಗಿ ಮೂಡಿ ಬಂದ ಮೌನ ಅನಿಷ್ಟಕರವಾಗಿ ನನಗೆ ತೋರಿತು. ಮೊದಲ ಮಹಡಿಯ ಮೆಟ್ಟಲ ಜಗಲಿಯಿಂದ ನಾನು ಕೆಳಗೆ ಇಣಿಕಿ ನೋಡಿದೆ.

"ಮೇಲೆ ಯಾರೂ ಇಲ್ರೀ. ಅದು ಖಂಡಿತ" ಎಂದು ಬಾಗಿಲು ಕಾಯುವ ರಾಮೊನ್ ಮೊಗಸಾಲೆಯಲ್ಲಿ ನಿಂತಿದ್ದ ಮೂವರು ಪೊಲೀಸ್ ಧಡಿಯರಿಗೆ ಹೇಳುತ್ತಿದ್ದ.

ರಸ್ತೆಯತ್ತ ದೃಷ್ಟಿಹರಿಸಿದರೆ ಅಲ್ಲಿ ಪೊಲೀಸರ ಮೂರು ಮೋಟರ್ ಬೈಕ್‌ಗಳಲ್ಲದೆ ಬೇರೇನೂ ಕಾಣುತ್ತಿರಲಿಲ್ಲ.

"ಮೇಲೆ ಯಾರೂ ಇಲ್ರೀ" ರಾಮೊನ್ ಪುನರುಚ್ಚರಿಸಿದ. ಯಾಕೆಂದರೆ ಪೊಲೀಸ್ ಸಾರ್ಜೆಂಟನ ಮುಖದಲ್ಲಿ ಅಪನಂಬಿಕೆಯ ಕುರುಹು ಕಾಣುತ್ತಿತ್ತು.

"ಒಂದು ವೇಳೆ ಯಾರಾದ್ರೂ ಉಳಿದಿದ್ರೆ? ನಾವೇ ಮೇಲೆ ಹೋಗಿ ನೋಡೋಣ ಸರ್" ಎಂದ ಆ ಧಡಿಯರಲ್ಲೊಬ್ಬ.

"ಸರಿ, ಮೇಲೆ ಹೋಗೋಣ."

ಇನ್ನೇನು ಅವರು ನನ್ನನ್ನು ಹಿಡಿದೇ ಬಿಡುತ್ತಾರೆ ಎಂದು ನಾನಂದುಕೊಂಡೆ. ಅವರ ಬೂಟಿನ ಸಪ್ಪಳ ಹಾಲ್‌ನಲ್ಲಿ ಕೇಳಿಬರುತ್ತಿತ್ತು. ನಾನು ಯೋಚಿಸಿದೆ; ತರಗತಿ ಕೋಣೆ ಯೊಂದರಲ್ಲಿ ಅಡಗಿಕುಳಿತುಕೊಂಡರೆ? ಅವರು ನನ್ನ ವಾಸನೆ ಹಿಡಿಯುವುದು ಖಂಡಿತ. ನಾನು ಸಿಕ್ಕಿಬಿದ್ದೆ, ಯಾವುದಾದರೊಂದು ಲೆಕ್ಚರ್ ಹಾಲ್‌ನಲ್ಲಿ? ಅವರಿಗೆ ನನ್ನ ಸುಳಿವು ದೊರೆಯದೆ ಇರಲಾರದು. ಪ್ರಯೋಗ ಶಾಲೆಯೊಂದರಲ್ಲಿ? ಊಹುಂ, ಅಲ್ಲೂ ಹಾಗೆಯೇ, ನಾನು ಸಿಕ್ಕಿಬಿದ್ದೆ. ಅಷ್ಟರಲ್ಲಿ ನನಗೆ ಸರಿಯಾದ ಯೋಚನೆ ಹೊಳೆಯಿತು; ಉಸ್ತುವಾರಿ ನೋಡಿಕೊಳ್ಳುವ ಆರ್ಮಂದೋನ ವಸತಿ, ಒಡನೇ ಮೂರನೇ ಮಹಡಿಗೆ ಓಡಿದೆ, ಪರಿಚಾರಕರು ಉಪಯೋಗಿಸುವ ಮಹಡಿ ಮೆಟ್ಟಲಿನಿಂದ ಇಳಿಯಹತ್ತಿದೆ. ಅವನ ಬಿಡಾರಕ್ಕೆ ಹೋಗುವೆ, ಅಲ್ಲಿ ಅಡಗಿಕೊಳ್ಳುವೆ, ಅಲ್ಲಿ ನಾನು ಸುರಕ್ಷಿತ, ಬಚಾವ್. ಆದರೂ ಅನಿಶ್ಚಿತ ಪರಿಸ್ಥಿತಿ, ಒಮ್ಮೆಗೆ ಎರಡು ಮೂರು ನಾಲ್ಕು ಮೆಟ್ಟಲುಗಳನ್ನು ಜಿಗಿಯುತ್ತ ನಾನು ಓಡಿದೆ. ಅವರು ನನ್ನನ್ನು ಹಿಡಿದುಬಿಟ್ಟರೆ ನನ್ನ ಅವಸ್ಥೆ ಮುಗಿದಂತೆಯೇ ಸರಿ. ಒಮ್ಮೆಗೆ ಮೂರು ಮೆಟ್ಟಲುಗಳು, ಅನಂತರ ಎರಡು, ಅಮೃತಶಿಲೆಯ ಸೋಪಾನದಲ್ಲಿ ಪೊಲೀಸರ ಬೂಟುಗಳ ಶಬ್ದ. ಅರ್ಮಂದೋನ ಬಿಡಾರ, ಅರ್ಮಂದೋನ ಬಿಡಾರ. ಬಾಗಿಲ ಬಳಿ ಬಂದೆ ಸುರಕ್ಷಿತ. ಬಾಗಿಲು ತೆರೆಯುವ ಯತ್ನ, ಆದರೆ ಬಾಗಿಲು ತೆಗೆಯಬರುತ್ತಿಲ್ಲ, ಅಗಳಿ ಹಾಕಿದೆಯೆ? ನಾನು ಪುನಃ ಪ್ರಯತ್ನಿಸುತ್ತೇನೆ, ಪ್ರಯೋಜನವಿಲ್ಲ, ಮತ್ತೆ ಯತ್ನ, ಒಳಗಿನಿಂದ ಬೀಗ ಹಾಕಲಾಗಿದೆಯೆ? ಮರುಪ್ರಯತ್ನ, ಬೀಗ ಹಾಕಿರುವುದು ಖಂಡಿತ. ಅವರು ನನ್ನನ್ನು ಹಿಡಿಯುತ್ತಾರೆ, ಖಂಡಿತ ಹಿಡಿದೇ ಬಿಡುತ್ತಾರೆ. ಈಗ ನಾನೇನು ಮಾಡಲಿ? ನಾನೇನು ಮಾಡಲಿ? ಒಮ್ಮೆ ಎಡಕ್ಕೆ ಓಡುತ್ತೇನೆ. ಮತ್ತೆ ಬಲಕ್ಕೆ ಓಡುತ್ತೇನೆ, ಒಂದು ಯೋಚನೆ. ಬಹಳ ಒಳ್ಳೆ ಯೋಚನೆ, ಅದೇ ಸರಿ, ಹುಡುಗಿಯರ ಶೌಚಗೃಹ, ಪ್ರಾಯಶಃ ಅದನ್ನು ಅವರು ಪರಿಶೋಧಿಸಲಾರರು. ಅಲ್ಲಿಗೆ ಹೋಗುವ ಸಾಹಸವನ್ನು ನಾನು ಹಲವು ಬಾರಿ ಮಾಡಿದ್ದೆ. ಆದರೆ ಈ ರೀತಿಯಲ್ಲಲ್ಲ. ನಾನು ಅದರ ಒಳಹೊಕ್ಕೆ. ಒಂದು ಮೂತ್ರಖಾನೆಯೊಳಗೆ ಬಾಗಿಲು ಹಾಕಿ ಕುಳಿತೆ. ಮಾಗಾಲಿ ಇಲ್ಲಿ ಮೂತ್ರ ವಿಸರ್ಜನೆ ಮಾಡಿರಬೇಕು. ಅದಕ್ಕೋಸ್ಕರ ತನ್ನ ಪಿರ್ರೆಗಳನ್ನು ಬತ್ತಲೆ ಮಾಡಿ ಅವಳಿಲ್ಲಿ ಕುಳಿತಿರಬೇಕು. ಬತ್ತಲೆ ಪಿರ್ರೆಗಳ ಮಾಗಾಲಿ! ಆ ಚಿತ್ರವನ್ನು ಕಲ್ಪಿಸಿಕೊಂಡಾಗ ನನಗೆ ಹುಚ್ಚು ಹಿಡಿದಂತಾಗುತ್ತದೆ. ಆದರೆ ಹಾಗೆ ಮಾಡಕೂಡದು. ಒಬ್ಬ ಹೆಂಗಸು ಮೂತ್ರ ವಿಸರ್ಜನೆ ಮಾಡುವುದನ್ನು ಕುರಿತು ಯೋಚಿಸುವುದೆಂದರೆ, ಅದು ನಿಜವಾಗಿಯೂ ಅಸಹ್ಯ. ಏನಿದ್ದರೂ ಅವಳನ್ನು ಕುರಿತು ಅದು ಸಲ್ಲದು – ಅವಳು ಮೂತ್ರ

ವಿಸರ್ಜನೆ ಮಾಡದ ಹೆಣ್ಣಲ್ಲದಿದ್ದರು ಕೂಡ. ನಾನು ಖಾನೆಯ ಪೀಠದ ಬದಿಯನ್ನು ಮುಟ್ಟುತ್ತೇನೆ, ಮಾಗಾಲಿಯ ತೊಡೆಗಳು. ಬಾಗಿಲಿನ ಮೇಲೇನೋ ಗೀಚಿದ್ದಾರೆ. ಮೂತ್ರ ಖಾನೆಯ ಬಾಗಿಲುಗಳ ಮೇಲೆ ಹುಡುಗಿಯರೂ ಗೀಚುವುದುಂಟೆ? ನಾನು ಯೋಚಿಸಿರಲಿಲ್ಲ. "ನನ್ನ ಪ್ರಿಯಕರನಿಗೆ ದೊಡ್ಡದಾದುದು ಇದೆ" ಎಂಬ ಬರೆಹ. ಕಾಲ ಸಪ್ಪಳಗಳು. ಆದರೆ ನಿಧಾನ. ಅವರು ಬರುತ್ತಿದ್ದಾರೆ. ಅವರು ನನ್ನನ್ನು ಖಂಡಿತಕ್ಕೂ ಕಂಡು ಹಿಡಿಯುತ್ತಾರೆ, ನನ್ನನ್ನವರು ಹಿಡಿಯುವುದು ಖಂಡಿತ. ಮೂತ್ರಖಾನೆ ಬಾಗಿಲನ್ನು ಹೊರಗಿನಿಂದ ಯಾರೋ ದೂಡುತ್ತಿದ್ದಾರೆ. ನಿಶ್ಚಯವಾಗಿಯೂ ಅವರು ನನ್ನ ಪಾದಗಳನ್ನು ಕಂಡಿದ್ದಾರೆ, ಬಾಗಿಲು ತೆರೆಯುತ್ತದೆ.

"ಏನೆಂದು ಭಾವಿಸಿದ್ದೀರಿ ನಿಮಗಿಲ್ಲೇನು ಕೆಲಸ ಸಾರ್ಜೆಂಟ್?"

ಕುಳಿಯಲ್ಲಿ ಕುಳಿತುಕೊಂಡೇ ನಾನು ಪ್ರಾಯಶಃ ಪುಕ್ಕಲುತನದಿಂದ ಕೂಗುತ್ತೇನೆ,

"ಓಹ್! ಓಹ್!"

ಆದರೆ ಕಾಣಿಸಿಕೊಂಡವರು ಡಾ॥ ಶ್ರೀಮತಿ ಪರಾದ.

"ಓ, ಹಂದಿಮರಿ! ನೀನಿಲ್ಲಿ ಏನು ಮಾಡ್ತಿದ್ದೀಯಾ?"

"ಅದೇನಲ್ಲ ಡಾಕ್ಟರ್, ಅದೇನಲ್ಲ. ಪೊಲೀಸರು ನನ್ನನ್ನ ಬೆನ್ನಟ್ಟಿದ್ದಾರೆ. ಅವರು ನನ್ನನ್ನು ಕೊಲ್ಲೋದು ಖಂಡಿತ. ಅವರು ನನ್ನನ್ನ ಕೊಂದೆಬಿಡ್ತಾರೆ ಡಾಕ್ಟರ್!"

"ಹೋ, ಹಾಗೋ, ಹಾಗಿದ್ರೆ ನನ್ನೊಂದಿಗೆ ಬಾ, ಬೇಗ ಬಾ."

ನಾನು ಕುಳಿತಲ್ಲಿಂದ ಎದ್ದು ಹೊರಟೆ, "ನಾವೆಲ್ಲಿ ಹೋಗ್ತಿದ್ದೇವೆ?" ಭಯದಿಂದ ಇನ್ನೂ ಗದಗುಟ್ಟುತ್ತಿದ್ದ ನಾನು 'ಪೌರ ವಿಜ್ಞಾನ ಮತ್ತು ಮನೋವಿಜ್ಞಾನ ಉಪನ್ಯಾಸ ಕೋಣೆ' ಎಂದು ಫಲಕದ ಮೇಲೆ ಬರೆದಿದ್ದುದನ್ನು ಓದಿದೆ.

"ಕುಳಿತುಕೊ, ತುಟಿ ಬಿಚ್ಚೇಡ. ದಾಖಲೆಪತ್ರಗಳನ್ನು ಜೋಡಿಸಿಡೋದಕ್ಕೆ ನೀನು ನನಗೆ ನೆರವಾಗ್ತಿದ್ದಿ. ಈ ಫಾರಂಗಳನ್ನು ತೆಕ್ಕೋ, ಮಾತ್ನಾಡ್ಬೇಡ."

ನನ್ನ ಬೆವರಿನಿಂದ ದಾಖಲೆಪತ್ರಗಳಲ್ಲಿ ನಾನು ಚಿತ್ತು ಮಾಡಿದೆ. ಕೆಳಗಿನ ಮಹಡಿಯಲ್ಲಿ ತರಗತಿ ಕೋಣೆಗಳಲ್ಲಿ, ಮೂತ್ರಖಾನೆಗಳಲ್ಲಿ, ಲ್ಯಾಬೊರೇಟರಿಗಳಲ್ಲಿ ಅವರು ಅಡ್ಡಾಡುತ್ತಿದ್ದ ಶಬ್ದ ನನಗೆ ಕೇಳಿಸುತ್ತಿತ್ತು. ಬಹುಶಃ ಅವರಿಲ್ಲಿ ಬರಲಾರರು, ಎಂದು ನಾನು ಯೋಚಿಸಿದೆ. ಬಳಿಕ ಅದನ್ನೇ ಗಟ್ಟಿಯಾಗಿ ಹೇಳಿದೆ:

"ಪ್ರಾಯಶಃ ಅವರಿಲ್ಲಿ ಬರಲಾರರು"

"ಅವರು ಬಾರದಿರಲಿ ಅಂತ ದೇವರಲ್ಲಿ ಬೇಡಿಕೋ" ಎನ್ನುತ್ತಾರೆ, ಡಾಕ್ಟರ್.

ಮಹಡಿಯ ಮೇಲೆ ಅವರು ಬರುತ್ತಿರುವ ಸದ್ದು ನನಗೆ ಕೇಳಿಸುತ್ತಿದೆ. ಹತ್ತಿರ ಹತ್ತಿರ ಬರುತ್ತಿದ್ದಾರೆ. ನಾನು ತಲೆ ಬಾಗಿಸುತ್ತೇನೆ.

"ಯಾರೀತ?" ಸಾರ್ಜೆಂಟ್ ಪ್ರಶ್ನಿಸುತ್ತಾನೆ.

ಡಾಕ್ಟರ್ ಕುರ್ಚಿಯಿಂದೇಳುತ್ತಾ ಹೇಳುತ್ತಾರೆ:

"ಈ ಕೋಣೆಗೆ ಬರೋವಾಗ ನಮಸ್ಕಾರಾಂತ ಹೇಳೋದು ಇಲ್ಲಿನ ವಾಡಿಕೆ."

ಇನ್ನೇನು, ನಾವು ಸಿಕ್ಕಿಬಿದ್ದಂತೆಯೇ ಸರಿ. ಈ ಹೆಂಗಸಿಗೆ ಹುಚ್ಚು. ಆದರೆ ಮತ್ತೆ ನೋಡುವಾಗ ಹಾಗಲ್ಲ.

"ನಮ...ನಮಸ್ಕಾರ."

"ಸಾಲದು, ನಿನ್ನ ಟೋಪಿಯನ್ನು ತಲೆಯಿಂದ ತೆಗಿ."

ಅವಳ ಧೈರ್ಯವೋ ಧೈರ್ಯ! ಸಾರ್ಜೆಂಟ್ ತನ್ನ ತಲೆಯ ಟೋಪಿ ತೆಗೆಯುತ್ತಾನೆ. ಅವನಿಗೆ ಸ್ವಲ್ಪ ಮುಜುಗರವಾಗುತ್ತದೆ.

"ಒಳ್ಳೇದು. ಇವನ್ಯಾರು ?"

"ಕುಳಿತ್ಕೊಳ್ಳಿ ಸಾರ್ಜೆಂಟ್."

"ನನಗೆ ವೇಳೆಯಾಗ್ತದೆ, ಯಾರೀತ ?"

ಈಗ ಖಂಡಿತ ಅವನು ಮುಂದುವರಿಯುತ್ತಾನೆ, ನನ್ನನ್ನು ಬಂಧಿಸುತ್ತಾನೆ.

"ಈ ಯುವಕ ಇದ್ದಾನಲ್ಲ, ಈತ ನನ್ನ ಅತ್ಯುತ್ತಮ ವಿದ್ಯಾರ್ಥಿ. ದಾಖಲೆ ಪತ್ರಗಳನ್ನು ಇಡೋದಕ್ಕೆ ಅವನು ನನಗೆ ಸಹಾಯ ಮಾಡ್ತಿದ್ದಾನೆ."

"ದಾಖಲೆಗಳು ?" ಸಾರ್ಜೆಂಟ್ ತನ್ನ ತಲೆ ತುರಿಸುತ್ತಾ ಕೇಳುತ್ತಾನೆ. ಬಳಿಕ ಪುನಃ ಪ್ರಶ್ನಿಸುತ್ತಾನೆ :

"ಕ್ರಾಂತಿಕಾರಿಗಳಲ್ಲಿ ಈತ ಒಬ್ಬನಲ್ಲ ತಾನೆ ? ಫಿಡೆಲ್‌ವಾದಿಯಲ್ಲವಷ್ಟೆ ?"

ನಾನು ಮೇಜಿನಡಿಯಲ್ಲಿ ನನ್ನ ಕಾಲುಗಳನ್ನು ಆಚೀಚೆ ಸರಿಸುತ್ತೇನೆ. ಅವುಗಳನ್ನು ಇದ್ದಲ್ಲಿಯೇ ಇರಿಸಲು ನನ್ನಿಂದಾಗುವುದಿಲ್ಲ.

ನನ್ನನ್ನು ತೋರಿಸುತ್ತಾ ಆಕೆ ಹೇಳುತ್ತಾಳೆ :

"ಯಾರು ಈತನೆ ? ಒಂದು ನೊಣವನ್ನು ಕೊಲ್ಲಲೂ ಆತನಿಂದ ಸಾಧ್ಯವಾಗದಪ್ಪ."

"ನೀವು ಹೇಳುವುದನ್ನು ದೃಢೀಕರಿಸಿ ಇದಕ್ಕೊಂದು ಸಹಿ ಹಾಕ್ತೀರಾ ?"

ಡಾಕ್ಟರ್ ನನ್ನತ್ತ ನೋಡುತ್ತಾಳೆ.

"ಹೌದು, ಹಾಕ್ತೇನೆ."

"ಹಾಗಾದ್ರೆ ಪೊಲೀಸ್ ಕಚೇರಿಗೆ ಬಂದು ಅಲ್ಲಿ ಸಹಿ ಹಾಕ್ತಿರಾ ?"

"ಅದು ಅಗತ್ಯವಿದೆಯೆ ?"

"ಖಂಡಿತ ಅಗತ್ಯವಿದೆ."

ಆಕೆಯೊಡನೆ ಆತ ಕೇಳುವುದು ವಿಪರೀತವಾಯಿತು. ಈ ಮುದುಕಿ ನನ್ನನ್ನು ಬಿಟ್ಟು ಕೊಡಲಿದ್ದಾಳೆ.

ತನ್ನ ಮನಸ್ಸನ್ನು ಪುನಃ ಸ್ತಿಮಿತಕ್ಕೆ ತಂದುಕೊಂಡು ಡಾಕ್ಟರ್ ಕೂಡಲೇ ಹೇಳುತ್ತಾಳೆ :

"ಹಾಗಿದ್ದರೆ ನಾನು ಬರ್ತೇನೆ."

ನಾನು ನೀಳವಾದ ನಿಟ್ಟುಸಿರು ಬಿಡುತ್ತೇನೆ, ಸಾರ್ಜೆಂಟ್ ಹೇಳಿದ :

"ಹಾಗಾದ್ರೆ ಅದನ್ನು ಅಷ್ಟಕ್ಕೇ ಬಿಟ್ಟುಬಿಡೋಣ. ನೀವು ಬರ್ಬೇಕಾದ ಅಗತ್ಯ ಖಂಡಿತ ಇಲ್ಲ. ಸಂಗ್ತೀನ್ನ ಖಚಿತಪಡಿಸಿಕೊಳ್ಳೋದಕ್ಕೆ ನಾನು ಹಾಗಂದೆ. ತಿಳೀತಲ್ವೇ ?"

"ಅದ್ಸರಿ, ಅದ್ಸರಿ. ಈ ಫಿಡೆಲ್‌ವಾದಿಗಳಿದ್ದಾರಲ್ಲ, ಇವನಂತಹ ಹುಡುಗರಿಗೆ ಅವರ ಕೆಲ್ಸವನ್ನೆ ಸರಿಯಾಗಿ ಮಾಡೋದಕ್ಕೂ ಅವರು ಬಿಡೋದಿಲ್ಲಾಂದ್ರೆ..."

"ಎಲ್ಲ ಅಧ್ಯಾಪಕರೂ ನಿಮ್ಮಂತೆ ಇದ್ರೆ ಡಾಕ್ಟರ್, ಪರಿಸ್ಥಿತಿಯೇ ಬೇರಾಗ್ತಿತ್ತು."

ಬಳಿಕ ನನ್ನನ್ನು ನೋಡಿ ಸಾರ್ಜೆಂಟ್ ಹೇಳಿದ :

"ಓದ್ಕೊಂಡಿರಪ್ಪಾ, ರಾಜಕೀಯದಲ್ಲಿ ಎಂದೂ ಸೇರ್ಬೇಡ. ಡಾಕ್ಟರಿಗೆ ಸಹಾಯ ಮಾಡ್ತಾ ಇರು."

ಅವನು ತನ್ನ ಟೋಪಿಯನ್ನು ತಲೆಗೇರಿಸಿಕೊಂಡ. ಇನ್ನೇನು ಅವನು ಹೋಗಲಿದ್ದ. ಆಗ ಜಗಲಿಯಲ್ಲಿ ಹೆಜ್ಜೆಗಳ ಸದ್ದು. ಇನ್ನೊಂದು ನಿಮಿಷದೊಳಗೆ ಈ ಸದ್ದು ಒಂದೋ ಇಲ್ಲಿ ಅಥವಾ ಆ ಬಾಂಬು ನನ್ನನ್ನು ನಪುಂಸಕನನ್ನಾಗಿ ಮಾಡಿದ ಕಾರ್ – ತಂಗುದಾಣದಲ್ಲಿ ಕೇಳಿಬರಲಿದೆ. ಇವೆರಡರಲ್ಲಿ ಎಲ್ಲಿ ?

ಉಪನ್ಯಾಸ ಕೋಣೆಯ ಬಾಗಿಲಹಿಂದೆ ಪೊಲೀಸರು ಅಡಗಿ ನಿಲ್ಲುತ್ತಾರೆ. ಸಾರ್ಜೆಂಟ್ ಹೇಳುತ್ತಾನೆ :

"ಆತ ಒಳಬರಲಿ, ಬಹುಶಃ ಕೆಂಪಣ್ಣಗಳಲ್ಲಿ ಒಬ್ಬನಿರಬಹುದು."

ಅದು ಆ ದರಿದ್ರ ವಕ್ರಕಾಮಿ ಸಾಲಸ್. ಆ ಕ್ಷಣದಲ್ಲಿ ನನಗೆಲ್ಲ ಸ್ಮರಣೆಗೆ ಬರುತ್ತದೆ. ನನ್ನ ಗತಿ ಮುಗಿದಂತೆಯೇ ಸರಿ. ಅವನಿಗೆ ಮರೆತು ಹೋಗಿರದಿದ್ದರೆ ನನ್ನ ಗತಿ ಮುಗಿದಂತೆಯೇ ಸರಿ, ಅವನು ಮರೆತುಬಿಟ್ಟಿರಬೇಕೆಂದೇ ನಾನು ಯೋಚಿಸುತ್ತೇನೆ – ಆತ್ಮ ಧೈರ್ಯಕ್ಕಾಗಿ. ಆ ಕ್ಷಣದಲ್ಲಿ ಅವನ ಕೂಡ ಹಾಗೆಯೇ ಯೋಚಿಸುತ್ತಿರಬೇಕು. ಆದರೆ ನನ್ನ ತಿಳಿವಳಿಕೆ ತಪ್ಪಾಗಿತ್ತು. ಅವನ ಎಣಿಕೆಯೂ ತಪ್ಪಾಗಿ ಹೋಗಲಿದೆ.

ಅದು ನನ್ನ ಕಾಲೇಜು ಅಭ್ಯಾಸದ ಮೊದಲ ವರುಷ. ಆಗ ಎಲ್ಲರೂ ಎನ್ನುತ್ತಿದ್ದರು :

"ಅವನೊಬ್ಬ ಮಹಾ ವಕ್ರಕಾಮಿ, ತರಗತಿಯಲ್ಲಿ ಹುಡುಗರ ಬೆನ್ನು ಹತ್ತಿ ಹೋಗ್ತಾನೆ."

"ಹಾಗೋ ?"

ಆದರೆ ಅದು ನನಗೆ ಸಂಬಂಧಪಟ್ಟ ವಿಷಯವಾಗಿರಲಿಲ್ಲ – ಆಗ. ನನ್ನ ಪಾಲಿಗೆ ಅದೊಂದು ಕಟ್ಟುಕತೆ ಅಥವಾ ಅಪನಿಂದೆ.

"ಅವನನ್ನು ಲುಲು ಎಂದು ಕರೆಯುತ್ತಾರೆ."

ಮೂರನೆಯ ವರುಷದಲ್ಲಿ ಪರಿಸ್ಥಿತಿ ಬದಲಾಯಿತು. ಆತನಾಗ ನಮಗೆ ಮನೋವಿಜ್ಞಾನದ ಪ್ರಾಧ್ಯಾಪಕನಾಗಿ ಬಂದಿದ್ದ.

"ಅವನಿಗೆ ನಿನ್ನ ಮೇಲೆ ಮನಸ್ಸಾಗಿದೆ; ಆತ ನಿನ್ನನ್ನು ಮೋಹಿಸ್ತಿದ್ದಾನೆ" ಎಂದು ನನ್ನ ಸಹಪಾಠಿಗಳು ಹೇಳತೊಡಗಿದರು.

ನಾನದನ್ನು ಹೆಚ್ಚಾಗಿ ಗಮನಕ್ಕೆ ತೆಗೆದುಕೊಳ್ಳಲಿಲ್ಲ. ಅನಂತರ ಬಂದಿತು ಪ್ರಶ್ನೆ :

"ಅವನು ನಿನಗೆ 100 ಮಾರ್ಕು ಕೊಟ್ಟನೆ ? ಹಾಳಾಗಿಹೋಯಿತು ! ನೀನು ಎಚ್ಚರದಿಂದಿರು. ಅವನು ನಿನ್ನನ್ನು ಬಗಲಿಗೆ ಹಾಕೋದಕ್ಕೆ ಪ್ರಯತ್ನಿಸ್ತಿದ್ದಾನೆ."

ಇದರಲ್ಲೇನೋ ಇದೆಯೆಂದು ನನಗೆ ಗೊತ್ತಿತ್ತು. ಆದರೆ ಜನ ಈ ಬಗ್ಗೆ ಮಾತನಾಡುವುದನ್ನು ಕೇಳಿ ನನಗೆ ರೇಗಿಹೋಯಿತು.

"ಆ ಚಿಂಕ್ ಇದ್ದಾನಲ್ಲ – ಅವನು ಸಾಲಸ್‌ನ ಬಲೆಗೆ ಬಿದ್ದು ಬಿಟ್ಟ."

ನನ್ನನ್ನು ಕೋಪೋದ್ರಿಕ್ತನನ್ನಾಗಿ ಮಾಡಿದ್ದು ಜನರಾಡುತ್ತಿದ್ದ ಈ ಮಾತು. ಜನರ ಈ ಮಾತು, ತರಗತಿಯಲ್ಲಿ ಅವನು ನನ್ನನ್ನು ನೋಡುತ್ತಿದ್ದ ರೀತಿ ಮತ್ತು ಶೌಚಾಗಾರದಲ್ಲಿ, ತಾನು ಯಾವಾಗಲೂ ಹೋಗುತ್ತಿದ್ದ ವಿದ್ಯಾರ್ಥಿಗಳ ಶೌಚಾಗಾರದಲ್ಲಿ, ನನ್ನ ಮೇಲೆ ಆತ ಬೀರುತ್ತಿದ್ದ ನೋಟ – ಇವನ್ನೆಲ್ಲ ನಾನು ಸಹಿಸದಾದೆ.

"ಇದು ಶುದ್ಧ ಸುಳ್ಳು" ನಾನೆಂದೆ.

"ಹಾಗೆಂದು ರುಜುಗೊಳಿಸು, ಅದೂ ಬಹಿರಂಗವಾಗಿ."

ಅದಕ್ಕೆ ಮಾಡಬೇಕಾಗಿದ್ದ ಉಪಾಯವನ್ನು ಸೂಚಿಸಿದ್ದು ನನ್ನ ಗೆಳೆಯರು. ಅದರಂತೆ

ಮಾಡುವ ಮನಸ್ಸು ನನಗಿರಲಿಲ್ಲ. ಆದರೆ ನನ್ನ ಪುರುಷತ್ವವನ್ನು ಸಾಬೀತು ಮಾಡಬೇಕೆಂದು ಅವರು ನನಗೆ ತಿಳಿಸಿದರು. ಸಲಿಂಗಸಂಗಿ ಎಂದು ಹೇಳಲಾಗುತ್ತಿರುವ ಹುಡುಗನೊಬ್ಬ ತಮ್ಮ ಗಂಪಿನಲ್ಲಿ ಉಳಿಯಲು ಸಾಧ್ಯವಿಲ್ಲವೆಂದರು. ಹೀಗೆ ಆ ಉಪಾಯವನ್ನು ಸೂಚಿಸಿದ್ದು ನನ್ನ ಗೆಳೆಯರು. ಹುಡುಗಿಯರ ಸಮೇತ ಎಲ್ಲರೂ ನಾನು ಹಾಗೆ ಮಾಡಲೇಬೇಕೆಂದು ಒತ್ತಾಯಿಸಿದರು. ಆದ್ದರಿಂದ ಅವರೆಂದಂತೆ ನಡೆಯದಿರಲು ಇನ್ನು ನನ್ನಿಂದ ಸಾಧ್ಯವಿರಲಿಲ್ಲ.

"ನೀನು ಹಾಗೆ ಮಾಡ್ದೇಹೋದ್ರೆ ಅದು ಸತ್ಯಾಂತ ನಾವು ನಂಬ್ತೇವೆ."

ಹೀಗಾಗಿ ನಾನು ಹಾಗೆಯೇ ಮಾಡಿದೆ. ಹಾಗೆ ಮಾಡಿದ್ದು ಮೂರನೇ ಸಲ ಆತ ನಮ್ಮ ತರಗತಿಗೆ ಬಂದಾಗ. ಅವರೆಲ್ಲರೂ ಅದನ್ನು ನಿರೀಕ್ಷಿಸಿದ್ದರು. ಆದ್ದರಿಂದ ಸಾಲಸ್‌ನನ್ನು ಎಂದಿನಂತೆ ಅವರು ಅಂದು ಗೇಲಿ ಮಾಡಲಿಲ್ಲ. ಬಹುಶಃ ನಾನು ಅಂದು ಬೆಳಿಗ್ಗೆ ಸ್ವಲ್ಪ ಕುಡಿದಿರಬೇಕೆಂದು ನನ್ನ ನೆನಪು. ಹೌದು ಖಂಡಿತಕ್ಕೂ ಕುಡಿದಿದ್ದೆ, ಧೈರ್ಯಕ್ಕಾಗಿ. ದೆವ್ವದ ಧಾರ್ಷ್ಟ್ಯ ನನಗೆ ತರಗತಿಯಲ್ಲಿ ಬಂದಂತಿತ್ತು.

"ನಿಮಗೆಲ್ಲರಿಗೂ ನಮಸ್ಕಾರ."

ಈ ಮಾತನ್ನು ಸಾಲಸ್ ತನ್ನ ಎಂದಿನ ಉಚ್ಚ ಸ್ವರದಲ್ಲಿ ಹೇಳುತ್ತಾ ಎಂದಿನಂತೆ ಕೈಝುಳಪಿಸುತ್ತಾ ತರಗತಿ ಹೊಕ್ಕ.

ಟಾ–ಟಾ–ಟಾ–ಟಾ !

ತರಗತಿಯ ಮಧ್ಯದಲ್ಲಿ ನಿಂತು ನಾನು ಸಾರಿದೆ.

"ಸಂಬಂಧಪಟ್ಟ ಎಲ್ಲರಿಗೂ ತಿಳಿಯಪಡಿಸುವುದೇನೆಂದರೆ, ಹೆಣ್ಣಿಗನೆಂದು ಹೇಳಲಾದ (ಯಾರೋ ಒಬ್ಬ 'ವಕ್ರಕಾಮಿ' ಎಂದು ಕೂಗಿದ) ಪ್ರೊಫೆಸರ್ ಸಾಲಸ್‌ನಿಗೆ ಮತ್ತು ಕಾರ್ಲೊಸ್ ಘುಆಂತಿಸ್ ಷಾಂಗ್ ಯಾನೆ ಚಿಂಕ್‌ನಿಗೆ ಅಂದರೆ ನನಗೆ, ಸಮಾನ ಅಭಿರುಚಿಗಳಾಗಲಿ ಅಥವಾ ಸಂಬಂಧಗಳಾಗಲಿ ಇಲ್ಲ ಅಂತ ಈ ಮೂಲಕ ನಾನು ಘಂಟಾಘೋಷವಾಗಿ ಸಾರ್ತೇನೆ."

ಆಗ ರಾಲ್ಲೊ ತನ್ನ ತುತ್ತೂರಿಯನ್ನು ಪುನಃ ಬಾರಿಸಿದ.

ಟಾ–ಟಾ–ಟಾ–ಟಾಽಽ

ಅವನ ಸಂಗೀತದ ತಾಳಕ್ಕೆ ಸರಿಯಾಗಿ ತರಗತಿಯ ಅರ್ಧದಷ್ಟು ವಿದ್ಯಾರ್ಥಿಗಳು ಹೊರ ನಡೆದರು.

ಹುಡುಗಿಯೊಬ್ಬಳೆಂದಳು ; "ಅಸಹ್ಯಕರ !"

ಬಾಬ್ಬಿ ಒಂದು ಸುತ್ತು ತಿರುಗಿ ನಾಲಿಗೆ ಹೊರ ಚಾಚಿದ. ಅನಂತರ ನಮ್ಮನ್ನು ತರಗತಿಯಿಂದ ಹೊರ ಹಾಕಿ ಒಂದು ವಾರ ಅಮಾನತು ಮಾಡಲಾಯಿತು.

"ಹೋಗ್ತಾ ಇದ್ದೀರಾ ಸಾರ್ಜೆಂಟ್ ?" ಡಾಕ್ಟರ್ ಪರಾದ ಕೇಳಿದರು.

"ಹೌದು, ಫಿಡೆಲ್‌ವಾದಿಗಳನ್ನು ನಾನು ಹುಡುಕ್ತಿದೇನೆ. ಆದರೆ ಒಬ್ಬರು ಇಲ್ಲಿರುವಂತೆ ಕಾಣೋದಿಲ್ಲ."

ನನಗೆ ಗೊತ್ತು– ಅವನೀಗ ನನ್ನ ಗುಟ್ಟನ್ನು ರಟ್ಟುಮಾಡಿಯೇ ಬಿಡುತ್ತಾನೆ. ಅವನ ವಿಲಕ್ಷಣವಾದ ಸೇಡು ತೀರಿಸುವ ನಂಜಿನ ನಗೆಯಿಂದಲೇ ನಾನದನ್ನು ತಿಳಿದುಕೊಂಡೆ.

"ಈ ಹುಡುಗನ ಕುರಿತು ಗೊತ್ತಿಲ್ವ ಸಾರ್ಜೆಂಟ್ ? ಇವನು ಈ ಕಾಲೇಜಿನ ಕ್ರಾಂತಿಕಾರಿಗಳ ನಾಯಕ."

ಅನಂತರ ಎರಡು ತಿಂಗಳ ಸೆರೆಮನೆವಾಸ. ತನ್ನ ತಲೆ ಬುರುಡೆಗೆ ಪೆಟ್ಟು ಬಿತ್ತು. ಮೂರು ಪಕ್ಕೆಲುಬುಗಳು ಮುರಿದವು, ಶ್ವಾಸಕೋಶ ಒಡೆಯಿತು. ಎಲ್ಲ ವಕ್ರಕಾಮಿಯ ದಯೆಯಿಂದ.

ಆ ವ್ಯಕ್ತಿ ಈ ಹಾದಿಯಲ್ಲಿ ಈಗ ಬರಲಿದ್ದಾನೆ, ಒಂದು ನಿಮಿಷದೊಳಗೆ ಅವನಿಲ್ಲಿ ಇರುತ್ತಾನೆ...

...ಇದಕ್ಕಾಗಿ ಮೂರು ವರುಷಗಳಿಂದ ನಾನು ಕಾಯುತ್ತಿದ್ದೇನೆ. ನನ್ನನ್ನು ಸ್ಪಷ್ಟವಾಗಿ ಗುರುತಿಸುವಂತೆ ನಾನವನಿಗೆ ಅವಕಾಶ ನೀಡುತ್ತೇನೆ. ತನಗೆ ಹೀಗೆ ಮಾಡಿದವರಾರೆಂದು ಆಗ ಅವನಿಗೆ ಗೊತ್ತಾಗುತ್ತದೆ.

"ಘುಆಂತಿಸ್ ಷಾಂಗ್! ನಿನಗೆ ನಾನು ಕೃತಜ್ಞ" ಎಂದು ಅವನೆನ್ನುತ್ತಾನೆ, ಯಾವ ಸಂದೇಹವೂ ಇಲ್ಲದೆ ಅವನು ಬರುತ್ತಿದ್ದಾನೆ. ಸಭೆಯಲ್ಲಿ ಅವನನ್ನು ಆಪಾದಿಸದಿದ್ದುದಕ್ಕಾಗಿ ಅವನು ನನಗೆ ಧನ್ಯವಾದ ಅರ್ಪಿಸುತ್ತಾನೆ. ಅವನಿಗೆ ಗೊತ್ತಿಲ್ಲ.

"ನಿನಗೆ ತುಂಬಾ ಕೃತಜ್ಞತೆಗಳು."

ಹಾಗೆ ಅವನು ಮತ್ತೊಮ್ಮೆ ಹೇಳುತ್ತಾನೆ, ಯಾಕೆಂದರೆ ನಾನು ಕಂಕುಳ ಊರುಗೋಲನ್ನು ಏರಿಸುತ್ತಿರುವುದು ಅವನಿಗೆ ಕಾಣಿಸುವುದಿಲ್ಲ, ನನ್ನ ಕೈಯಲ್ಲಿರುವ ಚೂರಿ ಅವನಿಗೆ ತೋರುವುದಿಲ್ಲ.

○ ರೆನಾಲ್ಡೊ ಗೊಂಜಾಲಿಜ್

ಜೀಪ್‌ನಲ್ಲಿದ್ದ ನಾಲ್ವರು

ನೆಲದ ಮೇಲೆ, ರಸ್ತೆಯ ಜಲ್ಲಿಕಲ್ಲಿನ ಒದ್ದೆ ಪದರಗಳ ಮೇಲೆ ಬೆಳಕಿನ ಒಂದು ಚೌಪಟ್ಟಿ – ಇಷ್ಟು ಮಾತ್ರ ಈಗ ಉಳಿದಿತ್ತು. ದಾರಿ ನಡೆಯುವವರ ಪಾದಗಳು ಆ ಬೆಳಕಿನಲ್ಲಿ ಒಂದು ಕ್ಷಣ ಕಾಣಿಸಿಕೊಂಡು ಮತ್ತೆ ಕತ್ತಲೆಯಲ್ಲಿ ಮರೆಯಾಗುತ್ತಿದ್ದವು. ಅದರಿಂದಾಚೆ ರಸ್ತೆಯ ದೀಪಕಂಬದಲ್ಲಿ ಒಂದು ಕಿರುದೀಪ ಕೂಡ ಬೆಳಗುತ್ತಿತ್ತು. ಮುಂದೆ ಮುಂದೆ ಹೋದಂತೆ ಇತರ ದೀಪಗಳು. ದೊಡ್ಡ ಕಪ್ಪು ಬಟ್ಟೆಯೊಂದರಲ್ಲಿನ ಪುಟ್ಟ ತೂತುಗಳಂತೆ ಆ ರಾತ್ರಿಯಲ್ಲಿ ಅವು ಕಾಣುತ್ತಿದ್ದವು. ಆ ಕಟ್ಟಡದ ರೂಪರೇಖೆಗಳು ಕತ್ತಲೆಯೊಂದಿಗೆ ಕಲಸಿಹೋದಂತೆ ತೋರುತ್ತಿದ್ದವು. ಒಲ್ಲದ ತಿಳಿಗಾಳಿಯೊಂದು ಕಾಲ್ದಾರಿಗಳ ಮೇಲೆ ಕಾಗದದ ಚೂರುಗಳನ್ನು ಆಚೀಚೆ ಎಳೆಯುತ್ತಿತ್ತು. ಒಮ್ಮೆಗೇ ಬೆಳಕಿನ ಚೌಪಟ್ಟಿ ನಂದಿಹೋಯಿತು. ಅದರೊಂದಿಗೇ ಬಾಗಿಲನ್ನು ಮುಚ್ಚಿಕೊಂಡು ಈವಾ ಹೊರಬಂದಳು. ಈವಾಳ ಸಮೇತ ಆ ಕೋಣೆಯಲ್ಲಿ ಈ ಮೊದಲು ಆರು ಮಂದಿಯಿದ್ದರು. ನಸುಬಣ್ಣದ ಬ್ರೀಫ್‌ಕೇಸೊಂದು ಹಾಗೂ ಕೆಲವು ಕಾಗದ ಪತ್ರಗಳಿದ್ದ ಒಂದು ಫೋಲ್ಡರ್ ಆಕೆಯ ಕೈಗಳಲ್ಲಿತ್ತು. ಗಡಿಯಾರ ಹನ್ನೆರಡು ಹೊಡೆಯಿತು. ತಂಗಾಳಿ ಬೀಸುತ್ತಿದ್ದರೂ ಬೇಸಗೆಯ ಸೆಕೆ ಎಂದಿನಂತೆಯೇ ಇತ್ತು. ಆ ಗಳಿಗೆಯಲ್ಲಿ ಹಾದಿಯಲ್ಲಿ ಹೋಗುತ್ತಿದ್ದ ಜನರೇ ಬಹಳ ಕಡಿಮೆ. ಅಲ್ಲದೆ ಅವರು ಕೂಡ ವೇಗವಾಗಿ ನಡೆಯುತ್ತಿದ್ದರು. ಇದಕ್ಕೆ ಸೆಕೆ ಮತ್ತು ಅವಸರಗಳಲ್ಲದೆ ಬೇರೆ ಕಾರಣಗಳೂ ಇದ್ದವು. ಆದರೆ ಯಾರೂ ಈ ಕುರಿತು ಮಾತನಾಡುತ್ತಿರಲಿಲ್ಲ. ಕನಿಷ್ಠ ಪಕ್ಷ ರಸ್ತೆಗಳಲ್ಲಂತೂ ಹೇಳುತ್ತಿರಲಿಲ್ಲ, ಮನೆಗಳ ಬಾಗಿಲುಗಳು ಭದ್ರವಾಗಿ ಮುಚ್ಚಿದ್ದವು.

ನಿದ್ರಿಸುತ್ತಿರುವ ಮಗುವಿನಂತೆ ನಗರ ಶಾಂತವಾಗಿತ್ತು.

ಈವಾ ಆಗಸದತ್ತ ನೋಡಿದಳು, ಮಳೆ ಬರುವಂತಾಗಿದ್ದರೆ, ಎಂದಾಕೆ ಯೋಚಿಸಿಕೊಂಡಳು. ಬಸ್ ನಿಲ್ದಾಣಕ್ಕೆ ತಲಪುವ ತನಕ ವೇಗವೇಗವಾಗಿ ಹೆಜ್ಜೆ ಹಾಕಿದಳು.

ಬಸ್‌ನಲ್ಲಿ ಮೀಸೆಯ ಮನುಷ್ಯನೊಬ್ಬ ಅರೆಮುಚ್ಚಿದ

ಕಣ್ಣುಗಳಿಂದ ಈವಾಳನ್ನು ಒಂದು ಕ್ಷಣ ದಿಟ್ಟಿಸಿದ. ಒಗಟಿನಂಥ ನಸುನಗೆ ಬೀರಿದ. ಪ್ರಾಯಶಃ ಈಕೆ ಸುಂದರಿಯಾಗಿದ್ದಾಳೆ ಎಂದಾತ ಭಾವಿಸಿರಬೇಕು. ಆದರೆ ಮರುಕ್ಷಣದಲ್ಲಿ ಆತ ತನ್ನ ತಲೆಯನ್ನು ಪುನಃ ತಗ್ಗಿಸಿದ. ಮತ್ತೊಂದು ನಿಮಿಷದೊಳಗೆ ಅವನು ನಿದ್ದೆಹೋದ. ಅಥವಾ ನಿದ್ದೆ ಹೋದವನಂತೆ ನಟಿಸಿದ. ಆದರೂ ಅವನ ಮುಗುಳ್ನಗೆ ಹಾಗೆಯೇ ಇತ್ತು. ಆತನ ಮುಖಭಾವವನ್ನು ನೋಡಿ ಈವಾಳಿಗೆ ತನ್ನ ತಂದೆಯ ನೆನಪು ಬಂದಿತು. ಯಾಕೆಂದರೆ ಅವಳಿಗೆ ಬೆನ್ನು ಹಾಕಿ ತನ್ನ ಮಡಚಿದ ತೋಳುಗಳ ಮತ್ತು ಹರಿದ ಪುಸ್ತಕಗಳ ಮೇಲೆ (ಈ ಪುಸ್ತಕಗಳಿಂದಲೇ ಆತ ಕೆಲವು ವಾಕ್ಯಗಳನ್ನು ಉದ್ಧರಿಸಿ ಕಾಯಬೆರಿಯಾದಲ್ಲಿ ಆಕೆಯಿದ್ದಾಗ ಅವಳಿಗೆ ಬರೆಯುತ್ತಿದ್ದ ಪತ್ರಗಳಲ್ಲಿ ಸೇರಿಸುತ್ತಿದ್ದ; 'ದೇವರು ನನ್ನ ಕುರುಬ, ನನಗೆ ಯಾವುದಕ್ಕೂ ಕೊರತೆಯಿಲ್ಲ.') ಮಲಗುತ್ತಿದ್ದಾಗ ಅವನೂ ಹೀಗೆ ಕಾಣಿಸುತ್ತಿದ್ದ. ಆಗ ಆಕೆ ಆತನ ಭುಜಗಳನ್ನು ಮೆಲ್ಲಗೆ ತಟ್ಟುತ್ತಿದ್ದಳು.

"ಈಗ ಗೊತ್ತಾಯಿತೇ ಅಪ್ಪ? ಇಷ್ಟೆಲ್ಲ ಓದಿ ನಿನಗೆ ಆಯಾಸವಾಗಿದೆ."

ಬಳಿಕ ಆ ವೃದ್ಧನನ್ನು ಈವಾ ಆತನ ಹಾಸಿಗೆಯತ್ತ ಒಯ್ಯುತ್ತಿದ್ದಳು.

ಬೆಳಿಗ್ಗೆ ತನ್ನ ಕಚೇರಿಗೆ ಹೊರಡುವ ಮೊದಲು ಎಲ್ಲವೂ ಸರಿಯಾಗಿದೆಯೇ, ನೆಟ್ಟಗಿದೆಯೋ ಎಂಬುದನ್ನು ಆಕೆ ಖಚಿತಪಡಿಸಿಕೊಳ್ಳುತ್ತಿದ್ದಳು. ಮನೆಯಲ್ಲಿ ಒಬ್ಬ ಗಂಡಸಿನ ತುರ್ತು ಅವಶ್ಯವಿದೆ ಎಂದಾಕೆ ಯೋಚಿಸುತ್ತಿದ್ದಳು. ಇಸ್ಮಯೆಲ್ ಸಿಯೆರ್ರಾಕ್ಕೆ ತೆರಳಿದ್ದ. ಹೀಗಾಗಿ ತಂದೆಯನ್ನು ನೋಡಿಕೊಳ್ಳಲು ಆಕೆ ಸಂಜೆ ಬೇಗನೇ ಹಿಂದೆ ಬರಬೇಕಾಗುತ್ತಿತ್ತು.

ಬಸ್‌ನಲ್ಲಿ ಟೋಪಿ ಧರಿಸಿದ್ದ ನೀಗ್ರೋ ಒಬ್ಬನಿದ್ದ. ಆತ ಅಂದಿನ ಚಲಚಿತ್ರದ ಕಾರ್ಯಕ್ರಮಗಳನ್ನು ಓದುತ್ತಿದ್ದ. ಬಸ್‌ನ ಅಲುಗಾಟದಿಂದ ಅದನ್ನು ಓದಲು ಅವನಿಗೆ ಕಷ್ಟವಾಗುತ್ತಿತ್ತು. ಟೋಪಿ ಧರಿಸಿದ್ದ ಆ ಉದ್ದನೆಯ ನೀಗ್ರೋನತ್ತ ಈವಾ ದೃಷ್ಟಿ ಹರಿಸಿದಳು. ಆದರೆ ಆಕೆ ಅವನ ಬಗ್ಗೆ ಯೋಚಿಸುತ್ತಿರಲಿಲ್ಲ; ಬದಲು ಮರುದಿನ ತಾನು ಮಾಡಬೇಕಾಗಿದ್ದ ಕೆಲಸಗಳನ್ನು ಕುರಿತು ಚಿಂತಿಸುತ್ತಿದ್ದಳು. ಹೀಗೆ ಯೋಚನೆ ಮಾಡುವುದಕ್ಕಾಗಿ ಆಕೆ ರಸ್ತೆಬದಿಗಳಲ್ಲಿ ಕತ್ತಲೆಡೆಯಿಂದ ಶೀಘ್ರವಾಗಿ ತೋರಿ ಮರೆಯಾಗುತ್ತಿದ್ದ ವಸ್ತುಗಳ ಮೇಲೆ ಕಣ್ಣಾಡಿಸತೊಡಗಿದಳು. ಮೀಸೆ ಹೊತ್ತು ಮುಗುಳ್ನಗುತ್ತಿದ್ದ ಆ ಮನುಷ್ಯ ಮುಂದಿನ ನಿಲುಗಡೆಯಲ್ಲಿ ಬಸ್‌ನಿಂದಿಳಿದ. ತನ್ನ ಲಂಗದ ಮಡಿಕೆಗಳನ್ನು ನಿರಿಮಾಡಿ ಈವಾ ಬಸ್‌ನ ಬದಿಗೆ ಬೆನ್ನು ಆನಿಸಿ ಕುಳಿತಳು, ಕಿಟಕಿಗಳ ಮೂಲಕ ಬಂದ ತಂಗಾಳಿ ಆಕೆಯ ಕಣ್ಣಾಲಿಗಳಿಗೆ ಬಡಿಯಿತು.

ದೇವರ ದಯೆಯಿಂದ ತನ್ನ ತಂದೆ ನಾಳೆ ಕಾಯಬೆರಿಯಾಕ್ಕೆ ಹೊರಡುತ್ತಾನೆ, ಎಂದಾಕೆ ಯೋಚಿಸತೊಡಗಿದಳು. ಅವನು ಯಾವುದಕ್ಕೂ ಚಿಂತೆಮಾಡದಂತೆ ತಾನು ನೋಡಿಕೊಳ್ಳ ಬೇಕೆಂದು ಅವಳು ನಿರ್ಧರಿಸಿದಳು. ಬಸ್‌ನ ಕಂಡಕ್ಟರ್ ಮುಂಭಾಗದ ಸೀಟೊಂದರಲ್ಲಿ ಹೋಗಿ ಕುಳಿತುಕೊಂಡ, ಚಾಲಕನೊಡನೆ ಮಾತನಾಡತೊಡಗಿದ.

ಆಕೆ ಯೋಚಿಸುತ್ತಲೇ ಇದ್ದಳು.

"ಸರಿ ಹಾಗಾದರೆ, ನಿನಗೆ ಆ ಔಷಧಿ ದೊರೆತರೆ ನನಗೆ ತಿಳಿಸು. ಆಗ ನಾನದನ್ನು ಅದೆಲಾಳಿಗೆ ಒಯ್ದು ತಲಪಿಸಬಹುದು. ಅನಂತರ ಅವಳು ನನಗೆ ತೊಂದರೆ ನೀಡಲಾರಳು."

"ಅಪ್ಪ ತೀರಾ ಮುದುಕ, ಈಗಿನ ಪರಿಸ್ಥಿತಿ ಅವನಿಗೆ ಹೆಚ್ಚೆಚ್ಚು ಕಷ್ಟಕರವಾಗುತ್ತ ಬರ್ತಿದೆ. ಅಲ್ಲಿ ಅವನನ್ನು ನೋಡಿಕೊಳ್ಳಲು ಯಾರಾದರೂ ಇದ್ದೇ ಇರುತ್ತಾರೆ. ಹೀಗಿದ್ದರೂ

ಘಟನೆಗಳು ರೂಪುಗೊಳ್ಳೋದನ್ನು ನೋಡಿದರೆ..."

ದೂರದಲ್ಲಿ ಒಂದು ಆಸ್ಫೋಟದ ಶಬ್ದ. ರಾತ್ರಿ ಕಾಲದ ಈ ಆಸ್ಫೋಟಗಳು ಅವರಿಗೆ ವಾಡಿಕೆಯಾಗಿಹೋಗಿದ್ದವು.

ಈವಾ ಸುತ್ತಲೂ ನೋಡಿದಳು. ಬಸ್‌ನ ಪ್ರಯಾಣಿಕರಾದರೋ ಒಬ್ಬರನ್ನೊಬ್ಬರು ಪರೀಕ್ಷಕ ದೃಷ್ಟಿಯಿಂದ ದಿಟ್ಟಿಸುತ್ತಿದ್ದರು. ನಸು ಹೊಂಬಣ್ಣದ ಕೂದಲಿನ ತೆಳ್ಳಗಿನ ಹೆಂಗಸೊಬ್ಬಳು ತನ್ನ ತೊಡೆಯ ಮೇಲೆ ಮಲಗಿದ್ದ ಮಗುವಿನ ತಲೆಯ ಮೇಲೆ ಕೈಯಾಡಿಸಿದಳು. ಚಲಚಿತ್ರದ ಕಾರ್ಯಕ್ರಮಗಳನ್ನು ಓದುತ್ತಿದ್ದ ಎತ್ತರದ ನೀಗ್ರೋ ತನ್ನ ಓದನ್ನು ನಿಲ್ಲಿಸಿದ, ಆ ಪಟ್ಟಿಯನ್ನು ಮಡಚಿ ತನ್ನ ಶರಾಯಿಯ ಜೇಬಿನೊಳಗಿಟ್ಟ. ಯಾರೂ ಮಾತನಾಡುತ್ತಿರಲಿಲ್ಲ. ಆದರೆ ಅಲ್ಲೇನೂ ಮೌನ ಆವರಿಸಿರಲಿಲ್ಲ. ಮೋಟರ್‌ನ ಶಬ್ದ ಕೇಳುತ್ತಲೇ ಇತ್ತು. ಡ್ರೈವರನೊಡನೆ ಸಂಭಾಷಿಸಲು ಕಂಡಕ್ಟರ್ ಇನ್ನಷ್ಟು ಹತ್ತಿರಕ್ಕೆ ಹೋದ. ಇದೀಗ ಅವನ ಬೆನ್ನು ಮಾತ್ರ ಕಾಣಿಸುತ್ತಿತ್ತು.

ಅವನು ಅವಳಿಗೆ ಬೆನ್ನು ಮಾಡಿ ನಿಂತಿದ್ದ. ಅವನ ಹೆಗಲು ಆಕೆಯ ಮತ್ತು ಟೆಲಿಫೋನ್‌ಗಳ ನಡುವೆ ಇದ್ದಿತು. ಆತನ ಕೈಯಲ್ಲೊಂದು ಕಾಗದದ ಹಾಳೆ. ತಾನು ಮಾತನಾಡುತ್ತಿದ್ದಾಗಲೆಲ್ಲ ಆತ ಅತ್ತಿತ್ತ ಚಲಿಸುತ್ತಿದ್ದ. ಈವಾ ಕಾಗದ ಪತ್ರಗಳನ್ನು ಕಡತದಲ್ಲಿ ಕಟ್ಟಿ ಇಡುತ್ತಿದ್ದಳು; ಟಿಪ್ಪಣಿಗಳನ್ನು ಬರೆದುಕೊಳ್ಳುತ್ತಿದ್ದಳು; ಫೋನ್ ಕರೆಗಳಿಗೆ ಉತ್ತರವನ್ನು ನೀಡುತ್ತಿದ್ದಳು. ಆದರೆ ಈ ಕೆಲಸಗಳನ್ನು ಮಾಡುತ್ತಿದ್ದಂತೆ, ಆಕೆ ಅವನನ್ನೇ ಗಮನಿಸುತ್ತಿದ್ದಳು. ಬಳಿಕ ಅವಳು ಕಿಟಕಿಯ ಬಾಗಿಲುಗಳನ್ನು ತೆರೆದಾಗ ಮುಂಜಾನೆಯ ಪ್ರಭೆ ಕಚೇರಿಯನ್ನು ಬೆಳಗಿತು. ಅನಂತರ ಆಕೆ ತನ್ನ ಟೈಪ್‌ರೈಟರ್ ಬಳಿ ಕುಳಿತಳು. ಮೊದಲ ಪತ್ರಗಳನ್ನು ಟೈಪ್ ಮಾಡಿದಳು. ಬಳಿಕ ಒಂಬತ್ತು ಗಂಟೆಯ ವೇಳೆಗೆ ತನ್ನ ಟಿಪ್ಪಣಿ ಹಾಳೆಯಲ್ಲಿ ಆತ ಬರೆದಿಟ್ಟಿದ್ದಂತೆ, ಅವಳು ಕೆಲವು ಫೋನ್ ಕರೆಗಳನ್ನು ಮಾಡತೊಡಗಿದಳು. ಆತ ಅತ್ತಿಂದಿತ್ತ ನಡೆಯುತ್ತ ಕಾಯುತ್ತಿದ್ದ. ತನ್ನ ಕೂದಲೆಳೆದುಕೊಂಡು ಬೊಬ್ಬಿಡುತ್ತಿದ್ದ ಮುದುಕ ಹೋಗಿಬಿಟ್ಟಿದ್ದ. ಆದುದರಿಂದ ಈಗ ಆತ ಒಬ್ಬನೇ ಇದ್ದ. ಆಕೆ ಅಲ್ಲಿಂದ ಹೊರಡಲು ನಿಶ್ಚಿತವಾಗಿದ್ದ ವೇಳೆ ಹತ್ತುವರೆ. ಗಡಿಯಾರದ ಮುಳ್ಳು ಆ ಸಮಯವನ್ನು ತೋರಿಸುತ್ತಿದ್ದಂತೆ ಕೆಲವು ಪತ್ರಗಳನ್ನು ಆಕೆ ಬುಟ್ಟಿಗೆ ಎಸೆಯುತ್ತಿದ್ದಳು.

ಆಕೆ ಕಚೇರಿ ಕೊಠಡಿಯ ಮುಂದಣ ಸಣ್ಣ ಜಗಲಿಯನ್ನು ದಾಟಿ ಹೊರ ನಡೆದಳು.

ನರೆತ ಕೂದಲಿನ, ಉದ್ದನೆಯ ವ್ಯಕ್ತಿಯೊಬ್ಬ ಆಕೆಯನ್ನು ತಡೆದು ನಿಲ್ಲಿಸಿದ.

"ಮಿಸ್, ದಯವಿಟ್ಟು ಕ್ಯಾಶಿಯರನ ಕಚೇರಿಯನ್ನು..."

ಆತ ಮಾತು ಮುಗಿಸಲು ಆಸ್ಪದ ಕೊಡದೆ ಈವಾ ಬಲಗಡೆಯ ಕೋಣೆಯನ್ನು ತೋರಿಸಿದಳು. ಆ ವ್ಯಕ್ತಿ ತುಸು ಶಿರಬಾಗಿಸಿ ಆಕೆಗೆ ವಂದಿಸಿದ ; ಮುಗುಳ್ನಕ್ಕು ಆಕೆ ತೋರಿಸಿದ ಕೋಣೆಯತ್ತ ನಡೆದ. ಸುಮಾರು ಒಂದು ನಿಮಿಷ ಕಾಲ ಅವಳು ಆತನನ್ನೇ ವೀಕ್ಷಿಸಿದಳು. ಅನಂತರ ಆಕೆ ಹೊರಟಳು. ಬಾಗಿಲನ್ನು ಪೂರ್ವ ನಿರ್ಧಾರದಂತೆ ಅರ್ಧ ತೆರೆದಿಟ್ಟಳು.

ಅನಂತರ ಆ ಬಾಗಿಲಿನ ಮೂಲಕ ಮೂವರು ಯುವಕರು ಪ್ರವೇಶಿಸಿದರು. ಆಗಲೇ ಗುಂಡಿನ ಸಪ್ಪಳ ಕೇಳಿಸಿದುದು. ಬಳಿಕ ಒಂದಿಷ್ಟು ಪಿಸುಮಾತು. ಏರತೊಡಗಿದ ಧ್ವನಿಗಳು. ಹೆಜ್ಜೆಗಳ ಸದ್ದು. ಇನ್ನಷ್ಟು ಗುಂಡು ಹಾರಾಟಗಳ ಶಬ್ದ. ಇವು ಬೇರೆ ರೀತಿಯವು. ಮೊದಲ ಗುಂಡು ಹಾರಾಟಕ್ಕೆ ನೀಡಿದ ಉತ್ತರ.

ಈವಾ ಆಗಲೇ ಹೊರಗೆ ಹೋಗಿಯಾಗಿತ್ತು. ಜೀಪ್ ಒಂದರಲ್ಲಿ ಆಕೆ ಕುಳಿತಿದ್ದಳು. ಅದರ ಎಂಜಿನ್ ಜೀವ ತಳೆದಿತ್ತು. ಆಕೆಯ ಒಂದು ಪಕ್ಕದಲ್ಲಿ ಜೀಪ್‌ನ ಸ್ಟಿಯರಿಂಗ್ ಚಕ್ರವನ್ನು ಹಿಡಿದಿದ್ದ ಒಬ್ಬ ಯುವಕ. ಅವನ ಮುಖದ ಮೇಲೆ ನಸುಗಂದು ಮಚ್ಚೆಗಳಿದ್ದವು. ಕೈಯಲ್ಲಿ ಪಿಸ್ತೂಲನ್ನು ಹಿಡಿದುಕೊಂಡಿದ್ದ ಆಂದ್ರೆಸ್ ಇನ್ನೊಂದು ಪಕ್ಕದಲ್ಲಿ ಕುಳಿತು ಆಕೆಯನ್ನು ಮರೆಮಾಡಿದ್ದ. ಮೂವರೂ ತಾಳ್ಮೆಗೆಟ್ಟು ಚಡಪಡಿಸುತ್ತಿದ್ದರು, ಬೆವರಿಡುತ್ತಿದ್ದರು. ಕಟ್ಟಕಡೆಗೆ ಇನ್ನಿಬ್ಬರು ಕಟ್ಟಡದ ಕಡೆಯಿಂದ ಜೀಪಿನೆಡೆಗೆ ಓಡೋಡಿ ಬಂದರು. ಒಬ್ಬ ಜೀಪನ್ನು ತಲಪಿದ, ಇನ್ನೊಬ್ಬನ ಬೆನ್ನಿಗೆ ಗುಂಡು ತಾಗಿ ಅವನು ಉರುಳಿದ. ಆದರೂ ಅವನು ಇನ್ನೂ ಸ್ವಲ್ಪ ತೆವಳಿಕೊಂಡು ಬಂದು ಕಾಲ್ದಾರಿಯ ಮೇಲೆ ಅಂಗಾತ ಬಿದ್ದ. ಅಷ್ಟರಲ್ಲಿ ಇನ್ನೊಂದು ಗುಂಡು ಅವನಿಗೆ ತಾಕಿತು. ಕೊನೆಗೆ ಕಿಟಕಿಯ ಮೂಲಕ ಹಾರಿಬಂದ ಮತ್ತೊಂದು ಗುಂಡು ಆತನನ್ನು ಮುಗಿಸಿಬಿಟ್ಟಿತು.

“ನಾವು ಹೋಗೋಣ.”

“ಅಬೆಲಾರ್ದೊತೀರಿ...”

“ಹೌದು !”

“ಎನ್‌ರಿಕೆಯ ಕುರಿತೇನು ?”

“ಅವನೆಲ್ಲಿದ್ದಾನೆ ? ಅವನೂ ಸತ್ತಿದ್ದಾನೆ.”

ಕಟ್ಟಡದಲ್ಲಿ ಇನ್ನೂ ಗುಂಡು ಹಾರಾಟ ನಡೆದಿತ್ತು. ಈ ಅನಿರೀಕ್ಷಿತ ಘಟನೆಯಿಂದ ಆಶ್ಚರ್ಯಚಕಿತರಾಗಿದ್ದ ಹಲವು ಸಮವಸ್ತ್ರಧಾರಿಗಳು ತಮ್ಮ ದಿಗ್ಭ್ರಮೆಯಿಂದ ಚೇತರಿಸಿಕೊಂಡು ಈಗ ಗುಂಡು ಹಾರಿಸುತ್ತ ಹೊರಬಂದರು. 'ಪುರಭವನ' ಎಂಬ ನಾಮಫಲಕವಿದ್ದ ಬಾಗಿಲ ಬಳಿ ಅವರು ನಿಂತಾಗ, ಆಂದ್ರೆಸ್ ಎಸೆದ ಸಿಡಿಗುಂಡೊಂದು ನೇರವಾಗಿ ಅವರಲ್ಲೊಬ್ಬನಿಗೆ ತಗಲಿ ಆತ ಪುಡಿಪುಡಿಯಾಗಿ ಸಿಡಿದುಹೋದ.

ಜೀಪಾದರೋ ಒಂದು ಬೀದಿಯಿಂದ ಇನ್ನೊಂದಕ್ಕೆ ತಿರುಗುತ್ತ ನಗರದ ಹೊರ ವಲಯವನ್ನು ತಲಪುವ ತನಕ ಪೂರ್ಣ ವೇಗದಿಂದ ಓಡಿತು. ಹಿಂದಿನ ರಾತ್ರಿ ಒಟ್ಟಾಗಿ ಭೇಟಿಯಾಗಿದ್ದ ಆರು ಮಂದಿಯಲ್ಲಿ ಈಗ ನಾಲ್ವರು ಜೀಪಿನಲ್ಲಿದ್ದರು. ವಿವಿಧ ಸ್ಥಳಗಳಲ್ಲಿ ಒಬ್ಬರಾದಂತೆ ಇನ್ನೊಬ್ಬರನ್ನು ಜೀಪ್‌ನಿಂದ ಇಳಿಸಲಾಯಿತು.

ಆಕೆಯನ್ನು ಮುಖ್ಯಬೀದಿಗೆ ಅವರು ಕರೆದೊಯ್ದರು. ಅಲ್ಲೊಂದು ಕಾರು ಕಾದು ಕೊಂಡಿತ್ತು. ಕೆಂಚು ಕೂದಲಿನ ದಪ್ಪನೆಯ ವ್ಯಕ್ತಿಯೊಬ್ಬ ಡ್ರೈವರ್‌ನ ಸೀಟಿನಲ್ಲಿದ್ದ. ಕಂಬನಿ ತೇಲುತ್ತಿದ್ದ ಕಣ್ಣುಗಳಿಂದ ಆಕೆ ತನ್ನ ಸಂಗಾತಿಗಳನ್ನೊಮ್ಮೆ ನೋಡಿದಳು. ಅನಂತರ ತಾನು ಅಳುತ್ತಿದ್ದುದು ಅವರಿಗೆ ಕಾಣದಿರಲೆಂದು ಕೂಡಲೇ ಕಾರನ್ನು ಹತ್ತಿದಳು.

ಜೀಪಿನ ಸ್ಟಿಯರಿಂಗ್ ಚಕ್ರದ ಇದಿರು ಕುಳಿತಿದ್ದ ಆ ನಸುಗಂದು ಮಚ್ಚೆಗಳ ಯುವಕ ಬೆವರಿಡುತ್ತಿದ್ದ. 'ವಿಂಡ್ ಶೀಲ್ಡ್'ನ ಮೂಲಕ ಆತ ಬೀದಿಯನ್ನು ನೋಡುತ್ತಿದ್ದ. ಜೀಪಿನ ಓಟದಿಂದಾಗಿ ಅದರ ಹಿಂದಿನಿಂದ ಏಳುತ್ತಿದ್ದ ಧೂಳಿನ ಮೋಡವನ್ನು ಕನ್ನಡಿಯಲ್ಲಿ ಆತ ದಿಟ್ಟಿಸುತ್ತಿದ್ದ. ❍

○ **ಸಾಮುಅಲ್ ಫೇರ್ಝೊ**

ಸೈನಿಕ ಎಲೋಯ್

ಎಲೋಯ್ ಹುಟ್ಟಿದ್ದು ವೆಗ ವಿಯಜ ಕಣಿವೆಯಲ್ಲಿ; ರೈತ ಕುಟುಂಬದಲ್ಲಿ. ತಾಯಿ ಕಷ್ಟಪಟ್ಟು ದುಡಿಯುತ್ತಿದ್ದ, ನಗುಮುಖದ ಮ್ಯುಲಾಟೊ* ಹೆಂಗಸು. ಗಟ್ಟಿಮುಟ್ಟಿನ ತಂದೆ ಗಲೀಷಿಯದವನಾಗಿದ್ದ. ಸಾನ್ ಝುಂಆ ಪೊತ್ರೆರೀಲೋ ರೈಲ್ವೆ ಮಾರ್ಗದ ಮೇಲೆ ತಾನು ಹಾಸಿದಷ್ಟು ಮರದ ದಿಮ್ಮಿಗಳನ್ನು ಜಗತ್ತಿನ ಇನ್ನಾವ ಮನುಷ್ಯನೂ ಎಲ್ಲೂ ಹಾಸಿರಲಾರ ಎಂದಾತ ಜಂಭ ಕೊಚ್ಚಿಕೊಳ್ಳುತ್ತಿದ್ದ. ಈ ದಂಪತಿಗಳ ಒಂಭತ್ತು ಮಕ್ಕಳಲ್ಲಿ ಎಲೋಯ್ ಐದನೆಯವನು.

ತನ್ನ ಬಾಲ್ಯದ ಕಾಲದಿಂದಲೇ ಹೊಲದ ದುಡಿಮೆ ಅರಿತವನು ಎಲೋಯ್. ಮುಂಜಾವದ ಎರಡು ಘಂಟೆಯ ಕಡು ಚಳಿಯಲ್ಲೂ ಆತ ದನಗಳ ಹಾಲು ಕರೆಯುತ್ತಿದ್ದ; ಕರುಗಳೊಂದಿಗೆ ಕುಸ್ತಿ ಮಾಡುತ್ತಿದ್ದ; ಗದ್ದೆಗಳ ಕಳೆ ತೆಗೆದು ಉಳುತ್ತಿದ್ದ. ಅನಂತರ ನಗರಕ್ಕೆ ಸೈಕಲಿನಲ್ಲಿ ಹಾಲನ್ನೊಯ್ಯುತ್ತಿದ್ದ.

ಎಲೋಯ್ ಶಾಲೆ ಕಲಿತುದು ಕಡಿಮೆ. ಓದುವುದಕ್ಕೆ ತಾಯಿ ಕಲಿಸಿಕೊಟ್ಟಿದ್ದಳು. ಅದೂ ಕೆಟ್ಟದಾಗಿ. ತಂದೆ ನಿರಕ್ಷರಕುಕ್ಷಿ; ತನ್ನ ಅಜ್ಞಾನದ ಬಗ್ಗೆ ಆತ ಸದಾ ಗೋಗರೆಯುತ್ತಿದ್ದ; ಈ ಕಣಿವೆಯಲ್ಲಿ ಒಂದು ಶಾಲೆಯೂ ಇಲ್ಲವೆಂದು ಗೊಣಗುತ್ತಿದ್ದ.

ತನ್ನ ಪತ್ನಿಗೆ ಆತ ಆಗಾಗ ಹೇಳುತ್ತಿದ್ದುದಿತ್ತು:

"ಮಕ್ಕಳು ಸ್ವಲ್ಪ ಓದು ಬರೆಹ ಕಲಿಯುತ್ತಿದ್ದರೆ, ಹೊಲದ ಈ ದಾಸ್ಯದಿಂದ ಅವರು ಪಾರಾಗ್ಬಹುದಿತ್ತು. ಇಲ್ಲಾದರೋ ಅವರು ದುಡಿಯುತ್ತಲೇ ಸಾಯ್ಬೇಕು, ಮತ್ತಾವ ಪ್ರಪಂಚವೂ ಅವರಿಗಿಲ್ಲ."

ಈ ಕಣಿವೆಗೆ ಯಾವತ್ತು ಕೂಡ ಒಬ್ಬನೇ ಒಬ್ಬ ಅಧ್ಯಾಪಕನೂ ಬಂದುದಿರಲಿಲ್ಲ. ಆದರೆ ಗ್ರಾಮ ರಕ್ಷಕರಿಬ್ಬರು ತಮ್ಮ ಕೊಬ್ಬಿದ ಕುದುರೆಗಳಲ್ಲಿ ಕುಳಿತು ಇಲ್ಲಿಗೆ ಸವಾರಿ ಬೆಳೆಸುತ್ತಿದ್ದರು; ಗ್ರಾಮದ ಜನರ ನಮಸ್ಕಾರಗಳನ್ನು ಸ್ವೀಕರಿಸುತ್ತಿದ್ದರು; ಅವರಿಂದ ಉಡುಗೊರೆಗಳನ್ನು ಕೊಂಡೊಯ್ಯುತ್ತಿದ್ದರು. ಒಂದು ಕೊಬ್ಬಿದ

---

* ಮ್ಯುಲಾಟೊ : ಐರೋಪ್ಯರ ಮತ್ತು ನೀಗ್ರೋಗಳ ಸಂಯೋಗದಿಂದ ಹುಟ್ಟಿದ ಮಿಶ್ರ ಸಂತತಿಗೆ ಸೇರಿದ ಒಂದು ಜನವಿಭಾಗ.

ಕೋಳಿಯನ್ನೋ ಕೋಳಿ ಮರಿಗಳನ್ನೋ ಬೆದರಿದ ರೈತರಿಂದ ಇವರು ಕಿತ್ತುಕೊಂಡು ಹೋಗುತ್ತಿದ್ದರು. ಗ್ರಾಮಸ್ಥ ರಾದರೋ ಭಯದಿಂದ ಇದನ್ನೇ ದಿಟ್ಟಿಸುತ್ತಿದ್ದರು. ಅಧಿಕಾರದಲ್ಲಿರುವವರ ಕುರಿತು ಪಾರಂಪರ್ಯವಾಗಿ ಬೆಳೆದು ಬಂದಿದ್ದ ಭಯವಿದು. ರಾಜಕಾರಣಿಗಳೂ ಈ ಕಣಿವೆಗೆ ಬರುತ್ತಿದ್ದರು. ಅವರದು ಸದಾ ಮುಗುಳ್ನಗೆ. ಮುಖಸ್ತುತಿ ಬೇರೆ. ಅವರ ಆಗಮನವಾಗುತ್ತಿದ್ದುದು ಮತಯಾಚನೆಗೆ. ಅದಕ್ಕಾಗಿ ಅವರು ಉದ್ಯೋಗದ ಭರವಸೆಯನ್ನು ಈ ಹಳ್ಳಿಗರಿಗೆ ನೀಡುತ್ತಿದ್ದರು. ಆದರೆ ಅದೆಂದೂ ಕಾರ್ಯಗತವಾಗುತ್ತಿರಲಿಲ್ಲ.

ಎಲೋಯ್ ಕೂಡಾ ತನ್ನ ತಂದೆಯಂತೆಯೇ ಗಟ್ಟಿಮುಟ್ಟು, ದೃಢಕಾಯ. ಕೆಲವು ವರುಷಗಳ ಬಳಿಕ ಠಾಕುಠೀಕಾದ ಉಡುಪು ತೊಟ್ಟ. ಎರಡು ನಾಲಗೆಯ ಈ ಅಪರೂಪದ ಸಂದರ್ಶಕರಲ್ಲೊಬ್ಬನಿಗೆ ಅದನ್ನು ಗಮನಿಸುವಷ್ಟು ಚುರುಕು ಬುದ್ಧಿಯಿತ್ತು.

ಈ ಕುಟುಂಬದೊಡನೆ ಆ ರಾಜಕಾರಣಿ ಒಂದು ಪ್ರಸ್ತಾಪ ತೆಗೆದ. ಅವನೆಂದ :

"ವೆಗ ವಿಯಜ ಜಿಲ್ಲೆಯಲ್ಲಿ ನನಗೆ ನೀವು ಒಂದು ನೂರು ಓಟು ಕೊಡಿಸಿದರೆ ನಾನು ಎಲೋಯ್‌ಯನ್ನ ಸೈನ್ಯಕ್ಕೆ ಸೇರಿಸ್ತೇನೆ. ಇದು ಕೊಟ್ಟುಕೊಳ್ಳುವ ವ್ಯವಹಾರ. ನನ್ಗೆ ನೀನು ನೂರು ಮತಪತ್ರಗಳನ್ನು ತಂದ್ಕೊಡು. ಆಗ ನಾನು ಕರ್ನಲ್‌ನೊಡನೆ ಮಾತ್ನಾಡಿ ಅವನಿಗೆ ಕೆಲಸ ಕೊಡಿಸ್ತೇನೆ.

ಒಣಗಿ ಒರಟಾದ ಜೋಳದ ಹೊಲಕ್ಕೆ ಚಿಮ್ಮಿದ ಮಳೆಯಂತೆ ಈ ಪ್ರಸ್ತಾಪ ಎಲೋಯ್‌ಯ ಕಿವಿಗಳಿಗೆ ಬಿದ್ದಿತು. ನಿಜಕ್ಕೂ ಅತ್ಯಂತ ಆಕರ್ಷಕವಾಗಿದ್ದ ವಾಗ್ದಾನ ಅದು.

ರಾಜಕಾರಣಿಗಳ ಸುಳ್ಳು ಹೇಳುವ ಪ್ರವೃತ್ತಿಯೇನೂ ಅವರಿಗೆ ತಿಳಿಯದ ವಿಷಯ ವಾಗಿರಲಿಲ್ಲ. ಹೀಗಾಗಿ ಈ ಕುಟುಂಬ ಕೆಲವು ಆಕ್ಷೇಪಗಳನ್ನೆತ್ತಿತು. ಆದರೆ ತುಸು ಅನು ಮಾನದ ಬಳಿಕ ಕೊನೆಗೂ ಈ ಸೂಚನೆಯನ್ನು ಅವರು ಒಪ್ಪಿದರು.

"ಈ ಹುಡುಗ ಸೈನ್ಯಕ್ಕೆ ಸೇರ್ಬಿಟ್ಟಾಂದ್ರೆ ನಂತರ ಅವನ ದಾರಿ ಸುಲಭ. ಅಲ್ಪ ಕೆಲಸ; ತಿಂಗಳು ತಿಂಗಳು ಸಂಬಳ; ಉಚಿತ ಊಟ. ಉಡುಪು. ನಮ್ಗೆ ಸ್ವಲ್ಪಾದ್ರು ಸಹಾಯ ವಾಗೋದಕ್ಕೆ ಬೇಕಾದಷ್ಟು ಹಣ."

ಆದರೆ ವಿವೇಚನಾಶೀಲನಾಗಿದ್ದ ಆ ಗಲೀಷಿಯದವನಿಗೆ ಮಾತ್ರ ಈ ವ್ಯವಹಾರ ಸರಿ ಕಾಣಲಿಲ್ಲ.

"ನೋಡ್ರಪ್ಪಾ, ಹೊಸದಾಗಿ ಸೇನೆಗೆ ಸೇರೋನದ್ದು ಎಲ್ಲಕ್ಕಿಂತ್ಲೂ ಕೀಳು ಕೆಲ್ಸ, ಹಾಗಾಗೋದಕ್ಕೆ ಯಾರೂ ಇಚ್ಛೆ ಪಡೋದಿಲ್ಲ. ಕಾರ್ಪೊರಲ್‌ನಿಂದ ಹಿಡಿದು ಲೆಫ್ಟಿನೆಂಟ್ ತನಕ ಎಲ್ರೂ ಅವನಿಗೆ ಒದೆ ಕೊಡುವವರೇ. ಸೈನ್ಯದಲ್ಲಿ ಒಂದು ವಿಷಯಾನ್ನ ಕೂಡ ಅವ್ನಿಗೆ ಕಲಿಯೋಕಾಗೋದಿಲ್ಲ. ಅವನಿಗೇನೂ ಪ್ರಯೋಜನವಾಗೋದಿಲ್ಲ. ಶಿಕ್ಷಣವಿಲ್ಲ. ಮಣ್ಣಾಂಗಟ್ಟಿಯೂ ಇಲ್ಲ. ಹೆಚ್ಚುಕಡಿಮೆ ಇತರ ಸೈನಿಕರಂತೆಯೇ ಇವನೂ ಆಗ್ತಾನೆ."

ಆದರೆ ಯಾರೂ ಈ ಮಾತಿಗೆ ಹೆಚ್ಚು ಗಮನ ಕೊಡಲಿಲ್ಲ. ಆ ಕುಟುಂಬವಾದರೋ ತನ್ನ ಕೆಲಸವನ್ನು ಆರಂಭಿಸಿಯೇ ಬಿಟ್ಟಿತು. ಓಟುಗಳ ಸಂಪಾದನೆಗೆ ಹೊರಟಿತು. ಈ ಕಣಿವೆಯ ಹೆಚ್ಚು ಕಡಿಮೆ ಎಲ್ಲರನ್ನೂ ಅವರು ಕಂಡರು, ಹೆಚ್ಚೇಕೆ ಕಣಿವೆಯಿಂದಲೂ ಹೊರಹೋಗಿ ಜನರ ಮನ ಒಲಿಸಿದರು. ಈ ರಾಜಕೀಯ ಪುಡಾರಿಗೆ ಮತ ನೀಡುವಂತೆ ಅವರಿಂದ ವಚನ ಪಡೆದುಕೊಂಡರು. ಇದರಿಂದ ಬಂದ ಫಲಿತಾಂಶವಾದರೋ ಚಕಿತಗೊಳಿಸುವಂತಹದು. ನೂರಕ್ಕಿಂತಲೂ ಹೆಚ್ಚು ಮತಪತ್ರಗಳು. ಇದನ್ನು ಆ ರಾಜಕಾರಣಿಗೆ ತಿಳಿಸಲಾಯಿತು. ಆತ

ಬಂದು ಎತ್ತಿಕೊಂಡು ಹೋದ. ಆಮೇಲೆ ಕೆಲವೇ ದಿನಗಳ ತರುವಾಯ ಎಲೋಯ್‌ನ ನೇಮಕ ಪತ್ರವನ್ನು ಹಿಡಿದುಕೊಂಡು ಆತ ಪುನರಾಗಮಿಸಿದ.

ನೇಮಕ ಪತ್ರವನ್ನು ನೀಡುತ್ತಾ ಆತ ಎಲೋಯ್‌ಯನ್ನು ಆಲಂಗಿಸಿದ; ಬಳಿಕ ಎಂದ :

"ನೋಡಪ್ಪಾ ಉಪಕಾರಕ್ಕೆ ಪ್ರತ್ಯುಪಕಾರ. ಇದೋ ಇಲ್ಲಿದೆ ನಿನ್ನ ಕೆಲ್ಸ. ತೆಕ್ಕೊ ಈ ಲಕೋಟೆಯನ್ನು, ಲಾಜ್ ವಿಲ್ಲಸ್‌ನಲ್ಲಿರುವ ಸೈನ್ಯದ ಮುಖ್ಯ ಕಚೇರಿಗೆ ಹೋಗಿ ಕೆಲಸಕ್ಕೆ ಹಾಜರಾಗು."

ಇನ್ನಷ್ಟು ಆಲಿಂಗನಗಳು – ಬಳಿಕ ಇಬ್ಬರೂ ನಗರಕ್ಕೆ ತೆರಳಿದರು.

ಎಲೋಯ್‌ಯೊಂದಿಗಿದ್ದುದು ಒಂದು ಚಿಕ್ಕ ಚೀಲ. ಬದಲಿಸಲು ಒಂದು ಒಳ ಉಡುಪು, ಒಂದು ಜತೆ ಕಾಲ್ಚೀಲ, ಒಂದು ಶರಾಯಿ, ಮತ್ತೊಂದು ಜತೆ ಕೆಲಸ ಮಾಡಲು ಹಾಕಿ ಕೊಳ್ಳುವ ಷರಾಯಿಗಳು – ಇಷ್ಟನ್ನು ಆತ ಅದರೊಳಗೆ ತುಂಬಿಕೊಂಡಿದ್ದ. ಭಾನುವಾರ ಮಾತ್ರ ತಾನು ಧರಿಸುತ್ತಿದ್ದ ಬೂದು ಮಿಶ್ರಿತ ಬಿಳಿ ಬಣ್ಣದ ಗಿಡ್ಡ ಕೋಟು ಮತ್ತು ದಪ್ಪನೆಯ ಚಲ್ಲಣಗಳನ್ನು ಆತ ತೊಟ್ಟಿದ್ದ. ಆ ಚಲ್ಲಣ ಮೊಣಕಾಲಿನ ಬಳಿ ಸವೆದು ಹೋಗಿತ್ತು.

ಸೈನ್ಯದ ಮುಖ್ಯ ಕಚೇರಿಯಲ್ಲಿ ಆತನನ್ನು ಸಾಂತಾ ಕ್ಲಾರಾ ದಂಡಿನ ಪಾಳೆಯಕ್ಕೆ ಕಳುಹಿಸಲಾಯಿತು. ಅಲ್ಲಿ ಆತ ಇತರ ಸೈನಿಕರೊಂದಿಗೆ ಸ್ನೇಹ ಬೆಳೆಸಿದ. ಈ ಸೈನಿಕರಾದರೋ ಇವನಂತೆಯೇ ರೈತರು. ಹೀಗಾಗಿ ಸೈನ್ಯದ ಶಿಸ್ತಿಗೆ ಸುಲಭವಾಗಿ ಅವನು ಹೊಂದಿಕೊಂಡ. ತನ್ನ ಖಾಕಿ ಸಮವಸ್ತ್ರ, ತಾನು ಹೊತ್ತುಕೊಳ್ಳುವ ಆಯುಧಗಳಿಂದಾಗಿ ಅವನಿಗೆ ಖುಶಿ, ಹೆಮ್ಮೆ. ಯಾಕೆಂದರೆ ಇವು ಆತನಿಗೆ ಹೊಸ ಅಧಿಕಾರವನ್ನು ನೀಡಿದ್ದವು. ತನಗೆ ಮಹತ್ವ ಬಂದಿದೆ ಎಂಬುದನ್ನಾತ ತಿಳಿದುಕೊಂಡ. ಹೊಲದ ಬಡತನದಿಂದ ತನ್ನ ಹಳ್ಳಿಯ ಪುಟ್ಟ ಗುಡಿಸಲಿಂದ, ತನ್ನನ್ನು ಬಿಡುಗಡೆಗೊಳಿಸಿದ್ದ ಈ ಸ್ಥಾನಕ್ಕಾಗಿ ಅವನು ಸಂತೋಷಪಟ್ಟುಕೊಂಡ. ಈಗ ಆತ ಮಣ್ಣಿನೊಡನೆ ನಿರರ್ಥಕ ಹೋರಾಟವನ್ನು ನಡೆಸಬೇಕಾಗಿರಲಿಲ್ಲ.

ಆರಂಭದಲ್ಲಿ ಅವನು ಪ್ರತಿ ತಿಂಗಳೂ ಕೆಲವು ಪೇಸೋಗಳನ್ನು ತನ್ನ ಹೆತ್ತವರಿಗೆ ಕಳುಹಿಸುತ್ತಿದ್ದ. ಅದರಿಂದ ಅವರಿಗೂ ಸಹಾಯವಾಗುತ್ತಿತ್ತು. ಒಂದು ದಿನ ಎಲೋಯ್ ತನ್ನ ಹೊಸ ಸಮವಸ್ತ್ರ ಧರಿಸಿ ಕುಟುಂಬದ ನಡುವೆ ಪ್ರತ್ಯಕ್ಷನಾದ. ತನ್ನ ರೈಫ್‌ಲ್, ಸೈನಿಕ ವೇಷಭೂಷಣ, ಹೊಳೆಯುವ ಬೂಟುಗಳು ಮತ್ತು ನಗರವಾಸದಿಂದ ಬೆಳ್ಳಗಾಗಿದ್ದ ಮುಖ– ಇವುಗಳಿಂದ ತನ್ನ ಕುಟುಂಬದವರನ್ನೂ ನೆರೆಹೊರೆಯವರನ್ನೂ ಆತ ವಿಸ್ಮಯಗೊಳಿಸಿದ.

ಎಲೋಯ್‌ಗೆ ಸಂತೋಷವಾಗಿತ್ತು.

ಆದರೆ ವಿವೇಚನಾಶೀಲನಾಗಿದ್ದ ಅವನ ಗಲೀಷಿಯನ್ ತಂದೆ ಪ್ರಶ್ನಿಸಿದ :

"ನೀನು ಕಲೀತಿದ್ಯಾ ?"

"ಈವರೆಗೆ ಇಲ್ಲ" ಮಗನ ಉತ್ತರ.

"ಅದು ಒಳ್ಳೇದಲ್ಲ, ಕಲೀದಿದ್ರೆ ನೀನೇನಾಗ್ಲೂ ಸಾಧ್ಯವಿಲ್ಲ. ಹೊರಗಡೆ ಒಳ್ಳೆ ಪೋಷಾಕು ಮತ್ತು ಶುಚಿತ್ವ; ಆದರೆ ಒಳಗಡೆ ಮಾತ್ರ ಮೊದ್ದು ತಲೆ."

ಅವರೆಲ್ಲರೂ ನಕ್ಕುಬಿಟ್ಟರು. ಸ್ವಲ್ಪವೇ ದಿನಗಳ ಬಳಿಕ ಎಲೋಯ್ ತನ್ನ ಮಿಲಿಟರಿ ಠಾಣೆಗೆ ತೆರಳಿದ. ಅವನ ಜೀವನ ಹಿಂದಿನಂತೆಯೇ ಸಾಗಿತ್ತು. ಅವನು ವಿದ್ಯೆ ಕಲಿಯಲಿಲ್ಲ. ಯಾಕೆಂದರೆ ಓದುವುದು ಅವನಿಗೆ ಹೆಚ್ಚಾಗಿ ಹಿಡಿಸುತ್ತಿರಲಿಲ್ಲ. ಸುಲಭ ಜೀವನ. ಹಣದ ಮೌಲ್ಯವನ್ನು ತಿಳಿದಿದ್ದ ಆತ ಅದನ್ನು ದುಂದು ಮಾಡಲಿಲ್ಲ. ಎವುಲಾಲಿಯಳನ್ನು

ಭೇಟಿಯಾಗುವ ತನಕ ತನ್ನ ಹೆತ್ತವರಿಗೆ ಅವನು ಸಹಾಯ ಮಾಡುತ್ತಲೇ ಬಂದ.

ಎವುಲಾಲಿಯಳ ಪರಿಚಯವಾದ ತರುವಾಯ ಅವನ ಅಲ್ಪ ಸಂಪಾದನೆ ಆಕೆಗೆ ಉಡುಗೊರೆ ನೀಡುವುದಕ್ಕೆ, ಅವಳೊಡನೆ ಮೇಜವಾನಿ ನಡೆಸುವುದಕ್ಕೇ ವ್ಯಯವಾಗ ತೊಡಗಿತು. ಒಂದು ರಾತ್ರೆ ತನ್ನೊಡನೆ ಇರಲು ಆಕೆಯನ್ನು ಆತ ಕರೆದುತಂದ. ಅಷ್ಟೇನೂ ಸಜ್ಜಿಲ್ಲದ ಕೋಣೆಯೊಂದನ್ನು ಬಾಡಿಗೆಗೆ ಪಡೆದ. ಆಗ ಆರಂಭವಾಯಿತು ಆತನ ಆರ್ಥಿಕ ಅಡಚಣೆ. ಎವುಲಾಲಿಯಳನ್ನು ಅವನು ಪ್ರೀತಿಸುತ್ತಿದ್ದ. ಅವಳು ಅಪೇಕ್ಷಿಪಟ್ಟದ್ದನ್ನೆಲ್ಲ ಪೂರೈಸಲು ಆತ ಸದಾ ಪ್ರಯತ್ನಿಸುತ್ತಿದ್ದ.

ಒಂದು ಸಂಜೆ ರಜೆಯಲ್ಲಿ ಹೋಗಲು ಆತ ಹೊರಡುತ್ತಿದ್ದಾಗ ಲೆಫ್ಟಿನೆಂಟ್ ವಲದಾರಿಸ್ ಅವನನ್ನು ತಡೆದು ನಿಲ್ಲಿಸಿದ :

"ಈಗ ನೀನು ಹೊರಡೋಹಾಗಿಲ್ಲ, ನಾಳೆ ಒಂದು ಒಕ್ಕಲೆಬ್ಬಿಸೋದಕ್ಕೆ ನಾವು ರಿಯೋ ಷಿಕಿತೋಗೆ ಹೋಗ್ಬೇಕಾಗಿದೆ."

ಲೆಫ್ಟಿನೆಂಟ್ ಹೇಳಿದ ಮಾತಿನ ಅರ್ಥ ಎಲೋಯ್‌ಗೆ ಆಗಲಿಲ್ಲ. ಆದರೆ ಎಂದಿನಂತೆ ಆತ ಅವನ ಆಜ್ಞೆಯನ್ನು ವಿಧೇಯತೆಯಿಂದ ಪಾಲಿಸಿದ. ತನ್ನ ಮೇಲಧಿಕಾರಿಗಳಿಗೆ ಅಂಥವಿಧೇಯತೆ ಯಿಂದಿರಬೇಕೆಂಬುದನ್ನು ಅವನಿಗೆ ಎಲ್ಲಕ್ಕಿಂತ ಹೆಚ್ಚಾಗಿ ಕಲಿಸಿಕೊಡಲಾಗಿತ್ತು. ಹೀಗಾಗಿ ಎವುಲಾಲಿಯಳಿಗೆ ಈ ಕುರಿತು ಆತ ಸುದ್ದಿ ಕಳುಹಿಸಿದ, ತನ್ನ ದೌರ್ಭಾಗ್ಯಕ್ಕೆ ಮರುಗಿದ.

ಮರುದಿನ ಅರುಣೋದಯದ ವೇಳೆ ಕುದುರೆಗಳ ಮೇಲೆ ಕುಳಿತು ಅವರು ಹೊರಟರು, ಸ್ವಲ್ಪ ದೂರದಲ್ಲೇ ಬಯಲು ಪ್ರದೇಶವನ್ನು ತಲಪಿದರು. ಜನಸಂಚಾರವಿಲ್ಲದ ಮೈದಾನಗಳು, ಅಲ್ಲಲ್ಲಿ ಒಂಟಿ ಹೊಲಗಳು, ಮುಂಜಾವಿನ ಸೂರ್ಯ ಈಗಾಗಲೇ ಮೇಲೇರಿ ಬರುತ್ತಿದ್ದ; ಹಕ್ಕಿಗಳು ಹಾಡುತ್ತಿದ್ದವು. ಡೇಗೆ ಹಕ್ಕಿಗಳು ತಲೆಯ ಮೇಲ್ಗಡೆ ಹಾರಾಡುತ್ತಿದ್ದವು. ಹಸುರು ಹುಲ್ಲಿನ ಸುವಾಸನೆ ವಾತಾವರಣದಲ್ಲಿ ವ್ಯಾಪಿಸಿತ್ತು. ತನ್ನ ಬಾಲ್ಯದ ಉಲ್ಲಾಸ ಎಲೋಯ್‌ಯಲ್ಲಿ ತುಂಬಿ ಬಂತು. ತಾನು ಹುಟ್ಟಿ ಬೆಳೆದ ಪರಿಸರಕ್ಕೆ ಅವನೀಗ ಹಿಂದೆ ಹೋಗುತ್ತಿದ್ದ. ಬಿಸಿಲು ಅವನಿಗೆ ಹಿತಕರವೆನಿಸಿತು. ಹತ್ತು ಸಾಲುಗಳ ಹಾಡೊಂದನ್ನು ಗುಣುಗುಣಿಸುತ್ತ ಸಂತೋಷದಿಂದ ಆತ ಸವಾರಿ ಮಾಡುತ್ತಾ ಹೋದ.

ಆರು ತಾಸುಗಳ ಪ್ರಯಾಣದ ಬಳಿಕ ಅವರು ರಿಯೋ ಷಿಕಿತೋಗೆ ತಲಪಿದರು.

ಅದೋ ಅಲ್ಲಿ; ಆ ಗುಡಿಸಲಿನ ಬಾಗಿಲಲ್ಲಿ ಅವರನ್ನ ಎಲೋಯ್ ಕಂಡ. ಚಿಂದಿ ಬೊಂತೆಯಾದ ಬಟ್ಟೆಗಳು, ಒಣಕಲು ಮುಖಗಳು, ಬರೀಪಾದಗಳು; ತೋಳುಗಳಲ್ಲಿ ಬತ್ತಲೆ ಮಕ್ಕಳು, ಕಂದಿದ ಕಣ್ಣುಗಳು, ಮುಚ್ಚಿದ ತುಟಿಗಳು.

ಆಗ ಲೆಫ್ಟಿನೆಂಟ್ ಎಂದ :

"ನೀವೀಗ ಇಲ್ಲಿಂದ ತೊಲಗ್ಬೇಕು, ನಿಮ್ಮನ್ನು ಒಕ್ಕಲೆಬ್ಬಿಸಲಾಗಿದೆ."

ಮನೆಯ ಯಜಮಾನ ವಿನೀತನಾಗಿ ಹೇಳಿದ :

"ಇಲ್ಲಿಂದ ನಾವು ಎಲ್ಲಿ ಹೋಗ್ಬೇಕೋ ನಮಗೊಂದೂ ತಿಳಿಯೋದಿಲ್ಲ."

ಲೆಫ್ಟಿನೆಂಟ್ ಪುನಃ ನುಡಿದ :

"ನಮಗೆ ಬೇಸರವಾಗ್ತಿದೆ. ನಿಜಕ್ಕೂ ದುಃಖವಾಗ್ತಿದೆ. ಆದರೆ ಕಾನೂನು ಕಾನೂನೇ ಅಲ್ವೆ? ನೀವು ತೊಲಗ್ಲೇಬೇಕು."

ಆ ಮುದುಕ ಪ್ರಾರ್ಥಿಸಿದ :

“ಆದ್ರೆ ಕಾನೂನು ಅನ್ಯಾಯವಾದದ್ದು. ನಾವು ವರುಷ ವರುಷವೂ ಗೇಣಿ ನೀಡಿದ್ದೇವೆ.”

ಲೆಫ್ಟಿನೆಂಟ್ ಹುಬ್ಬುಗಂಟಿಕ್ಕಿ ಸ್ಪಷ್ಟಪಡಿಸಿದ :

“ಒಕ್ಕಲೆಬ್ಬಿಸುವ ಆಜ್ಞೆ ನನ್ನಲ್ಲಿದೆ, ಪರಿಗಣಿಸಬೇಕಾದ್ದು ಅದನ್ನೇ. ಈ ಜಮೀನೇನೂ ನಿನ್ನದಲ್ಲ. ನೀವು ತೊಲಗ್ಲೇಬೇಕು, ನಿಮ್ಮ ಸಾಮಾನುಗಳನ್ನು ಎತ್ತಿಕೊಳ್ಳಿ, ಎತ್ತಿನ ಬಂಡಿಯಲ್ಲಿ ತುಂಬಿಸಿ ಹೊರಟುಬಿಡಿ. ನಿಮ್ಮ ವಾದ ನಮ್ಗೆ ಬೇಕಾಗಿಲ್ಲ.”

ಎಲೋಯ್ ಪರಿಸ್ಥಿತಿಯನ್ನು ಮೌನದಿಂದ ವೀಕ್ಷಿಸುತ್ತಿದ್ದ. ಅವನ ಹೃದಯ ಕಲಕಿ ಹೋಗಿತ್ತು.

ಬರೇ ಮೂಳೆಗಳಾಗಿದ್ದ ಕೈಗಳು ಹರಕಲು ಕಬ್ಬಿಣದ ಮಂಚಗಳನ್ನು, ವಸ್ತ್ರಗಳನ್ನಿಡುವ ನಲುಗಿದ ಬೀರುಗಳನ್ನು ಎತ್ತಲು ಪ್ರಯತ್ನಿಸುತ್ತಿದ್ದುದನ್ನು ಎಲೋಯ್ ನೋಡಿದ. ಈ ಬೀರುವಿನ ಎರಡು ಹಲಗೆಗಳು ಕಾಣೆಯಾಗಿದ್ದವು. ಪೈನ್ ಮರದ ಮೇಜಾದರೋ ಗೆದ್ದಲು ತಿಂದು ಮುಗ್ಗಿ ಹೋಗಿತ್ತು. ಮರದ ನೇಗಿಲು, ಕಲ್ಲಿನ ನೀರ ಜಾಡಿ, ಮಣ್ಣಿನ ದೊಡ್ಡ ಗಡಿಗೆ, ಇವನ್ನೆಲ್ಲ ಅವರು ಗಾಡಿಯಲ್ಲೇರಿಸುತ್ತಿದ್ದಾಗ ಎಲೋಯ್‌ಗೆ ತನ್ನ ಕುಟುಂಬದ ನೆನಪು ಬಂತು. ಅವರಿಗೂ ಇದೇ ಅವಸ್ಥೆ ಬರಬಹುದೆಂಬ ಯೋಚನೆಯೂ ಅವನಿಗಾಯಿತು.

ಅವನಿಗೆ ಅತೀವ ಯಾತನೆಯಾಯಿತು.

ದೂರದ ತೆಂಗಿನ ತೋಟದವರೆಗೆ ಆ ಕುಟುಂಬದ ಮೈಗಾವಲಾಗಿ ಅವರು ಹೋದರು. ಆ ರಸ್ತೆಯ ದೂರದ ತಿರುವಿನಲ್ಲಿ ಆ ಕುಟುಂಬ ಹಾದು ಮರೆಯಾಗುವುದನ್ನು ಅವರು ಕಂಡರು. ಅನಂತರ ಆ ಗುಡಿಸಲಿನತ್ತ ಅವರ ಮರುಪಯಣ. ಗುಡಿಸಲಿಗೆ ಲೆಫ್ಟಿನೆಂಟನ ಆಜ್ಞೆಯಂತೆ ಅವರು ಬೆಂಕಿಯಿಟ್ಟರು.

ಕೈಯಲ್ಲಿ ಬೆಂಕಿಯ ಕೊಳ್ಳಿ ಹಿಡಿದುಕೊಂಡಿದ್ದ ಎಲೋಯ್ ಗಲಿಬಿಲಿಗೊಂಡಿದ್ದ. ಉರಿಯ ಜ್ವಾಲೆಯಿಂದ ಅವನ ಮೈ ಹೊಳೆಯುತ್ತಿತ್ತು.

ಅಲ್ಲಿಂದ ಹೊರಟು ಮುಖ್ಯಠಾಣೆಗಭಿಮುಖವಾಗಿ ಹೊಲಗಳ ಮೂಲಕ ಕುದುರೆಯ ಮೇಲೆ ನಾಗಾಲೋಟದಿಂದ ಬರುವಾಗ ಆತನಿಗೆ ನಿಸರ್ಗ ಅಷ್ಟೊಂದು ಸುಂದರವಾಗಿದ್ದಂತೆ ಕಂಡುಬರಲಿಲ್ಲ. ಅಪರಾಧಿ ಮನೋಭಾವ ಅವನಲ್ಲಿತ್ತು. ಒಕ್ಕಲೆಬ್ಬಿಸಲ್ಪಟ್ಟ ಆ ಬಡರೈತರು, ಉದ್ಯೋಗವೇ ದೊರೆಯದ ಹಳ್ಳಿಗಾಡಿನಲ್ಲಿ ಅವರು ಇದಿರಿಸಲಿದ್ದ ಪಾಡು, ‘ಸಾವಿನ ಋತು’ ಎಂದು ಕರೆಯಲಾಗುವ ಕಾಲದಲ್ಲಿ ಅವರು ಪಡಬಹುದಾದ ಬವಣೆ – ಇವೇ ಅವನ ಕಣ್ಣಿ ಮುಂದೆ ಕಾಣಿಸಿಕೊಳ್ಳುತ್ತಿದ್ದವು.

ಠಾಣೆಗೆ ಬಂದಾಗ ಅವನ ಮೈಸರಿಯಿರಲಿಲ್ಲ. ಅಂದು ರಾತ್ರೆ ಎವುಲಾಲಿಯಳ ತೆಕ್ಕೆಯಲ್ಲೂ ಅವನಿಗೆ ಸಮಾಧಾನ ದೊರೆಯಲಿಲ್ಲ.

* * *

ಕಬ್ಬು ಕೊಯ್ಲಿನ ಕಾಲ. ಈ ವೇಳೆ ಅವನಿಗೆ ಅಪ್ರಿಯಕರವಾದ ಇನ್ನೊಂದು ಅನುಜ್ಞೆ ದೊರೆಯಿತು. ಸಕ್ಕರೆ ಕಾರ್ಖಾನೆಯ ಕಾರ್ಮಿಕರು ನ್ಯಾಯ ವೇತನ ಕೇಳಿ ಮುಷ್ಕರ ಹೂಡಿದ್ದರು. ಅಲ್ಲಿಗೆ ಈ ಸೈನಿಕರನ್ನು ಕಳುಹಿಸಲಾಗಿತ್ತು. ಅವರು ಸಕ್ಕರೆ ಕಾರ್ಖಾನೆಯನ್ನು ತಲಪಿದ ಬಳಿಕ ಕೆಲವು ಕಾರ್ಮಿಕರನ್ನು ಅವರ ಮನೆಗಳಿಂದ ಹೊರಗೆಳೆದು ತಂದು ಬಂಧಿಸಿದರು. ಆ ಕಾರ್ಮಿಕರತ್ತ ಎಲೋಯ್ ಒಮ್ಮೆ ನೋಡಿದ. ಅವರೆಲ್ಲರು ಅವನಂತೆಯೇ ರೈತರು. ಒಬ್ಬ ಕೆಲಸಗಾರನೆಂದ :

"ಕಾರ್ಖಾನೆಯ ಮಾಲಕರು ನಮ್ಗೆ ನ್ಯಾಯ ಒದಗಿಸ್ತಿಲ್ಲ. ಅದಕ್ಕಾಗಿ ನಾವು ಮುಷ್ಕರ ನಡೆಸ್ತಿದ್ದೇವೆ."

"ನಿನ್ಗೆ ಯಾವುದು ಒಳ್ಳೆದೂಂತ ತಿಳಿದಿದ್ರೆ ಲಾರಿಯನ್ನು ಹತ್ತು!" ಎಂದು ಲೆಫ್ಟಿನಂಟ್ ಗರ್ಜಿಸಿದ.

ತಮ್ಮತ್ತ ಗುರಿಯಿಟ್ಟು ಹಿಡಿಯಲಾಗಿದ್ದ ಬಂದೂಕುಗಳ ಮುಂದೆ ಯಾವ ಕೂಲಿಗಾರನೂ ಪ್ರತಿಭಟನೆ ತೋರಿಸಲಿಲ್ಲ. ಅವರ ಮುಖಗಳಲ್ಲಿ ದೃಢ ನಿರ್ಧಾರವಿತ್ತು. ಅವರು ಲಾರಿ ಯನ್ನೇರಿದರು.

ಅವರು ಅಲ್ಲಿಂದ ಹೊರಡುವುದನ್ನು ಕಂಡ ಎಲೋಯ್‌ನನ್ನು ಪಶ್ಚಾತ್ತಾಪದ ನೋವು ಕೊಂಚ ಚುಚ್ಚಿತು.

ಅದೇ ರಾತ್ರಿ ಅವನನ್ನು ಕಬ್ಬಿನ ಹೊಲಗಳಲ್ಲಿ ಗಸ್ತು ತಿರುಗಲು ಕಳುಹಿಸಲಾಯಿತು. ಕೈಯಲ್ಲಿ ರೈಫಲ್ ಹಿಡಿದು, ಕಬ್ಬಿನ ತೋಟಕ್ಕೆ ಬೆಂಕಿಯಿಡಲು ಬರಬಹುದಾದ ಮುಷ್ಕರಗಾರರಿಗೆ ಗುಂಡುಹೊಡೆಯಲು ತಯಾರಾಗಿ ಕಬ್ಬಿನ ಸಾಲುಗಳ ಮಧ್ಯೆ ಅವನು ಅಡ್ಡಾಡಬೇಕಾಯಿತು.

ಮರುದಿನ ನಿರ್ಜನವಾಗಿದ್ದ ಸಕ್ಕರೆ ಕಾರ್ಖಾನೆಯಲ್ಲಿ ಅವನು ಪಹರೆಯಲ್ಲಿದ್ದಾಗ ಒಬ್ಬ ಹುಡುಗ ಅವನನ್ನು ಸಂಧಿಸಿದ.

"ಗಾರ್ಡ್, ನನ್ನ ತಾಯಿಗೆ ಕಾಯಿಲೆ. ಅವಳನ್ನೀಗ ಡಾಕ್ಟರರಲ್ಲಿಗೆ ಒಯ್ಯಬೇಕಾಗಿದೆ. ಅವಳನ್ನು ಎತ್ತೋದಕ್ಕೆ ನನಗೆ ಸ್ವಲ್ಪ ಸಹಾಯ ಮಾಡ್ತೀರಾ, ಸುತ್ತಮುತ್ತಲಾರೂ ಇಲ್ಲ. ಎಲ್ರೂ ಹೋಗಿದ್ದಾರೆ."

ಎಲೋಯ್ ಆ ಗುಡಿಸಲನ್ನು ಪ್ರವೇಶಿಸಿದ. ಸೊರಗಿದ ಹೆಂಗಸೊಬ್ಬಳನ್ನು ನೆಲದಿಂದ ಎತ್ತಿದ. ಆಗ ಆಕೆ ಕಣ್ಣು ತೆರೆದಳು.

"ರೋಗದಿಂದ ಅವಳು ನರಳ್ತಿದ್ದಾಳೆ" ಆ ಹುಡುಗನೆಂದ.

"ನಿನ್ನ ತಂದೆಯೆಲ್ಲಿ ?"

"ಅವರನ್ನ ಬಂಧಿಸಿದ್ದಾರೆ."

ಎಲೋಯ್ ಆ ಹುಡುಗನನ್ನೊಮ್ಮೆ ಆತಂಕದಿಂದ ನೋಡಿದ. ಹೆಂಗಸು ಕ್ಷೀಣವಾಗಿ ಉಸಿರು ಬಿಡುತ್ತಿದ್ದಳು. ಆಕೆ ಕಣ್ಣು ತೆರೆದಳು.

"ನಿನ್ನ ಗಂಡನೆಲ್ಲಿ ?" ಎಲೋಯ್ ಪ್ರಶ್ನಿಸಿದ.

"ಅವನು ಮುಷ್ಕರದಲ್ಲಿದ್ದ; ಈಗ ಜೇಲಿನಲ್ಲಿದ್ದಾನೆ."

ಆ ಗುಡಿಸಲಿನ ಗೋಡೆಗಳನ್ನು ಎಲೋಯ್ ದಿಟ್ಟಿಸಿದ. ತಾನು ಹಿಂದೆ ತನ್ನ ಮನೆಯಲ್ಲಿ ಕಂಡಿದ್ದ ಬಡತನವೇ ಇಲ್ಲಿಯೂ ಆವರಿಸಿತ್ತು. ಒಡೆದುಹೋದ, ತಾತ್ಕಾಲಿಕವಾಗಿ ಏರ್ಪಾಡು ಮಾಡಿದ್ದ ಸ್ಟವ್, ಮಣ್ಣಿನ ಕೊಡ, ಕಾಲಿಲ್ಲದ ಕುರ್ಚಿಗಳು, ಹರಿದು ಚಿಂದಿಯಾದ ಹಾಸಿಗೆಯ ಬಟ್ಟೆಗಳು.

"ಅವನು ಜೇಲಿನಲ್ಲಿದ್ದಾನೆ." ಆ ಹುಡುಗ ಪುನರುಚ್ಚರಿಸಿದ.

* * *

ಎಲೋಯ್ ದಪ್ಪಗಾಗುತ್ತ ಬರುತ್ತಿದ್ದ. ಆತನ ಜೀವನ ಸುಲಭವಾಗಿತ್ತು. ಅವನ ಪಾಲಿಗೆ ಇದಕ್ಕಿಂತ ಹೆಚ್ಚಿನ ಸೌಭಾಗ್ಯವಿರಲಿಲ್ಲ. ಅವನ ಕೆಲಸವೋ ಸರಳ, ಹೊಲದ ಕಠಿಣ

ಕಾಯಕಗಳಿಗಿಂತ ತೀರಾ ಭಿನ್ನ. ಅಲ್ಲಾದರೋ ಕೊಳಕು ಬಟ್ಟೆ, ಒಡ್ಡೊಡ್ಡಾದ ಪಾದರಕ್ಷೆಗಳು, ಕೈಯಲ್ಲಿ ಕಾಸಿಲ್ಲ. ಇವನ್ನೆಲ್ಲ ತನ್ನ ಸ್ಮೃತಿ ಪಟಲದಲ್ಲಿ ಆತ ಚಿತ್ರಿಸಿಕೊಂಡ. ಜಗತ್ತಿನಲ್ಲಿ ಯಾವುದನ್ನು ಕೊಟ್ಟರೂ ತನ್ನ ಈಗಿನ ಪರಿಸ್ಥಿತಿಯನ್ನು ಬದಲಾಯಿಸಲು ಆತ ಸಿದ್ಧನಿರಲಿಲ್ಲ. ನಿರ್ಗತಿಕತೆ ಮತ್ತು ಕಷ್ಟಗಳನ್ನು ಸ್ವತಃ ಅನುಭವಿಸಿ ಅವನಿಗೆ ಗೊತ್ತಿತ್ತು. ಆದ್ದರಿಂದ ತನ್ನ ಸಮವಸ್ತ್ರವನ್ನಾಗಲೀ, ಈ ವೇತವನ್ನಾಗಲೀ ಬಿಟ್ಟುಕೊಡುವಂತೆ ಅವನನ್ನು ಪ್ರೇರೇಪಿಸಲು ಯಾವುದಕ್ಕೂ, ಯಾರಿಗೂ ಸಾಧ್ಯವಿರಲಿಲ್ಲ. ಎವುಲಾಲಿಯಳಿಗೆ ಕೂಡ. ಅಥವಾ ಎರಡು ವರ್ಷದ ಅವನ ಮಗುವಿಗಾದರೂ, ಸೈನ್ಯದಲ್ಲಿ ಅವನಿಗೆ ರಕ್ಷಣೆಯಿತ್ತು. ಖಾಯಮಾದ ಕೆಲಸವಿತ್ತು. ಆತ ವೇತನದ ಚೆಕ್ಕನ್ನು ನಗದುಮಾಡಿಸುತ್ತಿದ್ದ, ದಿನನಿತ್ಯದ ಕೆಲಸಗಳನ್ನು ನಿರ್ವಹಿಸುತ್ತಿದ್ದ, ಬದುಕುತ್ತಿದ್ದ. ಮತ್ತಾವುದರ ಗೊಡವೆಯೂ ಅವನಿಗಿರಲಿಲ್ಲ. ರಾಜಕೀಯವಾಗಲಿ, ಬೈಗುಳಗಳಾಗಲಿ, ಅಪರಾಧಗಳಾಗಲಿ ಅವನನ್ನು ಅಲ್ಲಾಡಿಸುತ್ತಿರಲಿಲ್ಲ. ಅವನು ಸುರಕ್ಷಿತನಾಗಿದ್ದ. ಜಗತ್ತೇ ಹೀಗೆ, ತನಗೊಂದು ಸ್ಥಾನವಿದೆ, ಸೈನಿಕನ ಸ್ಥಾನ, ಅಷ್ಟೇ ಸಾಕು ಎಂದಾತ ತೃಪ್ತನಾಗಿದ್ದ. ಆದರೆ ಕೆಲವು ವೇಳೆ ಒಕ್ಕಲೆಬ್ಬಿಸಲ್ಪಟ್ಟ ಆ ರೈತರ ಮತ್ತು ಆ ಮುಷ್ಕರಗಾರನ ಮಗನ ನೆನಪು ಅವನಿಗಾಗುತ್ತಿದ್ದದ್ದುಂಟು.

ಎಲೋಯ್ ಜೀವಿಸುತ್ತಿದ್ದ ಜಗತ್ತಿನಲ್ಲಿ ಸರಕಾರದ ಪರಿಸ್ಥಿತಿ ಉತ್ತಮವಾಗಿರಲಿಲ್ಲ. ಪರ್ವತ ಪ್ರದೇಶಗಳಲ್ಲಿ ದಂಗೆ ನಡೆದಿತ್ತು. ಪ್ರಜಾಪೀಡನೆಯ ಫಲ ಈಗ ದೊರೆಯಲಾರಂಭಿಸಿತ್ತು. ಈಗಾಗಲೇ ಸೈನಿಕರು ಬಂಡಾಯಗಾರರ ವಿರುದ್ಧ ಹೋರಾಡುವುದಕ್ಕಾಗಿ ತಮ್ಮ ಠಾಣ್ಯಗಳನ್ನು ಬಿಟ್ಟು ಪರ್ವತ ಪ್ರದೇಶಗಳಿಗೆ ದೌಡಾಯಿಸಬೇಕಾಗಿ ಬಂದಿತ್ತು. ನೆಮ್ಮದಿಯ ದಿನಗಳು ಈಗ ಕಳೆದುಹೋಗಿದ್ದವು. ಯುದ್ಧವೆಂಬುದು ಕಠಿಣ ವಾಸ್ತವತೆಯಾಗಿತ್ತು. ಅದನ್ನು ಎಲೋಯ್ ಇದಿರಿಸಲೇಬೇಕಾಗಿತ್ತು. ಅವನೇನೂ ಹೇಡಿಯಾಗಿರಲಿಲ್ಲ. ಅಧಿಕಾರಿಗಳ ಆಜ್ಞೆಗೆ ಹೇಗೆ ವಿಧೇಯತೆ ಪ್ರದರ್ಶಿಸುವುದೆಂದು ಅವನಿಗೆ ಗೊತ್ತಿತ್ತು. ಹೀಗಾಗಿ ಅವನೂ ಯುದ್ಧರಂಗಕ್ಕೆ ನಡೆದ.

ಆತನ ಕೊರಳ ಸುತ್ತ ಎವುಲಾಲಿಯ ತಾಯಿತಗಳನ್ನು ಕಟ್ಟಿದಳು. ಸಾವಿನಿಂದ ಅವನನ್ನು ಕಾಪಾಡುವುದಕ್ಕಾಗಿ ತಾನು ಕಸೂತಿ ಮಾಡಿದ 'ಪವಿತ್ರ ಹೃದಯ'ದ ಚಿತ್ರವನ್ನು ಆತ ಧರಿಸಿಕೊಳ್ಳುವಂತೆ ಮಾಡಿದಳು. ಯಾವಾಗಲೂ ಬಳಿಯಲ್ಲೇ ಇಟ್ಟುಕೊಳ್ಳಬೇಕೆಂದೂ, ಅವನು ಅದನ್ನು ಪಠನ ಮಾಡಬೇಕೆಂದೂ ಹೇಳಿ "ನ್ಯಾಯವಂತ ನ್ಯಾಯಾಧೀಶನ ಪ್ರಾರ್ಥನೆಗಳು" ಎಂಬ ಪ್ರಾರ್ಥನಾ ಪುಸ್ತಕವನ್ನೂ ಅವಳು ಅವನಿಗೆ ನೀಡಿದಳು. ಇವೆಲ್ಲವನ್ನೂ ಎಲೋಯ್ ಮುಗುಳ್ನಕ್ಕು ಸ್ವೀಕರಿಸಿದ. ವಿದಾಯ ಹೇಳಿ ಮಗನನ್ನು ಮುದ್ದಿಸಿದ. ಅಳುತ್ತಿದ್ದ ಎವುಲಾಲಿಯಳನ್ನು ಆಲಿಂಗಿಸಿದ.

ಬಂಡಾಯಗಾರರು ಹೋರಾಡುತ್ತಿದ್ದದ್ದು ಒಂದು ದುಷ್ಟ ಸರಕಾರದ ವಿರುದ್ಧವೆಂದು ಎಲೋಯ್‌ಗೆ ಗೊತ್ತಿತ್ತು. ಆದರೆ ಎಲ್ಲ ಸರಕಾರಗಳೂ ಕೆಟ್ಟವು; ಒಂದಲ್ಲ ಒಂದು ಸರಕಾರದಡಿ ತಾನು ದುಡಿಯಲೇಬೇಕು ಎಂದು ಆತ ಯೋಚಿಸಿದ. ಎಲ್ಲವನ್ನೂ ತನ್ನ ವಿಧಿಗೇ ಬಿಟ್ಟುಕೊಟ್ಟ. ಅವನ ಮಟ್ಟಿಗೆ ಜಗತ್ತೇ ಜಟಿಲವಾಗಿತ್ತು. "ನಾನೇನು ಮಾಡಲಿಕ್ಕಾಗ್ತದೆ" ಎಂದು ಅವನು ಚಿಂತಿಸಿದ.

ಈ ಕಾರ್ಯಾಚರಣೆಗೆ ಅವನ ಲೆಫ್ಟಿನೆಂಟನೂ ಹೊರಟಿದ್ದ. ಈ ತುಕಡಿಗೆ ಅವನೇ ನಾಯಕನಾಗಿದ್ದ. ಪ್ರಯಾಸಕರವಾದ ಪ್ರಯಾಣ ಮುಗಿಸಿ ಆರು ದಿನಗಳ ತರುವಾಯ

ಅವರು ತಮ್ಮ ಗುರಿಯನ್ನು ಮುಟ್ಟಿದರು. ಅನಂತರ ಒಂದು ಗುಡ್ಡದ ತಳದಲ್ಲಿ ಅಡಿಗೆಯಾತ ಪಾತ್ರೆಗಳನ್ನಿಳಿಸುತ್ತಿದ್ದಾಗ ತನ್ನಂತೆಯೇ ರೈತನಾಗಿದ್ದ ಸೈನಿಕ ಜುಲಿಯಾನ್‌ಗೆ ಎಲೋಯ್ ಹೇಳಿದ;

"ಇದೆಲ್ಲ ಬೇಗನೇ ಮುಗಿದು ಹೋಗ್ತದೆ ಅಂತ ನಾನು ಭಾವಿಸ್ತೇನೆ."

"ನಾನೂ ಹಾಗೇ ಹಾರೈಸ್ತೇನೆ. ಆದ್ರೂ ಅದಕ್ಕೆ ಸಮಯ ಬೇಕಾಗ್ಬಹುದು. ಅವರು ನಮ್ಮನ್ನ ಖಂಡಿತ ಸೋಲಿಸಲಾರರು. ಸೈನ್ಯವನ್ನು ಇದಿರಿಸೋದಕ್ಕೆ ಸಾಧ್ಯವಿಲ್ಲ."

ಎಲೋಯ್ ಮುಗುಳ್ನಕ್ಕ. ಅವನಿಗೆ ಹಿತವೆನಿಸಿತು. ಅವರಿಗೆ ಆಶ್ರಯ ನೀಡಿದ್ದ ಮರಗಳ ಮಧ್ಯದಿಂದ ತಂಪನೆಯ ಗಾಳಿಯೊಂದು ಬೀಸಿ ಬಂದಿತು.

ಹತ್ತಿರದ ಪರ್ವತಗಳ ಶಿಖರಗಳನ್ನೊಮ್ಮೆ ಆತ ದಿಟ್ಟಿಸಿದ. ಡೇಗೆ ಹಕ್ಕಿಗಳು ಎತ್ತರದಲ್ಲಿ ಹಾರಾಡುತ್ತಿದ್ದವು. ದಟ್ಟವಾದ ನೀಲಾಕಾಶದಲ್ಲಿ ತಿರುಗುತ್ತಿರುವ ಕಪ್ಪು ಚುಕ್ಕಿಗಳಂತೆ ಅವು ತೋರುತ್ತಿದ್ದವು. ಅಲ್ಲಿ ಮೇಲೆ, ಅಲ್ಲಿದ್ದಾರೆ ಅವರು, ಎಂದು ಆತ ಸಂದೇಹದಿಂದ ತನಗೆ ತಾನೇ ಹೇಳಿಕೊಂಡ.

ಮರುದಿನ ಮುಂಜಾವದಲ್ಲಿ ಅವರು ಪರ್ವತಾರೋಹಣಕ್ಕಾರಂಭಿಸಿದರು.

ನಿಧಾನವಾಗಿ ಅವರು ಹತ್ತುತ್ತಿದ್ದರು. ಸ್ಥಳ ಪರಿಶೀಲನೆಯ ಕಾವಲುದಳವೊಂದು ಅವರಿಗಿಂತ ಮುಂದಿತ್ತು. ಉಳಿದ ಸೈನಿಕರು ಒಂದೇ ಸಾಲಿನಲ್ಲಿ ಮುನ್ನಡೆಯುತ್ತಿದ್ದರು. ಒಬ್ಬರಿಂದ ಒಬ್ಬರಿಗೆ ಸ್ವಲ್ಪ ಅಂತರವಿದ್ದಿತು. ಅದಕ್ಕೆ ಕಾರಣವೂ ಇತ್ತು. ಮರಗಳ ಹಿಂದೆ ಅಡಗಿಕೊಂಡಿರುವವರ ಗುಂಡಿನ ಗುರಿಗೆ ಬಲಿಯಾಗಬಾರದಲ್ಲ? ಪ್ರತಿಯೊಂದು ಮರದ ಕಾಂಡದ ಹಿಂದಿನಿಂದಲೂ ಸಾವು ಅಡಗಿ ಕುಳಿತಿತ್ತು. ಆಯಾಸ ಹೊಂದಿದ ಸೈನಿಕರಿಗೆ ಇದೇನೂ ತಿಳಿಯದ ಸಂಗತಿಯಾಗಿರಲಿಲ್ಲ.

ಐದು ತಾಸಿನ ಪಯಣ. ಅನಂತರ ಒಂದು ಗುಡ್ಡದ ತಡಿಯಲ್ಲಿ ಅವರು ಡೇರೆ ಹಾಕಿದರು. ಮೊದಲ ಪಹರೆಗೆ ಎಲೋಯ್ ಮತ್ತು ಇನ್ನೊಬ್ಬ ಸೈನಿಕ. ಕಣಿವೆಯೊಂದಕ್ಕೆ ಅಭಿಮುಖವಾಗಿದ್ದ ಬಂಡೆಗಲ್ಲಿನ ಹಿಂದೆ ಎಲೋಯ್ ನಿಂತ. ಆ ಕಣಿವೆ ದೊಡ್ಡ ತಾಳೆಮರಗಳಿಂದ ತುಂಬಿಕೊಂಡಿತ್ತು. ಕಣಿವೆಯ ಮೇಲೆ ಮಂಜು ಮುಸುಕಿತ್ತು. ಬಹಳ ದೂರದಲ್ಲಿದ್ದ ಸಮುದ್ರ ಕಳೆಗುಂದಿದ ನೀಲ ರೇಖೆಯಂತೆ ಕಾಣುತ್ತಿತ್ತು. ಎಲೋಯ್‌ನ ಸಂಗಡಿಗ ಹೇಳಿದ :

"ಈ ಎಲ್ಲ ಪೊದೆಗಳಿಂದ ಸುತ್ತುವರಿದ ಈ ಪ್ರದೇಶದಲ್ಲೇ ತಳವೂರಿ ಕೂಡ್ರೋದನ್ನು ನಾನು ದ್ವೇಷಿಸ್ತೇನೆ."

"ನನ್ಗೂ ಹಾಗೇನೇ ಆಗಿದೆ. ಈ ಜಾಗ ನನ್ನಲ್ಲೂ ನಡುಕ ಉಂಟುಮಾಡ್ತಿದೆ." ಎಲೋಯ್ ಉತ್ತರಿಸಿದ.

ಇಬ್ಬರೂ ಬಾನಂಚಿನತ್ತ ನೋಡಿದರು, ಬಂಡಾಯಗಾರರ ಕುರುಹೇನಾದರೂ ಕಾಣಸಿಗಲು ಸಾಧ್ಯವೇ ಎಂದು ಯತ್ನಿಸಿದರು.

ಸೂರ್ಯಾಸ್ತಮಾನದ ವೇಳೆಗೆ ಗುಂಡು ಹಾರಾಟ ಆರಂಭವಾಯಿತು. ಗುಂಡಿನ ಸಪ್ಪಳದಿಂದ ಯಾರೊಬ್ಬರೂ ನಿದ್ರಿಸಲಿಲ್ಲ. ಎಲ್ಲಿಂದ ಎತ್ತಣಿಂದ ಗುಂಡುಗಳು ಹಾರಿಬರುತ್ತಿವೆ ಎಂಬುದು ಒಬ್ಬರಿಗೂ ತಿಳಿಯದು. ವಾಸ್ತವವಾಗಿ ಮಾನಸಿಕ ಉಮ್ಮಳ ಮತ್ತು ಶಾರೀರಿಕ ಆಯಾಸಗಳಿಂದ ಕಂಗೆಟ್ಟಿದ್ದ ಪಹರೆಯವರೇ ಗಾಬರಿಯಿಂದ ಗುಂಡು ಹಾರಿಸಿದ್ದರು.

ಮರುದಿನ ಮುಂಜಾವದಲ್ಲಿ ಅವರು ಪುನಃ ಹೊರಟರು. ಗುಡ್ಡದಿಂದ ಗುಡ್ಡಕ್ಕೆ. ಬೆಟ್ಟದಿಂದ ಬೆಟ್ಟಕ್ಕೆ ಆಳವಾದ ಕೊರಕಲು ದಾರಿಗಳ ಮೂಲಕ ನಡೆದರು. ಕಠಿಣ ಚಳಿ. ಮಳೆ ತೊಟ್ಟಿಕ್ಕುತ್ತಿತ್ತು. ಮಂಜು ಮರಗಳ ತುದಿಗಳಿಗೆ ಮೇಲಂಗಿಯನ್ನು ತೊಡಿಸಿತ್ತು. ಮರಗಳ ಎಲೆಗಳಿಂದ ಮಳೆಯ ಹನಿ ಉದುರುತ್ತಿತ್ತು. ಕೆಸರು.

ಸೈನಿಕರು ಹೇಳುತ್ತಿದ್ದರು :

"ನನ್ಗೇನೂ ಕಾಣಿಸ್ತಿಲ್ಲ,"

"ನಾವ್ಯಾಕೆ ವಾಪಸು ಹೋಗ್ಬಾರ್ದು ?"

"ಉಳಿದವರು ಬರ್ಲಿ, ಗುಂಡಿಗೆ ಸುಲಭ ಗುರಿಗಳಾಗಿ ಕೂತ್ಕೊಳ್ಬೇಕು ಅನ್ನೋ ಅಭಿಲಾಷೆ ಅವರಿಗಿದ್ರೆ."

ಸೂರ್ಯೋದಯದ ವೇಳೆ ಅಡಗಿ ಕುಳಿತಿದ್ದ ಬಂಡಾಯಗಾರರ ಗುಂಪೊಂದು ಈ ಸೈನ್ಯ ತುಕಡಿಯ ಮೇಲೆ ಬಿತ್ತು, ಸೈನಿಕರತ್ತ ಗುಂಡು ಹಾರಿಸಿತು. ಮುಂದಳದಲ್ಲಿದ್ದವರು ಉರುಳಿಬಿದ್ದರು. ಗುಂಡಿನ ದಾಳಿಯಿಂದ ಸವರಿಹೋದರು. ಆದರೆ ಎಲ್ಲಿಂದ, ಏನು, ಎಂಬುದನ್ನವರು ಪತ್ತೆಹಚ್ಚದಾದರು. ವಿವರ್ಣರಾಗಿ ನರಳುತ್ತಾ ಅವರು ಜೀವ ಬಿಡುತ್ತಿದ್ದುದನ್ನು ಎಲೋಯ್ ನೋಡಿದ.

ಕೈಯಲ್ಲಿ ಬಂದೂಕು ಹಿಡಿದು ಲೆಫ್ಟಿನೆಂಟ್ ಅವರ ಬಳಿ ಬಂದ.

"ಈಗ ದಾಳಿ ನಡೆಸುವ ಸರದಿ ನಮ್ಮದು. ನಡೆಯಿರಿ ಮುಂದೆ !"

ಎಲೋಯ್ ತಾನೇ ಹೋಗಿ ಸೈನಿಕರ ಸಾಲಿನ ಮುಂದಳದಲ್ಲಿ ನಿಂತ.

ಮರುದಿನ ಅವನು ಕಾರ್ಯಾಚರಣೆಗಿಳಿದ. ಪೈನ್ ಮರದ ಒಂದು ತೋಟದ ಮೂಲಕ ಅವರು ಹಾದು ಹೋಗುವಾಗ ಅವರ ಮೇಲೆ ಗುಂಡುಗಳು ಬಿದ್ದವು.

ಎಲೋಯ್‌ಯ ಮೂವರು ಸಂಗಾತಿಗಳು ಉರುಳಿದರು. ಮುಂದಿರುವ ಮರಗಳತ್ತ ಗುರಿಮಾಡಿ ಆತ ತನ್ನ ತುಪಾಕಿಯನ್ನು ಹಿಡಿದ. ಅಮಾಯಕ ಶತ್ರುಗಳಾದ ಗೆರಿಲ್ಲಗಳತ್ತ ಅವನ ಪಕ್ಕದಿಂದ ಮೆಶಿನ್‌ಗನ್‌ಗಳು ಬೆಂಕಿಯುಗುಳಿದವು.

ಲೆಫ್ಟಿನೆಂಟ್ ಘರ್ಜಿಸಿದ :

"ಅಡವಿಯ ಕಡೆಗೆ ! ಅಡವಿಯ ಮೇಲೆ ಹಲ್ಲೆ ನಡೆಸಿ ! ಅವರಿರೋದೇ ಅಲ್ಲಿ !"

ಸೈನಿಕರು ಮುನ್ನಡೆದರು. ತಮ್ಮಿಂದ ಸಾಧ್ಯವಾದಷ್ಟು ವೇಗವಾಗಿ ಓಡಿದರು. ಆದರೆ ಕಾಡನ್ನು ತಲಪುವ ಮೊದಲೇ ಅವರಲ್ಲಿ ಕೆಲವರು ಮಡಿದು ಬಿದ್ದದ್ದರು. ಎಲೋಯ್ ಹೇಗೋ ಬಂದ. ಕೈಯಲ್ಲಿ ತುಪಾಕಿ ಹಿಡಿದುಕೊಂಡು ಅವನು ಕಾಡನ್ನು ಪರಿಶೋಧಿಸಿದ. ಆದರೆ ಯಾರೂ ಅವನಿಗೆ ಕಾಣಲಿಲ್ಲ. ಅವನು ಮುನ್ನಡೆಯುತ್ತಲೇ ಹೋದ.

ಗಡ್ಡ ಬೆಳಸಿದ ಯುವಕನೊಬ್ಬ ಮರವೊಂದರ ಕಾಂಡದ ಬಳಿ ಸ್ತಬ್ಧವಾಗಿ ಮಲಗಿದ್ದುದನ್ನು ಆತ ಕಂಡ. ಬಹಳ ಜಾಗರೂಕತೆಯಿಂದ ಎಲೋಯ್ ಅವನತ್ತ ನಡೆದ. ಅವನಿಗೆ ನೆತ್ತರು ಕಾಣಿಸಿತು.

ಇವನನ್ನು ಕೈದಿಯಾಗಿ ಒಯ್ಯುವುದೇ ಒಳಿತು ಎಂದು ತನ್ನಷ್ಟಕ್ಕೆ ಹೇಳಿಕೊಂಡ ಎಲೋಯ್. ಗಡ್ಡಧಾರಿ ಯುವಕನನ್ನು ಆತ ಎತ್ತಿದ; ತನ್ನ ಹೆಗಲ ಮೇಲೆ ಹಾಕಿಕೊಂಡ; ಅವನೇನೂ ಭಾರವಾಗಿ ಕಾಣಲಿಲ್ಲ. ಬಂಡಾಯಗಾರನೇನೋ ತೆಳ್ಳಗಿದ್ದ. ಅವನ ಸಮವಸ್ತ್ರ ಕೊಳತಾಗಿತ್ತು; ಎಲೋಯ್ ಸ್ವಲ್ಪ ಮುಂದೆ ನಡೆದ, ಆಯಾಸವಾಯಿತು. ಗಾಯಗೊಂಡ

ವ್ಯಕ್ತಿಯನ್ನು ಹುಲ್ಲಿನ ಮೇಲಿರಿಸಿ ಆತ ಸ್ವಲ್ಪ ದಣುವಾರಿಸಿಕೊಂಡ; ಸುತ್ತಲೂ ಕಿವಿಗೊಟ್ಟ, ಗುಂಡಿನ ಸಪ್ಪಳವೆಲ್ಲೂ ಕೇಳಿಸುತ್ತಿರಲಿಲ್ಲ.

"ನನಗೆ ಬಾಯಾರಿಕೆಯಾಗಿದೆ. ನೀರು ಕೊಡು."

ಎಲೋಯ್ ತನ್ನ ತುಪಾಕಿಯನ್ನೆತ್ತಿದ. ಕೈದಿಯ ಕಣ್ಣಿನತ್ತ ಗುರಿಯಿಟ್ಟ. ಆದರೆ ಅಲ್ಲಿ ಅವನಿಗೆ ಕಂಡದ್ದು ಕೇವಲ ಜ್ವರದ ತಾಪ ಮತ್ತು ಅಸಹಾಯಕತೆ.

"ನೀರು..."

ಎಲೋಯ್ ಅವನತ್ತ ಒಮ್ಮೆ ನೋಡಿದ. ಅದು ರೈತನ ಮುಖ. ತನ್ನ ಪ್ರತಿಬಿಂಬವನ್ನ ಅದರಲ್ಲಿ ಆತ ಕಂಡ. ಹೌದು ದೀರ್ಘಕಾಲದ ತಾಪ, ವೇದನೆಗಳನ್ನು ಅನುಭವಿಸಿದ ಮುಖ.

ಸೈನಿಕನ ನೀರಿನ ಡಬ್ಬದಿಂದ ಗಾಯಾಳು ನೀರು ಕುಡಿದ.

"ಉಪಕಾರವಾಯಿತು."

"ಅದೇನೂ ದೊಡ್ಡದಲ್ಲ. ಬಿಡು."

ಈಗ ಏನು ಮಾಡಬೇಕು? ಎಲೋಯ್‌ಗೆ ಏನೂ ತೋಚಲಿಲ್ಲ.

"ಪ್ರಾಯಶಃ ನನ್ಗೆ ತುಂಬಾ ಗಾಯಗಳಾಗಿರ್ಬೇಕು." ಗಾಯಾಳು ಕೇಳಿದ.

"ಇಲ್ಲ ಅಷ್ಟೇನೂ ಇಲ್ಲ."

"ನಾನು ಬದುಕ್ತೇನೆಂತ ನನಗೆ ಅನಿಸುವುದಿಲ್ಲ."

ಎಲೋಯ್ ಚಿಂತಿಸತೊಡಗಿದ; ಈ ರೈತ ಕೈದಿಯನ್ನು ತಾನು ಕೊಂಡೊಯ್ದುದೇ ಆದರೆ ಅವರು ಅವನನ್ನು ಕೊಲ್ಲುವುದು ಖಂಡಿತ. ಲೆಫ್ಟಿನೆಂಟನೇ ಇವನನ್ನು ಕೊಲ್ಲುತ್ತಾನೆ. ಈಗಾಗಲೇ ಅವನು ಇಬ್ಬರನ್ನು ಕೊಂದಿಕ್ಕಿದ್ದಾನೆ ಬಂಡಾಯಗಾರರು ಎಲ್ಲಿದ್ದಾರೆಂಬುದನ್ನು ತಿಳಿಸದುದೇ ಅವರ ಅಪರಾಧವಾಗಿತ್ತು.

"ನಿನ್ಗೆಷ್ಟು ವಯಸ್ಸು?"

"ಹತ್ತೊಂಭತ್ತು," ಎಂದುತ್ತರಿಸಿದ ಕೈದಿ.

ಎಲೋಯ್ ಮನದೊಳಗೆ ಯೋಚಿಸಿದ: 'ನಾನಿವನನ್ನು ಕೊಂಡೊಯ್ದರೆ ಇವನನ್ನು ಲೆಫ್ಟಿನೆಂಟ್ ಕೊಂದೇ ತೀರುತ್ತಾನೆ. ಆದುದರಿಂದ ಇವನನ್ನು ಇಲ್ಲೇ ಬಿಟ್ಟು ಹೋಗುತ್ತೇನೆ. ಅವನೇನಾದರೂ ತನ್ನ ವ್ಯವಸ್ಥೆಯನ್ನು ಮಾಡಿಕೊಂಡಾನು. ಆದರೆ ಅವನು ಹೆಚ್ಚುಕಾಲ ಬದುಕಿ ಉಳಿದಾನೆಂದು ನಾನು ಭಾವಿಸುವುದಿಲ್ಲ. ಅವನ ಹೊಟ್ಟೆಯಲ್ಲಿ ಸ್ಪ್ರಿಂಗ್ ಫೀಲ್ಡ್ ಗುಂಡಿನಿಂದಾದ ಗಾಯವಿದೆ.'

ಗಾಯಾಳು ಹುಡುಗ ತನ್ನ ಕಣ್ಣುಗಳಿಂದಲೇ ಈತನನ್ನು ಪ್ರಶ್ನಿಸಿದ ತನ್ನ ಭವಿಷ್ಯವನ್ನು ತೀರ್ಮಾನಿಸಲು ಈ ಸೈನಿಕ ಯೋಚಿಸುತ್ತಿದ್ದಾನೆಂಬುದು ಆತನಿಗೆ ಗೊತ್ತಿತ್ತು.

"ನಮ್ಮೊಡನೆ ಬಾ ಸೋಲ್ಜರ್, ನಮ್ಮನ್ನು ಸೇರಿಕೋ."

ಎಲೋಯ್ ಉತ್ತರಿಸಲಿಲ್ಲ. ಅವನ ಮನಸ್ಸು ಹೊಯ್ದಾಡುತ್ತಿತ್ತು. ತನ್ನ ಲೆಫ್ಟಿನೆಂಟನನ್ನು ಆತ ಮೆಚ್ಚುತ್ತಿರಲಿಲ್ಲ. ಸರಕಾರದ ಕ್ರಮಗಳನ್ನು ಅವನು ಒಪ್ಪುತ್ತಿರಲಿಲ್ಲ. ಏನು ಮಾಡಬೇಕೆಂದು ಅವನಿಗೆ ತೋಚಲಿಲ್ಲ. ಹುಡುಗ ಪುನಃ ಹೇಳಿದ:

"ಬಾ ನಮ್ಮೊಂದಿಗೆ, ನನ್ನನ್ನು ಎತ್ತಿಕೊ, ನಿನಗೆ ದಾರಿ ತೋರಿಸ್ತೇನೆ."

ಎಲೋಯ್ ಎದ್ದುನಿಂತ. ಅನಂತರ ಹೀಗೆಂದ:

"ನಾನು ನಿನ್ನನ್ನು ಬಿಟ್ಟು ಬಿಡ್ತೇನೆ. ಯಾಕೆಂದ್ರೆ ನೀನೂ ನನ್ನಂತೆ ಒಬ್ಬ ರೈತ. ಆದಷ್ಟು ಬೇಗ ಇಲ್ಲಿಂದ ಹೊರಟ್ಬಿಡು."

"ಇಲ್ಲಿಂದ ಹೊರಡೋದು ನನ್ನಿಂದ ಸಾಧ್ಯವಿಲ್ಲ ಸೋಲ್ಜರ್. ನನ್ನಿಂದ ಸಾಧ್ಯವಿಲ್ಲ. ನೀನು ಹೊರಟುಬಿಡ್ತೀಯಾದರೆ ನನ್ನನ್ನು ಕೊಂದ್ಬಿಡು. ನಾನಿಲ್ಲಿ ಏಕಾಂಗಿಯಾಗಿ ಸಾಯಲು ಇಚ್ಛಿಸೋದಿಲ್ಲ. ನನ್ನನ್ನು ಎತ್ತಿಕೊ, ನನ್ನ ಜನರ ಬಳಿ ಕೊಂಡು ಹೋಗು, ಕ್ರಾಂತಿಯಲ್ಲಿ ಪಾಲ್ಗೊಳ್ಳು."

ಎಲೋಯ್ ಇದಕ್ಕೆ ಏನೊಂದೂ ಉತ್ತರ ನೀಡಲಿಲ್ಲ. ಗಾಯಾಳುವಿಗೆ ಬೆನ್ನು ಹಾಕಿ ಅವನು ಹೊರಟ. ಕಾಡಿನಿಂದ ಹೊರನಡೆದ. ಅವನನ್ನು ಕಂಡು ಒಬ್ಬ ಸೈನಿಕ ಹೇಳಿದ :

"ನೀನು ಸತ್ತಿರ್ಬೇಕೂಂತ ನಾವು ಯೋಚಿಸಿದ್ವಿ. ಅವರು ಹೊಂಚು ಹಾಕಿ ದಾಳಿ ನಡೆಸಿದ್ರು. ನಮ್ಮಲ್ಲಿಬ್ರು ಸತ್ತು ಹೋದ್ರು."

*　　　*　　　*

ಅಂದು ರಾತ್ರಿ ನಿದ್ರಿಸಲು ಸೈನಿಕರಿಗಾಗಲಿಲ್ಲ. ಆಕಸ್ಮಾತ್ ದಾಳಿ ನಡೆಯಬಹುದೆಂದು ಅವರು ನಿರೀಕ್ಷಿಸಿ ಕುಳಿತಿದ್ದರು. ಎಲೋಯ್ ಕಣ್ಣು ಬಿಟ್ಟುಕೊಂಡು ಯೋಚಿಸುತ್ತಲೇ ಇದ್ದ : 'ಎವುಲಾಲಿಯ ಮತ್ತು ನನ್ನ ಮಗುವಿಲ್ಲದಿದ್ದರೆ ನಾನು ಹೋಗಿಯೇಬಿಡುತ್ತಿದ್ದೆ. ಈಗ ನನಗೆ ಒಳ್ಳೆಯ ಹುದ್ದೆಯಿದೆ. ಕಷ್ಟಗಳನ್ನು ತಾಳಿಕೊಳ್ಳಲು ಹೊರಡುವುದೆಂದರೆ ? ಮತ್ತೊಮ್ಮೆ ಹೊಲಗಳಲ್ಲಿ ಕಷ್ಟಪಡಲು ಹೋಗುವುದೆಂದರೆ ? ಆ ಗಾಯಾಳು ಹುಡುಗ ಕೆಟ್ಟವನಾಗಿರಲಿಲ್ಲ. ಅವನು ಬದುಕುಬಹುದೆ ? ಕಾವುನೋವುಗಳಿಂದ ಕಾಪಾಡಲು ಅವನನ್ನು ಕೊಂದು ಬಿಟ್ಟಿದ್ದರೇ ಚೆನ್ನಿತ್ತು. ಆದರೆ ಹಾಗೆ ಮಾಡಲು ಮಾತ್ರ ನನಗೆ ಸಾಧ್ಯವಿರಲಿಲ್ಲ.'

ಸೂರ್ಯೋದಯದ ವೇಳೆ ಅವರು ಉಪಾಹಾರವನ್ನು ಮುಗಿಸಿದರು. ಎರಡು ಬಾಳೆ ಹಣ್ಣುಗಳನ್ನೂ ಹುಡಿಯ ಹಾಲು ಇದ್ದ ಡಬ್ಬವೊಂದನ್ನೂ ಹಾಗೂ ಕೆಲವು ಬಿಸ್ಕತ್ತುಗಳನ್ನೂ ಎಲೋಯ್ ಎತ್ತಿಕೊಂಡ. ಅವಕಾಶ ಸಿಕ್ಕದ ಕೂಡಲೇ ಅವನು ಅಡವಿಯತ್ತ ನಡೆದು ಅದೃಶ್ಯನಾದ.

ಆ ಹುಡುಗ ಅಲ್ಲೆ ಮಲಗಿದ್ದ, ತುಂಬಾ ಬಿಳಿಚಿಕೊಂಡಿದ್ದ. ಹುಚ್ಚು ಹುಚ್ಚಾಗಿ ಮಾತನಾಡಿಕೊಳ್ಳುತ್ತಿದ್ದ.

"ಇಲ್ಲಿ ನೋಡಪ್ಪಾ, ನಿನಗಾಗಿ ಇದನ್ನು ತಂದಿದ್ದೇನೆ, ಬಾಳೆಹಣ್ಣು, ಹಾಲಿನ ಡಬ್ಬ ಮತ್ತು ಬಿಸ್ಕತ್ತುಗಳು."

ಆದರೆ ಗಾಯಗೊಂಡ ಹುಡುಗ ಇವನನ್ನು ಗುರುತಿಸುವ ಸ್ಥಿತಿಯಲ್ಲಿರಲಿಲ್ಲ.

ಎಲೋಯ್ ಅನುಮಾನಿಸಿದ, ಹಿಂದೆ ಮುಂದೆ ನೋಡಿದ. 'ಇವನನ್ನು ಎತ್ತಿಕೊಳ್ಳೋಣ ವೆಂದರೆ, ಎತ್ತ ಒಯ್ಯುವುದೆಂದು ಗೊತ್ತಿಲ್ಲ. ಇವರೊಂದಿಗೆ ಸೇರಬೇಕೆಂದು ನಾನೀಗ ಬಯಸಿದರೂ ಹೋಗುವುದೆಲ್ಲಿಗೆ ? ಎಂದು ಎಲೋಯ್ ಯೋಚಿಸತೊಡಗಿದ.

ಥಟ್ಟನೆ ರೈಫ್ಲ್‌ಗಳು ಅವನನ್ನು ಸುತ್ತುವರಿದವು.

ಲೆಫ್ಟಿನೆಂಟ್ ಕೂಗಿದ :

"ಇವರಿಬ್ಬರನ್ನು ಗಲ್ಲಿಗೇರಿಸ್ಬೇಕು, ದ್ರೋಹಿಗಳಿಗೆ ಕೊಡ್ಬೇಕಾದ್ದು ಇದೇ ಶಿಕ್ಷೆ."

ಗಲ್ಲಿಗೇರಿಸುವ ಹಗ್ಗ, ಅದರ ಉರುಳು ಇವನ್ನ ಎಲೋಯ್ ಕಂಡ. ಆದರೆ ಅವನು ಯಾವುದೇ ಪ್ರತಿಭಟನೆಯನ್ನು ತೋರಿಸಲಿಲ್ಲ.

ಸೈನ್ಯದ ಸಾಲು ಹಿಂದೆರಳಿತು. ಆ ಎರಡು ದೇಹಗಳು ಇನ್ನೂ ಅಲ್ಲಾಡುತ್ತವೆಯೇ ಎಂದು ನೋಡಲು ಸೈನಿಕನೊಬ್ಬ ಹಿಂದಿರುಗಿ ನೋಡಿದ. ಸಿಯೆರ್ರಾ ಕಡೆಯಿಂದ ಜೋರಾಗಿ ಬೀಸುತ್ತಿದ್ದ ಗಾಳಿಯ ರಭಸಕ್ಕೆ ಆ ಎರಡು ದೇಹಗಳು ಹಿಂದೆ ಮುಂದೆ ಜೋಲಾಡುತ್ತಿದ್ದುದನ್ನು ಆತ ಕಂಡ.

ತಬ್ಬಿಬ್ಬಾಗಿದ್ದ ತನ್ನ ಸಹಾಯಕನನ್ನು ದಿಟ್ಟಿಸುತ್ತಾ ಲೆಫ್ಟಿನೆಂಟ್ ನುಡಿದ.

"ಎಲೋಯ್‌ನನ್ನು ನಾನೆಂದೂ ಮೆಚ್ಚಿರಲಿಲ್ಲ. ಅವ ನಂಬಿಗಸ್ತನಾಗಿರ್ಲಿಲ್ಲ,"

ಆ ಸಹಾಯಕ ಏನನ್ನೂ ಹೇಳಲಿಲ್ಲ. ಅವರು ಒಂದು ತೋಡನ್ನು ದಾಟಿದರು, ಜೋರಾದ ಗಾಳಿಯ ಪರಿಣಾಮವಾಗಿ ಅದರಲ್ಲಿ ಅಲೆಗಳು ಏಳುತ್ತಿದ್ದವು. ದಡಗಳಲ್ಲಿ ಬೂದುಬಣ್ಣದ ನುಣುಪು ಮರುಳು. ತೋಡಿನ ಬಳಿ ಲೆಫ್ಟಿನೆಂಟ್ ಮಂಡಿಯೂರಿದ. ಹುಬ್ಬಿನ ಮೇಲೆ ಸೊಳ್ಳೆಯೊಂದು ಕಚ್ಚಿ ಉಂಟಾಗಿದ್ದ ಚಿಕ್ಕ ಊತಕ್ಕೆ ತೋಡಿನ ನೀರು ಹಾಯಿಸಿ ತೊಳೆದುಕೊಂಡ. ○

○ **ದೋರಾ ಅಲೊಂರ್ಘೊ**

ಬೆಳಗಾಯಿತು

ಆಕೆ ಆ ತೂತಿನಿಂದ ಹೊರಬಂದಳು. ಯಾವಾಗಲೂ ಮಾಡುತ್ತಿದ್ದುದ್ದು ಹಾಗೆಯೇ. ಹಳೆ ಬಂಡಿ–ಮನೆಯಿಂದ ಸಕ್ಕರೆ ಕಾರ್ಖಾನೆಯ ದಿನಸಿ ಅಂಗಡಿಯ ತನಕ ಭಾರೀ ವೇಗದಿಂದ ಓಡಿಬಂದು ಆ ತೂತಿನಿಂದ ತೂರಿ ಬರುತ್ತಿದ್ದುದು ಅವಳ ವಾಡಿಕೆ.

'ಅವಳು' ಎಂದರೆ ಒಂದು ದೊಡ್ಡ ಹೆಣ್ಣಿಲಿ. ಫೆರೆಟ್*ನಂತೆ ಕಾಣುತ್ತಿದ್ದ ಈ ಕೊಬ್ಬಿದ ಇಲಿಗೆ ಜಾಗರೂಕ ಕಣ್ಣುಗಳು; ಚಾಟಿಯಂತಿದ್ದ ಉದ್ದವಾದ ತೆಳ್ಳಗಿನ ಬಾಲ.

ಅವಳು ಹುಟ್ಟಿದ್ದುದೇ ಅಲ್ಲಿ. ಅವಳಿಗೆ ಅಲ್ಲಿನ ಮೂಲೆ ಮೂಲೆಗಳೂ ಚೆನ್ನಾಗಿ ಗೊತ್ತಿದ್ದವು; ಅನಾನಾಸ್ ಹಣ್ಣುಗಳ ಸಾಲಿನತ್ತ ಹೋಗುವ ಹಾದಿಗಳು, ಮನೆಯ ಹುಲ್ಲಿನ ಛಾವಣಿಯನ್ನು ತಲಪುವ ಅಗೋಚರ ಜಾಡುಗಳು ಮತ್ತು ಮನೆಯ ಕೆಳಗಡೆ ಯಾರ ನೆನಪಿಗೂ ಬಾರದೆ ಹರಡಿ ಕೊಂಡಿದ್ದ ಕತ್ತಲು ತುಂಬಿದ ಮೆತ್ತನೆಯ ಮಣ್ಣಿನ ರಾಶಿ. ತನ್ನ ದೇಹವನ್ನು ವಕ್ರ ವಕ್ರವಾಗಿ ತಿರುಚಬಲ್ಲ ಚತುರ ವ್ಯಾಯಾಮಪಟುವಿನಂತೆ ಪ್ರತಿ ರಾತ್ರೆಯೂ ಅವಳು ಈ ಮಣ್ಣಿನ ರಾಶಿಯೊಳಗೆ ಜಾರಿಕೊಂಡು ಹೋಗಿ, ಅದರ ಮೇಲಿನ ಹಲಗೆ ನೆಲದ ಚಿಕ್ಕ ಬಿರುಕಿನ ಮೂಲಕ ನುಣುಚಿ ದಿನಸಿ ಅಂಗಡಿಗೆ ಕಾಲಿಡುತ್ತಿದ್ದಳು.

ಒಮ್ಮೆ ಅಲ್ಲಿಗೆ ಪ್ರವೇಶಿಸಿದಳೆಂದರೆ, ಸಾಮಾನುಗಳನ್ನು ತುಂಬಿದ ಚೀಲಗಳ ಸಾಲಿನ ನಡುವೆ ತನ್ನ ಸ್ವಂತ ಮನೆಗೆ ಬಂದಷ್ಟು ನೆಮ್ಮದಿಯಾಗುತ್ತಿತ್ತು ಅವಳಿಗೆ. ವಿವಿಧ ಬಗೆಯ ಅವರೆ ಕಾಳುಗಳ ಪರ್ವತಾಕಾರದ ರಾಶಿ. ಅವುಗಳ ತೇವದ, ಹುಳಿವಾಸನೆ. ಅಲ್ಲೊಂದು ದೊಡ್ಡ ಪೀಪಾಯಿ. ಅದರ ತುಂಬ ಹಂದಿಯ ಕೊಬ್ಬಿನ ಬಿಳಿ ಪಾಕ. ಒಮ್ಮೆ ಅದರ ಮೇಲಿನ

---

* ಫೆರೆಟ್ : ಮೊಲ ಇಲಿ ಮೊದಲಾದುವುಗಳನ್ನು ಹಿಡಿಯಲು ಉಪಯೋಗಿಸುವ ಅರೆಪಳಗಿದ ಒಂದು ಪ್ರಾಣಿ, ಕಾಡು ಬೆಕ್ಕಿನ ಜಾತಿಗೆ ಸೇರಿದ್ದು .

ಅಂಚಿನಲ್ಲಿ ಹರಿದಾಡುತ್ತಿದ್ದಾಗ ಅವಳು ಅದರೊಳಕ್ಕೆ ಬಿದ್ದುದೂ ಉಂಟು. ಆದರೆ ಬಹಳ ಪ್ರಯಾಸಪಟ್ಟು ಅವಳು ಹೇಗೋ ಅದರಿಂದ ಮೇಲೆ ಬಂದಿದ್ದಳು.

ಅವಳಷ್ಟು ಬಲಿಷ್ಠವಾಗಿರದಿದ್ದ ಇತರ ಇಲಿಗಳು ಮಾತ್ರ ಅದರೊಳಗೇ ಉಳಿಯುತ್ತಿದ್ದುವು. ಮಿದುಕೊಬ್ಬಿನಲ್ಲಿ ಕರಕರ ಸದ್ದು ಮಾಡುತ್ತ ಹೊರಳಾಡಿ ಅದರಲ್ಲೇ ಮುಳುಗಿ ಹೋಗುತ್ತಿದ್ದವು. ಮರುದಿನ ಬೆಳಿಗ್ಗೆ ಸೂರ್ಯೋದಯವಾದಾಗ ಆ ಮನುಷ್ಯ ಬರುತ್ತಿದ್ದ. ಸತ್ತ ಇಲಿಗಳ ಬಾಲ ಹಿಡಿದು ಪೀಪಾಯಿಯಿಂದ ಅವನ್ನು ಹೊರ ತೆಗೆದು ಅಂಗಳಕ್ಕೆ ಎಸೆಯುತ್ತಿದ್ದ. ಡಬ್ಬನೆ ಅವು ಅಲ್ಲಿ ಬೀಳುತ್ತಿದ್ದುವು. ಸ್ವಲ್ಪ ಸಮಯದ ಮೇಲೆ ಅವುಗಳ ಮೃತ ದೇಹದ ಅಡಿಯಿಂದ ಕರಗಿದ ಕೊಬ್ಬು ಸ್ರವಿಸುತ್ತಿತ್ತು. ಅದು ಇರುವೆಗಳನ್ನು ಆಕರ್ಷಿಸುತ್ತಿತ್ತು. ಎಷ್ಟೋ ಜಿರಳೆಗಳು ಕೂಡ ಅದೇ ರೀತಿಯಲ್ಲಿ ಸಾಯುತ್ತಿದ್ದುವು.

ಈ ರಾತ್ರೆ ಮಾತ್ರ ಅವಳ ಚಿಕ್ಕದಾದ ಆದರೆ ಉಬ್ಬಿದ ಹೊಟ್ಟೆಯೊಳಗೆ ಆಕೆಯ ಮರಿಗಳು ಉರುಳಾಡತೊಡಗಿದವು, ಆಕೆ ಅವರೆಕಾಯಿಗಳನ್ನು ಕಡಿಯಲು ಆರಂಭಿಸುವು ದರೊಳಗೆ, ಉಪ್ಪು ಸವರಿದ ಹಂದಿಯ ಮಾಂಸದ ರುಚಿ ನೋಡುವುದರೊಳಗೆ, ಅಲ್ಲಿ ರಾಶಿ ಹಾಕಿದ್ದ ಪ್ರತಿಯೊಂದು ವಸ್ತುವಿನ ಕಡೆಗೆ ಗಮನಹರಿಸುವುದರೊಳಗೆ, ತನ್ನ ಹೊಟ್ಟೆ ಬಿರಿಯುತ್ತದೋ ಎಂದಾಕೆಗೆ ತೋರಿತು. ಅವಳ ಮರಿಗಳು ಒಂದರ ಹಿಂದೊಂದರಂತೆ ಹೊರಬರಲಾರಂಭಿಸಿದವು...

ಕೊನೆಯಲ್ಲಿದ್ದ ಹಿಟ್ಟಿನ ಚೀಲಗಳ ರಾಶಿಯ ತುದಿಯಲ್ಲಿ ಅವಳು ಗೂಡನ್ನು ಕಟ್ಟಿದಳು. ಅಲ್ಲಿ ತನಗಾರೂ ತೊಂದರೆ ಕೊಡಲಾರರೆಂದು ಆಕೆ ಭಾವಿಸಿದ್ದಳು.

ಮರುದಿನ ಬೆಳಿಗ್ಗೆ ಬೆಳಕು ಹರಿದಾಗ ಆಕೆ ಇನ್ನೂ ದಿನಸಿಕೋಣೆಯೊಳಗೇ ಇದ್ದಳು. ಹಗಲು ಹೊತ್ತಿನಲ್ಲಿ ಅವಳು ಹೀಗೆ ಅದರೊಳಗಿದ್ದದ್ದು ಇದೇ ಮೊದಲ ಬಾರಿ. ಆದ್ದರಿಂದ ಅವಳು ಬಹಳ ಎಚ್ಚರಿಕೆಯಿಂದಿದ್ದಳು. ಅವಳ ಹೃದಯ ಡವಗುಟ್ಟುತ್ತಿತ್ತು. ಮನಸ್ಸು ತಳಮಳಿಸುತ್ತಿತ್ತು.

ಮನೆಯೊಳಗೆ ಈಗ ಚಟುವಟಿಕೆ ಪ್ರಾರಂಭವಾಗಿತ್ತು. ಬೆಳಗಿನ ಸದ್ದುಗಳು ಅಲ್ಲಿಂದ ಕೇಳಿಬರುತ್ತಿದ್ದವು. ಇಂಥ ಪ್ರತಿಯೊಂದು ಸದ್ದು ಕಿವಿಗೆ ಬಿದ್ದಾಗಲೂ ಅವಳು ನಡುಗುತ್ತಿದ್ದಳು; ತನ್ನ ಮರಿಗಳ ಪುಟ್ಟ ದೇಹಗಳ ಮೇಲೆ ಬಾಗುತ್ತಿದ್ದಳು. ಪಕ್ಕದ ನೆಲದ ಮೇಲೆ ಬೀಳುತ್ತಿದ್ದ ಗಡುಸಾದ ಹೆಜ್ಜೆಗಳ ಗುಡುಗು, ಆಕೆಯನ್ನು ಪ್ರತಿಕ್ಷಣಕ್ಕೂ ಭೀತಿಗೊಳಪಡಿಸುತ್ತಿತ್ತು.

ಬಾಗಿಲಿನ ಬೀಗ ತೆರೆದಾಗಲಂತೂ ಆಕೆ ಕಂಗಾಲಾಗಿ ಓಡತೊಡಗಿದಳು; ತಾನು ನಿರ್ಗಮಿಸುತ್ತಿದ್ದ ಮಾಮೂಲಿನ ತೂತಿನ ಬಳಿಗೆ ಬಂದು ಮುಟ್ಟಿದಳು. ಆದರೆ ಈ ಬಾರಿ ತಾನು ಹೊರಹೋಗಲಾರೆ ಎಂದಾಕೆಗೆ ಅನ್ನಿಸಿತು. ಗಡಗಡನೆ ನಡುಗುತ್ತಾ ತನ್ನ ಗೂಡಿಗೆ ಆಕೆ ವಾಪಸಾದಳು. ಆಕೆ ತನ್ನ ಸೊಗಸಾದ ಮೂತಿಯನ್ನು ಮೇಲಕ್ಕೆ ಎತ್ತಿದ್ದಳು. ಅವಳ ಕಣ್ಣುಗಳು ಹೊಳೆಯುತ್ತಿದ್ದವು.

ಭಾರವಾದ, ಕೆಸರು ಅಂಟಿದ ಬೂಟುಗಳಿದ್ದ ದೈತ್ಯ ಗಾತ್ರದ ಎರಡು ಪಾದಗಳು ಒಳ ಪ್ರವೇಶಿಸಿದವು.

ರಾಶಿ ಹಾಕಿದ ಗೋಣಿ ಚೀಲಗಳ ಹಿಂದಿನಿಂದ, ಬೋಳಾದ ಎರಡು ಮುಂಗೈಗಳನ್ನು ಅವಳ ಕಣ್ಣುಗಳು ಕಂಡವು. ಒಂದು ಕೈ ದೊಡ್ಡದೊಂದು ಸೌಟನ್ನು ಹಿಡಿದುಕೊಂಡಿತ್ತು. ಪೀಪಾಯಿಯಿಂದ ತೆಗೆದ ಕೊಬ್ಬು ಅದರಿಂದ ಹನಿಯುತ್ತಿತ್ತು.

ಕಪ್ಪಗಿನ ಕಾಗದದ ಮೇಲೆ ಕೊಬ್ಬು ಮೆದುವಾಗಿ ಬಿದ್ದಿತು. ಅನಂತರ ಆ ಕೈಗಳು ಆ ಕೊಬ್ಬನ್ನು ತಕ್ಕಡಿಯ ತಗಡಿನ ಮೇಲಿಟ್ಟವು. ಒಂದು ಬೆರಳು ಜಾಗರೂಕತೆಯಿಂದ ಅದನ್ನು ಸರಿಸಿತು.

"ನಿನಗೆಷ್ಟು ಬೇಕು ?"

"ಅರ್ಧ ಪೌಂಡ್. ಅನಿಸ್ಯೆತೊ, ದೇವರಾಣೆ, ದಮ್ಮಯ್ಯ, ಸರಿಯಾದ ತೂಕವನ್ನೇ ಕೊಡು."

ಹಳದಿ ಬಣ್ಣದ ಮುಖ, ಕಣ್ಣುಗಳ ಸುತ್ತಲೂ ಕಪ್ಪಗಿನ ವೃತ್ತವಿದ್ದ ಹೆಂಗಸು ಆಕೆ. ಸಕ್ಕರೆ ಕಾರ್ಖಾನೆಯ ಕೂಲಿಸಾಲುಗಳಲ್ಲಿದ್ದ ಜನರ ಮುಖಗಳೇ ಹಾಗೆ. ಇದು ಆ ಇಲಿಗೆ ಗೊತ್ತಿತ್ತು. ಆ ಹೆಂಗಸಿನ ಕಣ್ಣುಗಳು ತಕ್ಕಡಿಯತ್ತವೇ ನೆಟ್ಟಿದ್ದವು – ತೂಕದಲ್ಲಿ ಮೋಸ ನಡೆಯುತ್ತಿತ್ತೇ ಎಂಬುದನ್ನು ಕಂಡು ಹಿಡಿಯಲು. ತೂಕ ಮಾಡಿಕೊಡುತ್ತಿದ್ದ ಮನುಷ್ಯ ಆಕೆಯ ನೋಟವನ್ನು ಅಡ್ಡಿ ಪಡಿಸಲಿಲ್ಲ. ಯಾಕೆಂದರೆ ಗಿರಾಕಿಗಳನ್ನು ಸುಲಿಯುವ ತನ್ನ ಹೂಟವನ್ನು ಅವರು ಊಹಿಸಲಿಕ್ಕೂ ಅಸಾಧ್ಯ ಎಂಬುದು ಅವನಿಗೆ ಗೊತ್ತಿತ್ತು. ಕಣ್ಣೆವೆಗಳ ಸಂದಿನ ಮೂಲಕ ನೋಡುತ್ತಿದ್ದ ಇಲಿಗೆ ಅವಳು ಹರುಕಲಾಗಿ ಕಂಡಳು. ಅವಳ ಕಂಕುಳಲ್ಲಿದ್ದ ಮಗು ಬತ್ತಿ ಹೋಗಿದ್ದ ಅವಳ ಮೊಲೆಗಳನ್ನು ಚೀಪುತ್ತಿತ್ತು. ಆಕೆ ಅಳುಕುತ್ತ, ತಡವರಿಸುವ ಸ್ವರದಲ್ಲಿ ಇನ್ನೂ ಸ್ವಲ್ಪ ಸಾಮಗ್ರಿಗಳನ್ನು ಕೇಳಿದಳು. ಆ ವ್ಯಕ್ತಿ ಅವುಗಳನ್ನು ಚಿಕ್ಕ ಚಿಕ್ಕ ಪೊಟ್ಟಣಗಳಲ್ಲಿ ಕಟ್ಟಿ 'ಕೌಂಟರ್'ನ ಮೇಲಿಟ್ಟ. ಬಳಿಕ ಭತ್ತದ ದಂಟಿನಂತೆ ಹಸುರಾಗಿದ್ದ ಸಪುರದ ಪೆನ್ಸಿಲ್ ಒಂದು ಕೈಯಲ್ಲಿ ಆಡಿಸುತ್ತ ಅವನೆಂದ :

"ನಿನ್ನಿಂದ ಇನ್ನೂ ಒಂದೂವರೆ ಪೇಸೋ ಬಾಕಿ ಇದೆ. ಮುಂದಿನ ಕೊಯ್ಲಿನ ಕಾಲಕ್ಕೆ ನಿನಗೆ ಚಿಕ್ಕಾಸು ಕೂಡ ಸಿಕ್ಕೋದಿಲ್ಲ ಅಂತ ಕಾಣ್ತದೆ."

ಆಕೆ ಕೆಳಕ್ಕೆ ಬಾಗಿದಳು ; ತನ್ನ ತೋಳು ಮತ್ತು ಬತ್ತಿದ, ಚಪ್ಪಟೆಯಾದ ಮೊಲೆಗಳ ಮಧ್ಯೆ ಆ ಕಟ್ಟುಗಳನ್ನು ಇಟ್ಟುಕೊಂಡಳು. ಆತ ತನ್ನ ನೋಟ್ ಪುಸ್ತಕದಲ್ಲಿ ಅದನ್ನು ಬರೆದುಕೊಂಡ. ಬಹಳ ದಪ್ಪನೆಯ ನೋಟ್ ಪುಸ್ತಕ ಅದು.

ಹೀಗೆ ಪ್ರತಿದಿನ ನಡೆಯುತ್ತಿತ್ತು. ಅದೇ ಸ್ವರಗಳು, ಅದೇ ಮುಖಗಳು ಅಲ್ಲಿ ಕಾಣಿಸಿ ಕೊಳ್ಳುತ್ತಿದ್ದವು. ತಾವು ಕೊಟ್ಟ ಹಣದ ಮೌಲ್ಯಕ್ಕೆ ಸಿಗಬೇಕಾಗಿದ್ದುದಕ್ಕಿಂತ ಕಡಿಮೆ ತೂಕವನ್ನು ಅವು ಒಯ್ಯುತ್ತಿದ್ದವು. ಹಂದಿ ಕೊಬ್ಬಿನ ಪೀಪಾಯಿಯೊಳಗೆ ಇನ್ನಷ್ಟು ಕ್ರಿಮಿಕೀಟಗಳು ಮುಳುಗಿದುವು. ಅವುಗಳ ಹೆಣಗಳನ್ನು ಕೆದಕುತ್ತ ಸೌಟು ಹೆಚ್ಚು ಹೆಚ್ಚು ಆಳಕ್ಕೆ ಇಳಿಯುತ್ತಿತ್ತು. ಕಪ್ಪು ರೆಕ್ಕೆಯ ಆ ಚುಕ್ಕೆಗಳನ್ನು ದಪ್ಪನೆಯ ಬೆರಳುಗಳು ವಿಂಗಡಿಸುತ್ತಿದ್ದವು. ಒಂದು ಚೂರನ್ನು ಹಾಳು ಮಾಡದೆ ಉಳಿದುದನ್ನು ಜಾಗರೂಕತೆಯಿಂದ ಆ ಕೈಗಳು ಮಾರಾಟ ಮಾಡುತ್ತಿದ್ದವು.

ಸಂಜೆ ಅಂಗಡಿಗೆ ಬೀಗ ಹಾಕಲಾಯಿತು. ಆಗ ಕಣ್ಣಿಗೆ ಬಿದ್ದುದನ್ನೆಲ್ಲ ಆ ಹಳೆ ಇಲಿ ತಿನ್ನಲು ಆರಂಭಿಸಿತು. ಅದರ ಮರಿಗಳೂ ಹೀಗೆಯೇ ಬೆಳೆದವು. ಅವು ಕೂಡ ಜಾಗರೂ ಕತೆಯಿಂದ ಇದ್ದವು. ಬಲಿಷ್ಠವಾಗಿದ್ದವು, ಚುರುಕಾಗಿದ್ದುವು. ಆಕೆ ಕ್ರಮೇಣ ಅವುಗಳ ಬಗ್ಗೆ ಲಕ್ಷ್ಯ ಕೊಡುವುದನ್ನೇ ಮರೆತು ಬಿಟ್ಟಳು. ಹೀಗೆ ಅವು ಒಟ್ಟಾಗಿ ಇಡಿಯ ಅಂಗಡಿಯ ಉದ್ದಗಲಗಳಲ್ಲೂ ಯಾವುದೇ ತೊಂದರೆಯಿಲ್ಲದೆ ಸಂಚರಿಸುತ್ತಿದ್ದವು, ಬೇರೆ ಬೇರೆ ತಿಂಡಿತಿನಿಸುಗಳ ಮೇಲೆ ತಮ್ಮ ಹಲ್ಲಿನ ಗುರುತನ್ನೋ ಉಗುರುಗಳ ಕೆರೆತವನ್ನೋ ತಮ್ಮ ನಯವಾದ ಕೂದಲುಗಳನ್ನೋ ಬಿಟ್ಟು ಹೋಗುತ್ತಿದ್ದವು.

ಇರುವೆಗಳೂ ನಾನಾ ರೀತಿಯ ಹುಳಗಳೂ ಅಲ್ಲಿ ವಾಸಿಸುತ್ತಿದ್ದವು. ಆ ವ್ಯಕ್ತಿಯಾದರೋ

ಅವೆಲ್ಲವುಗಳ ಬಗ್ಗೆ ಔದಾರ್ಯ ತೋರಿಸುತ್ತಿದ್ದ, ಸಹಾನುಭೂತಿಯಿಂದ ವರ್ತಿಸುತ್ತಿದ್ದ.

ಆ ಇಲಿ ಮತ್ತೆ ಹಲವು ಬಾರಿ ಮರಿಹಾಕಿತು. ಎಷ್ಟೋ ಬಾರಿ. ರಾತ್ರೆಯಂತೂ ಭಾರೀ ಗದ್ದಲ, ಔತಣ. ಪ್ರತಿಯೊಂದು ವಸ್ತುವಿನಲ್ಲೂ ಇಲಿಗಳ, ಜಿರಳೆಗಳ ನಾತ. ಮುಚ್ಚಿದ ಅಂಗಡಿಯ ಹಳಸಲು ವಾಸನೆಯ ವಾತಾವರಣದೊಳಗೆ ರೆಕ್ಕೆಗಳು ಅಲ್ಲಿಂದಿಲ್ಲಿಗೆ ಹಾರಾಡುತ್ತಿದ್ದುವು. ಮೂತಿಗಳು ಅತ್ತಿಂದಿತ್ತ ಸರಿಯುತ್ತಿದ್ದವು. ಕತ್ತಲು ಮೂಲೆಗಳಲ್ಲಿ ಅವು ಒಂದಿನ್ನೊಂದಕ್ಕೆ ಡಿಕ್ಕಿ ಹೊಡೆಯುತ್ತಿದ್ದುವು.

ಆ ಪೀಪಾಯಿಯೊಳಗಿದ್ದ ಹಂದಿ ಕೊಬ್ಬಿನ ಬಿಳಿ ಪಾಕ ಮತ್ತೆ ಮತ್ತೆ ಕರಿ ಚುಕ್ಕೆಗಳಿಂದ ಬಣ್ಣಗೆಡುತ್ತಿತ್ತು. ಜಿಡ್ಡಿನಿಂದ ಜಾರುತ್ತಿದ್ದ ಈ ಕಪ್ಪು ಕಾಯಗಳು ಮಾರನೇ ದಿನ, ಬಿಸಿಲು ತುಂಬಿದ ಅ ದೊಡ್ಡ ಅಂಗಳದಲ್ಲಿ ಇರುವೆಗಳಿಗೆ ರುಚಿಕರವಾದ ಆಹಾರವಾಗಿ ಪರಿಣಮಿಸುತ್ತಿದ್ದುವು.

ಈ ವ್ಯಾಪಾರದ ಲೆಕ್ಕ ಪತ್ರಗಳನ್ನು ಯಾರೂ ಇಡುತ್ತಿದ್ದಿಲ್ಲ. ಇದ್ದ ಲೆಕ್ಕವೆಂದರೆ ಆ ದಪ್ಪನೆಯ ನೋಟ್ ಪುಸ್ತಕದಲ್ಲಿ ಬರೆದಿಡುತ್ತಿದ್ದದ್ದು ಮಾತ್ರ.

ಆದರೆ ಆ ಹಳೆ ಇಲಿಯ ಪಾಲಿಗೆ, ಆ ಮನುಷ್ಯನ ಪಾಲಿಗೆ ಹಾಗೂ ಆ ಕ್ರಿಮಿಕೀಟಗಳ ಪಾಲಿಗೆ ಒಂದು ದಿನ ಎಲ್ಲವೂ ತಲೆಕೆಳಗಾಯಿತು.

ಈ ಹೊಡೆತ ಬಂದದ್ದು ಆ ಜನರಿಂದ – ಕಣ್ಣುಗಳ ಸುತ್ತ ಕಪ್ಪು ವೃತ್ತಗಳಿದ್ದ ಮುಖಗಳನ್ನು ಹೊತ್ತುಕೊಂಡು ದಿನಸಿಗಳನ್ನು ಕೊಳ್ಳಲು ಬರುತ್ತಿದ್ದರಲ್ಲ, ಅದೇ ಜನರಿಂದ. ಅವರು ಒಟ್ಟಾಗಿ ಬಂದರು. ಅವರಲ್ಲಿ ಮೌನ ರೋಷ ತುಂಬಿತ್ತು.

ಕೊಳೆತ ಪ್ರತಿಯೊಂದು ಚೀಲ, ಕ್ರಿಮಿಕೀಟಗಳ ಪ್ರತಿಯೊಂದು ಗೂಡು, ಪ್ರತಿಯೊಂದು ಇಲಿಯ ಬಿಲ – ಇವನ್ನೆಲ್ಲ ಒಮ್ಮೆಲೆ ಮರಣಾಂತಿಕ ಭೀತಿ ಕದಡಿತು. ಆದರೆ ಅತ್ಯಲ್ಪ ಕಾಲದೊಳಗೆ ಎಲ್ಲವು ಮುಗಿದುಹೋಯಿತು. ದೀರ್ಘ, ಬಹು ದೀರ್ಘಕಾಲದ ಭೀಭತ್ಸ ಇತಿಹಾಸದಿಂದ ಕಲುಷಿತವಾಗಿದ್ದ ಆ ಕರಾಳ ಗೂಡುಗಳ ಮೇಲೆ, ಬೆಳ್ಳಗಿನ ಸುಣ್ಣದ ನೀರಿನಲ್ಲಿ ಅದ್ದಿದ ಕುಂಚದಂತೆ ಹಗಲಿನ ಬೆಳಕು ಹರಿದಾಡಿತು.

ಆ ನೋಟ್ ಪುಸ್ತಕ ನೆಲಕ್ಕೆ ಉರುಳಿತು. ಅದರೊಂದಿಗೆ, ಹರಿದು ಹೋಗಿದ್ದ ಅದರ ಹಾಳೆಗಳು ಬಿಸಿಲಿಗೆ ಒಣಗಿ ಹೋದಂತೆ ಉದುರಿ ಬಿದ್ದುವು. ಹುಳು ಕೊರೆದಿದ್ದ ಆ ಗೋಣಿ ಚೀಲಗಳೂ ನೆಲಕ್ಕೆ ಉರುಳಿದುವು. ಆ ಪೀಪಾಯಿಯೂ ಉರುಳಿತು. ಆ ಮನುಷ್ಯ ಕೂಡ ಉರುಳಿದ.

ಅವನು ಉರುಳಿದುದು ಮಾತ್ರ ಕೊನೆಗೆ. ○

ಜಮೇಯಿಕ

○ ಆಕ್ಸ್‌ಫರ್ಡ್ ಸೇಯಿಂಟ್ ಜಾನ್

ದಿಯೆಗೊ ಸಾರೆಸ್ ಕಥೆ

ಮರಳನ್ನು ಎಚ್ಚರಿಕೆಯಿಂದ ಗಮನಿಸುತ್ತಿದ್ದಳು ಕಂದುಗೆಂಪು ಹೊಂಗೂದಲಿನವಳು. ಆ ಕೂದಲಿನ ಹೊನ್ನು ಮಾಸ ತೊಡಗಿತ್ತು. ಆದರೆ ಕಂದುಗೆಂಪು ಇನ್ನೂ ಜೀವಂತವಾಗಿ ಉಳಿಯುವಂತೆ ನೋಡಿಕೊಳ್ಳಲಾಗಿತ್ತು.

"ನನಗೆ ಒಬ್ಬಳು ಸ್ನೇಹಿತೆಯಿದ್ಳು, ಅವಳೂ ತನ್ನ ಉಂಗುರ ವೊಂದನ್ನು ಮರಳಿನಲ್ಲಿ ಕಳೆದುಕೊಂಡಿದ್ಳು." ಕಂದುಗೆಂಪಿನ ಹೊಂಗೂದಲಿನವಳದ್ದು ಫ್ರೆಂಚ್ ಹೆಸರಾಗಿದ್ದರೂ ಅವಳ ಉಚ್ಚಾರದ ರಾಗ ಮಾತ್ರ ಆಕೆ ವಿಯೆನ್ನಾ ಮೂಲದವಳೆಂಬು ದನ್ನು ತೋರಿಸುತ್ತಿತ್ತು. ಅವಳು ಮತ್ತೂ ಅಂದಳು :

"ನಿಮ್ಗೆ ಗೊತ್ತಾ? ಏಳು ವರುಷದ ನಂತ್ರ ಅವ್ಳಿಗೆ ಅದೇ ಉಂಗುರ ಅದೇ ಜಾಗದಲ್ಲಿ ಸಿಕ್ತು."

"ನಾನೂ ಒಂದು ಉಂಗುರವನ್ನು ಕಳಕೊಂಡಿದ್ದೆ ಅದು ಸಾರೆಸ್‌ನಲ್ಲಿ," ದಾಡಿಯ ಬ್ಯಾರೊನೆಟ್* ನುಡಿದ.

"ನಿಮ್ಮ ಉಂಗುರಗಳು ಹಾಳಾಗಿ ಹೋಗ್ಲಿ! ನಿಮ್ಗೆ ಬೇಕಾದಾಗ ಮಿಯಾಮಿ**ಯ ಸ್ಟೋರ್‌ಗಳಲ್ಲಿ ಒಂದನ್ನ ಪಡೀಬಹುದು. ಇಲ್ಲವಾದ್ರೆ ಆ ಸ್ಟೋರ್‌ಗಳು ಇರೋದಾದ್ರೂ ಯಾತಕ್ಕೆ ಹೇಳಿ?" ಎಂದು ಅಮೆರಿಕನ್ ನೌಕಾ ಕ್ಯಾಪ್ಟನ್ ಸಾರಾಸಗಟಾಗಿ ಹೇಳಿದ.

ಕಂದುಗೆಂಪಿನ ಹೊಂಗೂದಲಿನವಳು ಏಡಿಯ ಬಿಲವೊಂದನ್ನು ಪರೀಕ್ಷಿಸುತ್ತಾ ಇದ್ದಳು. ಆದರೆ ಅಲ್ಲಿ ಉಂಗುರವೇ ಇರಲಿಲ್ಲ. ಅವಳು ನಿರಾಶಳಾದಂತೆ ಕಂಡಳು. ದಾಡಿಯ ಬ್ಯಾರೊನೆಟ್ ಮರಳಿನಿಂದ ಹವಳದ ಚಿಪ್ಪು ಒಂದನ್ನು ಎತ್ತಿಕೊಂಡ. ಕಡಲಿನ ಕ್ರಿಯೆಯಿಂದ ಅದು ಸವೆದು ಸವೆದು ಒಂದು ವಿಚಿತ್ರ ಆಕಾರವನ್ನು ತಳೆದಿತ್ತು. ಅದನ್ನಾತ ಕಂದುಗೆಂಪಿನ ಹೊಂಗೂದಲಿನವಳಿಗೆ ನೀಡಿದ. ಈ

---

* ಬ್ಯಾರೊನೆಟ್ : ವಂಶಪಾರಂಪರ್ಯವಾಗಿ ಬರುವ ಘನತೆಯ ಒಂದು ಬಿರುದು.

** ಮಿಯಾಮಿ : ಅಮೆರಿಕದ ಆಗ್ನೇಯ ಕರಾವಳಿಯಲ್ಲಿರುವ ಒಂದು ಸುಪ್ರಸಿದ್ಧ ನಗರ, ಇದು ಕ್ಯೂಬಾ, ಜಮೇಯಿಕಗಳಿಗೆ ಅತಿ ಸಮೀಪವಾಗಿರುವ ಅಮೆರಿಕನ್ ನಗರ.

ಚಿಪ್ಪನ್ನು ಆತ ಮೆಚ್ಚಿದಂತಿತ್ತು, ಅಂತಹದನ್ನು ಮರಳಿನಲ್ಲಿ ಬಿಟ್ಟು ಬಿಡಲು ಅವನಿಗೆ ಮನಸ್ಸು ಬಂದಿರಲಿಲ್ಲ. ಆದರೆ ಅದನ್ನು ತನ್ನಲ್ಲಿ ಇಟ್ಟುಕೊಳ್ಳುವುದಕ್ಕೂ ಅವನಿಗೆ ಇಚ್ಛೆಯಿರಲಿಲ್ಲ. ಅವನ ಸರಕುಗಳ ಮಧ್ಯೆ ಅದಕ್ಕೆ ಜಾಗ ಇರಲಿಲ್ಲ. ಕಂದುಗೆಂಪಿನ ಹೊಂಗೂದಲಿನವಳಿಗೂ ಈ ಚಿಪ್ಪು ತುಂಬಾ ಅಂದವಾಗಿದೆಯೆನಿಸಿತು. ಆದರೆ ಅವಳಿಗೂ ಅದನ್ನು ಇಟ್ಟುಕೊಳ್ಳುವ ಅಪೇಕ್ಷೆಯಿದ್ದಂತೆ ಕಾಣಲಿಲ್ಲ. ಅದನ್ನಾಕೆ ಅವನಿಗೆ ಹಿಂದಿರುಗಿಸಿದಳು. ಅದನ್ನು ಹಿಡಿದುಕೊಂಡು ಏನು ಮಾಡುವುದೆಂದು ಅವನಿಗೆ ತೋಚಲಿಲ್ಲ. ಆದರೆ ಅದನ್ನು ಎಸೆದುಬಿಡಲು ಅವನಿಗೆ ಇಷ್ಟವಿರಲಿಲ್ಲ.

ಅದು ಉಷ್ಣವಲಯದ ಸೆಪ್ಟೆಂಬರ್ ತಿಂಗಳಿನ ಕೊನೆಯ ದಿನಗಳಲ್ಲೊಂದು. ಭಾನುವಾರದ ಮುಂಜಾನೆಯ ಪ್ರಖರ ಬಿಸಿಲು. ಪಶ್ಚಾತ್ತಾಪ ಭರಿತವಾಗಿದ್ದ ವಾತಾವರಣ. ಮರಳಿನ ಮೇಲೆ ಹಾರಾಡುತ್ತಿದ್ದ ನೊಣಗಳ ಕಾಟ ಬೇರೆ. ಹೀಗಾಗಿ ಅವರು ಕಡಲ ತೀರದ 'ಬಾರ್'ನತ್ತ ನಡೆದರು. ಅಮೆರಿಕನ್ ನೌಕಾ ಕ್ಯಾಪ್ಟನ್ ಅಂತೂ ಹಿಂದಿನ ರಾತ್ರೆಯಿಂದ ಕುಡಿಯುತ್ತಲೇ ಇದ್ದ. ಮಿಶ್ರಿತ 'ರಮ್'ಗೆ ಅವರು ಆಜ್ಞೆ ಮಾಡಿದರು. ದಾಡಿಯ ಬ್ಯಾರೊನೆಟ್ ಉದಾಸೀನನಾಗಿದ್ದ; ಆದರೂ ಕುಡಿಯಲು ಒಪ್ಪಿದ. ನುಣುಪಾಗಿ ತಲೆ ಬಾಚಿಕೊಂಡಿದ್ದ ಕಪ್ಪು ಕೂದಲಿನ ಹೆಂಗಸು ತನ್ನ ಗ್ಲಾಸನ್ನು ಮುಟ್ಟಲಿಲ್ಲ. ಅವಳಿಗೆ ಮಾತುಗಳನ್ನು ಆಲಿಸುವ ಆತುರ. ಉದ್ದನೆಯ ಸೆಣಬಿನ ನಾರಿನಂತಹ ಕೂದಲಿನ ಹುಡುಗಿ ಯಾರೆಂದು ಇನ್ನೂ ತಿಳಿದಿರಲಿಲ್ಲ. ಅವಳು ಈತನಕ ತುಟಿ ಬಿಚ್ಚಿರಲಿಲ್ಲ. ಅವಳಿಗೆ ಮಿಶ್ರಿತ ರಮ್ ನೀಡಿದಾಗ ಆಕೆ ಕಂದುಗೆಂಪಿನ ಹೊಂಗೂದಲಿನವಳತ್ತ ದೃಷ್ಟಿ ಬೀರಿದಳು. ಹೊಂಗೂದಲಿನವಳು ಒಮ್ಮೆ ತಲೆಯಲ್ಲಾಡಿಸಿದಳು. ನುಣುಪಾಗಿ ತಲೆ ಬಾಚಿಕೊಂಡಿದ್ದ ಕಪ್ಪು ಕೂದಲಿನವಳು ಹುಬ್ಬೇರಿಸಿದಳು.

"ದಿಯೆಗೊ ಸಾರೆಸ್*ನಲ್ಲಿ ಇಲ್ಲಿಗಿಂತ್ಲೂ ಹೆಚ್ಚು ಉರಿ." ದಾಡಿಯ ಬ್ಯಾರೊನೆಟ್‌ನ ಟಿಪ್ಪಣಿ.

"ಅಲ್ಲಿ ನರಕಕ್ಕಿಂತ್ಲೂ ಹೆಚ್ಚು ಧಗೆ" ಎಂದು ಸ್ವರಗೂಡಿಸಿದ ನೌಕಾ ಕ್ಯಾಪ್ಟನ್.

"ಪ್ಯಾರಿಸ್‌ನಲ್ಲಿ ನನ್ಗೊಬ್ಬ ಮಿತ್ರನಿದ್ದ. ಅವನಿಗೆ ದಿಯೆಗೋ ಸಾರೆಸ್‌ನ ಮೇಲೆ ಆಸಕ್ತಿ. ಏನೋ ವ್ಯವಹಾರ ಅಂತ ನನ್ನ ಅಂಬೋಣ." ಕಂದುಗೆಂಪಿನ ಹೊಂಗೂದಲಿನವಳು ಕಿರುಚಿದಳು.

"ಹೆಂಗಸ್ರು ಅಂತ ನನ್ನ ಊಹೆ" ಎಂದು ಟಿಪ್ಪಣಿ ಮಾಡಿದ ನೌಕಾ ಕ್ಯಾಪ್ಟನ್.

"ದಿಯೆಗೊ ಸಾರೆಸ್‌ನಲ್ಲಿ ಬಹಳ ರೂಪವತಿಯರಾದ ಹೆಂಗಸರಿದ್ದಾರೆ." ಬಾಯಿ ಹಾಕಿದ ದಾಡಿಯ ಬ್ಯಾರೊನೆಟ್,

ಆದ್ರೆ ಮಾರ್ಟಿನಿಕೆಯ** ಹೆಂಗಸ್ರೊಂದಿಗೆ ಹೋಲಿಸೋದಕ್ಕೆ ಸಾಧ್ಯವಿಲ್ಲ." ನೌಕಾ ಕ್ಯಾಪ್ಟನ್‌ನ ಮಾತು ಅಧಿಕಾರಯುತವಾಗಿತ್ತು.

"ಅದನ್ನು ನಾನು ಒಪ್ಪೋ ಹಾಗಿಲ್ಲ," ಎಂದು ದಾಡಿಯ ಬ್ಯಾರೊನೆಟ್ ಪ್ರತಿಭಟಿಸಿದ. ಆತನಿಗೆ ದಿಯೆಗೊ ಸಾರೆಸ್ ಎಂದರೆ ಬಹಳ ಅಚ್ಚುಮೆಚ್ಚು.

ನೌಕಾ ಕ್ಯಾಪ್ಟನ್ ಕೇಳಿದ :

---

* ಸಾರೆಸ್ : ಪಶ್ಚಿಮ ಹಿಂದೂ ಸಾಗರದಲ್ಲಿ ಆಫ್ರಿಕದ ಪೂರ್ವ ಕರಾವಳಿಗೆ ಎದುರಾಗಿ ಚಾಚಿಕೊಂಡಿರುವ ಮಡಗಾಸ್ಕರ್ ದ್ವೀಪದ (ಮಲಗಾಸಿ ಗಣರಾಜ್ಯ) ಉತ್ತರ ತುದಿಯಲ್ಲಿರುವ ಒಂದು ಚಿಕ್ಕ ಪಟ್ಟಣ.

** ಮಾರ್ಟಿನಿ : ಪಶ್ಚಿನ ಇಂಡೀಸ್ ದ್ವೀಪಗಳಲ್ಲೊಂದು

"ಮಾರ್ಟಿನಿಕೆಗೆ ನೀನೆಂದಾದ್ರೂ ಹೋಗಿದ್ದೀಯಾ ?"

"ಇಲ್ಲ" ಎಂದು ಒಪ್ಪಿಕೊಂಡ ದಾಡಿಯ ಬ್ಯಾರೊನೆಟ್,

"ಹಾಗಾದ್ರೆ ನೀನು ಈವರೆಗೆ ಏನನ್ನೂ ನೋಡಿಲ್ಲ ಅಂತ್ಲೇ ಹೇಳ್ಬೇಕು. ನಿನ್ನೆ ರಾತ್ರಿ ನಾನು ಕಂಡ ಆ ಹುಡುಗಿಯ ಬಗ್ಗೆ ಯೋಚಿಸಿದ್ರೇ ಸಾಕು. ಆದ್ರೆ ಅವಳು ತನ್ನ ತಾಯಿಯ ಹತ್ರ ಕೇಳ್ಬೇಕು ಅಂದ್ಳು."

"ತಾಯಿಯ ಹತ್ರ ಕೇಳೋದೆ ? ಏನನ್ನು ?"

"...ಮಾಡ್ಬಹುದೇ ಅಂತ ತಾಯಿಯ ಹತ್ರ ಕೇಳೋದು... ನಾನು... ನಾನು... ಆದ್ರೆ ಅವಳು ಅಮ್ಮನೊಂದಿಗೆ ಮೊದಲು ಕೇಳ್ಬೇಕು ಅಂದ್ಳು."

"ಪ್ಯಾರಿಸಿನಲ್ಲಿ ಒಳ್ಳೆಯ ಹುಡುಗೀರು ಯಾವಾಗ್ಲೂ ಅಮ್ಮನ ಹತ್ರ ಕೇಳ್ತಾರೆ." ಎಂದಳು ಕಂದುಗೆಂಪಿನ ಹೊಂಗೂದಲಿನವಳು.

"ಆದ್ರೆ ಪ್ಯಾರಿಸಿನಲ್ಲೂ ಕೆಲ ವಿಷಯಗಳಿಗೆ ಅಮ್ಮನ ಹತ್ರ ಕೂಡ ಕೇಳೋದಿಲ್ಲಾಂತ ನಾನು ಭಾವಿಸ್ತೇನೆ."

"ಪ್ಯಾರಿಸಿನಲ್ಲಿ ಯಾರು ನಿನ್ಗೆ ಗೊತ್ತು ಅನ್ನೋದನ್ನು ಅದು ಹೊಂದಿಕೊಂಡಿದೆ."

"ಆದ್ರೆ ನಾನೂ ನೀನೂ ಓಡಾಡೋದು ಒಂದೇ ಅಂತಸ್ತಿನ ಜನರ ಮಧ್ಯೆಯಲ್ಲ, ತಂಗಿ."

"ಅದರ ಬಗ್ಗೆ ನಾನೇನೂ ಹೇಳಲಾರೆ..."

"ಅದು ಖಂಡಿತ..."

"ಇರ್ಬಹುದು..." ಎಂದ ದಾಡಿಯ ಬ್ಯಾರೋನೆಟ್. ಸಂಭಾಷಣೆಯ ವಿಷಯದ ಮಟ್ಟಿಗೆ ಅವನು ಪ್ಯಾರಿಸ್‌ನ ಮೇಲೆ ತನ್ನ ಭರವಸೆಯನ್ನು ಕಳೆದುಕೊಂಡಿದ್ದ. ಒಬ್ಬ ವ್ಯಕ್ತಿ ತನ್ನ ಅಂತರಂಗದ ಭಾವನೆಗಳನ್ನು ಹೊರಗೆಡಹುವಂತೆ ಅದು ಮಾಡುತ್ತಿತ್ತು. ದಿಯೆಗೋ ಸಾರೆಸ್ ಆದರೆ ನಿಭಾಯಿಸುವುದಕ್ಕೆ ಸುಲಭವಾಗಿತ್ತು.

ಕಂದುಗೆಂಪಿನ ಹೊಂಗೂದಲಿನವಳು ಹೇಳಿದಳು :

"ನಿಜಕ್ಕೂ ನಾನು ಪ್ಯಾರಿಸ್‌ನಲ್ಲಿ ಇರ್ಬೇಕಾಗಿತ್ತು. ಖಂಡಿತಕ್ಕೂ ನಾನಲ್ಲಿ ಇರ್ಬೇಕಾಗಿತ್ತು."

ಯಾಕೆ ಎಂದು ನುಣುಪಾಗಿ ತಲೆ ಬಾಚಿಕೊಂಡಿದ್ದ ಕಪ್ಪು ಕೂದಲಿನ ಹೆಂಗಸು ಕುತೂಹಲಪಟ್ಟಳು. ಅವಳಿಗೆ ಅದು ಅತ್ಯಂತ ಅವಶ್ಯವಾಗಿತ್ತು ಎಂಬುದರಲ್ಲಿ ಅನುಮಾನ ವಿರಲಿಲ್ಲ. ಅವಳು ತನ್ನ ಭರವಸೆಗಳನ್ನೆಲ್ಲ ಅದೊಂದರಲ್ಲಿಯೇ ಇಟ್ಟಿದ್ದಳು. ಅವು ತನ್ನ ಕೈಗಳಿಂದ ಜಾರಿಹೋಗುವುದನ್ನು ಸಹಿಸಲು ಅವಳಿಗೆ ಸಾಧ್ಯವಿರಲಿಲ್ಲ. ಕಪ್ಪು ಕೂದಲಿನ ಹೆಂಗಸು ಅದನ್ನು ಅರ್ಥ ಮಾಡಿಕೊಳ್ಳಬಲ್ಲವಳಾಗಿದ್ದಳು.

ಸೆಣಬಿನ ನಾರಿನಂತಹ ಕೂದಲಿದ್ದ ಹುಡುಗಿಯನ್ನು ನೌಕಾ ಕ್ಯಾಪ್ಟನ್ ಪ್ರಶ್ನಿಸಿದ;

"ನೀನೆಂದಾದರೂ ಪ್ಯಾರಿಸ್‌ಗೆ ಹೋಗಿದ್ದಿಯಾ ?"

"ಹೂಂ..." ಎನ್ನುತ್ತ ಆಕೆ ಹೊಂಗೂದಲಿನವಳತ್ತ ಪ್ರಶ್ನಾರ್ಥಕವಾಗಿ ನೋಡಿದಳೇ ವಿನಾ ಮತ್ತೇನನ್ನೂ ಹೇಳಲಿಲ್ಲ.

ಪ್ಯಾರಿಸ್‌ನ ವಿಷಯವಾಗಿಯೇ ಇವರು ಮಾತನಾಡುತ್ತ ಹೋಗದಿರಲಿ ಎಂದು ದಾಡಿಯ ಬ್ಯಾರೊನೆಟ್ ಹಾರೈಸಿದ. ವರುಷಗಳು ಕಳೆದಂತೆ ಕೆಲವು ವಿಷಯಗಳು ಹೆಚ್ಚು ನೋವು ಮಾಡುವುದುಂಟು. ಮೂವತ್ತರ ದಶಕದ ಕೊನೆಯ ವರ್ಷಗಳ ಪ್ಯಾರಿಸನ್ನು ಕುರಿತು ಆತ ಒಮ್ಮೆ ಯೋಚಿಸಿದ. ಬಳಿಕ ಯುದ್ಧಾನಂತರದ ಕ್ಷಣದ ಪ್ಯಾರಿಸನ್ನು ಚಿತ್ರಿಸಿಕೊಂಡು, ಅದರ ಹಿಂದಿನ

ಸವಿ ಹೇಗೆ ಹುಳಿಯಾಗಿ ಹೋಗಿತ್ತೆಂಬುದನ್ನು ಜ್ಞಾಪಿಸಿಕೊಂಡ. ಅನಂತರ, ತಾನು ಮದುವೆಯಾಗಲು ಬಯಸಿದ್ದ ಕನ್ಯೆ, ಆದರೆ ತಾನು ಮದುವೆಯಾದ ಯುವತಿ ಇವರ ಕಡೆಗೆ ಆತನ ಯೋಚನೆ ಹರಿಯಿತು. ಪ್ಯಾರಿಸ್‌ನ ಹೆಸರು ಕೇಳಿದಾಗ ಈ ಯೋಚನೆಗಳೆಲ್ಲ ಅವನನ್ನು ಚುಚ್ಚುತ್ತಿದ್ದವು. ಆದರೆ ದಿಯೆಗೊ ಸಾರೆಸ್ ನೆನಪು ಹೀಗೆ ಚುಚ್ಚುತ್ತಿರಲಿಲ್ಲ. ಅಲ್ಲಿಗೆ ಹಿಂದೆರಳಲೂ ಅವನು ಉದ್ದೇಶಿಸಿದ್ದ. ದಿಯೆಗೊ ಪಸಾರೆಸ್‌ನಲ್ಲಿ ಆತ ಯುದ್ಧದಲ್ಲಿ ಪಾಲ್ಗೊಂಡಿದ್ದ. ಅದರೊಂದಿಗೆ ಉದ್ವೇಗವೂ ಇತ್ತು. ಆದರೆ ಆ ನೆನಪು ಒಬ್ಬನನ್ನು ಪೀಡಿಸಿ ಪ್ರಕ್ಷುಬ್ಧಗೊಳಿಸುವಂಥದ್ದಾಗಿರಲಿಲ್ಲ. ಆ ಅನುಭವದಲ್ಲಿ ಚುಚ್ಚುವಂಥದ್ದೇನೂ ಇರಲಿಲ್ಲ. ಬದಲು ನೆನಪಿನಲ್ಲಿ ಗಟ್ಟಿಯಾಗಿ ಹಿಡಿದಿಡಲು ಯೋಗ್ಯವಾದಂಥವು ಅನೇಕವಿದ್ದುವು. ಯುದ್ಧಾನಂತರದ ದಿನಗಳಲ್ಲಿ ಆ ಹಳೆಯ ವಿಹಾರ ಸ್ಥಳ ಎಷ್ಟು ಬದಲಾಗಿದೆ ಎಂಬುದನ್ನು ನೋಡಲು ಒಬ್ಬನನ್ನು ಅಲ್ಲಿಗೆ ಹಿಂದಕ್ಕೆ ಸೆಳೆಯುವಂಥ ಅಂಶಗಳು ಅದರಲ್ಲಿದ್ದವು.

"ದಿಯೆಗೊ ಸಾರೆಸ್‌ನಲ್ಲಿ ನಾವು ಇಳಿದಾಗ... ಅದರ ಮೊದಲು ನಾವಿಲ್ಲಿಗೆ ಹೋಗಿದ್ದೇವೆ ಅನ್ನೋದೇ ಹಾಳಾದ್ದು ನಮಗೆ ತಿಳಿದಿರ್‍ಲಿಲ್ಲ. 'ನೀವಲ್ಲಿ ತಲಪಿದಾಗ ನಿಮಗದು ತಿಳೀತದೆ, ಮಾತ್ರವಲ್ಲ ಆ ಜಾಗ ನಿಮಗೆ ಇಷ್ಟವೂ ಆಗ್ತದೆ' ಅಂತೆಲ್ಲ ಹೇಳಿ – ನಿಮ್ಗದು ಗೊತ್ತಲ್ಲ ? – ನಮ್ಮನ್ನು ಸುಮ್ಮಗೆ ಮೊಂಬಾಸಾದಿಂದ* ಹೊರಡಿಸಲಾಗಿತ್ತು. ಆದರೆ ಅಲ್ಲಿ ನಾವು ಮುಟ್ಟಿದಾಗ ನಮ್ಮ ಹಡಗಿನ ಹಿಂಭಾಗಕ್ಕೆ ಒಂದು ಟಾರ್ಪಿಡೊ ಬಡಿಯಿತು. ನಮಗೆಲ್ಲ ಒಮ್ಮೆ ದಿಗಿಲಾಯಿತು."

"ಟಾರ್ಪಿಡೊಗಳ ಬಗ್ಗೆ ನನ್ಗೆ ಗೊತ್ತಿಲ್ದೇ ಇರೋದೇನನ್ನೂ ನಿನ್ನಿಂದ ಹೇಳೋದಕ್ಕೆ ಸಾಧ್ಯವಿಲ್ಲ," ಎಂದು ನೌಕಾ ಕ್ಯಾಪ್ಟನ್ ನಡುವೆ ಬಾಯಿ ಹಾಕಿದ.

ಅದು ಹೌದಾಗಿರಬಹುದೆಂದು ನುಣುಪಾಗಿ ತಲೆ ಬಾಚಿಕೊಂಡಿದ್ದ ಕಪ್ಪು ಕೂದಲಿನ ವಳು ಭಾವಿಸಿದಳು. ಹೀಗಾಗಿ ಸಂಭಾಷಣೆಯ ವಸ್ತುವಾಗಿ ಪ್ಯಾರಿಸ್‌ನ ಬಳಕೆ ಅಲ್ಲಿಗೇ ನೀತುಹೋಯಿತು. ಮತ್ತು ದಿಯೆಗೊ ಸಾರೆಸ್‌ನ ಬಳಕೆ ಕೂಡ. ಆದರೆ ನೌಕಾ ಕ್ಯಾಪ್ಟನ್‌ನ ಬಳಿ ಲಘು ಸಂಭಾಷಣೆಗೆ ಬೇಕಾದ ವಿಷಯಗಳ ಕೊನೆಯಿಲ್ಲದ ಭಂಡಾರವೇ ಇದ್ದಿತು. ಈಗ ಅವನೆಂದ :

"ಅಬ್ಬಬ್ಬ, ಕಳೆದ ರಾತ್ರಿಯ ಆ ಹುಡುಗಿ. ಅವಳು ನನ್ನನ್ನು ಕುಲುಕಿಸಿ ಬಿಟ್ಳು. ನಾನು ಹೋದ ಎಲ್ಲ ನಗರಗಳ ಕುರಿತಾಗಿಯೂ ಅವಳಿಗೆ ಹೇಳಿದೆ... ಇಲ್ಲ. ದಿಯೆಗೊ ಸಾರೆಸ್‌ನ ವಿಷಯ ಹೇಳ್ಲಿಲ್ಲ. ಪ್ರತಿಯೊಂದು ಪ್ರದೇಶವನ್ನೂ ಅಲ್ಲಿನ ಹೆಂಗಸರನ್ನೂ ವರ್ಣಿಸಿದೆ. ಚೀನ, ಜಪಾನ್, ರಾಬಾವುಲ್ ನ್ಯೂ ಆರ್ಲಿಯನ್ಸ್, ಸಾನ್ ಫ್ರಾನ್ಸಿಸ್ಕೋ, ಹೊನೊಲುಲು, ಹ್ಯಾಂಬರ್ಗ್ ಮಾರ್ಸೇಲ್... ಹೀಗೆ ಎಲ್ಲ. ನಾನು ಹೆಚ್ಚಾಗಿ ಈ ಎಲ್ಲ ಪ್ರದೇಶಗಳಲ್ಲೂ ಇದ್ದೆನೆನ್ನಿ. ನಾನಲ್ಲಿ ಏನು ಮಾಡ್ತಿದ್ದೆ ಅನ್ನೋದನ್ನೂ ಅವಳಿಗೆ ವಿವರಿಸಿದೆ. ಅದು ಹೇಗಿದ್ದಿರ್‍ಬಹುದು ಅಂತ ನೀವೇ ಯೋಚಿಸಿ. ಆದ್ರೂ ಇಂಗ್ಲೆಂಡಿನ ಬಗ್ಗೆ ಅವಳಿಗೆ ನಾನು ಏನೂ ತಿಳಿಸ್ಲಿಲ್ಲ. ಯಾಕೇಂತ ನೀವೇ ಊಹಿಸ್ಬಹುದು. ಇಂಗ್ಲೆಂಡ್ ಬೇರೆ ದೇಶಗಳಿಗಿಂತ ಭಿನ್ನವಾದದ್ದು. ಅಥವಾ ಕೆಲವರು ಹಾಗೆ ಹೇಳ್ತಾರೆ. ಆದರೆ ಇಂಗ್ಲೆಂಡಿನಲ್ಲಿ ಕೂಡ ಹೆಂಗಸು ಒಬ್ಬ ಹೆಂಗಸೇ. ಅದೇನಿದ್ರೂ

---

* ಮೊಂಬಾಸಾ : ದಿಯೆಗೊ ಸಾರೆಸ್‌ನ ಉತ್ತರ ದಿಕ್ಕಿನಲ್ಲಿರುವ, ಕೀನ್ಯಾ ದೇಶದ ಪೂರ್ವ ಕರಾವಳಿಯ ಒಂದು ನಗರ.

ಇಂಗ್ಲೆಂಡಿನಲ್ಲಿ ನನಗೆ ನೆನಪಿಸಿಕೊಳ್ಳೋದಕ್ಕೆ ಏನೂ ಇಲ್ಲ."

"ಇಲ್ಲ," ಎಂದಳು ಕಪ್ಪು ಕೂದಲಿನ ಹೆಂಗಸು.

"ಇಲ್ಲ, ನೀನ್ಯಾಕೆ ನೆನಪಿನಲ್ಲಿಟ್ಟುಕೊಳ್ಬೇಕು ?" ಎಂದ ದಾಡಿಯ ಬ್ಯಾರೊನೆಟ್.

ಇಂಗ್ಲೆಂಡಿನಲ್ಲಿ ನೆನಪಿನಲ್ಲಿಟ್ಟುಕೊಳ್ಳುವಂತಹ ಸಂಗತಿಯೇನೂ ಇಲ್ಲ ಎಂದು ಒಂದು ಕಾಲದಲ್ಲಿ ಅವನಿಗೆ ಕಾಣುತ್ತಿತ್ತು. ಯಾಕೆಂದರೆ ಆಗ ಮರೆತುಬಿಡಬೇಕಾದಂಥ ಸಂಗತಿಗಳೇ ಜಾಸ್ತಿಯಾಗಿದ್ದವು; ಆಗಿಹೋಗಿದ್ದ ಸಂಗತಿಗಳು. ಆಗಬಹುದಾಗಿದ್ದ ಸಂಗತಿಗಳು. ನಡೆಯದ ಮದುವೆ, ನಡೆದು ಹೋದ ಮದುವೆ. ಮುರಿದು ಹೋದ ಒಂದು ದಾಂಪತ್ಯ–ಸಂಬಂಧಪಟ್ಟ ವ್ಯಕ್ತಿಗೆ ಬಹಳ ಮಹತ್ವದ ಸಂಗತಿಯೆಂದು ಕಂಡರೂ ಯುದ್ಧದ ಮಹಾ ವಿಧ್ವಂಸನದ ತರುವಾಯ ಕೇವಲ ಸರ್ವಸಾಮಾನ್ಯವಾಗಿ ಪರಿಣಮಿಸಿದ ಒಂದು ವಿಷಯ. ದುಡುಕಿನ ನಿರ್ಣಯಗಳಿಗೆ ಅವಕಾಶ ಮಾಡಿಕೊಡುತ್ತಿದ್ದ ಭಾವೋದ್ವೇಗದ ಬಿರುಗಾಳಿಗಳು. ಮೂವರು ವ್ಯಕ್ತಿಗಳು ತಂತಮ್ಮ ಪ್ರತ್ಯೇಕ ನರಕವಾಸಗಳನ್ನು ಹೆಚ್ಚು ಕಡಿಮೆ ಸದ್ದಿಲ್ಲದೆ ಒಪ್ಪಿಕೊಂಡ ಪ್ರಸಂಗ. ಇವೆಲ್ಲ ಪ್ಯಾರಿಸ್‌ನ ಏಕಾಂಗಿತನವನ್ನು ತಲೆಯಿಂದ ಹೊರದೂಡಿದ್ದ ಘಟನೆಗಳು. ಮುಂದೆಂದೂ ಅನುಭವಿಸಲು ಸಾಧ್ಯವಿಲ್ಲದಿದ್ದಂಥ ಸಂಭವಗಳು. ಇಂಗ್ಲೆಂಡ್‌ನ ಹಸುರು ಹೂದೋಟಗಳ ಹಿನ್ನೆಲೆಯಲ್ಲಿ ಸವೆದುಹೋಗಿದ್ದ ಕೊನೆಯ ಕ್ಷಣಗಳು. ಇಲ್ಲ, ಇಂಗ್ಲೆಂಡ್‌ನಲ್ಲಿ ನೆನಪಿನಲ್ಲಿಟ್ಟುಕೊಳ್ಳುವಂಥ ಸಂಗತಿಯೇನೂ ಇರಲಿಲ್ಲ. ಆಗ, ಅದನ್ನು ಜ್ಞಾಪಿಸಿಕೊಳ್ಳಬಾರದು.

ಪ್ರೇಮ ಮತ್ತು ನಿಷ್ಠೆ. ಸ್ವಾಭಿಮಾನ ಮತ್ತು ಸ್ವಾಮ್ಯ–ಇವುಗಳ ಮೌಲ್ಯಗಳು ಬದಲಾಗಿದ್ದವು. ತಲೆಮಾರುಗಳಿಂದ ಒಂದು ಮನೆತನದ ಹೆಮ್ಮೆಯಾಗಿದ್ದ ಸಂಗತಿಯೊಂದು ಕುಸಿದು ಬಿದ್ದಿತ್ತು. ಆಕಳುಗಳನ್ನು ಹರಾಜು ಮಾಡುವಂತೆ ಅದನ್ನು ಫೈಸಲು ಮಾಡಬೇಕಿತ್ತು. ಸಂತೆಕಟ್ಟೆಯಲ್ಲಿ ಅದರ ಅಂತರಾಳವನ್ನು ಕೊಲೆಗೈಯಬೇಕಿತ್ತು. ಒಲುಮೆಯ ಹಳೆ ತಾಣ ಹೀಗೆ ಪುಡಿಪುಡಿ ಯಾದಾಗ, ಜಗತ್ತಿನ ಯಾವುದಾದರೊಂದು ಅಜ್ಞಾತ ಮೂಲೆಯಲ್ಲಿ ಏನಾದರೊಂದು ಹೊಸತು ಸಿಗಬಹುದೆಂದು ಆಶೆ ಮೂಡಿತ್ತು. ಆ ಆಶೆ ಒಂಟಿ ವನವಾಸ ಮತ್ತು ಜುಗುಪ್ಸೆಗಳಲ್ಲಿ ಕಮರಿ ಹೋಗಿತ್ತು. ಈ ದುರ್ಗತಿಗೆ ದಿಯೆಗೊ ಸಾರೆಸ್ ಸ್ವಲ್ಪ ಸಾಂತ್ವನ ನೀಡಬಹುದಿತ್ತೋ ಏನೊ ಅಥವಾ ಅಲ್ಲಿ ಸರ್ವನಾಶವಾಗುತ್ತಿತ್ತೋ ಏನೋ ? ಆದರೆ ಕೆರಿಬ್ಬಿಯನ್ ಕೊಲ್ಲಿಯ ಈ ಚಿಕ್ಕ ದ್ವೀಪದ ಕೋಮಲ ಕಡಲಿನ ಬಳಿ, ತೆಂಗಿನ ಮರಗಳ ನಡುವೆ, ತನ್ನದೇ ತೆರನಾದ ಜನರನ್ನು ಕಾಣಲು ಒಬ್ಬ ವ್ಯಕ್ತಿಗೆ ಸಾಧ್ಯವಿತ್ತು.

"ನಾನು ಶಾಂಘಾಯಿಗೆ ಹೋಗ್ಬಿಡಬಹುದಿತ್ತು" ಕಂದುಗೆಂಪಿನ ಹೊಂಗೂದಲಿನವಳು ಗೊಣಗಿದಳು.

"ಹಾಗೆ ಹೋಗದಂತೆ ಯಾವ ಕರ್ಮ ನಿನ್ನನ್ನು ತಡೀತು ?" ಪ್ರಶ್ನಿಸಿದ ನೌಕಾ ಕ್ಯಾಪ್ಟನ್.

"ಅದೇ ಯಾವಾಗಲೂ ಇದ್ದುದೇ, ಪಾಸ್‌ಪೋರ್ಟಿನ ಕಷ್ಟ. ಅವಕ್ಕೆಲ್ಲ ಎಷ್ಟು ತೊಂದರೆ ಇದೇಂತ ನಿನ್ಗೇನು ಗೊತ್ತು ?"

"ನನ್ಗದು ಖಂಡಿತ ಗೊತ್ತಿಲ್ಲ; ಅದು ಶಾಂಘಾಯಿಗೂ ಅನ್ವಯಿಸ್ತದೆ. ನಿನಗೂ ಅನ್ವಯಿಸ್ತದೆ,"

"ಪ್ಯಾರಿಸಿನವರು ಉಪಕಾರಶೀಲರಾಗಿದ್ದರು. ಆದರೆ..."

"ಏನು ?"

"ಇಂಗ್ಲೆಂಡಿನಲ್ಲಿ ನನಗೆ ಹೆಚ್ಚು ಪ್ರಭಾವವಿತ್ತು."

ಇಂಗ್ಲೆಂಡಿನ ಪ್ರಭಾವ. ಅದು ಈಗ ನೆನಪಿಗೆ ಬಂತು, ಅಗೋಚರವಾಗಿ. ಕಳೆದ ಐದು ವರುಷಗಳ ವಿಸ್ಮೃತಿಗಾಗಿ ಅದು ಸೇಡು ತೀರಿಸುತ್ತಿತ್ತು. ಜಾರ್ಜಿಯನ್ ಕಾಲದ ಮನೆ, ಗೋಡೆಗಳ ಮೇಲೆ ಮಾಗ್ನೋಲಿಯ ಮರದ ಎಲೆಗೊಂಚಲುಗಳು ಮತ್ತು ಸುವಾಸನಾಭರಿತ ಹೂವುಗಳು. ಅಲ್ಲೊಂದು ಹಳೆಯ ದೇವದಾರು ವೃಕ್ಷ. ಬಗೆ ಬಗೆಯ ಹೂಬಿಡುವ ಪಾತಿಗಳು. ವಸಂತಪುಷ್ಪದ ಕಂಪು, ಮರಗಳ ಕೆಳಗೆ ನೆಲನ್ಯೈದಿಲೆಗಳು. ಕೊನೆಗೆ ಆನಂದ ಮಯವಾಗಿ ನಿರ್ಗಮಿಸುವ ಬೇಸಗೆಯ ಮುಗುಳ್ನಗೆ. ಆಗ ಕೆಂಪಾಗುವ ಮರದ ಎಲೆಗಳು, ತೊಟ್ಟಿಕ್ಕುವ ನವೆಂಬರ ತಿಂಗಳ ಓಣಿಗಳಲ್ಲಿ ಬತ್ತಲೆಯಾಗಿ ಕಾಣುವ ಕೊಂಬೆಗಳು. ನರ್ಸರಿ ಕೋಣೆಯಲ್ಲಿ ಮಿನುಗುತ್ತಿದ್ದ ಅಗ್ಗಿಷ್ಟಿಕೆಯ ಜ್ವಾಲೆಯಿಂದಾಚೆಗಿನ ಬಾಲ್ಯಕಾಲದ ತನಕ ಹಿಂದಕ್ಕೆ ಸರಿಯುತ್ತಿದ್ದ ಈ ನೆನಪುಗಳಿಂದ ಉರಿಯುವ ಬೆಂಕಿಗೆ ಮತ್ತಷ್ಟು ಕಲ್ಲಿದ್ದಲು ಹಾಕಿದಂತಾಗಿ ಇತರ ದೃಶ್ಯಗಳೂ ಮನದಲ್ಲಿ ಮೂಡಿ ಬರುತ್ತಿದ್ದುವು. ಅವೆಲ್ಲ ಮರೆತು ಹೋಗಬೇಕಾಗಿತ್ತು. ಆದರೆ ಬೇಸಗೆ ಕೃಪೆದೋರಿ ಅಂತ್ಯವಾದಾಗ – ಉಷ್ಣವಲಯದಲ್ಲಿ ಅದನ್ನೆಂದೂ ಕಾಣಲು ಸಾಧ್ಯವಿಲ್ಲ – ದೊರಕುವ ಪರಿಹಾರದಂಥ ಒಂದು ವಿಧದ ನೆಮ್ಮದಿಯನ್ನು ನೀಡುತ್ತ ಅವು ಹೊರಹೊಮ್ಮುತ್ತಿದ್ದುವು. ಚಳಿಗಾಲದ ಒಂದು ರಾತ್ರಿಯಲ್ಲಿ ನಡೆದ ಕೆಲವು ಸಣ್ಣ ಪುಟ್ಟ ಘಟನೆಗಳು; ಕ್ರಿಸ್‌ಮಸ್ ರಜಾ ದಿನಗಳ ತಣ್ಣನೆಯ ಸಂಭ್ರಮ; ಶತಮಾನಗಳು ಬೆರಳಾಡಿಸಿದ್ದ, ಚಿಕ್ಕ ಹುಡುಗನೊಬ್ಬ ಯಾವ ಯೋಚನೆಯೂ ಇಲ್ಲದೆ ಗೀರು ಹಾಕಿದ್ದ ಪೀಠೋಪಕರಣಗಳು; ಅವುಗಳಿಂದ ಅಲಂಕೃತವಾಗಿದ್ದ ಆ ಸುಪರಿಚಿತ ಕೋಣೆ; ಇವೆಲ್ಲವನ್ನೂ ಬೆಳಗಿಸುವಂತಿದ್ದ ಕೆಲವು ಮಾತಿನ ತುಣುಕುಗಳು; ಆಟಿಗೆಯೊಂದರ ವಿನಾಶ.

"ಮತ್ತೆ ನಾವಲ್ಲಿಗೆ ತಲಪಿದಾಗ ನಮ್ಮ ಹಡಗಿನ ಹಿಂಭಾಗಕ್ಕೆ ಒಂದು ಟಾರ್ಪಿಡೊ ಬಡಿಯಿತು..."

"ಅದನ್ನು ನೀವು ಮೊದಲೇ ಹೇಳಿದ್ದೀರಿ."

ಹಾಗೆ ನುಡಿದವಳು ಕಂದುಗೆಂಪಿನ ಹೊಂಗೂದಲಿನವಳು, ಆದರೆ ಆತನನ್ನು ಉದ್ದೇಶಿಸಿ ಆಕೆ ಹಾಗೆ ಹೇಳಿದ್ದಾಗಿರಲಿಲ್ಲ – ಹುಡುಗಿಯರ ಬಗ್ಗೆ ನೌಕಾ ಕ್ಯಾಪ್ಟನ್ ಏನೋ ಮಾತನಾಡಿದುದನ್ನು ಕುರಿತು. ಅವನ ಮಟ್ಟಿಗೆ ಹೇಳುವುದಾಗಿದ್ರೆ ದಿಯೆಗೊ ಸಾರೆಸ್‌ಗೂ ಹುಡುಗಿಯರಿಗೂ ಏನೂ ಸಂಬಂಧವಿರಲಿಲ್ಲ. ದಿಯೆಗೊ ಸಾರೆಸ್ ಎಂದೊಡನೆ ಅವನಿಗೆ ನೆನಪಾಗುತ್ತಿದ್ದದ್ದು ಒಂದಿಷ್ಟು ಸೈನಿಕ ಕಾರ್ಯಾಚರಣೆ, ಕೆಲವು ಸವಿ ಗಳಿಗೆಗಳು, ಗೌರವಿಸಬಹುದಾದ ಕೆಲವು ವ್ಯಕ್ತಿಗಳು. ಯುದ್ಧದಲ್ಲೋ, ಒಬ್ಬನ ಜೀವನದಲ್ಲೋ, ನಡೆಯಬಹುದಾದಂತಹ, ಇತರ ವಿದ್ಯಮಾನಗಳಿಂದ ಬೇರ್ಪಟ್ಟ ಘಟನೆಗಳಲ್ಲಿ ಅದೊಂದು. ಅದಕ್ಕೆ ಒಂದು ಇಂಗಿತದ ಹೊರತು ತನ್ನದೇ ಆದ ಅರ್ಥವಿರಲಿಲ್ಲ. ಆದರೂ ಮನಸ್ಸಿನಲ್ಲಿ ಅದು ಭದ್ರವಾಗಿ ನಿಂತಿತ್ತು. ಗತಕಾಲದಿಂದ ಎದ್ದು ಬಂದು ಕೆಣಕಬಹುದಾದಂಥ ಯಾವುದೂ ದಿಯೆಗೊ ಸಾರೆಸ್‌ನಲ್ಲಿ ಇರಲಿಲ್ಲ. ಎಂದೆಂದಿಗೂ ಕಳೆದುಕೊಂಡ ಪ್ರೇಮವನ್ನಾಗಲೀ ಅಥವಾ ಮುಂದೆಂದೂ ಬಾಳಲಾರದಂಥ ಬದುಕನ್ನಾಗಲೀ ನೆನಪು ಮಾಡಿಕೊಡುವಂಥದ್ದೇನೂ ಅಲ್ಲಿರಲಿಲ್ಲ. ಆದರೂ ಅದರಲ್ಲಿ ಏನೋ ಒಂದು ಸಾರ್ಥಕತೆ ಇತ್ತು. ಬದುಕಿನ ಈ ಅಂಚಿನಲ್ಲಿದ್ದ ಒಬ್ಬನಿಗೆ ಅದು ಅವಶ್ಯವಾಗಿಬೇಕಾಗಿತ್ತು. ಯಾಕೆಂದರೆ ಅಲ್ಲಿಂದ ಒಂದೇ ಒಂದು ಕಡೆಗೆ ಮಾತ್ರ ದಾರಿ ತೆರೆದಿರುವಂತೆ ತೋರುತ್ತಿತ್ತು. ಆ ದಾರಿ ಅಂತ್ಯವಾಗುತ್ತಿದ್ದದ್ದು ಉಷ್ಣವಲಯದ ಒಂದು ಅಂದಗೇಡಿ ಕಡಲ ತೀರದಲ್ಲಿ. ಅಲ್ಲಿ ಅಲೆದಾಡುತ್ತಿದ್ದ ಜನರು ಕೂಡ ಉಷ್ಣವಲಯದ ಅಂದಗೇಡಿ ಛಾಯಾಕೃತಿಗಳಂತೆ ಕಾಣುತ್ತಿದ್ದರು.

ದಿಯೆಗೊ ಸಾರೆಸ್‌ನ ಪರವಾಗಿ ಹೇಳುವುದಕ್ಕಾದರೂ ಏನಿತ್ತು ? ಅಲ್ಲಿನ ಗೋಡೆಗಳಾದರೋ ಕೆರಿಬ್ಬಿಯನ್ ಪ್ರದೇಶದ ಗೋಡೆಗಳಷ್ಟೇ ಹೊಲಸಾಗಿದ್ದವು. ಛಾವಣಿಗಳೂ ಅಷ್ಟೇ ಬಿಸಿಬಿಸಿ, ಗದ್ದಲಮಯ. ಲಂಡನ್ನಿನ ಯಾವ ದೃಶ್ಯಗಳೂ ಅಲ್ಲಿರಲಿಲ್ಲ. ಉದಾಹರಣೆಗೆ ಚೆಲ್‌ಸೀಯ ಅಂಚೆ ಪೆಟ್ಟಿಗೆಯ ಬಳಿ ಮಿತ್ರರಿಗೆ 'ಶುಭ ರಾತ್ರಿ' ಕೋರುತ್ತಿದ್ದ ಸ್ಥಳ, ಸೇಯಿಂಟ್ ಜೇಮ್ಸ್ ಪಾರ್ಕನ್ನು ಹಾದು ಹೋಗುವ ಅಡ್ಡ ರಸ್ತೆಗಳು ಮರಗಳಾಚೆಯಿಂದ ಕಾಣುವ ವೈಟ್‌ಹಾಲ್‌ನ ಗೋಪುರಗಳು, ವಿಕ್ಟೋರಿಯ ಸ್ಟೇಶನಿನ ಆವಿ ತುಂಬಿದ ಛಾವಣಿ, ರಜಾ ಸಮಯದಲ್ಲಿ ಬಂಡಿಗಳಿಂದ ಇಳಿಯುವ ಶಾಲಾ ಮಕ್ಕಳ ಕಿರಿಚಾಟ, ಬ್ರೌನ್ಸ್ ಹೋಟೆಲ್, ವರ್ತುಲ ಕ್ರೀಡಾಂಗಣ. ಮುಸ್ಸಂಜೆಯ ಕಾಲದ ಲಂಡನ್ನಿನ ಆರಂಭದ ಆ ನೆನಪುಗಳು, ಮುಂಜಾವ ಕಾಲದ ಲಂಡನ್ನಿನ ಅನಂತರದ ಸ್ಮರಣೆಗಳು, ಮಂಜಿನ ಮಧ್ಯೆ ಬೂದು ಬಣ್ಣಕ್ಕೆ ತಿರುಗುವ ಲಂಡನ್ನಿನ ಕೆಂಪು ಇಟ್ಟಿಗೆಗಳು. ಕಂದಿದ ಅಕ್ಟೋಬರ್ ಬಿಸಿಲಿನಲ್ಲಿ ಹೊಂಬಣ್ಣದಿಂದ ರಂಜಿಸುವ ಪ್ಯಾರಿಸ್‌ನ ಶಿಲೆಗಳು. ಹೀಗಿರುವಾಗ ದಿಯೆಗೊ ಸಾರೆಸ್‌ನ ಹೆಸರನ್ನು ಆಗಾಗ ಏಕೆ ಎತ್ತುತ್ತಿರಬೇಕು ? ಅದೊಂದು ಗೀಳಾಗಿ ಪರಿಣಮಿಸದಂತೆ ನೋಡಿಕೊಳ್ಳಬೇಕು. ಅದು ಬೇರೆ ಯಾರೂ ಹೋದ ಪ್ರದೇಶವಲ್ಲ, ಹೋಗಿದ್ದರೆ ತಾನೊಬ್ಬ ಮಾತ್ರ ಎಂಬುದೊಂದೇ ಅದಕ್ಕೆ ಕಾರಣವಾಗಿರಲಿಲ್ಲವೆ ?

"1936ರಲ್ಲಿ ಪ್ಯಾರಿಸ್‌ಗೆ ಹೋಗೋದಕ್ಕೆ ಸಾಧ್ಯವಾಗಿದ್ದಿದ್ರೆ... ಆಗ ಪ್ಯಾರಿಸ್‌ನ ಮೇಲೆ ನಾವು ಅಷ್ಟೊಂದು ಭರವಸೆ ಇಟ್ಟಿದ್ದೆವು. ಅದು ನಿಮಗೆ ಅರ್ಥವಾಗ್ತದಲ್ವೆ?" ಕಂದುಗೆಂಪಿನ ಹೊಂಗೂದಲಿನವಳು ಪಟ್ಟು ಹಿಡಿದು ಕೇಳಿದಳು.

"ಅದರಲ್ಲಿ ಅರ್ಥಮಾಡಿಕೊಳ್ಳೋದಕ್ಕೆ ಏನಿದೆ ಹಾಳಾದ್ದು? ನನ್ನನ್ನು ಪ್ಯಾರಿಸ್‌ನತ್ತ ಒಯ್ಯೋದಕ್ಕೆ 1936ರ ಅವಶ್ಯವಿಲ್ಲ. ಪ್ಯಾರಿಸ್ ಈಗ್ಲೂ ಅಲ್ಲಿದೆ, ಅದರ ಬಾಗಿಲು ಎಲ್ರಿಗೂ ತೆರೆದಿದೆ, ಅಲ್ವೇನು ?"

"ಖಂಡಿತಕ್ಕೂ, ಆದರೆ ಆ ಪ್ಯಾರಿಸ್ ಬೇರೆ, ಈ ಪ್ಯಾರಿಸ್ ಬೇರೆ," ಎಂದಳು ನುಣುಪಾಗಿ ತಲೆ ಬಾಚಿಕೊಂಡಿದ್ದ ಕಪ್ಪು ಕೂದಲಿನ ಹೆಂಗಸು, ವಿಚಿತ್ರವಾಗಿ ರಾಗವೆಳೆಯುತ್ತ.

"ನನ್ನೊಡನೆ ದ್ವಯಾರ್ಥದ ಮಾತನ್ನಾಡ್ಬೇಡ. ನೀನು ಹೇಳೋದರ ಅರ್ಥವಾದರೂ ಏನು ?"

"ನೀನು ದೇಶಭ್ರಷ್ಟರ ಹತ್ರ ಪ್ಯಾರಿಸ್‌ನ ಬಗ್ಗೆ ಮಾತನಾಡ್ತಿದ್ದಿ ಅನ್ನೋದನ್ನ ಮರೀಬೇಡ."

"ದೇಶಭ್ರಷ್ಟರು ? ನನ್ಗದರ ಅರ್ಥಾನೆ ಆಗ್ತಿಲ್ಲ. ಹೆಂಗಸರೊಡನೆ ನಾನು ಪ್ಯಾರಿಸ್‌ನ ಬಗ್ಗೆ ಮಾತ್ನಾಡುವಾಗ, ಅಲ್ಲಿರೋದು ಒಂದೇ ಪ್ಯಾರಿಸ್."

ಇದಕ್ಕೆ ಯಾರೂ ಏನೂ ಹೇಳಲಿಲ್ಲ, ನೌಕಾ ಕ್ಯಾಪ್ಟನ್ ಮುಂದರಿಸಿದ :

"ಹೆಚ್ಚಿನ ಹೆಂಗಸರು ಒಂದೇ ಹಾಗೆ, ಅದು ಪ್ಯಾರಿಸ್‌ನಲ್ಲಾಗಲೀ ಅಥವಾ...ನೀನಿದ್ದ ಆ ತಿಪ್ಪೆಯಾವುದು ? ಹಾಂ, ದಿಯೆಗೊ ಸಾರೆಸ್, ನಾನೂ ಒಮ್ಮೆ ಅಲ್ಲಿದ್ದೆ."

ಆದರೆ ದಿಯೆಗೊ ಸಾರೆಸ್‌ನ ಬಗ್ಗೆ ಮಾತನಾಡಲು ನೌಕಾ ಕ್ಯಾಪ್ಟನ್ ಒದಗಿಸಿಕೊಟ್ಟ ಈ ಅವಕಾಶವನ್ನು ಉಪಯೋಗಿಸಲು ದಾಡಿಯ ಬ್ಯಾರೊನೆಟ್ ಏನೂ ಉತ್ಸಾಹ ತೋರಿಸಲಿಲ್ಲ. ಆದ್ದರಿಂದ ನೌಕಾ ಕ್ಯಾಪ್ಟನ್ ಮುಂದುವರಿಸಿದ :

"ಆದ್ರೆ ನಿನ್ನೆ ರಾತ್ರೆಯ ಆ ಹುಡುಗಿ ? ಅವಳು ಖಂಡಿತಕ್ಕೂ ಬೇರೆಯವರಿಗಿಂತ ಭಿನ್ನ. ಅವಳಿಗೆ ಹದಿನೇಳು ವರ್ಷವಾಗಿರ್ಬಹುದು ಅಂತ ನನ್ನ ಊಹೆ. ಹದಿನೇಳ್ನೆ ಪ್ರಾಯದಲ್ಲಿ ಅವರು

ತಿಳಿಯದ ವಿಷಯಗಳೇನೂ ಇಲ್ಲ. ನೀಳವಾದ ಹಳದಿ ಕೂದಲು. ಈ ಹುಡುಗಿ ಇದ್ದಾಳಲ್ಲ – ಅವಳ ಕೂದಲ್ನಂತೆಯೇ. ಬೊಗಸೆ ಕಣ್ಣುಗಳು. ಅಲ್ಲಿ ಅವಳ ಹತ್ರ ನಾನು ದೊಡ್ಡ ದೊಡ್ಡ ಮಾತುಗಳನ್ನಾಡಿದೆ. ಲಾಸ್ ಏಂಜೆಲ್ಸ್‌ನ ಈ ಹುಡುಗಿ, ಬಾಹಿಯದ ಆ ಹುಡುಗಿ, ಗ್ವಾಂತನಾಮೋದಲ್ಲಿ ಅವಳೇನು ನನ್ಗೆ ಹೇಳಿದ್ಳು. ಬಾರ್ಸಿಲೋನದಲ್ಲಿ ಇನ್ನೊಬ್ಬಳು ನನ್ನಿಂದ ಏನು ಪಡೆದ್ಳು. ಮತ್ತೊಬ್ಬಳು ನನ್ಗೇನು ಮಾಡಿದ್ಳು...ಸರಿ, ಎಲ್ಲಿ ಏನು ಅಂತ ನಿಮಗೆ ನಾನು ಹೇಳಬಯಸೋದಿಲ್ಲ. ಮತ್ತೆ ಕೇಳ್ತೀರಾ ? ಆಕೆಯ ಆ ವಿಶಾಲ ಬೊಗಸೆ ಕಣ್ಣುಗಳು ಇನ್ನಷ್ಟು ಅರಳುತ್ತ, ಅರಳುತ್ತ ಹೋದವು. ಆಗ ನನಗೆ ಹೊಳೀತು – ಅವಳಿಗೆ ಸಂಬಂಧಪಡದ ವಿಷಯಗಳ ಬಗ್ಗೆ ಮಾತ್ನಾಡತೊಡಗಿ ನಾನು ಬಹುಶಃ ದಾರಿ ತಪ್ಪಿ ನಡೀತಿದ್ದೆನೋ ಅಂತ. ಆದ್ದರಿಂದ ನಾನು ಕೂಡಲೇ ನೇರದಾರಿ ಹಿಡಿದೆ. ಹಾಸಿಗೆಯ ಹಳೆ ಸಂಪ್ರದಾಯವನ್ನು ಸೂಚಿಸಿದೆ.

ಬೀಸಿದ ಮಂದ ಮಾರುತವೊಂದು ತೆಂಗಿನ ಮರದ ಗರಿಗಳನ್ನಾಡಿಸಿ ಮಳೆಬೀಳುವ ಸದ್ದನ್ನು ಮಾಡಿತು, ಆದರೆ ಯಾರಿಗೂ ನಡುಕವುಂಟಾಗಲಿಲ್ಲ.

"ಅದಕ್ಕೆ ಆ ಹುಡುಗಿ ಏನೆಂದ್ಳೂಂತ ಗೊತ್ತಾ ? ನಾನೇನು ಸುಳ್ಳು ಹೇಳೋದಿಲ್ಲ, ಬೇಕಾದ್ರೆ ಪ್ರಮಾಣ ಮಾಡ್ತೇನೆ. ಅವಳು ಹೇಳಿದ್ಳು 'ಅಮ್ಮನ ಹತ್ರ ಕೇಳ್ಬೇಕು.' ಹೌದು ಹಾಗೆಯೇ ಹೇಳಿಬಿಟ್ಳು. ತನ್ನ ಬದುಕಿನ ಬಗೆಗೆ ತನಗೇನೂ ಹೇಳೋದಕ್ಕಿಲ್ಲ ಅನ್ನೋ ಹಾಗೆ, 'ಹಾಸಿಗೆಯ ವಿಷಯವೇನು ಹುಡ್ಗಿ ?' 'ಅಮ್ಮನ ಹತ್ರ ಕೇಳ್ಬೇಬೇಕು.' ಆಗ 'ಅಮ್ಮನ ಹತ್ರ ಕೇಳೋದನ್ನ ನನ್ಗೆ ಬಿಟ್ಟುಬಿಡು' ಅಂತ ನಾನು ಹೇಳಿದೆ. ಮತ್ತೆ ಅಮ್ಮನ್ನ ಕೇಳಿದಾಗ ಏನಾಯ್ತು ಅಂತೀರಾ...?"

ಸೆಣಬಿನ ನಾರಿನಂತಹ ಕೂದಲ ಹುಡುಗಿ ಮೊದಲ ಬಾರಿಗೆ ತುಟಿ ಬಿಚ್ಚಿದಳು.

"ದಿಯೆಗೋ ಸಾರೆಸ್ ಎಲ್ಲಿದೆ ಮಹನೀಯರೆ ? ದಿಯೆಗೊ ಸಾರೆಸ್‌ನ ವಿಷಯ ಈ ತನಕ ನನ್ಗೆ ಯಾರೂ ಹೇಳಿಲ್ಲ."

ದಾಡಿಯ ಬ್ಯಾರೊನೆಟ್ ಉತ್ತರಿಸಿದ :

"ದಿಯೆಗೊ ಸಾರೆಸ್ ? ಅದ್ರ ವಿಷಯ ಹೇಳೋದಕ್ಕೆ ಅಷ್ಟೇನೂ ಇಲ್ಲ..."

ನೌಕಾ ಕ್ಯಾಪ್ಟನ್ ಮಾತಿನ ಎಳೆಯನ್ನು ಪುನಃ ಎತ್ತಿಕೊಂಡು ಹೇಳಿದ :

"ಮತ್ತೆ ಅಮ್ಮನ್ನ ಕೇಳಿದಾಗ ಅವಳೇನಂದ್ಳು ಗೊತ್ತಾ ? ಅಳೆದೂ ಸುರಿದೂ ಕೊನೆಗೆ ಮಗಳ ಬದಲು ತಾನೇ ಆಗ್ಬಹುದಾದ್ರೆ ಅಡ್ಡಿಯಿಲ್ಲ ಅಂದ್ಳು. ಆದ್ರೆ ಅವಳದೊಂದು ಚಿಕ್ಕ ಷರತ್ತಿತ್ತು. ಅವಳಿಗೊಂದು ಅಮೆರಿಕನ್ ಪಾಸ್‌ಪೋರ್ಟ್ ಬೇಕಾಗಿತ್ತಂತೆ. ಸರಿ, ಅವಳಿಗೆ ಅಮೆರಿಕನ್ ಪಾಸ್‌ಪೋರ್ಟ್ ತೆಗೆಸಿಕೊಡೋದಕ್ಕೆ ನನಗಿದ್ದ ದಾರಿ ಒಂದೇ. ಆದ್ರಿಂದ ಈ ಅಡಚಣೆಯನ್ನು ಹೇಗಾದ್ರೂ ಬಳಸಿ ಹೋಗೋದಕ್ಕೆ ನಾನು ಪ್ರಯತ್ನಿಸ್ತಾ ಇದ್ದೆ..."

ಅಪ್ಸರಲ್ಲಿ ಕಂದುಗೆಂಪಿನ ಹೊಂಗೂದಲಿನವಳು ಮೆಲ್ಲಗೆ ಹೇಳಿದಳು :

"ಕ್ಯಾಪ್ಟನ್ ಮಹಾಶಯರೇ ! ಒಬ್ಬ ವ್ಯಕ್ತಿಯ ಮಗಳ ಅನೂನತೆಗೆ ಮದುವೆಯ ಮಾರುಕಟ್ಟೆಯಲ್ಲಿ ಈಗ್ಲೂ ಬೆಲೆಯಿದೆ. ನಾವು ಜೀವನ ಸಾಗಿಸ್ಬೇಕಾಗಿ ಬಂದಿರುವ ಇಂದಿನ ವಿಲಕ್ಷಣ ದಿನಗಳಲ್ಲಿ ಕೂಡ, ಮದುವೆಯ ಪ್ರಶ್ನೆ ಬಂದಾಗ ಅದೊಂದು ಬೆಲೆಯುಳ್ಳ ಮಾರಾಟದ ಸರಕು. ನಾನು ಪ್ರತಿಫಲದ ದೃಷ್ಟಿಯಿಂದಲೇ ಎಲ್ಲವನ್ನೂ ನೋಡುವವಳು ಅಂತ ನಿಮಗೆ ತೋರ್ಬಹುದು. ಆದ್ರೆ ದೇಶಭ್ರಷ್ಟರು ಅಹಿತಕರ ನೈತಿಕ ಪರಿಸ್ಥಿತಿಗಳಿಗೆ ನೂಕಲ್ಪಡ್ತಾರೆ. ನನ್ನ ಬಗ್ಗೆ ಹೇಳ್ಬೇಕಾದ್ರೆ ನನ್ನ ಬೆಲೆ ಈಗ ಮುಖ್ಯವಲ್ಲ. ನಿಮಗದು ಎಷ್ಟು ಅಮುಖ್ಯವೋ ನನಗೂ

ಅಷ್ಟೇ ಅಮುಖ್ಯ. ನಮಗೊಂದು ಗತ ಜೀವಿತ ಅನ್ನೋದು ಈಗ ಇಲ್ಲ. ಆದ್ರೆ ನಮ್ಮಲ್ಲಿ ಒಂದು ಪಾಸ್‌ಪೋರ್ಟ್ ಇದೆ. ಇಡೀ ಜಗತ್ತನ್ನೇ ಕ್ರಯಕ್ಕೆ ಪಡಕೊಂಡಿರುವ ಒಂದು ದೇಶದ ಪೌರತ್ವವನ್ನು ಹೊಂದಿರುವಂಥ ನಿಮಗೆ ಈ ಮಾತು ವಿಚಿತ್ರವಾಗಿ ತೋರ್ಬಹುದು. ನಿಮ್ಮ ಕುಟುಂಬ ಅಮೆರಿಕಾದ ಸ್ವತಂತ್ರ ನಾಗರಿಕರಾಗಿ ಎಷ್ಟು ಕಾಲವಾಯಿತು ಅಂತ ನನಗೆ ಗೊತ್ತಿಲ್ಲ. ನಮ್ಮದಾದರೋ ಬಹಳ ಆತ್ಮಗೌರವವುಳ್ಳ ಕುಟುಂಬ. ಆದರೆ ಈಗ ಎಲ್ಲಿಗೂ ಸೇರಿದವರಲ್ಲ ಅನ್ನೋ ಪರಿಸ್ಥಿತಿಗೆ ನಾವು ಬಂದಿದ್ದೇವೆ. ನಾವೆಲ್ಲಿ ಹೋದ್ರೂ ಅಲ್ಲಿ ನಾವು ಅತಿಥಿಗಳು. ಅದಕ್ಕಾಗಿ ನಾವು ಕೃತಜ್ಞರಾಗಿರ್ಬೇಕು. ನಮ್ಮ ಹಿಂದಿನ ಸ್ಥಾನಮಾನಗಳನ್ನು ನಾವು ಮರೆತಿದ್ದೇವೆ. ನಮ್ಮ ಗತ ಜೀವನದ ಸ್ಮರಣೆಗಳನ್ನು ಅಳಿಸಿಬಿಟ್ಟಿದ್ದೇವೆ. ಮಾತ್ರವಲ್ಲ; ಒಂದು ಹೊಸ ಜೀವನಕ್ಕೆ ಪ್ರವೇಶ ದೊರಕಿಸಿಕೊಡುವ ಪಾಸ್‌ಪೋರ್ಟ್‌ನಂಥ ಚಿಲ್ಲರೆ ವಿಷಯವೊಂದು ಬಂದಾಗ, ಅದಕ್ಕೋಸ್ಕರ ನಮ್ಮ ದೇಹಗಳನ್ನು ಮಾರಾಟ ಮಾಡೋದಕ್ಕೂ ನಾವು ಹಿಂಜರಿಯೋದಿಲ್ಲ. ಹೀಗೆಲ್ಲ ಮಾಡೋದಕ್ಕೆ ನಮ್ಮ ಆತ್ಮಾಭಿಮಾನ ನಮ್ಮನ್ನು ಹೇಗೆ ಬಿಡ್ತದೆ ಅಂತ ನಿಮಗೆ ಆಶ್ಚರ್ಯವಾಗ್ಬಹುದು. ನನ್ನಂತಹ ಏಕಾಂಗಿ ಮಹಿಳೆಯರು ದೇಶಭ್ರಷ್ಟರಾಗಿ ಯಾವ ನೆಲೆಯೂ ಇಲ್ಲದೆ ಕೊಳೆಯೋದನ್ನು ನಾನು ಕಂಡಿದ್ದೇನೆ. ನನ್ನಲ್ಲಿ ಇನ್ನೂ ಸ್ವಲ್ಪ ಸ್ತ್ರೀತ್ವವಿದೆ. ಅಲ್ಲದೆ ನನಗೊಬ್ಬ ಮಗಳೂ ಇದ್ದಾಳೆ. ಆದ್ದರಿಂದ ನಾವು ಖಂಡಿತ ಹಾಗೆ ಕೊಳೆಯಲಾರೆವು. ಇಂಥ ವಿಶಿಷ್ಟ ಪರಿಸ್ಥಿತಿಯಲ್ಲಿ ನನ್ನ ಮಗಳು ನನ್ನ ಸಲಹೆಯನ್ನು ಕೇಳೋದು ಸ್ವಾಭಾವಿಕ – ಚಿಲ್ಲರೆ ವಿಷಯಗಳ ಬಗೆಗೆ ಕೂಡ.

"ಹೌದು, ನೀನು ಹೇಳೋದು ಸರಿ ಅಂತ ನನ್ನ ಅಂಬೋಣ..."

"ಕೌಂಟೆಸ್."

"ಕೌಂಟೆಸ್."

ಕಡಲಿನ ಕ್ರಿಯೆಯಿಂದ ಸವೆದುಹೋಗಿ ವಿಚಿತ್ರ ಆಕಾರ ತಳೆದಿದ್ದ ಒಂದು ಹವಳದ ಚಿಪ್ಪಿನೊಂದಿಗೆ ದಾಡಿಯ ಬ್ಯಾರೊನೆಟ್ ಆಟವಾಡುತ್ತಿದ್ದ. ಅದನ್ನು ಒಡೆಯಲು ಆತ ಯತ್ನಿಸಿದ. ಆದರೆ ಅದು ತುಂಡಾಗಲಿಲ್ಲ. ಬಾರ್‌ನಿಂದ ಅವರು ಹೊರಟಾಗ ಅದನ್ನಾತ ಮರಳಿಗೆ ಎಸೆದ. ನುಣುಪಾಗಿ ತಲೆ ಬಾಚಿಕೊಂಡಿದ್ದ ಕಪ್ಪು ಕೂದಲಿನವಳು ಅದನ್ನು ಎತ್ತಿಕೊಂಡಳು. ಅವಳಿಗೆ ನಿಜವಾಗಿಯೂ ಅದು ಬೇಕಾಗಿರಲಿಲ್ಲ. ಆದರೆ ಅದನ್ನು ಅಲ್ಲೇ ಬಿಟ್ಟುಬಿಡಲು ಆಕೆಗೆ ಮನಸ್ಸು ಬರಲಿಲ್ಲ. ದಿಯೆಗೊ ಸಾರೆಸ್ ಎಲ್ಲಿದೆ ಎಂದು ಆಕೆ ಇನ್ನೂ ಯೋಚಿಸುತ್ತಲೇ ಇದ್ದಳು.

○ ಮಾರ್ಗಿಟ್ ವಿಸ್ಸೆಸ್ಜ್

ಹೇಳದೆ ಉಳಿದಿದ್ದ ಕಥೆ

ಇಲ್ಲಿ ನಾವು ಆರಾಮವಾಗಿ ಕುಳಿತಿದ್ದೇವೆ, ಕೋಣೆಯ ಕಿಟಕಿಗಳನ್ನೆಲ್ಲ ತೆರೆದಿಟ್ಟಿದ್ದೇವೆ. ಬೇಸಿಗೆಯ ದಿನದ ಕೊನೆ. ಯುವಕರೆಲ್ಲ ಸೇರಿದ್ದಾರೆ. ನಿಮಗೆ ನಾನು ಯಾವ ಕಥೆ ಹೇಳಲಿ ? ನನ್ನ ಹಳೆಯ ಮನೆಯೊಡತಿ ಹಾಗೂ ನನ್ನ ಹೆಂಡತಿಯ ಚಿಕ್ಕಪ್ಪ. ಇವರ ಕಥೆಗಿಂತ ನಿಜವಾಗಿಯೂ ವಿನೂತನವಾದದ್ದು ಬೇರೆ ಯಾವುದಿದೆ ?

ಮಿತ್ರರೇ, ನಾವು ಆಗಾಗ ಹೀಗೆ ಸೇರುತ್ತಿದ್ದೆವು. ಹಾಗೂ ಈ ಕೂಟಗಳಲ್ಲಿ ಮಾತನಾಡುತ್ತಿದ್ದವನು ಹೆಚ್ಚು ಕಡಿಮೆ ನಾನೊಬ್ಬನೆ. ಯಾಕೆನ್ನುತ್ತಿರಾ ? ನನ್ನ ನಾಲಿಗೆ ಇದೆಯಲ್ಲ ಅದು ನನ್ನ ಬಾಯಿಯೊಳಗೆ ಸದಾ ಕುಣಿಯುತ್ತಲೇ ಇರುತ್ತಿತ್ತು. ಸೊಗಸಾದ ನನ್ನ ಕಥೆಗಳ ಧಾರೆಯನ್ನು ಹೊರಗೆ ಸುರಿಯಲು ಅದಕ್ಕೆ ತವಕ. ಅದೂ ಎಂತಹ ಕಥೆಗಳೆನ್ನುತ್ತೀರಿ ? ಸಮೃದ್ಧ ಕಾರ್ಯಾಚರಣೆ, ಮಸಾಲೆ ಬೆರೆಸಿದ ಸ್ವಾರಸ್ಯ ಮತ್ತು ಸಾಹಸದ ಕಥೆಗಳು. ಮನಸ್ಸಿನಲ್ಲಿ ಹರಿದು ಬಂದಂತೆ ಅವುಗಳನ್ನು ನಾನು ಹೇಳುತ್ತಿದ್ದೆ. ವಿಷಯ ಗಳನ್ನು ತೂಗಿ ನೋಡುತ್ತಿರಲಿಲ್ಲ. ಅವುಗಳ ಕಾವು ಉಳಿಸಲು ಪ್ರಯತ್ನಿಸುತ್ತಿರಲಿಲ್ಲ ಅವುಗಳನ್ನು ನುಣುಪುಗೊಳಿಸುತ್ತಿರಲಿಲ್ಲ, ಅವುಗಳಿಗೆ ಮೆರಗು ಕೊಡುತ್ತಿರಲಿಲ್ಲ. ಅವು ಒರಟು ಸಿಪ್ಪೆ ಯೊಳಗಿದ್ದ ಹಣ್ಣುಗಳು – ಆದರೆ ಪಕ್ವವಾಗಿ ರಸ ಭರಿತವಾಗಿದ್ದ ಹಣ್ಣುಗಳು. ನೀವು ಬಯಸುತ್ತಿದ್ದದ್ದೂ ಅವನ್ನೇ. ಹಾಗಿದ್ದರೂ ನನ್ನೀ ಅಬ್ಬರದ, ಜಂಭದ ಕಥೆಗಳಲ್ಲಿ ನಾನು ಮಿತಿಯನ್ನು ಮೀರಿ ಹೋದಾಗಲೆಲ್ಲ ನೀವು ಬೊಬ್ಬೆ ಹಾಕುತ್ತಿದ್ದಿರಿ, ನನ್ನ ಮೇಲೆ ಎರಗಿ ಬೀಳುತ್ತಿದ್ದಿರಿ, ಆಗ ನಮ್ಮೊಳಗೆ ಬಿಸಿಬಿಸಿ ಚರ್ಚೆ ನಡೆಯುತ್ತಿತ್ತು. ಅಂಥ ಸಂದರ್ಭಗಳಲ್ಲಿ ನಾವು ಸ್ವಯಂ ಗುರಿಯಿಟ್ಟು, ಅವೇನು ಕಲ್ಲುಗಳೋ ಎಂಬಂತೆ ಮಾತುಗಳನ್ನು ಪರಸ್ಪರರತ್ತ ಎಸೆಯುತ್ತಿದ್ದೆವು. ಕೆಲವು ಕಗ್ಗಲ್ಲಿನಂತೆ ಗಡುಸು. ಕೆಲವು ಚಕಮಕಿ ಕಲ್ಲುಗಳಂತೆ ಹರಿತ – ಅವು ಒಂದಕ್ಕೊಂದು ತಾಗಿದಾಗ ಕಿಡಿಗಳು ಹಾರುತ್ತಿದ್ದುವು... ಇನ್ನೂ ಕೆಲವು ಉರುಟಾದ, ನೀರಿನಲ್ಲಿ ಹರಿದು ನುಣುಪಾದ ಕಲ್ಲುಗಳಂತಿದ್ದು ಯಾವ ಪ್ರಯತ್ನವೂ ಇಲ್ಲದೆ ಉರುಳುತ್ತಲೇ ಇರುತ್ತಿದ್ದವು. ಮತ್ತೂ ಕೆಲವು ಪಾರದರ್ಶಕವಾಗಿದ್ದು

ಗಾಜಿನಂತೆ ಸುಲಭವಾಗಿ ಒಡೆಯುವ ಸ್ವಭಾವದವುಗಳು. ಕೊನೆಗೆ, ಪುಡಿಪುಡಿಯಾಗಿ ಧೂಳಿನೊಂದಿಗೆ ಸೇರಿಕೊಳ್ಳುವಂಥವುಗಳ ಕಡೆಗೆ ನಾವು ಬರುತ್ತಿದ್ದೆವು. ಗದ್ದಲಮಯವೂ ಉಲ್ಲಾಸಮಯವೂ ಆಗಿರುತ್ತಿದ್ದ ಈ ದೈಹಿಕ ಮತ್ತು ಮಾನಸಿಕ ವಿಹಾರದ ಬಳಿಕ ನಾವು ಮೌನದ ಪ್ರಶಾಂತ ದಡವನ್ನು ತಲಪುತ್ತಿದ್ದೆವು. ಅನಂತರ ನಾವು ನಮ್ಮ ಮನೆಗಳಿಗೆ ತೆರಳುತ್ತಿದ್ದೆವು. ಆಗ ನಾವು ಸ್ವಲ್ಪ ಉದ್ರೇಕ ಗೊಂಡಿರುತ್ತಿದ್ದೆವು. ಬಳಲಿರುತ್ತಿದ್ದೆವು. ಅದರೂ ನಮ್ಮ ತುಟಿಗಳಲ್ಲಿ ಮುಗುಳ್ನಗು ಇರುತ್ತಿತ್ತು.

ಆದರೆ ಈ ದಿನ ನಾನು ಖಿನ್ನ ಮನಸ್ಕನಾಗಿದ್ದೇನೆ. ಇದನ್ನು ಕೇಳಿ ನೀವ್ಯಾರೂ ನಗಬೇಡಿ, ಯಾಕೆಂದರೆ ನಂಬಿದರೆ ನಂಬಿ, ಬಿಟ್ಟರೆ ಬಿಡಿ, ಇದು ನನ್ನ ಸ್ವಭಾವದ ಒಂದು ಭಾಗ. ಬೇಕಿದ್ದರೆ ನನ್ನ ಹೆಂಡತಿಯನ್ನೇ ಕೇಳಿ. ಅವಳ ಇದಿರಿನಲ್ಲಿ ಒಂದೇ ಕಥೆಯನ್ನು ಒಂದಕ್ಕಿಂತ ಹೆಚ್ಚು ಸಲ ಹೇಳಿ ಅವಳನ್ನು ನಾನೆಂದೂ ಬೇಸರಪಡಿಸಿಲ್ಲ. ಹಾಗಿದ್ದರೂ ಇಂದಿನ ಕಥೆಯನ್ನು ಆಕೆ ಚೆನ್ನಾಗಿ ಬಲ್ಲಳು. ಅಷ್ಟೇ ಅಲ್ಲ, ಈ ವಾತಾವರಣದಲ್ಲೇ ಅದು ಕನಸು ಕಾಣುತ್ತ ಇರುವಂತಿದೆ. ಅವನ್ನಿಲ್ಲಿ ನನಗೆ ನೆನಪು ಮಾಡಿಕೊಡುತ್ತಿರುವುದು ಯಾವುದು ? ಬಾಡತೊಡಗಿರುವ ಈ ಹೂವಗಳೇ ? ಪ್ರತಿಯೊಂದು ಎಲೆಯ ಮೇಲೂ ಕುಳಿತಿರುವ, ಮರೆತುಹೋದ ಸಂಗತಿಗಳ ಸಂಕೇತವಾದ ಧೂಳೇ ? ಅಥವಾ ಕೊನೆಗಾಣುತ್ತಿರುವ ಹಗಲೇ, ಮುಸ್ಸಂಜೆಯ ಗಳಿಗೆಯೇ ? ನನಗರಿಯದು.

ಇದು ನಡೆದುದು ಎಷ್ಟೋ ವರುಷಗಳ ಹಿಂದೆ. ನಾನು ಚಿತ್ರಕಲೆ ಕಲಿಯುತ್ತಿದ್ದ ಕಾಲದಲ್ಲಿ. ವಿದ್ಯಾರ್ಥಿಯಾಗಿದ್ದ ನಾನು ಆಗ ಯಾವುದರ ಗೊಡವೆಯೂ ಇಲ್ಲದೆ ನಿಶ್ಚಿಂತತೆಯಿಂದ ತಿರುಗುತ್ತಿದ್ದೆ. ಕೊನೆಗೆ ಒಂದು ಹಳೆಯ ಚಿಕ್ಕ ನಗರದಲ್ಲಿ ತಳವೂರಿದೆ. ಆ ನಗರವು ಅದರ ಹಳೆ ನಮೂನೆಯ ವಿಲಕ್ಷಣ ಮಾಟದಿಂದಾಗಿ ಕಲಾವಿದನಾದ ನನ್ನನ್ನು ಮೋಹಗೊಳಿಸಿತು. ನನ್ನೊಡನೆ ಹೆಚ್ಚು ಹಣವಿರಲಿಲ್ಲ. ಆದ್ದರಿಂದ ಇಲ್ಲಿ ಒಂದು ಕಡೆಯಲ್ಲಿ ಕಡಿಮೆ ಬಾಡಿಗೆಗೆ ವಸತಿ ಸೌಕರ್ಯಗಳು ದೊರಕುತ್ತವೆ ಎಂದು ಕೇಳಿ ನನಗೆ ಸಂತೋಷವೂ ಆಯಿತು. ಒಬ್ಬಳು ಹುಡುಗಿ – ಆಕೆಗೆ ವಂದನೆಗಳನ್ನು ಅರ್ಪಿಸುವುದಕ್ಕೆ ನಾನು ಮರೆತುಬಿಟ್ಟೆ – ಆ ವಸತಿಗೃಹವನ್ನು ನನಗೆ ಶಿಫಾರಸು ಮಾಡಿದ್ದಳು.

ಕಲ್ಲಿನ ಎತ್ತರದ ಪ್ರಾಕಾರದ ಹಿಂದೆ ಅಡಗಿತ್ತು ಆ ಮನೆ. ಆದಕಾರಣ ನಾನದನ್ನು ದಾಟಿ ಹೋಗುವುದರಲ್ಲಿದ್ದೆ. ನಾನು ವೇಗವಾಗಿ ನಡೆಯುತ್ತಿದ್ದೆ. ಗಾಳಿಯಾದರೋ ನನ್ನ ಕೋಟಿನ ಮಡಿಕೆಗಳನ್ನು ಬಿಡಿಸುತ್ತಿತ್ತು. ಅಗಲಕಿರಿದಾದ ರಸ್ತೆಗಳಲ್ಲಿ ಬಣ್ಣ ಬಣ್ಣದ ಎಲೆಗಳನ್ನು ಹಾರಿಸುತ್ತಿತ್ತು. ಆ ರಸ್ತೆಗಳಾದರೋ ಓರೆಕೋರೆಯಾದ ಕಾಲ್ದಾರಿಗಳಂತಿದ್ದವು. ಶರತ್ಕಾಲದ ಥಳಥಳಿಸುವ ಹೊದಿಕೆಯಿಂದ ಆಚ್ಛಾದಿತವಾಗಿದ್ದ ಅವು ಬಿಸಿಲಿನಡಿ ಮಲಗಿದ ಸರ್ಪಗಳೋ ಎಂಬಂತೆ ಕಾಣುತ್ತಿದ್ದವು.

ಮನೆಯ ಮುಂದಣ ತೋಟದ ಗೇಟನ್ನು ತೆರೆಯುವಾಗ ಅದರ ಸಂದುಕೀಲು ಕಿರ್ರೆನ್ನಬಹುದೆಂದು ನಾನು ನೀರೀಕ್ಷಿಸಿದ್ದೆ. ಯಾಕೆಂದರೆ ಆ ಮನೆಯನ್ನು ಆ ತನಕ ನಾನು ನೋಡಿರದಿದ್ದರೂ ಅದೇನು ನನಗೆ ಸುಪರಿಚಿತವೋ ಎಂಬಂತೆ ಕಾಣುತ್ತಿತ್ತು.

ತೋಟದ ತುಂಬ ಸೇವಂತಿಗೆ, ಡೇಲಿಯ, ಜಪಾನಿ ಸೇವಂತಿಗೆ ಮೊದಲಾದ ಬಣ್ಣ ಬಣ್ಣದ ಹೂವುಗಳಿಂದ ಕಂಗೊಳಿಸುತ್ತಿದ್ದ ಹೂಗಿಡಗಳ ಪಾತಿಗಳು. ಆ ಹೂವುಗಳತ್ತ ತಲೆ ತಗ್ಗಿಸಿ, ಅವುಗಳನ್ನು ವಿಸ್ಮಯಭರಿತ ಶ್ರದ್ಧೆಯಿಂದ ದಿಟ್ಟಿಸುತ್ತ ಆ ಪಾತಿಗಳ ನಡುವೆ ನಿಂತಿದ್ದ, ಅಲ್ಲಿನ ಪುರಾತನ ಮಾಲಿ. ವಯಸ್ಸಿನಿಂದಾಗಿ ಅವನ ಬೆನ್ನು ವಿಪರೀತ ಬಾಗಿ ಹೋಗಿತ್ತು.

ನಾನವನೊಡನೆ ಮಾತನಾಡಿದೆ. ಆದರೆ ಅದಕ್ಕೆ ಯಾವ ಉತ್ತರವನ್ನೂ ಆತ ನೀಡಲಿಲ್ಲ. ಈ ವ್ಯಕ್ತಿ ಎಷ್ಟು ಸಂಪೂರ್ಣವಾಗಿ ಈ ಮನೆಯ – ಹೊರ ಜಗತ್ತಿನ ಸಂಪರ್ಕದಿಂದ ದೂರವಾಗಿ ಉಳಿದಿದ್ದ ಈ ನೀರವ ಮನೆಯ – ಒಂದು ಭಾಗವಾಗಿ ಪರಿಣಮಿಸಿದ್ದನೆಂದು ಆಗ ನನಗೆನಿಸಿತು.

ನಾನು ಬಾಗಿಲನ್ನು ತಟ್ಟಿದೆ. ಮನೆಗೆಲಸದ ಹುಡುಗಿಯೊಬ್ಬಳು ಕದ ತೆರೆದಳು. ಅವಳು ಸಂಕೋಚ ಸ್ವಭಾವದವಳಂತೆ ಕಂಡಳು. ನಾನು ಹೊರಗಿನ ಚಾವಡಿಯಲ್ಲಿ ನಿಂತೆ. ಅದು ವಿವಿಧ ವಸ್ತುಗಳಿಂದ ತುಂಬಿತ್ತು. ಅವುಗಳ ಮಧ್ಯೆ ಮುಂದೆ ಹೋಗುವುದೇ ನನಗೆ ಕಷ್ಟವಾಯಿತು. ಭರ್ತಿ ತುಂಬಿಸಿ ಸಂಸ್ಕರಿಸಲಾಗಿದ್ದ ಪಕ್ಷಿದೇಹಗಳು ಗೋಡೆಗಳಲ್ಲಿ ನೇತಾಡುತ್ತಿದ್ದವು. ಹರಡಿದ ರೆಕ್ಕೆಗಳ ಆ ನಿರ್ಜೀವ ಹಕ್ಕಿಗಳು ಹಾರಲು ಸಿದ್ಧವಾಗಿವೆಯೋ ಎಂಬಂತೆ ತೋರುತ್ತಿದ್ದವು. ಅಂತಹದೇ ಮೀನುಗಳು ದೊಡ್ಡ ದೊಡ್ಡ ಗಾಜಿನ ಕಪಾಟುಗಳಲ್ಲಿ. ಭಾರವಾದ ಪೆಟಾರಿಗಳು, ಕಪ್ಪಗಿನ ಕುರ್ಚಿಗಳು. ಒಂದು ಕಡೆಗೆ ಮಾಲುವ ಚಿಕ್ಕ ಮೇಜಿನ ಮೇಲೆ ಇಟ್ಟ ಪ್ರಾಚೀನ ಹೂದಾನಿಯೊಂದರಲ್ಲಿ ಧೂಳು ತುಂಬಿದ ಕಾಗದದ ಹೂಗಳು. ಇದ್ದ ಜಾಗದಲ್ಲೆಲ್ಲ ಸಣ್ಣ ಸುಂದರ ಕನ್ನಡಿಗಳು. ಇವೆಲ್ಲವುಗಳ ಮೇಲ್ಗಡೆ ಬೃಹದಾಕಾರದ ತೂಗುದೀಪವಿತ್ತು. ಈ ಎಲ್ಲ ನಿರ್ಜೀವ ವಸ್ತುಗಳೊಂದಿಗೆ ತುಕ್ಕು ಹಿಡಿದ ಕುಡುಗತ್ತಿಗಳು, ಮೊಂಡುಗತ್ತಿಗಳು ಅಲ್ಲಿರುವುದನ್ನು ಕಂಡು ನಾನು ಆಶ್ಚರ್ಯಚಕಿತನಾದೆ. ಆ ಕ್ಷಣದಲ್ಲಿ ಯಾರಾದರೂ ಬಂದು ಅವುಗಳನ್ನು ಕೆಳಗೆ ತೆಗೆದು, ವಿಚಿತ್ರ ರೀತಿಯ ಈ ಹಳೆ ಮನೆಯನ್ನು ರಕ್ಷಿಸಲು ತನಗೆ ನೆರವು ನೀಡು ಎಂದು ನನ್ನೊಂದಿಗೆ ಕೇಳಿದ್ದರೆ ನನಗದು ಅಸಂಗತವಾಗಿ ಕಾಣುತ್ತಿರಲಿಲ್ಲ.

ಆದರೆ ಅಷ್ಟು ಹೊತ್ತಿಗೆ ನನ್ನ ಆಗಮನವನ್ನು ಮನೆಯೊಡತಿಗೆ ತಿಳಿಸಲಾಗಿತ್ತು. ನಾನು ಭರದಿಂದ ಒಳಗೆ ಪ್ರವೇಶಿಸಿದೆ. ಅಲ್ಲಿನ ಅನಿರೀಕ್ಷಿತ ದೃಶ್ಯ ನನ್ನನ್ನು ಮಂತ್ರಮುಗ್ಧನನ್ನಾಗಿ ಮಾಡಿತು. ತಾರುಣ್ಯದ ಕೌತುಕಮಯ ವರ್ಷಗಳಿಗೆ ಮೆರುಗು ನೀಡುವ ಮನೋಭಾವಗಳು ನನ್ನನ್ನು ಸೆರೆ ಹಿಡಿದುವು. ಆದರೆ ಒಳಗಿನ ಆ ಚಿಕ್ಕ ಹಜಾರ ಮಾತ್ರ ನಾನು ನಿರೀಕ್ಷಿಸಿದ್ದಕ್ಕಿಂತ ಸಂಪೂರ್ಣ ಬೇರೆಯಾಗಿತ್ತು. ಸ್ವಲ್ಪ ಮಬ್ಬು ಮುಸುಕಿದ್ದರೂ ಅದು ಸರಳವಾಗಿತ್ತು. ಆ ಹಿನ್ನೆಲೆಯಲ್ಲಿ ಎದ್ದು ಕಾಣುತ್ತಿದ್ದುದೆಂದರೆ ಒಬ್ಬ ವೃದ್ಧ ಮಹಿಳೆ ಮತ್ತು ಕಪ್ಪಗಿನ ಒಂದು ಪಿಯಾನೊ. ಅದರ ಮೇಲೆಲ್ಲ ಹಳೆ ನಮೂನೆಯ ಅನೇಕ ಪಿಂಗಾಣಿಯ ಪ್ರತಿಮೆಗಳನ್ನು ಇಡಲಾಗಿತ್ತು. ಈ ಪರಿಸರದ ಒಂದು ಅವಿಭಾಜ್ಯ ಅಂಗವಾಗಿ ಆ ವೃದ್ಧೆ ಅಲ್ಲಿ ಕುಳಿತಿದ್ದಳು – ಒಂದು ಹಾಡಿನ ಪಲ್ಲವಿ ಹೇಗೆ ಆ ಹಾಡಿನ ಭಾಗವೋ ಹಾಗೆ. ನಾನಾಕೆಯನ್ನು ಸಮೀಪಿಸಿದಾಗ ಆಕೆ ಅಂಗವಿಕಲೆಯೆಂದು ನನಗೆ ತಿಳಿಯಿತು. ಭಾರವಾದ ಕಂಕುಳ ಕೋಲುಗಳು ಆಕೆಯ ಆರಾಮ ಕುರ್ಚಿಯ ಪಕ್ಕದಲ್ಲಿದ್ದುವು.

"ಹೊರಜಗತ್ತೊಂದು ಅಸ್ತಿತ್ವದಲ್ಲಿದೆ ಎಂಬುದರ ಸಾಕಾರಮೂರ್ತಿ ನೀನು," ಎಂದು ನನ್ನನ್ನು ಕಂಡೊಡನೆ ಆಕೆ ಹೇಳಿದಳು.

ಆಕೆಯ ಈ ಮಾತು ನನ್ನ ಸ್ಮರಣೆಯಲ್ಲಿ ಅಚ್ಚೊತ್ತಿತ್ತು. ಯಾಕೆಂದರೆ ಆಕೆಯ ಮಟ್ಟಿಗೆ ನಾನು ಹೊರ ಜಗತ್ತಿನ ಸಂಕೇತವಾಗಿದ್ದಂತೆ ಕಾಣುತ್ತಿತ್ತು. ಆದುದರಿಂದ ಈ ಭಾವನೆ ಅವಳಲ್ಲಿ ಜೀವಂತವಾಗಿ ಉಳಿಯುವಂತೆ ಮಾಡುವುದೇ ನನ್ನ ವಿಶೇಷ ಕರ್ತವ್ಯವಾಗಿತ್ತು. ಯಾಕೆಂದರೆ ಆ ಮನೆಯಲ್ಲಿ ಉಳಕೊಳ್ಳಲು ಹೋಗುವ ಮುನ್ನ ಈ ವಿಲಕ್ಷಣ

ಮನೆಯೊಡತಿಯೊಡನೆ ದೀರ್ಘವಾದ, ಆದರೆ ಯಶಸ್ವಿಯಾದ ಮಾತುಕತೆಯನ್ನು ನಾನು ನಡೆಸಬೇಕಾಗಿ ಬಂದಿತ್ತು.

ಆಕೆಯ ಹೆಸರು ಮಿಸ್ ಸೈಬಿಲ್ ಜೆಂಡೆನ್. ಅವಿವಾಹಿತೆ. ಕಳೆದ 25 ವರುಷಗಳಿಂದ ಆಕೆ ಆ ಮನೆ ಬಿಟ್ಟು ಹೊರಗೆ ಹೋಗಿರಲಿಲ್ಲ; ಒಂದು ಅವಘಡದಲ್ಲಿ ಆಕೆಗೆ ಅಂಗ ಊನವಾಗಿತ್ತು. ಅಂದಿನಿಂದ ಅವಳು ತನ್ನ ಮನೆಯೊಳಗೇ, ಅನಂತರ ಅವಳ ಮಟ್ಟಿಗೆ ಹೊರ ಜಗತ್ತೇ ಅಸ್ತಿತ್ವದಲ್ಲಿರಲಿಲ್ಲ. ಆ ದಿನದಿಂದ ಬೂದು ಬಣ್ಣದ ಆ ಪ್ರಶಾಂತ ಮನೆಯೊಳಗೆ ಹೊರ ಜಗತ್ತಿನಿಂದ ಏನೂ. ಒಂದು ಪ್ರತಿಧ್ವನಿ ಕೂಡ ಪ್ರವೇಶಿಸಿರಲಿಲ್ಲ. ಅವಳು ಧರಿಸಿದ ಉಡುಪಾಗಲಿ, ಜಾಗ್ರತೆಯಿಂದ ಆರಿಸಿ ಹಾಕಿಕೊಂಡ ಆಭರಣಗಳಾಗಲಿ, ಅವಳು ಕೂದಲು ಕಟ್ಟಿಕೊಂಡ ವಿಧಾನವಾಗಲಿ, ಎಲ್ಲವೂ ಇಪ್ಪತ್ತೈದು ವರುಷಗಳ ಹಿಂದಿನವೇ – ಅವಳು ಹೊರ ಜಗತ್ತಿನ ಸಂಪರ್ಕವನ್ನು ಎಂದು ಕಡಿದುಕೊಂಡಿದ್ದಳೋ, ಅಂದಿನವೇ,

ನನ್ನ ಮನೆಯೊಡತಿಯೇನು ಅಂಥ ಒಳ್ಳೆಯ ಮಾನವ ಜೀವಿಯಾಗಿರಲಿಲ್ಲ. ಹಟಮಾರಿ, ಶುಷ್ಕ ಪಂಡಿತೆ, ಅಸಾಧ್ಯ ಜಿಪುಣೆ. ಆದರೂ ಕಳೆದ ಇಪ್ಪತ್ತೈದು ವರುಷಗಳಲ್ಲಿ ಅವಳು ತನ್ನ ಕೋಣೆಗಳ ಬಾಡಿಗೆ ದರಗಳನ್ನು ಹೆಚ್ಚಿಸಿರಲಿಲ್ಲ. ಹೀಗಿದ್ದರೂ ಅವಳನ್ನು ಈ ವಿಶಿಷ್ಟ ಬೆಳಕಿನಲ್ಲಿ ಕಂಡುದು ನನ್ನ ಕಲಾವಿದನ ಕಣ್ಣುಗಳು ಮಾತ್ರವಲ್ಲ. ನಾನಾಕೆಯನ್ನು ಆಗಾಗ ಭೇಟಿ ಮಾಡುತ್ತಿದ್ದೆ. ಆದರೆ ಅವಳನ್ನು ಚಿತ್ರಿಸಿದ್ದು ಮಾತ್ರ ಅಪರೂಪ. ಅವು ಗೌರವ ಹುಟ್ಟಿಸುವ ಒಂದು ವಾತಾವರಣವನ್ನು ಉಂಟುಮಾಡುತ್ತಿದ್ದಳು. ಅಲ್ಲಿ ಪರಿಹಾಸಕ್ಕೆ ಅಥವಾ ಕಣ್ಣೀರಿಗೆ ಆಸ್ಪದವಿರಲಿಲ್ಲ. ಮಿಸ್ ಸೈಬಿಲ್‌ಳ ವರ್ತನೆ ಕೆಲವೊಮ್ಮೆ ಕರುಣಾಜನಕವಾಗಿರುತ್ತಿತ್ತು; ಆಕೆ ನನ್ನನ್ನು ಆಗಾಗ ಮೂದಲಿಸುತ್ತಿದ್ದಳು. ರೇಗಿಸುವ ಪತ್ರ ಬರೆಯುತ್ತಿದ್ದಳು. ಮೌನವಾಗಿ, ತಿರಸ್ಕಾರಪೂರಿತವಾಗಿ ಅಲ್ಲಿ ಸುಮ್ಮಗೆ ಕುಳಿತುಕೊಂಡು ಅವಮಾನಿತ ರಾಣಿಯ ತೆರದಲ್ಲಿ ನನ್ನನ್ನು ಆಕೆ ಕಡೆಗಣಿಸುತ್ತಿದ್ದಳು. ಆದರೆ ಇಂಥ ವಿಲಕ್ಷಣ ರೀತಿಯಲ್ಲಿ ಆಕೆ ದುಮ್ಮಾನ ಗೊಂಡಾಗ ಅವಳು ಮಾಡಿದ್ದೆಲ್ಲವನ್ನೂ ನಾನು ಕ್ಷಮಿಸಿಬಿಡುತ್ತಿದ್ದೆ.

ನನ್ನನ್ನು ಆಮಂತ್ರಿಸಿದಾಗಲೆಲ್ಲ ಅವಳು ತನ್ನ ಹಳೆಯ ಕಾಲದ ಉಡುಪುಗಳಲ್ಲಿ ಒಂದು ವಿಶಿಷ್ಟ ಉಡುಪನ್ನು ಧರಿಸಿಕೊಳ್ಳುತ್ತಿದ್ದಳು. ಕೆನ್ನೆಗೆ ಯಾವುದೋ ಕೆಂಪು ಬಣ್ಣವನ್ನು ಸವರಿ ಕೊಳ್ಳುತ್ತಿದ್ದಳು ಇನ್ನೂ ಸ್ವಲ್ಪ ಕಾಲ ಕುಳ್ಳಿರು ಎಂದು ನನ್ನನ್ನು ಮಕ್ಕಳಂತೆ ಆಕೆ ಅಂಗಲಾಚುತ್ತಿದ್ದಳು. ನಾನು ಹೇಳುತ್ತಿದ್ದುದನ್ನೆಲ್ಲ ಆಸಕ್ತಿಯಿಂದ ಪರವಶಗೊಂಡು, ಉಸಿರುಬಿಡದೆ ಆಲಿಸುತ್ತಿದ್ದಳು. ಆದರೆ ಅನಂತರ ಅವಳು ಇನ್ನಷ್ಟು ವ್ಯಾಕುಲೆಯಾಗುತ್ತಿದ್ದಳು; ಹತಾಶಳಾಗುತ್ತಿದ್ದಳು. ಕೆಲವು ಬಾರಿ ನನಗಾಗಿ ಆಕೆ ಪಿಯಾನೊ ಬಾರಿಸುತ್ತಿದ್ದಳು. ಆದರೆ ನನಗೆ ಆನಂದ ಕೊಡುತ್ತಿದ್ದುದು ಆಕೆಯ ಸ್ವಂತ ಸಣ್ಣ ಪುಟ್ಟ ಕಥೆಗಳು. ಅವೆಲ್ಲ ಆಕೆಯ ಪಿಯಾನೊದ ಮೇಲಿದ್ದ ಪ್ರತಿಮೆ ಗಳನ್ನು ಕುರಿತವು. ಅವನ್ನು 'ಮಿಸ್ ಜೆಂಡೆನ್‌ರ ಪಿಂಗಾಣಿ ದಿನಚರಿ' ಎಂದು ನಾನು ಕರೆಯುತ್ತಿದ್ದೆ. ಈ ಎಲ್ಲ ಕಥೆಗಳಲ್ಲೂ ಒಂದು ವಿಶಿಷ್ಟವಾದ ರಮ್ಯತೆಯಿರುತ್ತಿತ್ತು. ನಾನು ಆಕೆಯ ಬಳಿಯಿಂದ ಹೋದನಂತರವೂ ಎಷ್ಟೋ ಕಾಲ ಆ ಕಥೆಗಳು ನನ್ನ ಸ್ಮರಣೆಯಲ್ಲಿ ಉಳಿಯುತ್ತಿದ್ದವು. ಕೆಲವು ವೇಳೆ ಈ ಕಥೆಗಳಿಂದ ನನ್ನ ಮನಸ್ಸಿನಲ್ಲಿ ಮೂಡಿಬಂದ ಉಜ್ವಲವಾದ ಬಿಂಬಗಳನ್ನು ನಾನು ಕುಂಚದಿಂದ ಚಿತ್ರಿಸುವುದೂ ಇತ್ತು.

ಆದರೆ ಒಂದು ಕಥೆಯನ್ನು ಆಕೆ ನನಗೆ ಎಂದೂ ಹೇಳಲಿಲ್ಲ. ಅದು ಒಂಟಿಯಾಗಿದ್ದ ಒಬ್ಬ ರಾತ್ರೆ ಕಾವಲುಗಾರನ ಪಿಂಗಾಣಿ ಪ್ರತಿಮೆಯನ್ನು ಕುರಿತು. ಈ ಪ್ರತಿಮೆ ಆಕೆಗೆ

ಅತ್ಯಮೂಲ್ಯವಾದುದಾಗಿರಬೇಕು ಎಂದು ನನಗೆನಿಸಿತು. ಅದರ ಸ್ಪರ್ಶ ಮಾತ್ರದಿಂದಲೇ ಆಕೆಯಲ್ಲುಂಟಾಗುತ್ತಿದ್ದ ಅದುಮಿಟ್ಟ ಭಾವೋದ್ರೇಕವನ್ನು ನಾನು ಕಂಡಿದ್ದೆ. ಒಡನೆಯೇ ಆಕೆ ಸಂಕೋಚಗೊಳ್ಳುತ್ತಿದ್ದಳು. ಅಲ್ಲಿ ನನ್ನ ಇರುವಿಕೆ ಆಕೆಯ ಗಲಿಬಿಲಿಯನ್ನು ಇನ್ನಷ್ಟು ಹೆಚ್ಚಿಸುತ್ತಿತ್ತೋ ಎಂಬಂತೆ ವರ್ತಿಸುತ್ತಿದ್ದಳು.

ಮನೆಯ ಮೇಲಿನ ಮಹಡಿಯನ್ನು ಹತ್ತಲು ಮಿಸ್ ಜೆಂಡೆನ್‌ಗೆ ಆಗುತ್ತಿರಲಿಲ್ಲ. ಅಲ್ಲಿ ಮಧ್ಯಮ ವಯಸ್ಸಿನ ತೆಪ್ಪಗಿನ ವ್ಯಕ್ತಿಗಳಿಬ್ಬರು ವಾಸಿಸುತ್ತಿದ್ದರು. ಆಕೆ ಅವರನ್ನು ಒಮ್ಮೆ ಯಾದರೂ ಕಂಡದ್ದುಂಟೆ ಎಂದು ಕೆಲವು ವೇಳೆ ನಾನು ಆಶ್ಚರ್ಯಗೊಂಡುದಿದೆ. ನಾನು ಕೂಡ ಅವರನ್ನು ಕಂಡುದು ಅಪರೂಪ. ನನ್ನ ಮಟ್ಟಿಗೆ ಹೇಳುವುದಾದರೆ ಅವರು ಸಾಮಾನ್ಯ ವ್ಯಕ್ತಿಗಳು; ಆಸಕ್ತಿ ಹುಟ್ಟಿಸುವಂಥವರಾಗಿರಲಿಲ್ಲ.

ಮನೆಗೆಲಸದ ಹುಡುಗಿ ಗಂಜಿ ಹಾಕಿ ಇಸ್ತ್ರಿಮಾಡಿದ ಬಿಳಿಬಣ್ಣದ ಮೇಲಂಗಿಯನ್ನು ಧರಿಸುತ್ತಿದ್ದಳು. ಅದರೊಳಗೆ ಕರಿ ಉಡುಪು. ಆಕೆಯ ವೇಷ ಭೂಷಣ ತೋರ್ಕೆಗಳ ಮಟ್ಟಿಗೆ ಮಿಸ್ ಜೆಂಡ್‌ನ್ ಬಹಳ ಕಟ್ಟು ನಿಟ್ಟು. ಬಾಡಿಗೆದಾರರ ಕೋಣೆಗಳಲ್ಲಿ ಆಕೆ ಕೆಲಸ ಮಾಡುತ್ತಿದ್ದದ್ದು ಅಪರೂಪ. ಮುಸುರೆ ತೊಳೆಯುವ ಕೋಣೆಯ ದಾಸ್ತಾನು ಮಹಡಿಗೆ ಹೋಗಲು ಇಡಲಾಗಿದ್ದ ಏಣಿಯೊಂದರ ಮೇಲೆ ಆಕೆಯನ್ನು ಹೆಚ್ಚಾಗಿ ಕಾಣಬಹುದಾಗಿತ್ತು. ಅಯಾಸಗೊಂಡ ನೊಣವೊಂದು ಏಣಿಗೆ ಅಂಟಿಕೊಂಡಂತೆ ಅವಳು ತೋರುತ್ತಿದ್ದಳು. ಹಾಳಾಗದಂತೆ ಸಂಸ್ಕರಿಸಲಾಗಿದ್ದ ಹಣ್ಣು ಮತ್ತು ತರಕಾರಿಗಳಿಂದ ತುಂಬಿದ ಗಾಜಿನ ಭರಣಿಗಳನ್ನೂ ಒಣಗಿಸಿದ ಬ್ರೆಡ್ಡನ್ನು ತುಂಬಿಸಿಟ್ಟ ಶುಭ್ರ ಬಿಳಿ ಲಿನನ್ ಚೀಲಗಳನ್ನೂ ಆಕೆ ಅಲ್ಲಿ ಪೇರಿಸಿಡುತ್ತಿದ್ದಳು. ಅನಿರೀಕ್ಷಿತ ಕ್ಷಾಮದ ವಿಚಿತ್ರ ಭಯ ನನ್ನೀ ಮನೆಯೊಡತಿಗೆ. ಅಂತಹ ಒಂದು ತುರ್ತು ಪರಿಸ್ಥಿತಿಯನ್ನು ನಿಭಾಯಿಸಲು ಆಕೆ ಸದಾ ಸಿದ್ಧಳಾಗಿದ್ದಳು.

ಒಂದು ದಿನ ಯಾಕೋ, ಕತ್ತಲು ತುಂಬಿದ ಆ ನೀರವ ಮನೆ ಒಮ್ಮೆಗೇ ನನಗೆ ತೀರಾ ದುಸ್ಸಹವಾಗಿ ಕಂಡಿತು. ಅದಕ್ಕಿಂತಲೂ ಹೆಚ್ಚಾಗಿ, ಇಡಿಯ ನಗರವೇ ನನ್ನನ್ನು ನೆಮ್ಮದಿಗೆಡಿಸಿತ್ತು. ಇವೆಲ್ಲವುಗಳಿಂದ ಸಂಪೂರ್ಣ ಜಿಗುಪ್ಸೆಗೊಂಡ ನಾನು ಆ ಊರಿನಿಂದಲೇ ಹೊರಟುಬಿಟ್ಟೆ.

ಅದರ ಮೊದಲು ನಾನು ಆ ವೃದ್ಧೆಯ ಬಳಿಗೆ ಹೋಗಿ ಆಕೆಗೆ ವಿದಾಯ ಹೇಳಿದಾಗ ಅವಳು ಸ್ವಲ್ಪ ಮಂಕಾದಂತೆ ನನಗೆ ಕಂಡಿತು. ಒಂದು ಕೈಯಲ್ಲಿ ಕೋಲಿನ ಆಧಾರ ಪಡೆಯುತ್ತಾ, ಇನ್ನೊಂದು ಕೈಯಲ್ಲಿ ಪಿಯಾನೋದ ಮೇಲೆ ನಡುಗುವ ಬೆರಳುಗಳಿಂದ ಆಕೆ ತಡಕಾಡಿದಳು. ಅವಳೂ ವಿಶೇಷತಃ ಅನ್ಯಮನಸ್ಕಳಾಗಿದ್ದಂತೆ ಕಾಣುತ್ತಿದ್ದಳು. ತನ್ನ ಯೋಚನೆಯಲ್ಲೇ ಮುಳುಗಿ ಹೋಗಿದ್ದಳು. ಆಸಹನೆಯಿಂದ ನಾನು ಕಾದುನಿಂತೆ; ಒಂದು ಕಾಲಿನಿಂದ ಇನ್ನೊಂದು ಕಾಲಿಗೆ ದೇಹದ ಭಾರವನ್ನು ಬದಲಾಯಿಸಿದೆ. ತನ್ನ ಅತ್ಯಂತ ಪ್ರೀತಿಯ ಪುರಾತನ ಪ್ರತಿಮೆ – 'ರಾತ್ರ ಕಾವಲುಗಾರ'ನನ್ನು ಆಕೆ ತನ್ನ ಕೈಯಲ್ಲೆತ್ತಿಕೊಂಡುದನ್ನು ಕಂಡು ನಾನು ದಿಙ್ಮೂಢನಾದೆ.

"ನನ್ನನ್ನು ಸಂಪೂರ್ಣ ಮರೆತುಬಿಡ್ಬೇಡ." ಎಂದಾಕೆ ಪಿಸುದನಿಯಲ್ಲಿ ನುಡಿದು ಆ ಚಿಕ್ಕ ಮೂರ್ತಿಯನ್ನು ನನ್ನ ಕೈಗಳಲ್ಲಿಟ್ಟಳು.

ಆಮೇಲೆ ಆ ಹಳೆ ಮನೆಯೊಡತಿಯ ನೆನಪೇ ನನ್ನ ಮನಸ್ಸಿನಿಂದ ಮಾಸಿಹೋಯಿತು. ನಾನೀಗ ಹೇಳುವಂತೆ 'ಗಬ್ಬು ಹಿಡಿದ ಆ ಪರಿಸರ'ವನ್ನು ನಾನು ಬದಲಾಯಿಸಿದೆ. ನನ್ನ ಭಾವನೆ, ನನ್ನ ಯೋಜನೆಗಳನ್ನು ಮಾರ್ಪಾಡು ಮಾಡಿದೆ. ನನ್ನ ಅವಿವಾಹಿತ ಸ್ಥಿತಿಯನ್ನು ಕೂಡ ವ್ಯತ್ಯಾಸಗೊಳಿಸಿದೆ. ನನ್ನ ಹುಟ್ಟೂರಿಗೆ ಹಿಂತಿರುಗಿದ ನಾನು ಹಳೆಯ ಮಿತ್ರರ ನಡುವೆ

ಪುನಃ ಸೇರಿಕೊಂಡೆ; ನನ್ನ ಜೀವನದಲ್ಲೇ ಹೊಸ ಅಧ್ಯಾಯವನ್ನು ಆರಂಭಿಸಿದೆ. ನಮ್ಮದು ಗಾಳಿ ಬೆಳಕುಗಳಿಂದ ಕೂಡಿದ್ದ ಮನೆ, ಶುದ್ಧವಾಗಿ ಆರೋಗ್ಯಕರವಾಗಿದ್ದ ವಾತಾವರಣ ಬೇರೆ. ದೇವರ ದಯೆಯಿಂದ ಸರಳವಾದ ಹಗುರಾದ ಪೀಠೋಪಕರಣಗಳನ್ನೇ ಆರಿಸಿದ್ದಳು, ನನ್ನಾಕೆ. ನಮ್ಮ ಮನೆ ತುಸು ಬೋಳಾಗಿ ಕಾಣುತ್ತಿದ್ದರೂ ಅದರಲ್ಲಿ ಹೊಸತನವಿತ್ತು. ಯೌವನವಿತ್ತು.

ಆದರೆ ನಾನಾ ರೀತಿಯ ಒಡವೆ – ವಸ್ತುಗಳಿಂದಲೂ ಸುಗಂಧ ದ್ರವ್ಯಗಳ ಮತ್ತು ಹುಳ ಓಡಿಸುವ ಉಂಡೆಗಳ ಕಂಪಿನಿಂದಲೂ ಕೂಡಿದ ಹಳೆ ನಮೂನೆಯ ಆ ವಿಲಕ್ಷಣ ವಾತಾವರಣವನ್ನು ಇದಿರಿನಲ್ಲಿ ಕಾಣದೆ ಒಮ್ಮೊಮ್ಮೆ ನನಗೆ ಏನೋ ಕೊರತೆಯಾದಂತೆ ಅನಿಸುತ್ತಿತ್ತು. ಇಂತಹ ಸಂದರ್ಭಗಳಲ್ಲೆಲ್ಲ ನನ್ನ ಪತ್ನಿ ನನ್ನನ್ನು ಸಮಾಧಾನಪಡಿಸುತ್ತಿದ್ದಳು. ಪುರಾತನವಾದ ಆ ರಾತ್ರೆ ಕಾವಲುಗಾರನ ಪ್ರತಿಮೆ ಇನ್ನೂ ನನ್ನ ವಶ ಇದೆಯಲ್ಲ ಎಂದಾಕೆ ನನಗೆ ನೆನಪು ಹುಟ್ಟಿಸುತ್ತಿದ್ದಳು. ಆದರೆ ಅದಕ್ಕೆ ಸಂಬಂಧಿಸಿದ ಕಥೆ ನನಗೆ ಗೊತ್ತಿಲ್ಲದೆ ಇದ್ದುದಕ್ಕಾಗಿ ಆಕೆ ಮುನಿಸುಪಡುತ್ತಿದ್ದಳು. ಅದರಲ್ಲೂ ಆ ಕಥೆಯನ್ನು ಕೇಳಿ ತಿಳಿದುಕೊಳ್ಳಲು ನಾನೆಂದೂ ಪ್ರಯತ್ನಿಸದೆ ಇದ್ದದ್ದು ಅವಳ ದೃಷ್ಟಿಯಲ್ಲಿ ಅಕ್ಷಮ್ಯ ಅಪರಾಧವಾಗಿತ್ತು. ಆ ಮೂರ್ತಿಯನ್ನಂತೂ 'ಧೂಳನ್ನು ಹಿಡಿಯುವ ಹಳಬ' ಎಂದೇ ಆಕೆ ಕರೆಯುತ್ತಿದ್ದಳು.

ಆದರೆ ರಾತ್ರೆ ಕಾವಲುಗಾರ ತುಟಿಪಿಟ್ಟೆನ್ನುತ್ತಿರಲಿಲ್ಲ. ವೇಳೆ ಮೀರಿತು ಅಥವಾ ಸಮಯ ಸವೆದು ಹೋಯಿತು ಎಂಬುದನ್ನಾದರು ಕೂಡ ಆತ ಯುವಕರಾದ ನಮ್ಮ ನೆನಪಿಗೆ ಎಂದೂ ತರುತ್ತಿರಲಿಲ್ಲ. ಆತ ಏನನ್ನಾದರೂ ಸ್ಮರಣೆಗೆ ತರುವಂತೆ ಕಾಣುತ್ತಿದ್ದರೆ ಅದು ನನ್ನ ಹೆಂಡತಿಯ ಮುದಿ ಚಿಕ್ಕಪ್ಪನಿಗೆ. ಆ ಪ್ರತಿಮೆಯನ್ನು ಯಾವಾಗಲಾದರೂ ಗಮನಿಸುತ್ತಿದ್ದವ ನೆಂದರೆ ಅವನೊಬ್ಬ ಮಾತ್ರ. ಮಿಸ್ ಜೆಂಡೆನ್‌ಳನ್ನು ಕುರಿತು ನಾನು ಮಾತು ಆರಂಭಿಸಿದಾಗಲೆಲ್ಲ, ನನ್ನ ಪತ್ನಿಯ ಕಿಲಕಿಲ ನಗೆ ಮೇಲೇಳುತ್ತಿತ್ತು. ಆ ಮುದುಕಿ ಯೊಡನಿದ್ದ ನನ್ನ ಸಂಪರ್ಕ ಆಕೆಯಲ್ಲಿ ವಿನೋದವನ್ನು ಉಂಟುಮಾಡುತ್ತಿತ್ತು. ಈ ಲಘು ಹೃದಯದ ಪರಿಹಾಸ್ಯ ನನ್ನಲ್ಲಿ ಒಂದು ವಿಧದ ಕಹಿ ಭಾವನೆಯನ್ನು ಕೆರಳಿಸುತ್ತಿತ್ತು. ಹಿಂದೆ ಕೂಡ, ಆ ಕಾಲದ ಸ್ನೇಹಿತರು ನನ್ನ 'ನಿದ್ರಾ ಸುಂದರಿ'ಯನ್ನು ಕುರಿತು ನನ್ನನ್ನು ತಮಾಷೆ ಮಾಡುತ್ತಿದ್ದಾಗ ಇಂತಹದೇ ಕಹಿ ಭಾವನೆ ನನ್ನಲ್ಲಿ ಮೂಡುತ್ತಿತ್ತು. ಪ್ರಾಯಶಃ ನನ್ನ ಹೆಚ್ಚಿನ ವೇಳೆಯನ್ನು ಅದಕ್ಕಾಗಿ ನಾನು ಹಾಳು ಮಾಡಿದ್ದಿರಬಹುದು, ಪ್ರಾಯಶಃ –ಆದರೆ ಎಷ್ಟು ಕೀಟಲೆ ಮಾಡಿದರೂ ಆದರ ಬಗ್ಗೆ ನಾನು ಚಕಾರವೆತ್ತಿರಲಿಲ್ಲ. ಹಾಗಿದ್ದರೂ ನನ್ನ ಹೆಂಡತಿಯ ಚಿಕ್ಕಪ್ಪ ಆ ಪ್ರತಿಮೆಯ ಬಗ್ಗೆ ಎಷ್ಟು ಮೋಹಗೊಂಡಿದ್ದನೆಂದರೆ, ಅದನ್ನು ನನಗೆ ನೀಡಿದ ಮಿಸ್ ಸೈಬಿಲ್ ಜೆಂಡೆನ್‌ಳ ವೃತ್ತಾಂತವನ್ನು ಅವನಿಗ ಪ್ರತ್ಯೇಕವಾಗಿ ನಾನು ಹೇಳಿದೆ. ಈ ಕಥೆಯನ್ನು ಕೇಳಿ ಆತ ಬೆರಗಾದಂತೆ ಕಂಡ ಮತ್ತು ಮಾತಿನ ವಿಷಯವನ್ನು ಬದಲಾಯಿಸಿದ. ಆದರೆ ಪ್ರತಿಮೆಯನ್ನು ಕುರಿತಾದ ಆತನ ತನ್ಮಯತೆ ಹಾಗೂ ಅದರ ಬಗ್ಗೆ ಅವನು ತೋರಿಸುತ್ತಿದ್ದ ಆಸಕ್ತಿ, ಇವುಗಳಿಂದ ನನ್ನ ಹಳೆಯ ನೆನಪುಗಳು ಮರುಕಳಿಸತೊಡಗಿದವು. ಅವನ್ನು ಆ ತನಕ ನಾನು ಜಾಗರೂಕತೆಯಿಂದ ಮನಸ್ಸಿನ ಒಂದು ಮೂಲೆಗೆ ತಳ್ಳಿದ್ದೆ.

ಆ ಚಿಕ್ಕಪ್ಪನಾದರೋ ವಿಲಾಸಿ ಮುದುಕ. ದೃಷ್ಟಿಗೆ ಒಂದು ಆಕರ್ಷಕ ಹೆಣ್ಣು ಬಿದ್ದರೆ ಸರಿ, ಈಗಲೂ ಅವನು ತಲೆ ಎತ್ತಿ ಆಕೆಯನ್ನು ತದೇಕ ದೃಷ್ಟಿಯಿಂದ ನೋಡುತ್ತಿದ್ದ. ಭಾವಪರವಶತೆ ಎಂದೂ ಅವನ ಸ್ವಭಾವದ ಒಂದು ಭಾಗವಾಗಿರಲಿಲ್ಲ. ಪ್ರತಿಯೊಂದು

ಹೊಸ ಚುಂಬನವೂ ಹಳೆಯ ಅನುರಾಗವನ್ನು ಮರೆಸುತ್ತದೆ ಎಂದಾತ ಹೇಳಿಕೊಳ್ಳುವುದಿತ್ತು. ಈಗಲಾದರೆ ಆತನ ಮನೋಭೂಮಿಕೆಯಲ್ಲಿ ಮಾತ್ರ ಇದು ಸಂಭವಿಸಬಹುದಿತ್ತು, ಅಷ್ಟೆ.

ಆದರೆ ನನ್ನ ಹಳೆಯ ಮನೆಯೊಡತಿಯ ಬಗ್ಗೆ ನಾನು ಮಾಡಿದ ವರ್ಣನೆ ಅದೇಕೋ ಅವನನ್ನು ಕಲಕಿದಂತೆ ತೋರಿತು. ಇದಾದ ಸ್ವಲ್ಪ ಸಮಯದ ಬಳಿಕ ಅವನು ತನ್ನ ಮನೆಗೆ ಹೊರಟು ಹೋದ.

ಇತ್ತ, ಇದ್ದಕ್ಕಿದ್ದಂತೆ ನನ್ನಲ್ಲಿ ಒಂದು ತವಕ ಮೂಡಿತು. ನನಗೆ ಚೆನ್ನಾಗಿ ನೆನಪಿದ್ದ ಆ ನಗರವನ್ನು, ಬೂದುಬಣ್ಣದ ಆ ಹಳೆಯ ಮನೆಯನ್ನು ಮತ್ತು ಮಿಸ್ ಜೆಂಡೆನ್‌ಳನ್ನು ಪುನಃ ನೋಡುವ ಹಂಬಲ ನನ್ನನ್ನು ಕಾಡಿತು. ನನ್ನ ಭೇಟಿ ತುಂಬಾ ವಿಳಂಬವಾಯಿತೇನೋ ಎಂಬ ಅಳುಕು ನನ್ನಲ್ಲಿ ಉಂಟಾಯಿತು. ಹೀಗಾಗಿ ನಾನು ಕೂಡಲೇ ಆಕೆಗೊಂದು ಪತ್ರ ಬರೆದೆ. ಒಡನೆಯೇ ಉತ್ತರವೂ ಬಂದಿತು. ನನ್ನನ್ನು ಮತ್ತೊಮ್ಮೆ ಕಾಣಲು ತನಗೆ ತುಂಬಾ ಸಂತೋಷವೆನಿಸುತ್ತದೆ, ಎಂದು ಆಕೆ ಬರೆದು ನನ್ನನ್ನು ಹೃತ್ಪೂರ್ವಕವಾಗಿ ಸ್ವಾಗತಿಸಿದ್ದಳು. ಹೆಚ್ಚಿನ ಹುಮ್ಮಸ್ಸಿನಿಂದ ನಾನು ಅಲ್ಲಿಗೆ ಪ್ರಯಾಣಿಸಿದೆ, ಉಗಿಬಂಡಿ ಸಾಗುತ್ತಿದ್ದ ಪ್ರತಿಯೊಂದು ಮೈಲು ಕೂಡ ನೆನಪು ತುಂಬಿದ ನನ್ನ ಜೀವನದ ಆ ಅಧ್ಯಾಯದತ್ತ ನನ್ನನ್ನು ಮರಳಿ ಕೊಂಡೊಯ್ಯುತ್ತಿತ್ತು.

ನಿರೀಕ್ಷೆಯಿಂದ ನನಗೆ ಸ್ವಲ್ಪಮಟ್ಟಿಗೆ ಉಸಿರು ಕಟ್ಟಿದಂತಾಯಿತು. ತಣ್ಣಗಿನ ಕಲ್ಲಿನ ಗೋಡೆಯ ಇದಿರು ನಾನು ನಿಂತೆ. ಆದರೆ ಆ ಗೇಟಿನ ಮುಂದೆ ನಿಂತಾಗ ನನಗೆ ಎಷ್ಟು ಅಚ್ಚರಿಯಾಯಿತು ಎನ್ನುತ್ತೀರಿ! ಅದಕ್ಕೆ ಹೊಸತಾಗಿ ಬಣ್ಣ ಕೊಡಲಾಗಿತ್ತು; ಸಂದು ಕೀಲಿಗಳಿಗೆ ಎಣ್ಣೆ ಹಾಕಲಾಗಿತ್ತು. ಬೂದು ಬಣ್ಣದ ಮನೆಯ ಕಿಟಕಿಗಳಲ್ಲಿ ಹೊಚ್ಚ ಹೊಸ ಆಧುನಿಕ ಪರದೆಗಳನ್ನು ಇಳಿಬಿಡಲಾಗಿತ್ತು. ಆದರೆ ಮನೆಯೊಳಗೆ ಏನೂ ಬದಲಾವಣೆ ಮೊದಲ ನೋಟದಲ್ಲಿ ನನಗೆ ಕಂಡುಬರಲಿಲ್ಲ. ನನ್ನನ್ನು ನೋಡಿ ಮಿಸ್ ಸೈಬಿಲ್ ಜಿಂಡೆನ್ ಎಷ್ಟು ಸಂತೋಷಗೊಂಡಳೆಂದರೆ ನಾನು ಅವಳ ಬಳಿ ಹೋಗುವಷ್ಟು ಹೊತ್ತು ಕಾಯಲು ಕೂಡ ಅವಳಿಗೆ ತಾಳ್ಮೆ ಇರಲಿಲ್ಲ. ಬದಲು ಹಸನ್ಮುಖಿಯಾಗಿ ಮುಗ್ಗರಿಸುತ್ತ ವಕ್ರ ಭಂಗಿಯಿಂದ ನನ್ನನ್ನು ಕಾಣಲು ಹೊಸ್ತಿಲ ಬಳಿಗೆ ಆಕೆ ಧಾವಿಸಿ ಬಂದಳು. ಹಳೆಯ ಕಾಲದ ವಿಚಿತ್ರ ಉಡುಗೆ ಈಗ ಅವಳದ್ದಾಗಿರಲಿಲ್ಲ. ಈಗಿನ ಅವಳ ಪೋಷಾಕಿನ ಮಾದರಿ ಕೇವಲ ಒಂದೆರಡು ವರುಷಗಳಷ್ಟು ಹಳೆಯದು ಅಷ್ಟೆ. ಆದರೆ ಈ ಬದಲಾವಣೆಯಿಂದಾಗಿ ಆಕೆ ಹಿಂದಿನಷ್ಟು ಕುತೂಹಲಕಾರಿಯಾಗಿ ಕಾಣುತ್ತಿರಲಿಲ್ಲ.

ಅನಂತರ ಅವಳು ಹೇಳಿದಳು : "ನಾನು ಜಗತ್ತನ್ನು ಮತ್ತೊಮ್ಮೆ ನೋಡಿದೆ ಅಂತ ನಿನಗೆ ಗೊತ್ತಾ? ನೀನು ಇಲ್ಲಿಂದ ಹೊರಟ ಸ್ವಲ್ಪ ಸಮಯದ ಬಳಿಕ ನಾನು ಬಾಡಿಗೆಗೆ ಕಾರೊಂದನ್ನು ಹಿಡಿದು ಇಡಿಯ ನಗರವನ್ನೇ ಸುತ್ತಿದೆ. ಗತ ಕಾಲದಿಂದ ನನ್ನನ್ನು ಪ್ರತ್ಯೇಕಿಸಿಕೊಳ್ಳುವ ಸಮಯ ಬಂದಿದೆ ಅಂತ ಭಾವಿಸಿದೆ..."

ನಾನಾಕೆಯ ಪಿಯಾನೋದತ್ತ ದೃಷ್ಟಿಹರಿಸಿದೆ, ಅದು ಖಾಲಿಯಾಗಿತ್ತು. ನನ್ನ ನೆಟ್ಟ ನೋಟವನ್ನು ಆಕೆ ಅರ್ಥಮಾಡಿಕೊಂಡಳು. ಅವಳೆಂದಳು :

"ನನ್ನ ಅತಿ ಪ್ರೀತಿಯ ಪ್ರತಿಮೆಯನ್ನು ಕೊಟ್ಟನಂತ್ರ ಉಳಿದವುಗಳಿಗೆ ಬೆಲೆಯೇ ಇರ್ಲಿಲ್ಲ. ಅವನ್ನೆಲ್ಲ ನನ್ನ ಮನೆಗೆಲಸದವಳ ಮೂಲಕ ಪುರಾತನ ವಸ್ತುಗಳನ್ನ ಮಾರುವ ಒಂದು ಅಂಗಡಿಗೆ ಕಳುಹಿಸಿಕೊಟ್ಟೆ. ಅವುಗಳಿರಬೇಕಾದ ಸ್ಥಳವೇ ಅದು."

ಸೈಬಿಲ್ ಜೆಂಡೆನ್ ಮೃದುವಾಗಿ ನಕ್ಕಳು.

ಅವಳಿಗೆ ವಿದಾಯ ಹೇಳಿ ನಾನು ಹೊರನಡೆದೆ. ಆ ಚಿಕ್ಕ ನಗರದಲ್ಲಿ ಬಹುಹೊತ್ತು ಸುತ್ತಾಡಿದೆ, ಅನಂತರ ಮನೆಗೆ ಮರುಪ್ರಯಾಣ ಮಾಡಿದೆ. ನನ್ನ ಈ ಸಂದರ್ಶನದ ವಿಚಾರ ಆ ಚಿಕ್ಕಪ್ಪನಿಗೆ ಗೊತ್ತಾಗಿತ್ತು. ನನ್ನ ಬರೋಣವನ್ನು ನಿರೀಕ್ಷಿಸುತ್ತ ಆತ ನನ್ನ ಪತ್ನಿಯೊಂದಿಗೆ ಕುಳಿತಿದ್ದ. ಸ್ವಲ್ಪ ಸಮಯದ ಬಳಿಕ ತಾನು ಬಂದುದರ ಕಾರಣವನ್ನು ಅವನು ತಿಳಿಸಿದ. ಏಕಾಂಗಿಯಾಗಿ ತನ್ನ ಗತ ಕಾಲದ ಸ್ಮರಣೆಗಳಿಂದ ಬದುಕುತ್ತಿದ್ದ ಆ ವೃದ್ಧ ಮಹಿಳೆಯನ್ನು ನನ್ನ ಮಾತುಗಳು ಅದ್ಭುತವಾಗಿ ಚಿತ್ರಿಸಿದ್ದುವೆಂದು ಅವನು ಹೇಳಿ, ಈಗ ತಾನು ಅದರ ಚೌಕಟ್ಟಿನ ಬಗ್ಗೆ ಕೇಳಿ ತಿಳಿಯಲು ಬಂದಿರುವುದಾಗಿ ನುಡಿದ. ಆ ಭೇಟಿಯ ಪ್ರಭಾವ ಇನ್ನೂ ನನ್ನಲ್ಲಿ ಅಚ್ಚೊತ್ತಿತ್ತು. ಹೊಸ ಸ್ಫೂರ್ತಿಯನ್ನು ಚಿಮ್ಮಿಸಿತ್ತು. ನನ್ನ ಕಲ್ಪನೆಗಳು ಜಾಗೃತಗೊಂಡವು.

ಆ ಶಾಂತ ವಾತಾವರಣದ ಮನೆಗೆ ಹೋಗುವ ರಸ್ತೆಗಳನ್ನು ಅವನಿಗೆ ನಾನು ವಿವರಿಸಿದೆ; ಮನೆಯ ಸುತ್ತಲಿನ ಆ ಹಳೆ ನಮೂನೆಯ ಗೋಡೆ ನಮ್ಮ ಮುಂದೆ ಮತ್ತೊಮ್ಮೆ ತಲೆ ಎತ್ತಿತು. ಅದರ ಅಂಚನ್ನು ನಾವು ಕಂಡೆವು. ಬೇಸಿಗೆಯಲ್ಲಾದರೋ ಅದು ತುಂಬಾ ಬಿಸಿ, ಚಳಿಗಾಲದಲ್ಲಿ ಅದರ ಮೇಲೆ ಕೂಡ್ರಲಸಾಧ್ಯವಾದ ತಂಪು. ಆ ಚಿಕ್ಕ ಪೇಟೆಯ ವೃತ್ತಾಕಾರದ ಮಾರುಕಟ್ಟೆ ನಮ್ಮ ಕಣ್ಣೆದುರಿಗೆ ನಿಂತಿತು. ಹೊಳೆಯುತ್ತಿರುವ ಕಿಟಕಿಗಳಿಂದ ಕೂಡಿದ ವರ್ಣಮಯವಾದ ಅಲ್ಲಿನ ಚಿಕ್ಕ ಅಂಗಡಿಗಳು ಗಂಭೀರ ಮೌನ ತಾಳಿ ನಿಂತ ದೃಶ್ಯ ನಮ್ಮ ಕಣ್ಣಿಗೆ ಕಟ್ಟುವಂತಾಯಿತು. ಆ ಪುಟ್ಟ ನಗರದ ಬಗ್ಗೆ ದೀರ್ಘಕಾಲದಿಂದ ನನ್ನಲ್ಲಿ ನೆಲೆಯೂರಿದ್ದ ಭಾವನೆ ಯಾವುದೆಂಬುದು ನನಗೆ ಒಮ್ಮೆಲೆ ಹೊಳೆಯಿತು. ರಾಷ್ಟ್ರೀಯ ಪೋಷಾಕು ಧರಿಸಿ ಕೈ ಕೈ ಹಿಡಿದು ವೃತ್ತಾಕಾರದಲ್ಲಿ ನಿಂತ ಮತ್ತು ಯಾವುದೋ ಮೋಡಿಯಿಂದ ಅದೇ ಮೋಹಕ ಭಂಗಿಯಲ್ಲಿ ಸ್ಥಿರವಾಗಿ ಹಿಡಿದಿಡಲ್ಪಟ್ಟ ಕನ್ಯೆಯರಂತೆ ಕಂಗೊಳಿಸುತ್ತಿದ್ದುವು ಆ ನೀಲಿ ಬಣ್ಣದ ಮನೆಗಳು. ಈಗ ಖಾಲಿ ಪಿಯಾನೋವನ್ನು ಮಾತ್ರ ಇಟ್ಟುಕೊಂಡಿದ್ದ ಆ ವೃದ್ಧ ಮಹಿಳೆ ಈ ವಾತಾವರಣದ ಒಂದು ಭಾಗವನ್ನು ನನ್ನಿಂದ ಕಸಿದುಕೊಂಡಳಲ್ಲ ಎಂದು ನನ್ನ ಮನಸ್ಸಿಗೆ ತುಂಬಾ ನೋವಾಯಿತು. ಆ ಚಿಕ್ಕಪ್ಪ ಕೂಡ ದುಃಖಪಟ್ಟ.

ಆಮೇಲೆ ನನಗೆ ಬಿಡುವಿಲ್ಲದ ಕೆಲಸ. ಆವೇಶಗೊಂಡ ವ್ಯಕ್ತಿಯಂತೆ ನಾನು ಚಿತ್ರಗಳನ್ನು ಬಿಡಿಸುವುದರಲ್ಲಿ ತಲ್ಲೀನನಾದೆ. ಸಮಯ ಕಳೆದುದೇ ನನಗೆ ಗೊತ್ತಾಗಲಿಲ್ಲ. ಸರಿಯಾದ ವರ್ಣಚಿತ್ರ ಬರೆಯಲು ನಾನು ಪುನಃ ಕಲಿತುಕೊಂಡೆ ಎಂದು ಅನಂತರ ಜನ ಹೇಳಿದರು.

ದೀರ್ಘಕಾಲದಿಂದ ಆ ಚಿಕ್ಕಪ್ಪನ ಕುರಿತು ನಮಗೆ ಸುದ್ದಿಯೇ ಬರಲಿಲ್ಲ. ಪ್ರಾಮಾಣಿಕವಾಗಿ ಹೇಳಬೇಕಾದರೆ ಅದರಿಂದಾಗಿ ನಮಗೇನೂ ಬೇಸರವಾಗಲಿಲ್ಲ. ಅವನ ಮರಣಾನಂತರ, ವಿಲಕ್ಷಣವಾದ ದತ್ತಿಯೊಂದು ನಮ್ಮ ಕೈಸೇರಿತು. ಅದೊಂದು ಮರದ ಪೆಟ್ಟಿಗೆ. ಪಿಯಾನೊದಿಂದ ಕಾಣೆಯಾಗಿದ್ದ ಪ್ರತಿಮೆಗಳೆಲ್ಲವೂ ಅದರೊಳಗಿದ್ದವು. ಅವುಗಳೆಲ್ಲದರ ಮೇಲೆ ಪತ್ರವೊಂದಿತ್ತು. ಅದರಲ್ಲಾತ ಬರೆದಿದ್ದ :

"ಸ್ಮರಣೆಯೆಂಬುದು ಪವಿತ್ರವಾದುದೆಂದು ನಾನು ಯಾವತ್ತೂ ಭಾವಿಸಿದವನಲ್ಲ. ಇತರರ ಸ್ಮರಣೆಗಳನ್ನು ನಾನು ಮೆಚ್ಚಿದವನಲ್ಲ. ನಾನು ಯಾರನ್ನೂ ನಿಜವಾಗಿ ಅರಿಯದಿರಲು ಇದೇ ಕಾರಣ. ಇದರಿಂದಾಗಿ ನನ್ನ ಜೀವನದ ಕೊನೆಯ ದಿನಗಳಲ್ಲಿ ನಾನು ವ್ಯಥೆಗೀಡಾದೆ. ನನ್ನ

ಏಕಾಂಗಿತನವೆಂಬುದು ಸಾವಿಗಿಂತಲೂ ಕೆಟ್ಟದಾಗಿತ್ತು. ಹೀಗಾಗಿ ನಾನು ಒಂದು ದೀರ್ಘ ಪ್ರಯಾಣವನ್ನು ಕೈಗೊಂಡೆ. ಈ ಎಲ್ಲ ಸ್ಮಾರಕವಸ್ತುಗಳನ್ನು ಕೊಂಡುಕೊಂಡೆ. ಇವೆಲ್ಲವೂ ಪ್ರೇಮದಿಂದ ಕೊಡಲ್ಪಟ್ಟುವು. ಇವನ್ನು ಸ್ವೀಕರಿಸಲು ನಿನಗಿಂತ ಹೆಚ್ಚು ಅರ್ಹರಾದವರು ಬೇರಾರೂ ಇಲ್ಲವೆಂದು ನನಗೆ ಗೊತ್ತು. ನಾನು ಈಗಾಗಲೇ ಸರಿಯಾಗಿ ಭಾವಿಸಿ ಕೊಂಡಿರುವಂತೆ, ಇವು ಆ ಪ್ರೀತಿಯ ವೃದ್ಧ ಮಹಿಳೆಯ ಹಳೆಯ ಸ್ಮಾರಕವಸ್ತುಗಳು. ಅವಳ ಹೃದಯದಲ್ಲಿ ನಾನು ಹಲವು ವರುಷಗಳ ಕಾಲ ನೆಲೆಸಿದ್ದೆ."

ಈ ಪ್ರತಿಮೆಗಳನ್ನು ಬಿಟ್ಟು ಕೊಡುವ ಧೈರ್ಯ ನಮಗೆಂದೂ ಬರಲಿಲ್ಲ. ಅವು ಈಗಲೂ ನಮ್ಮ ಮನೆಯ ಏಕಮಾತ್ರ ಕತ್ತಲೆ ಮೂಲೆಯಲ್ಲಿ ಇವೆ.

ಆ ಚಿಕ್ಕಪ್ಪನ ದತ್ತಿ ನಮ್ಮ ಕೈ ಸೇರಿದ ತರುವಾಯ ನನ್ನ ಹೆಂಡತಿ ನನಗೊಂದು ಸಲಹೆ ನೀಡಿದಳು. ಆ ವೃದ್ಧೆಯ ಮನೆಗೆ ಭೇಟಿ ನೀಡಬೇಕು ಈ ವಿಚಾರವನ್ನು ಆಕೆಗೆ ತಿಳಿಸಬೇಕು ಎಂಬುದೇ ಈ ಸಲಹೆ. ಇದರಿಂದಾಗಿ ಆಕೆ ಸಂತೋಷಗೊಂಡಾಳು. ಆಕೆಯ ಜೀವನ ಸಂಪನ್ನಗೊಂಡೀತು ಎಂಬುದು ನನ್ನಾಕೆಯ ಅಭಿಪ್ರಾಯವಾಗಿತ್ತು. ಕೊನೆಗೊಮ್ಮೆ ನನ್ನ ಆ ಪ್ರೀತಿಯ ನಗರಕ್ಕೆ ನಾವು ಪ್ರಯಾಣ ಬೆಳೆಸಿದೆವು.

ಈ ಕಥೆ ಕೇಳಿ ಮಿಸ್ ಸೈಬಿಲ್ಳ ಹೃದಯ ಕರಗಿತು. ಅವಳ ಕಣ್ಣೀರು ಹರಿದು ಕೆನ್ನೆಗಿಳಿಯಿತು. ತನ್ನ ಬಳಿಯ ಕುರ್ಚಿಯಲ್ಲೇ ಒಂದು ಕರವಸ್ತ್ರ ಇದ್ದರೂ ಅದಕ್ಕಾಗಿ ಆಕೆ ಎಡವಟ್ಟಾಗಿ ಹುಡುಕತೊಡಗಿದಳು. ಹೀಗೆ ಆಕೆ ತನ್ನ ಪಕ್ಕದಲ್ಲೇ ಇರಿಸಿಕೊಂಡಿದ್ದ ಆ ಕರವಸ್ತ್ರ ನನ್ನದೆಂದೂ ನನ್ನ ಒಂದು ಡಜನ್ ಕರವಸ್ತ್ರಗಳಲ್ಲಿ ಅದೊಂದು ಕಾಣೆಯಾಗಿತ್ತೆಂದೂ ನನ್ನಾಕೆ ಈಗಲೂ ಪಂಥ ಕಟ್ಟುತ್ತಾಳೆ. ಆದರೆ ಹೆಂಗಸರ ಮಾತನ್ನು ಗಂಭೀರವಾಗಿ ತೆಗೆದುಕೊಳ್ಳಲು ಸಾಧ್ಯವಿಲ್ಲ. ⚬

ವಿಶ್ವಕಥಾಕೋಶ

ಸಂಪುಟ - ೨೨

ಬೆಳಗಾಗುವ ಮುನ್ನ

ಲೇಖಕರ ಪರಿಚಯ

ಬೆಳಗಾಗುವ ಮುನ್ನ

ಲಿನೊ ನಾವಸ್ ಕಾಲ್ವು (1905–1983)

ಸ್ಪೇನ್‌ನಲ್ಲಿ ಜನನ. ಸಣ್ಣಕಥೆಗಾರ, ಪತ್ರಕರ್ತ. ಎಳನೆಯ ವಯಸ್ಸಿನಲ್ಲಿ ಕ್ಯೂಬಾಗೆ ಪ್ರಯಾಣ. ತನ್ನ ಪೀಳಿಗೆಯ ಅತ್ಯಂತ ಪ್ರತಿಭಾವಂತ ಬರಹಗಾರರಲ್ಲೊಬ್ಬ. ಬಡಜನರ ಕಷ್ಟದ ಬದುಕಿನ ವಿವರಗಳೇ ಕಥೆಗಳ ವಸ್ತು. ಲಿನೊ ಬರೆದ ಏಕೈಕ ಕಾದಂಬರಿ 'ದಿ ಸ್ಲೇವ್ ಟ್ರೇಡರ್' ವಿಮರ್ಶಕರ ಮೆಚ್ಚುಗೆ ಪಡೆದ ಕೃತಿ. ತನ್ನ ಅನುವಾದಗಳಿಂದಾಗಿ ಲ್ಯಾಟಿನ್ ಅಮೆರಿಕದಲ್ಲಿ ಇಂಗ್ಲಿಷ್ ಭಾಷೆಯನ್ನು ಜನಪ್ರಿಯ ಮಾಡಿದ ಲೇಖಕ. ಅಮೆರಿಕದಲ್ಲಿ ನೆಲೆಸಿ ಬರವಣಿಗೆ ಮುಂದುವರಿಕೆ. ❍

ಮಿಸ್ಟರ್ ಚಾರ್ಲ್ಸ್

ಉಂಬರ್ತೊ ಆರೆನಾಲ್

1926ರಲ್ಲಿ ಜನನ. ಸಣ್ಣಕಥೆಗಾರ, ಕಾದಂಬರಿಕಾರ. ಹನ್ನೊಂದು ವರ್ಷಗಳ ಕಾಲ ವಿದೇಶದಲ್ಲಿ ವಾಸ. ಕ್ರಾಂತಿಯ ನಂತರ ಕ್ಯೂಬಾಕ್ಕೆ ಪುನರಾಗಮನ. 1959ರಲ್ಲಿ ಕ್ಯೂಬಾ ಕ್ರಾಂತಿಯ ವಸ್ತುವುಳ್ಳ ಪ್ರಥಮ ಕಾದಂಬರಿ ರಚನೆ. ರಂಗಭೂಮಿಯಲ್ಲಿ ಐವತ್ತಕ್ಕೂ ಹೆಚ್ಚು ನಾಟಕಗಳ ನಿರ್ದೇಶನ. ಚಲನಚಿತ್ರಗಳಿಗೆ ಚಿತ್ರಕಥೆ ಬರೆಯುವುದರಲ್ಲೂ ಯಶಸ್ಸು. 2007ರ ರಾಷ್ಟ್ರೀಯ ಸಾಹಿತ್ಯ ಪ್ರಶಸ್ತಿಯ ಮನ್ನಣೆ. ❍

ಬೆಕ್ಕಿನ ಎರಡನೇ ಮರಣ

ಆನೆಲ್ಯು ಝೂರ್ಜಿ ಕಾರ್ದೋಸೊ (1914–1986)

ಸಣ್ಣಕಥೆಗಾರ. ಬಡ ರೈತ ಕುಟುಂಬದಲ್ಲಿ ಜನನ. ಓದು ಮುಂದುವರಿಸಲಾಗದೆ ಹಲವಾರು ಕೆಲಸಗಳಲ್ಲಿ ನಿರತ. ಅದರಿಂದ ಬಂದ ಜೀವನಾನುಭವ ಮತ್ತು ಮನುಷ್ಯರ ಬಗ್ಗೆ ತಿಳಿವಳಿಕೆಯೇ

ಬರವಣಿಗೆಗೆ ಮೂಲದ್ರವ್ಯ. ಹಲವು ಕಥಾ ಸಂಗ್ರಹಗಳ ಪ್ರಕಟನೆ. ರೇಡಿಯೋ ಕೇಂದ್ರದಲ್ಲಿ ಸುದ್ದಿ ಸಂಪಾದಕ ಮತ್ತು ರೇಡಿಯೋ ನಾಟಕಗಳ ರಚನೆ. ನ್ಯೂಸ್ ರೀಲ್ ನಿರ್ಮಾಣ ಕಂಪೆನಿಯಲ್ಲಿ ಪ್ರಧಾನ ಸಂಪಾದಕ. ಕ್ಯೂಬಾ ಕ್ರಾಂತಿಯ ಅನಂತರ ಹಲವಾರು ಪ್ರತಿಷ್ಠಿತ ಸಂಸ್ಥೆಗಳ ನಿರ್ದೇಶಕ ಮತ್ತು ನಿಯತಕಾಲಿಕೆಗಳ ಸಂಪಾದಕ. ರಾಷ್ಟ್ರೀಯ ಶಾಂತಿ ಪ್ರಶಸ್ತಿಯ ಗೌರವ. ❍

ಸಂತ ರೀತಾಳ ಪವಿತ್ರೋದಕ

ಲುಯಿಜ್ ಆಗುಯಾರೊ

1938ರಲ್ಲಿ ಜನನ. ಹವಾನಾ ವಿಶ್ವವಿದ್ಯಾಲಯವನ್ನು ಸರ್ವಾಧಿಕಾರಿ ಬಾತಿಷ್ತ ಮುಚ್ಚಿದ ಬಳಿಕ ಶಿಕ್ಷಣಕ್ಕೆ ವಿದಾಯ. ಅನಂತರ ಪತ್ರಕರ್ತನಾಗಿ ಹಲವು ಪತ್ರಿಕೆಗಳಿಗೆ ಬರವಣಿಗೆ. ಸಾಹಿತ್ಯ ಮತ್ತು ಸಂಸ್ಕೃತಿಯ ವಿಮರ್ಶಕ. ರಾಜಕೀಯ ಚಿಂತಕ. ಸ್ವಾತಂತ್ರ್ಯ ಪ್ರತಿಪಾದಿಸುವ ಕಥೆಗಳ ಬರಹ. ಲೇಖಕರ ಸಂಘಟನೆಯಲ್ಲಿ ಕೆಲಕಾಲ ಆಸಕ್ತಿ. ❍

ಅಂಗವಿಕಲ

ಝೆಸೂಸ್ ಡಿಯಾಜ್ ರಾಡ್ರಿಗೆಝ್ (1941–2002)

ಸಣ್ಣಕಥೆಗಾರ ಮತ್ತು ಕಾದಂಬರಿಕಾರ. ಕ್ರಾಂತಿಕಾರಿ ಚಟುವಟಿಕೆಗಳಿಂದಾಗಿ ಹದಿನಾರನೆಯ ವಯಸ್ಸಿನಲ್ಲಿ ಶಾಲೆಯಿಂದ ಉಚ್ಚಾಟನೆ. ಕ್ರಾಂತಿಯ ಅನಂತರ ವಿದ್ಯಾಭ್ಯಾಸದ ಪುನರಾರಂಭ. ಬಂದೂಕು ತಜ್ಞ, ಹವಾನಾ ವಿಶ್ವವಿದ್ಯಾಲಯದಲ್ಲಿ ಮಾರ್ಕ್ಸ್‌ವಾದದ ಅಧ್ಯಾಪಕ. ಚಿತ್ರನಿರ್ದೇಶಕ ಕೂಡ. ತನ್ನ ಕಾಲದ ಬೌದ್ಧಿಕ ಮತ್ತು ಸಾಂಸ್ಕೃತಿಕ ಚಟುವಟಿಕೆಗಳಲ್ಲಿ ಪ್ರಮುಖ ಪಾತ್ರ. ಪ್ರಭಾವಿ ಸಾಂಸ್ಕೃತಿಕ ಪತ್ರಿಕೆಯ ಸ್ಥಾಪಕ. ❍

ಜೀಪ್‌ನಲ್ಲಿದ್ದ ನಾಲ್ವರು

ರೆನಾಲ್ಡೊ ಗೊಂಜಾಲಿಜ್

1940ರಲ್ಲಿ ಜನನ. ಹಲವು ಸಣ್ಣಕಥೆಗಳು ಮತ್ತು ಕಾದಂಬರಿಗಳನ್ನು ಬರೆದ ಕ್ಯೂಬಾದ ಪ್ರಮುಖ ಬರಹಗಾರ. ಪತ್ರಕರ್ತ, ಸಮಾಜಶಾಸ್ತ್ರಜ್ಞ ಮತ್ತು ಪತ್ರಿಕಾ ಸಂಪಾದಕನೂ ಹೌದು. ಕ್ರಾಂತಿಯ ಮೊದಲಿನ ಘಟನೆಗಳನ್ನು ನಿರೂಪಿಸುವ ಕಥೆಗಳಿಗೆ ಖ್ಯಾತ. ಕ್ಯೂಬಾದ ಸಾಮಾಜಿಕ ವ್ಯವಸ್ಥೆಯ ಸಂಶೋಧಕ. ಹಲವು ಪ್ರಶಸ್ತಿಗಳಿಗೆ ಪಾತ್ರನಾದ ಲೇಖಕ.

ಹಿರಿಯಕಿರಿಯ ಬರಹಗಾರರು, ಕಲಾವಿದರು, ಸಂಗೀತಗಾರರ ಗೌರವ ಗಳಿಸಿದ ಸಾಂಸ್ಕೃತಿಕ ಚಿಂತಕ.

ಸೈನಿಕ ಎಲೋಯ್

ಸಾಮುಅಲ್ ಫೇಝೊ (1914–1992)

ಕವಿ, ಸಣ್ಣಕಥೆಗಾರ ಮತ್ತು ಜನಪದ ಸಾಹಿತ್ಯದಲ್ಲಿ ಆಸಕ್ತ. ಅಲ್ಲದೆ ಪ್ರತಿಭಾವಂತ ಚಿತ್ರಕಾರ ಕೂಡ. ಚಿತ್ರಕಲೆಯಲ್ಲಿ ಜನಪರ ಹೊಸ ಚಳವಳಿಯ ಪ್ರವರ್ತಕ. ಹಲವಾರು ಕಲಾಪ್ರದರ್ಶನಗಳ ಖ್ಯಾತಿ. ಕಲಾವಿದರ ಸಂಘಟನೆಯಲ್ಲೂ ಪ್ರಮುಖ ಪಾತ್ರ. ಕಲಾಪತ್ರಿಕೆಗಳ ಸಂಪಾದಕ ಮತ್ತು ಪ್ರಕಾಶಕ. ಕ್ಯೂಬಾ ಸರ್ಕಾರದ ಹಲವು ಪ್ರತಿಷ್ಠಿತ ಕಲಾಪ್ರಶಸ್ತಿಗಳಿಗೆ ಪಾತ್ರ.

ಬೆಳಗಾಯಿತು

ದೋರಾ ಅಲೊಂಝೊ (1910–2001)

ಸಣ್ಣಕಥೆಗಾರ್ತಿ, ಕಾದಂಬರಿಗಾರ್ತಿ ಮತ್ತು ಪತ್ರಕರ್ತೆ. ಮಕ್ಕಳ ನಾಟಕಗಳ ಕರ್ತೃ. ಸಾಹಿತ್ಯ ಕೃತಿಗಳ ಸಂಪಾದಕಿ. ಮುದ್ರಣ ಮತ್ತು ರೇಡಿಯೋ-ಟೆಲಿವಿಷನ್ ಮಾಧ್ಯಮ ಎರಡರಲ್ಲೂ ಖ್ಯಾತಿ. ಕೆಲಕಾಲ ಯುದ್ಧ ವರದಿಗಾರ್ತಿ. ಮಾನವೀಯ ಮೌಲ್ಯಗಳನ್ನು ಎತ್ತಿ ಹಿಡಿಯುವ ರೈತ ಪಾತ್ರಗಳಿಗೆ ಕಥೆಗಳಲ್ಲಿ ಆದ್ಯತೆ. ರುಮಾನಿಯ, ಬಲ್ಗೇರಿಯ, ರಷ್ಯನ್ ಹಾಗೂ ಇತರ ಭಾಷೆಗಳಿಗೆ ಈಕೆಯ ಕೃತಿಗಳ ಅನುವಾದ. ಈಕೆಯ ಎರಡು ಕಾದಂಬರಿಗಳು ಇತರರಿಂದ ಚಲನಚಿತ್ರವಾಗಿ ನಿರ್ಮಾಣಗೊಂಡವು.

ದಿಯೆಗೊ ಸಾರೆಸ್ ಕಥೆ

ಆಕ್ಸ್‌ಫರ್ಡ್ ಸೇಯಿಂಟ್ ಜಾನ್

ಈ ಲೇಖಕರ ಮಾಹಿತಿ ಲಭ್ಯವಿಲ್ಲ.

ಹೇಳದೇ ಉಳಿದಿದ್ದ ಕಥೆ

ಮಾರ್ಗಿಟ್ ವಿನ್ಸೆನ್ಜ್

ಸಣ್ಣಕಥೆಗಳು ಮತ್ತು ನಾಟಕಗಳ ರಚನೆಯಿಂದ ಖ್ಯಾತಿ. ಲೇಖಕರ ಸಂಘದಿಂದ ಪ್ರಶಸ್ತಿಯ ಮನ್ನಣೆ. ರಂಗಭೂಮಿಯಲ್ಲಿ ಯಶಸ್ವಿ ಪ್ರಯೋಗ

ಕಂಡ ನಾಟಕಗಳು. ಅವುಗಳಲ್ಲಿ 'ಮಿಸ್ಟರ್ ಎಕ್ಸ್' ಹೆಸರಾಂತ ಎರಡು ಅಂಕಗಳ ನಾಟಕ. ❍

ಈ ಸಂಪುಟದ ಅನುವಾದಕರು

ಶ್ರೀಕಾಂತ [ಯು. ಎನ್. ಶ್ರೀನಿವಾಸ ಭಟ್ (1927–1985)]

ಉಡುಪಿ ಕ್ರಿಶ್ಚಿಯನ್ ಹೈಸ್ಕೂಲ್‌ನಲ್ಲಿ ಶಿಕ್ಷಣ. 1947ರಿಂದ 1976ರವರೆಗೆ 'ಅರುಣ', 1979ರಿಂದ 1985ರವರೆಗೆ 'ಕೆಂಬಾವುಟ' ಸಾಪ್ತಾಹಿಕಗಳ ಸಂಪಾದಕ. ಪ್ರಕಟಿತ ಕೃತಿಗಳು : 'ಮುಡಿಪು' ಕವನ ಸಂಕಲನ (1944), 'ಎಂಕ್ಲೆಗ್‌ಲಾ ಬದ್ಕೊಡು' ಎಂಬ ತುಳು ನಾಟಕ (1956). ❍

ವಿಶೇಷ ಕೃತಜ್ಞತೆ

ಈ ಸಂಪುಟದ ಕಥೆಗಳ ಆಯ್ಕೆಗಾಗಿ ಆಕರ ಸಾಮಗ್ರಿ ದೊರಕಿಸುವ ಕಾರ್ಯದಲ್ಲಿ ನೆರವು ನೀಡಿದ

– ಶ್ರೀ ಅಡ್ಡೂರು ಶಿವಶಂಕರರಾವ್, ಗುರುಪುರ
– ಶ್ರೀ ಶಾ. ಬಾಲುರಾವ್
    ಕೇಂದ್ರ ಸಾಹಿತ್ಯ ಅಕಾದೆಮಿ, ನವದೆಹಲಿ
– ಶ್ರೀ ಎಸ್. ದಿವಾಕರ್, ಬೆಂಗಳೂರು
– ಕ್ಯೂಬಾ ರಾಯಭಾರಿ ಕಚೇರಿ, ನವದೆಹಲಿ
– ಕ್ಯೂಬಾ ಕಮ್ಯೂನಿಸ್ಟ್ ಪಕ್ಷ, ಹವಾನ

ಈ ಸಂಪುಟದಲ್ಲಿ ಬರುವ ಅಂಕಿತ ನಾಮಗಳ ಸರಿಯಾದ ಉಚ್ಚಾರ ತಿಳಿಯಲು ಸಹಾಯ ಮಾಡಿದ

– ಡಾ. ಪಿ. ದಾಸ್‌ಗುಪ್ತ, ಸೆಂಟರ್ ಆಫ್ ಅಡ್ವಾನ್ಸ್ಡ್
    ಸ್ಟಡೀಸ್ ಇನ್ ಲಿಂಗ್ವಿಸ್ಟಿಕ್ಸ್, ಪುಣೆ

ಸಂಪುಟದ ಮೂಲ ಆಂಗ್ಲ ರೂಪದ ಬೆರಳಚ್ಚು ಪ್ರತಿಗಳ ತಯಾರಿಕೆ ಮತ್ತಿತರ ಸಂಪಾದಕೀಯ ನೆರವಿಗಾಗಿ

– ಕುಮಾರಿ ಸೀಮಂತಿನೀ ನಿರಂಜನ

ಇವರೆಲ್ಲರಿಗೆ ನಾವು ವಿಶೇಷವಾಗಿ ಕೃತಜ್ಞರು.

ವಿಶ್ವಕಥಾಕೋಶ

೨೫ ಸಂಪುಟಗಳು – ಪ್ರಧಾನ ಸಂಪಾದಕರು : ನಿರಂಜನ

ಧರಣಿಮಂಡಲ ಮಧ್ಯದೊಳಗೆ : 22 ಕನ್ನಡ ಕಥೆಗಳು
ಆಫ್ರಿಕದ ಹಾಡು : ಆಫ್ರಿಕ ಖಂಡದ ಕಥೆಗಳು – ಅನು : ಸಿ. ಸೀತಾರಾಮ್
ಕಾಡಿನಲ್ಲಿ ಬೆಳದಿಂಗಳು : ವಿಯೆಟ್ನಾಮ್ ಕಥೆಗಳು – ಅನು : ಸಿ.ಪಿ. ರವಿಕುಮಾರ್
ಚೆಲುವು : ಮಂಗೋಲಿಯ, ಚೀನ, ಜಪಾನ್, ಕೊರಿಯ ಕಥೆಗಳು – ಅನು : ಜಿ.ಎಸ್. ಸದಾಶಿವ
ಸುಭಾಷಿಣಿ : ಭಾರತ, ನೆರೆಹೊರೆ ಕಥೆಗಳು – ಅನು : 23 ಅನುವಾದಕರು
ವಿಚಿತ್ರ ಕಕ್ಷಿದಾರ : ಇಂಗ್ಲೆಂಡ್ ಕಥೆಗಳು – ಅನು : ಎನ್.ಎಸ್. ರಾಮಚಂದ್ರಯ್ಯ, ಎಸ್.ಆರ್. ಭಟ್
ಮಂಜುಹೂವಿನ ಮದುವಣಿಗ : ಹಂಗೆರಿ, ರುಮಾನಿಯ ಕಥೆಗಳು –
ಅನು : ಕೆ.ಎಸ್. ನಾರಾಯಣಸ್ವಾಮಿ
ಬೂದುಬಣ್ಣದ ಕಾಂಗರೂ : ಆಸ್ಟ್ರೇಲಿಯ, ನ್ಯೂಜಿಲೆಂಡ್ ಕಥೆಗಳು –
ಅನು : ಪಾ. ಸಂಜೀವ ಬೋಳಾರ
ಹೆಜ್ಜೆ ಗುರುತು : ರಷ್ಯ, ನೆರೆಹೊರೆ ಕಥೆಗಳು – ಅನು : ಕೆ.ಎಸ್. ನಿಸಾರ್ ಅಹಮದ್
ಅರಬಿ : ಐರ್‌ಲೆಂಡ್, ವೇಲ್ಸ್, ಸ್ಕಾಟ್‌ಲೆಂಡ್ ಕಥೆಗಳು – ಅನು : ಶಾ. ಬಾಲು ರಾವ್
ನೆತ್ತರು ದೆವ್ವ: ಚೆಕೊಸ್ಲೊವಾಕಿಯ, ಪೋಲೆಂಡ್ ಕಥೆಗಳು – ಅನು : ಎಚ್.ಕೆ. ರಾಮಚಂದ್ರಮೂರ್ತಿ
ಬಾವಿಕಟ್ಟೆಯ ಬಳಿ : ಯುಗೊಸ್ಲಾವಿಯ, ಆಲ್ಬೇನಿಯ, ಬಲ್ಗೇರಿಯ ಕಥೆಗಳು –
ಅನು : ಚಿ. ಶ್ರೀನಿವಾಸರಾಜು
ಅದೃಷ್ಟ: ಅಮೆರಿಕ, ಕೆನಡ, ಮೆಕ್ಸಿಕೊ ಕಥೆಗಳು – ಅನು : ವೀಣಾ ಶಾಂತೇಶ್ವರ
ಸಜ್ಜನನ ಸಾವು : ಐಸ್‌ಲೆಂಡ್, ಡೆನ್‌ಮಾರ್ಕ್, ನಾರ್ವೆ, ಸ್ವೀಡನ್, ಫಿನ್‌ಲೆಂಡ್ ಕಥೆಗಳು –
ಅನು : ಕ.ನಂ. ನಾಗರಾಜು
ಡೇಗೆ ಹಕ್ಕಿ : ಇಟಲಿ, ಆಸ್ಟ್ರಿಯ ಕಥೆಗಳು – ಅನು : ಎಸ್. ಅನಂತನಾರಾಯಣ
ಅವಸಾನ : ಗ್ರೀಸ್, ಸೈಪ್ರಸ್, ತುರ್ಕಿ ಕಥೆಗಳು – ಅನು : ಎ. ಈಶ್ವರಯ್ಯ
ತಾತನ ಹುಟ್ಟುಹಬ್ಬ: ಹಾಲೆಂಡ್, ಬೆಲ್ಜಿಯಮ್, ಸ್ವಿಟ್ಜರ್‌ಲೆಂಡ್ ಕಥೆಗಳು –
ಅನು : ಸಿ.ಎಚ್. ಪ್ರಹ್ಲಾದ್‌ರಾವ್
ಬಾಲ ಮೇಧಾವಿ : ಜರ್ಮನಿ ಕಥೆಗಳು – ಅನು : ಎಚ್.ಎಸ್. ರಾಘವೇಂದ್ರರಾವ್
ಇಬ್ಬರು ಗೆಳೆಯರು : ಸ್ಪೇನ್, ಪೋರ್ತುಗಲ್ ಕಥೆಗಳು – ಅನು : ಕೆ.ವಿ. ನಾರಾಯಣ
ಅಬಿಂದಾ - ಸಯೀದ್ : ಇಂಡೊನೇಷ್ಯ, ಫಿಲಿಪ್ಪೀನ್ಸ್, ಮಲಯ, ಸಿಂಗಾಪುರ,
ಥಾಯ್‌ಲೆಂಡ್ ಕಥೆಗಳು – ಅನು : ಎಸ್ಸಾರ್ಕೆ
ನಿಗೂಢ ಸೌಧ : ಫ್ರಾನ್ಸ್ ಕಥೆಗಳು – ಅನು : ಬಸವರಾಜ ನಾಯ್ಕರ
ಬೆಳಗಾಗುವ ಮುನ್ನ: ಕ್ಯೂಬಾ, ಜಮೇಯಿಕ ಕಥೆಗಳು – ಅನು : ಶ್ರೀಕಾಂತ
ಮರಳುಗಾಡಿನ ಮದುವೆ : ಪಶ್ಚಿಮ ಏಷ್ಯ ಕಥೆಗಳು – ಅನು : ವಾಸುದೇವ
ಕಿವುಡು ವನದೇವತೆ : ದಕ್ಷಿಣ ಅಮೆರಿಕ ಕಥೆಗಳು – ಅನು : ಈಶ್ವರಚಂದ್ರ
ಸಾವಿಲ್ಲದವರು : ಪಂಚ ಮಹಾಕಾವ್ಯಗಳಿಂದ ಆಯ್ದ ಕಥೆಗಳು –
ನಿರೂಪಣೆ : ಸಿ.ಕೆ. ನಾಗರಾಜ ರಾವ್